कॅशफ्लो
क्वाड्रंट

कॅशफ्लो क्वाड्रंट

आर्थिक स्वातंत्र्याचा मार्गदर्शक

रॉबर्ट टी. कियोसाकी

अनुवाद : मीना शेटे-संभू

MANJUL

मंजुल पब्लिशिंग हाउस

Visit our Website at www.richdad.com

First published in India by

MANJUL

Manjul Publishing House
Corporate and Editorial Office
• 2nd Floor, Usha Preet Complex, 42 Malviya Nagar, Bhopal 462 003 - India
Sales and Marketing Office
• C-16, Sector 3, Noida, Uttar Pradesh 201301, India
Website: www.manjulindia.com

Distribution Centres
Ahmedabad, Bengaluru, Kochi, Kolkata, Chennai,
Hyderabad, Mumbai, New Delhi, Pune

Marathi edition of the international bestseller
Rich Dad's Cashflow Quadrant

This edition first published in 2013
Thirteenth impression 2025

ISBN 978-81-8322-339-3

Translation by Meena Shete-Shambhu

Designed by Insync Graphic Studio, Inc.

Printed and bound in India by Gopsons Papers Private Limited.

माझे श्रीमंत वडील नेहमीच असं म्हणत की,
'आर्थिक स्वातंत्र्य मिळवल्याखेरीज तुम्हाला कधीही खरं स्वातंत्र्य मिळू शकत नाही.'

ते पुढे म्हणत,
'स्वातंत्र्य कदाचित सहज मिळू शकेल; पण ते मिळवण्यासाठी किंमत मोजावीच लागते.'

ही किंमत मोजण्याची इच्छा असलेल्या लोकांना हे पुस्तक अर्पण.

संपादकाची टीप

काळ बदलत आहे

रिच डॅड पुअर डॅड हे आमचं पहिलं पुस्तक १९९७मध्ये प्रसिद्ध झालं, तेव्हापासून गुंतवणुकीच्या चित्रात अनेक बदल झाले आहेत. चौदा वर्षांपूर्वी (कॅशफ्लो क्वाड्रंट हे इंग्रजी पुस्तक २०११मध्ये पहिल्यांदा प्रकाशित झालं) 'तुमचं घर ही तुमची मालमत्ता नाही,' या धाडसी विधानानं रॉबर्ट कियोसाकी यांनी पारंपरिक शहाणपणाला आव्हान दिलं. पैसा आणि गुंतवणूक यांच्याविषयीच्या पारंपरिक विद्वत्तेच्या विरोधातील त्यांच्या दृष्टिकोनांकडे संशयानं पाहिलं गेलं. त्यांच्यावर संतप्तपणे टीका करण्यात आली.

रॉबर्टनी २००२मध्ये *रिच डॅड्स प्रोफेसी* या त्यांच्या पुस्तकातून, आगामी काळात आर्थिक बाजारपेठ कोसळणार असून, आपण त्यासाठी तयारीत असलं पाहिजे, असा सल्ला दिला होता. २००६मध्ये रॉबर्टनी डोनाल्ड ट्रम्प यांच्यासमवेत *व्हाय वि वॉंट टू बी रिच* हे पुस्तक लिहिलं. अमेरिकेतील आक्रसत चाललेल्या मध्यमवर्गीयांविषयी वाटत असलेल्या चिंतेतून या पुस्तकाचा जन्म झाला होता.

आर्थिक शिक्षणाचं महत्त्व आणि ताकद याचं ते तळमळीनं समर्थन करत राहिले. आज, कर्जफेड न केल्यामुळे विक्रमी प्रमाणात घरं ताब्यातून जात आहेत. जागतिक आर्थिक मंदीचा छळ अजूनही सोसावा लागत आहे. बँकांनी घरांकरिता मोठ्या प्रमाणात कर्जं दिल्यामुळे घरांच्या किमती प्रचंड प्रमाणात उतरल्या आहेत. एकूणच आर्थिक परिस्थितीचा बोजवारा उडाल्याच्या या काळात त्यांचे शब्द प्रेषिताच्या शब्दांसारखे महान तर वाटतातच, शिवाय ते तसेच ज्ञानानं परिपूर्ण असल्याचंही दिसतं. पूर्वी त्यांच्या मतांविषयी, म्हणण्यांविषयी साशंकता बाळगणारे कित्येक लोक आता त्यांच्यावर विश्वास ठेवत आहेत.

रिच डॅड्स कॅशफ्लोच्या २०११च्या आवृत्तीची तयारी करत असताना दोन गोष्टी रॉबर्ट यांच्या लक्षात आल्या. पहिली गोष्ट म्हणजे त्यांचे संदेश आणि शिकवणुकी काळाच्या कसोटीवर उतरल्या होत्या आणि दुसरी म्हणजे ज्या जगात गुंतवणूकदार काम करतात त्याचं गुंतवणूकविषयक चित्र नाट्यमयरीत्या बदललं होतं. या बदलांचा आय कप्प्यावर परिणाम झाला असून, तो यापुढेही तसाच होत राहणार आहे, हेही त्यांना जाणवलं म्हणूनच त्यांनी या पुस्तकातील गुंतवणूकदारांच्या पाच पातळ्या हे पहिल्या विभागातील महत्त्वाचं पाचवं प्रकरण अद्ययावत करण्याचा निर्णय घेतला.

ऋणपत्रिका

रिच डॅड पुअर डॅडच्या अभूतपूर्व यशानंतर मला जगभर लाखो नवीन मित्र लाभले.

त्यांचे स्नेहपूर्ण शब्द आणि सहृदयी मैत्री आम्हाला बळ देऊन गेली. त्यांच्या आयुष्यात श्रीमंत वडिलांच्या तत्त्वांचा त्यांनी किती चिकाटीनं, उत्कटपणे आणि यशस्वीपणे वापर केला त्याविषयीच्या विलक्षण कथा या मित्र–मैत्रिणींनी मला सांगितल्या. मला त्यांच्या शब्दांनी, मैत्रीनं आणि या कथांनी – *रिच डॅड्स कॅशफ्लो क्वाड्रंट : गाइड टू फायनान्शियल फ्रीडम* हे पुस्तक लिहिण्याची प्रेरणा मिळाली.

म्हणून आम्ही स्वप्नातही कधी कल्पना केली नसेल इतक्या प्रचंड प्रमाणात आम्हाला उत्साही पाठिंबा दिल्याबद्दल आमच्या जुन्या आणि नवीन अशा दोन्ही मित्र–मैत्रिणींचे आम्ही आभार मानतो.

प्रस्तावना

तुमच्या आयुष्याचं उद्दिष्ट काय आहे?

'मोठं झाल्यावर तुला कोण व्हायचं आहे?' हा प्रश्न आपल्यापैकी बहुतेकांना बालपणी विचारण्यात येतो.

लहान असताना मला अनेक गोष्टींमध्ये रुची होती आणि मला त्या करण्याची इच्छाही होती. मला सागरी जीवशास्त्रज्ञ, अंतराळवीर, मरिन कॉर्प्सचा अधिकारी, पायलट आणि फुटबॉलचा व्यावसायिक खेळाडू व्हायचं होतं.

सुदैवानं यांच्यापैकी तीन उद्दिष्टं मी पूर्ण केली. मी मरिन कॉर्प्सचा सेनाधिकारी, जहाजावरचा अधिकारी आणि पायलट होऊ शकलो.

मला शिक्षक, लेखक किंवा लेखापाल व्हायचं नव्हतं, हे मला माहिती होतं. मला शिक्षक व्हायचं नव्हतं, कारण मला शाळा आवडत नव्हती. मला लेखक व्हायचं नव्हतं, कारण मी इंग्रजीत दोनदा नापास झालो होतो. तसंच मला लेखाशास्त्र (अकाउंटिंग) हा विषय न झेपल्यामुळे मी एमबीए सोडून दिलं होतं.

यातला विरोधाभास असा आहे की, मला जे कधीच होण्याची इच्छा नव्हती ते सगळं काही मी आता प्रौढावस्थेत झालो आहे. मला शाळा आवडत नसल्या तरीही आज माझी स्वतःची शिक्षण कंपनी आहे. मी वैयक्तिकरीत्या जगभर शिकवत फिरतो, कारण मला शिकवायला आवडतं. मला लिहिता येत नसल्यामुळे मी इंग्रजीत दोनदा नापास झालो असलो तरी आज मी लेखक म्हणून उत्तम प्रकारे ओळखला जातो. *न्यू यॉर्क टाइम्सच्या* उत्तम खपांच्या पुस्तकांच्या यादीत *रिच डॅड, पुअर डॅड* हे माझं पुस्तक सातहून जास्त वर्षं टिकून राहिलं होतं. ते अमेरिकेतील उत्तम खपाच्या तीन पुस्तकांपैकी एक होतं. फक्त *द जॉय ऑफ सेक्स* आणि *द रोड लेस ट्रॅव्हल्ड* ही दोनच पुस्तकं त्याच्या पुढे होती. आणखी एक गमतीशीर विरोधाभासाची गोष्ट सांगतो. *रिच डॅड, पुअर डॅड* हे माझं पुस्तक आणि *कॅशफ्लो* हा बोर्ड गेम या दोन्ही गोष्टी मी ज्या विषयाशी अक्षरशः झुंजत, झगडत राहिलो होतो, त्या लेखाशास्त्र (अकाउंटिंग) या विषयावरच्या आहेत.

मग 'तुमचं जीवनातील उद्दिष्ट काय आहे?' या प्रश्नाशी याचा काय संबंध आहे?

व्हिएतनामच्या एका संन्याशाच्या एका साध्या आणि तरीही गहन विद्वत्तापूर्ण विधानात याचं उत्तर आहे. थिक न्हात हान यांनी असं म्हटलं आहे की : 'मार्गच उद्दिष्ट किंवा ध्येय असतो.' दुसऱ्या शब्दांत, तुमचा जीवनमार्ग शोधणं हेच तुमच्या जीवनाचं ध्येय असतं. तुमचा व्यवसाय किंवा तुम्ही किती पैसा अगर प्रतिष्ठा मिळवता, ते तुमच्या जीवनाचं उद्दिष्ट नसतं. तुमचं यश किंवा अपयश हेसुद्धा तुमच्या जीवनातील तुमचं उद्दिष्ट नसतं.

तुमचा मार्ग शोधणं, याचा अर्थ तुम्हाला या पृथ्वीवर काय करण्यासाठी पाठवण्यात आलं आहे ते शोधून काढणं होय. तुमच्या जीवनाचा उद्देश काय आहे? आयुष्य या नावानं ओळखली जाणारी ही भेटवस्तू तुम्हाला का देण्यात आली आहे? आणि त्या बदल्यात तुम्ही आयुष्याला कोणती भेटवस्तू देत आहात?

मागे वळून पाहताना मला हे माहिती आहे की, शाळेत जाणं ही गोष्ट माझा जीवनमार्ग शोधण्याशी संबंधित नव्हती. मी लष्करी शाळेत चार वर्षं घालवली. जहाजावरचा अधिकारी म्हणून मी अभ्यास केला आणि प्रशिक्षण घेतलं. त्यांच्या तेलाच्या टँकरमध्ये स्टँडर्ड ऑइलचं तेल विकण्याचा व्यवसाय मी केला असता, तर मला कधीच माझा जीवनमार्ग सापडला नसता. मी सागरी जहाजांवरच राहिलो असतो किंवा विमान कंपन्यांमध्ये विमानं चालवत राहिलो असतो. अशा वेळीही माझा जीवनमार्ग मला सापडलाच नसता.

मी जर जहाजावरचा अधिकारी किंवा विमान कंपनीतील पायलट झालो असतो, तर कधीही आंतरराष्ट्रीय स्तरावरचा उत्तम खपाच्या पुस्तकांचा लेखक झालो नसतो. *ऑप्रा शोचा* पाहुणा झालो नसतो. कधीही डोनाल्ड ट्रम्प यांच्यासह पुस्तक लिहिलं नसतं किंवा उद्योजकता आणि गुंतवणूक यांचं जगभर शिक्षण देणारी आंतरराष्ट्रीय शिक्षण कंपनी सुरू केली नसती.

तुमचा मार्ग शोधणं

कॅशफ्लो क्वाड्रंट हे पुस्तक महत्त्वाचं आहे. कारण, ते तुमचा जीवनमार्ग शोधण्याविषयीचं आहे. तुम्हाला माहितीच आहे, त्याप्रमाणे बहुतांश लोकांचा जीवनक्रम अगदी आधी, बालपणीच निश्चित करण्यात येतो. 'शाळेत जा आणि नोकरी मिळवा,' शाळा ही ई किंवा एस कप्प्यातील नोकरी शोधण्यासाठी असते. ती तुमचा जीवनमार्ग शोधण्यासाठी नसते.

आयुष्यात अगदी लहान असल्यापासूनच आपण पुढे काय करणार आहोत, हे नेमकेपणानं माहिती असलेले काही लोक असतात, हे माझ्या लक्षात आलं आहे. आपण डॉक्टर, वकील, संगीतकार, गोल्फचे खेळाडू किंवा अभिनेता बनणार आहोत, हे त्यांना माहिती असतं आणि हे लक्षात ठेवूनच ते मोठे होतात. आपण सगळ्यांनीच असामान्य मुलांविषयी ऐकलं आहे. या मुलांकडे अत्यंत विलक्षण आणि अपवादात्मक स्वरूपाच्या बुद्धिमत्ता असतात. मात्र तरीही ते त्यांचे व्यवसाय असतात. तेच जीवनमार्गही असलेच पाहिजेत, असं नसतं हे तुमच्या कदाचित लक्षात आलं असेल.

मग जीवनमार्ग कसा सापडतो?

माझं उत्तर असं आहे की : मला या प्रश्नाचं उत्तर माहिती असतं तर खरोखरच बरं झालं असतं. जर माझ्याकडची जादूची कांडी फिरवल्यावर माझ्यासमोर माझा जीवनमार्ग जादूनं हजर झाला असता तर मी नक्कीच तसं केलं असतं.

पण माझ्याकडे जादूची कांडीही नाही आणि ती मिळवण्यासाठी काय करावं ते मी तुम्हाला सांगूही शकत नाही, त्यामुळे मी काय केलं हे सांगणं ही माझ्याकडे असलेली उत्तम गोष्ट आहे. माझ्या अंतःप्रेरणेवर, माझ्या अंतःकरणावर आणि माझ्या अंतर्ज्ञानावर मी विश्वास ठेवला होता. उदाहरणार्थ, १९७३मध्ये युद्धावरून परत आल्यानंतर माझ्या गरीब वडिलांनी मला पुन्हा शिक्षणाकडे वळून उच्चतर पदवी मिळवावी, असं सुचवलं होतं. त्यानंतर मी सरकारी नोकरी करावी, असं त्यांना वाटत होतं. त्या वेळी माझा मेंदू सुन्न झाला. माझं अंतःकरण जड झालं आणि माझ्या अंतःर्ज्ञानानं मला सांगितलं, 'बिलकूल नाही. तू असं कधीच करू नकोस.'

स्टँडर्ड ऑइलमधील किंवा विमान कंपनीतील जुनी नोकरी मी परत करावी, असं त्यांनी सुचवल्यावर पुन्हा एकदा माझ्या मनानं, अंतःकरणानं आणि अंतर्प्रेरणेनं मला 'नको' असंच सांगितलं. मी जहाजांवर काम केलं होतं आणि विमानंही चालवली होती हे मला माहिती होतं, ते खरोखरच उत्तम व्यवसाय होते आणि तिथली वेतनंही खूपच आकर्षक होती; पण तरीही माझ्या मनानं नकाराचाच कौल दिला होता.

सन १९७३मध्ये वयाच्या २६व्या वर्षी मी खऱ्या अर्थानं मोठा होत होतो. मी पालकांचा सल्ला मानून महाविद्यालयीन पदवी मिळवली होती आणि माझ्यासमोर दोन कारकिर्दी होत्या. मला जहाजावरचा अधिकारी म्हणून काम करण्याचा परवाना आणि विमान चालवण्याचा परवाना मिळाला होता; पण यातली अडचण अशी होती की, त्या व्यवसायांची स्वप्नं माझ्यातील लहान मुलानं पाहिली होती.

वयाच्या सव्विसाव्या वर्षी 'शिक्षण ही एक प्रक्रिया असते,' एवढं माहिती असण्याएवढा मी मोठा होतो. उदाहरणार्थ, ज्या वेळी मला जहाजावरचा अधिकारी व्हायचं होतं, त्या वेळी मी त्या प्रशिक्षण संस्थेत गेलो आणि तिनं माझं जहाजावरच्या अधिकाऱ्यात रूपांतर केलं. मला विमान चालवायचं होतं, त्या वेळी मी नेव्ही फ्लाईट स्कूलमध्ये गेलो आणि त्यांनी माझं विमानाच्या पायलटमध्ये रूपांतर केलं. आता माझ्या पुढच्या शैक्षणिक प्रक्रियेविषयी मी सावध झालो होतो. माझी पुढची शैक्षणिक प्रक्रिया सुरू करण्याच्या आधी मी ती पूर्ण केल्यावर कोण होणार होतो हे मला जाणून घ्यायचं होतं.

पारंपरिक शाळा माझ्यासाठी चांगल्या ठरल्या होत्या. माझी बालपणीची कारकीर्द मी तिथे पूर्ण केली होती. प्रौढावस्थेत पोहोचणं ही गोंधळ उडवणारी गोष्ट होती, कारण तिथे यापुढे 'हा मार्ग आहे,' असं दाखवणारे सूचनाफलक नव्हते. मला काय करायची इच्छा नव्हती ते मला माहिती होतं; परंतु मला काय करायचं होतं ते मला माहिती नव्हतं.

मला फक्त नवीन व्यवसाय किंवा नोकरी हवी असती तर ती साधी गोष्ट होती. मला वैद्यकीय डॉक्टर व्हायचं असतं तर मी वैद्यकीय महाविद्यालयात गेलो असतो; परंतु आणखी एक व्यावसायिक किंवा कारकीर्दविषयक प्रशस्तिपत्रक मिळवण्यापेक्षाही आयुष्यात बरंच काही होतं हे मला माहिती होतं.

त्या वेळी माझ्या ते लक्षात आलं नव्हतं; पण २६ वर्षांचा असताना माझ्या पुढच्या कारकिर्दीचा किंवा व्यवसायाचा नव्हे, तर माझ्या जीवनमार्गाचा मी शोध घेत होतो.

एक वेगळं शिक्षण

सन १९७३मध्ये मरिन कॉर्पसाठी विमान चालवण्याच्या माझ्या सक्रिय ड्युटीच्या अखेरच्या वर्षी मी हवाईमध्ये माझ्या घराजवळच थांबलो होतो. त्या वेळी माझ्या श्रीमंत वडिलांच्या पावलावर पाऊल टाकून मला वाटचाल करायची असल्याचं मला माहिती होतं. मरिन्समध्ये असताना आठवडाअखेरीला मी रिअल इस्टेटच्या आणि व्यावसायिक अभ्यासक्रमांना जात होतो. मी बी आणि आय कप्प्यांमधील उद्योजक होण्याची तयारी करत होतो.

त्याच वेळी माझ्या एका मित्राच्या सूचनेवरून मी 'वैयक्तिक विकास' अभ्यासक्रमही पूर्ण केला होता. मी खरोखरचा कोण होतो हे मला त्या अभ्यासक्रमामुळे शोधून काढता येईल, अशी मला आशा होती. वैयक्तिक विकास अभ्यासक्रम हा अपारंपरिक अभ्यास आहे, कारण तो मी कुठलीही क्रेडिट्स किंवा ग्रेड मिळवण्यासाठी शिकत नव्हतो. तिथे मी काय शिकणार आहे, ते मला माहिती नव्हतं. त्याप्रमाणेच रिअल इस्टेटच्या अभ्यासक्रमातही मी काय शिकणार आहे, ते मला माहिती नव्हतं. मला त्या वेळी फक्त एवढंच माहिती होतं की, माझा स्वतःचा शोध घेण्यासाठीचे अभ्यासक्रम पूर्ण करण्याची वेळ आली होती.

आठवडाअखेरीला मी पूर्ण केलेल्या माझ्या पहिल्या अभ्यासक्रमात एका शिक्षिकेनं फ्लिप चार्टवर एक साधी आकृती काढली होती.

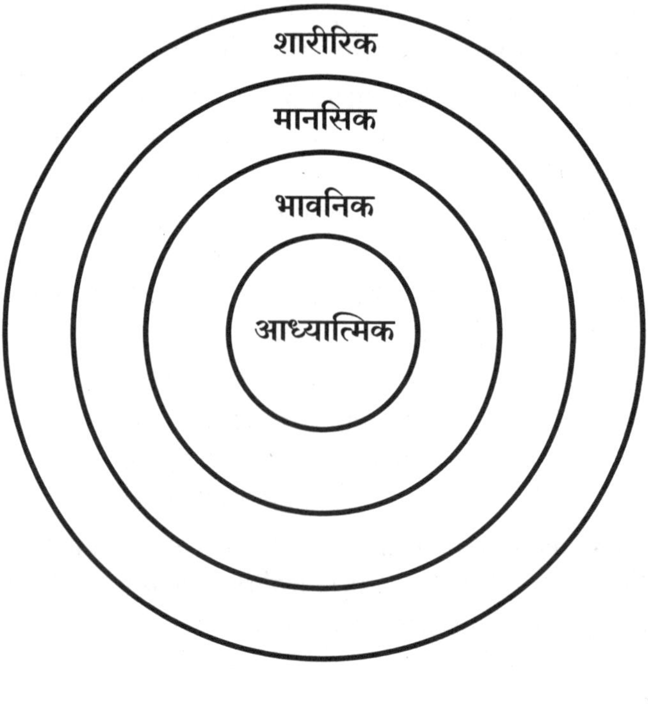

ही आकृती पूर्ण केल्यानंतर त्या आमच्याकडे वळल्या आणि म्हणाल्या,

'संपूर्ण मनुष्यप्राणी म्हणून विकसित होण्यासाठी, प्रगती करण्यासाठी आपल्याला शारीरिक, मानसिक, भावनिक आणि आध्यात्मिक शिक्षणाची गरज असते.'

पारंपरिक शाळा प्रामुख्यानं विद्यार्थ्यांचा मानसिक विकास करतात, ही गोष्ट त्यांचं स्पष्टीकरण ऐकल्यानंतर माझ्या मनात स्पष्ट झाली म्हणूनच अनेक विद्यार्थी शाळेत चांगल्या प्रकारे शिकतात; पण खऱ्या आयुष्यात आणि विशेषतः पैशांच्या जगात तितकीशी चांगली कामगिरी करत नाहीत.

प्रत्येक आठवडाअखेरीला तो अभ्यासक्रम जसजसा पुढे सरकत गेला, तसतसं मला शाळा का आवडत नव्हती, त्याचा मला शोध लागला. मला शिकायला आवडत होतं; पण शाळांचा तिरस्कार वाटत होता हे माझ्या लक्षात आलं.

पारंपरिक शिक्षण हे ए प्रकारच्या (शालेय अभ्यासात हुशार असलेल्या) विद्यार्थ्यांसाठी खूपच उत्तम, पोषक वातावरण निर्माण करतं; पण ते वातावरण माझ्यासाठी पोषक नव्हतं. पारंपरिक शिक्षण माझा उत्साह मारून टाकत होतं, ते मला भीतीच्या भावनेसह प्रेरणा देण्याचा प्रयत्न करत होतं. चुका करण्याची भीती, अपयशी होण्याची भीती, नोकरी न मिळण्याची भीती अशा त्या भीती होत्या. ते मला ई किंवा एस कप्प्यातील कर्मचारी होण्यासाठी तयार करत होतं. ज्या व्यक्तीला बी आणि आय कप्प्यांमधील उद्योजक बनायचं असेल, तिच्यासाठी पारंपरिक शिक्षण उपयुक्त नव्हतं हे माझ्या लक्षात आलं.

लेखकाची सूचना : म्हणूनच अनेक उद्योजकांनी त्यांचं शालेय शिक्षण पूर्ण केलं नसावं. जनरल इलेक्ट्रिकचा संस्थापक थॉमस एडिसन, फोर्ड मोटर कंपनीचा संस्थापक हेन्री फोर्ड, ॲपलचा संस्थापक स्टीव्ह जॉब्ज, मायक्रोसॉफ्टचा संस्थापक बिल गेट्स, डिस्नेलँडचा संस्थापक वॉल्ट डिस्ने, फेसबुकचा संस्थापक मार्क झुकेरबर्ग ही याची काही उदाहरणं आहेत.

दिवस पुढे सरकले तसे आमचे शिक्षक या चार प्रकारच्या वैयक्तिक विकासाच्या तपशिलात जास्तीत जास्त खोलात शिरत गेले. माझ्या लक्षात आलं की, माझ्या आयुष्यातील बहुतांश कालावधी मी अतिशय कठोर शैक्षणिक वातावरणात घालवला होता. त्यानंतर चार वर्षांनी सगळे पुरुषच असलेल्या लष्करी अकादमीत आणि नंतर त्यापुढची पाच वर्षं मरिन पायलट म्हणून मी घालवली होती. मी मानसिकदृष्ट्या चांगलाच खंबीर होतो आणि शारीरिकदृष्ट्याही चांगलाच भक्कम होतो. मरिन पायलट म्हणून मी भावनिकदृष्ट्या आणि आध्यात्मिकदृष्ट्याही बळकट बनलो होतो; परंतु हे सगळं बळकट पुरुष म्हणून विकसित होण्याच्या बाजूचं होतं. माझ्याकडे हळुवार बाजू नव्हती. माझ्याकडे महिलेची ऊर्जा नव्हती. काहीही झालं तरी मी मरिन कॉर्प्सचा अधिकारी म्हणून प्रशिक्षित झालो होतो. मला कोणत्याही दबावाखाली भावनिकदृष्ट्या शांत राहण्याचं प्रशिक्षण मिळालं होतं. एखाद्याला ठार मारण्यासाठी मला तयार करण्यात आलं होतं आणि आध्यात्मिकदृष्ट्या देशासाठी मरण्याकरिता माझी तयारी करून घेण्यात आली होती.

टॉम क्रूझनं काम केलेला 'टॉप गन' हा चित्रपट तुम्ही पाहिला असेल, तर तुम्हाला त्याच्यात पुरुषी जगाची आणि लष्करी पायलटच्या फाजील धीटपणाची झलक दिसेल.

मला ते जग आवडलं होतं. मी त्या जगात राहण्यासाठी चांगला होतो. ते सरदारांचं आणि योद्ध्यांचं आधुनिक जग होतं. ते भेकड पळपुट्यांचं जग नव्हतं.

वैयक्तिक विकासाच्या चर्चासत्रात मी भावनांमध्ये वाहत गेलो आणि झटकन माझ्या चैतन्याला स्पर्श केला. मी खूप रडलो, कारण मला अनेक गोष्टींविषयी खूप, खूप रडावं लागणार होतं. त्या चर्चासत्राच्या दरम्यान मी एका पुरुषाला मिठी मारली. मी तसं आधी कधीही केलं नव्हतं, अगदी माझ्या वडिलांनाही मी कधी मिठी मारली नव्हती.

दर रविवारी रात्री त्या आत्मविकासाच्या कार्यशाळेतून बाहेर पडणं मला कठीण होत होतं. त्या चर्चासत्राचं वातावरण हळुवार, प्रेमळ, प्रामाणिक होतं. सोमवारी सकाळी पुन्हा एकदा तरुण, अहंमन्य, विमान उडवण्याशी आणि देशासाठी मारण्यास व मरण्यास सज्ज असलेल्या त्या निष्ठावान पायलटांच्या घोळक्यात राहणं मला धक्कादायक वाटत होतं.

ते चर्चासत्र संपल्यानंतर आता बदल घडवून आणण्याची वेळ आली आहे, हे मला समजलं होतं. त्याच वेळी अधिक दयाळू, अधिक हळुवार आणि अधिक कनवाळू व्यक्ती बनण्यासाठी माझा स्वतःचा भावनिकदृष्ट्या आणि आध्यात्मिकदृष्ट्या विकास घडवून आणणं ही माझ्यासाठी सगळ्यात कठीण गोष्ट होती हेही मला माहिती होतं. ते लष्करी अकादमीतील आणि विमान उडवण्याच्या प्रशिक्षण केंद्रातील माझ्या सगळ्या शिकवणुकींच्या विरोधात होतं.

पण मी पुन्हा कधीही पारंपरिक शिक्षणाकडे वळलो नाही. मला ग्रेड्ससाठी, पदव्यांसाठी, बढत्यांसाठी किंवा प्रशस्तिपत्रांसाठी पुन्हा शिकण्याची इच्छा नव्हती. त्यानंतर पुढे मी कधीच एखाद्या अभ्यासक्रमाला किंवा शाळेत गेलो नाही. मी अधिक चांगली व्यक्ती कसं बनावं हे शिकायला गेलो. ग्रेड, पदव्या आणि प्रशस्तिपत्र यांच्या कागदी शर्यतीत त्यानंतर मी कधीच अडकलो नव्हतो.

शिक्षकांच्या कुटुंबात वाढल्यामुळे तिथे तुमच्या ग्रेड, तुम्ही पदवी मिळवता ते हायस्कूल आणि महाविद्यालय आणि तुमच्या पुढच्या पदव्या म्हणजेच सारं काही होतं. मरिन पायलटच्या छातीवरच्या पदकांप्रमाणे आणि रिबनप्रमाणे पुढच्या पदव्या, शाळांची ब्रँड नावं आणि शिक्षकांच्या शर्टांच्या बाह्यांवर असलेले पट्टे ही तुमची प्रतिष्ठा होती. त्यांच्या मनात हायस्कूलचं शिक्षण पूर्ण न केलेले लोक हे जीवनातील गलिच्छ, हरवून गेलेले आत्मे होते. ज्यांच्याकडे पदव्युत्तर पदवी होती ते लोक फक्त पदव्याच मिळवलेल्या लोकांकडे तुच्छतेनं पाहत होते. ज्यांच्याकडे पीएच.डी. होती, त्यांना आदरानं वागवलं जात होतं, पूज्य मानलं जात होतं. सव्वीस वर्षांचा असताना मी त्या जगात पुन्हा कधीच पाऊल ठेवणार नाही, हे मला माहिती होतं.

संपादकांची टीप : सन २००९मध्ये रॉबर्ट यांना पेरूमधील लिमा येथील प्रतिष्ठित मानल्या जाणाऱ्या सॅन इग्नाशिओ डी लॉयोलाकडून उद्योजकतेतील मानद पीएच.डी. देण्यात आली. हा सन्मान लाभलेल्यांमध्ये स्पेनच्या माजी अध्यक्षांसारख्या इतर काही राजकीय नेत्यांचा समावेश आहे.

माझ्या मार्गाचा शोध

मला माहिती आहे की, तुमच्यापैकी काही जण आता असं विचारतील की : 'अपारंपरिक शैक्षणिक अभ्यासक्रमांवर भाष्य करण्यात हा एवढा वेळ का घालवत बसलाय?'

याचं कारण असं आहे की, त्या पहिल्या वैयक्तिक विकास चर्चासत्रानं माझ्या मनात अध्ययनाविषयीचं प्रेम पुन्हा एकदा प्रज्वलित केलं; परंतु ते प्रेम शाळेत ज्या प्रकारे शिकवलं जातं, त्या प्रकारच्या अध्ययनाविषयीचं नव्हतं. एकदा ते चर्चासत्र संपल्यानंतर मला चर्चासत्रांचं व्यसनच जडलं. मी एका पाठोपाठ अनेक चर्चासत्रांना जाऊ लागलो. *माझं* शरीर, *माझं* मन, *माझ्या* भावना आणि *माझा* आत्मा यांच्यातील संबंधाचा मी अधिकाधिक शोध घेऊ लागलो.

मी जितका जास्त शिकलो, तितकी मला पारंपरिक शिक्षणाविषयी अधिकाधिक जिज्ञासा वाटू लागली. मी पुढे दिलेल्या काही प्रश्नांसारखे प्रश्न विचारू लागलो :

- इतक्या भरपूर मुलांना शाळेचा तिटकारा का वाटतो?
- फक्त थोड्याच मुलांना शाळा का आवडते?
- अनेक उच्चशिक्षित लोक खऱ्या आयुष्यात यशस्वी का होत नाहीत?
- खऱ्या जगात जगण्यासाठी शाळा तुमची तयारी करून घेतात का?
- मला शाळांविषयी तिटकारा आणि अध्ययनाविषयी प्रेम वाटत होतं. असं का होत होतं?
- बहुतांश शालेय शिक्षक गरीब का असतात?
- शाळा आपल्याला पैशाविषयी, आर्थिक बाबींविषयी अत्यल्प प्रमाणात का शिकवतात?

याच प्रश्नांनी मला शालेय व्यवस्थेच्या पोकळ भिंतींच्या बाहेर मिळणाऱ्या शिक्षणाचा विद्यार्थी बनण्याकडे वळवलं. मी जितका जास्त शिकलो तितकं मला शाळा का आवडली नव्हती, हे जास्त प्रमाणात समजत गेलं. त्याबरोबरच शाळा अगदी ए प्रकारच्या (अतिशय हुशार) विद्यार्थ्यांसाठीही जास्त उपयुक्त का ठरू शकत नाहीत तेही मला समजलं.

माझ्या जिज्ञासेनं माझ्या चैतन्याला स्पर्श केला, माझ्या मनाचा ठाव घेतला आणि मी शिक्षण क्षेत्रातील उद्योजक झालो. जर ही जिज्ञासा निर्माण झाली नसती, तर मी कदाचित कधीच लेखक आणि आर्थिक-शिक्षणावर आधारित खेळांचा विकसकही झालो नसतो. माझ्या आध्यात्मिक शिक्षणानं मला माझ्या जीवनमार्गाकडे नेलं.

मला वाटतं की, आपले जीवनमार्ग आपल्याला आपल्या मनांमध्ये सापडत नसावेत, कारण, आपले जीवनमार्ग शोधणं म्हणजे आपल्या अंतःकरणांमध्ये, आपल्या हृदयांमध्ये काय आहे, त्याचा शोध घेणं होय.

याचा अर्थ पारंपरिक शिक्षणातून व्यक्तीला तिचा मार्ग शोधणं शक्यच होत नाही, असा नाही. अनेक लोक तो शोधतात याविषयी माझी खात्री आहे. मी फक्त एवढंच सांगत आहे

की, मला पारंपरिक शिक्षणातून माझा मार्ग सापडला असता का, याविषयी माझ्या मनात शंका आहे.

मार्ग महत्त्वाचा का आहे?

भरपूर पैसा मिळवणारे; परंतु आपल्या कामाविषयी तिटकारा वाटत असलेले लोक आपल्याला सर्वांनाच माहिती असतात. भरपूर पैसा न मिळवणारे आणि आपल्या कामाविषयी तिटकारा असलेले लोकही आपल्याला माहिती असतात. शिवाय फक्त पैशासाठी काम करणारे लोकही आपल्याला माहिती असतात.

आपल्याला आपलं आयुष्य समुद्रावर घालवण्याची इच्छा नाही, हे मर्चंट मरिन ॲकॅडेमीतील माझ्या एका वर्गमित्राच्याही लक्षात आलं होतं. उर्वरित संपूर्ण आयुष्यभर मालाची विक्री करत बसण्याऐवजी तो कायद्याची पदवी मिळवण्यासाठी महाविद्यालयात गेला. त्याने आणखी तीन वर्षं व्यतीत केली आणि तो वकील झाला. त्यानंतर त्याने खासगी फर्म सुरू करून एस कप्प्यात प्रवेश केला.

तो पन्नाशीच्या सुमारासच मरण पावला. तो अतिशय यशस्वी; पण नाखूश, दुःखी वकील झाला होता. माझ्याप्रमाणेच त्याच्याकडेही २६ वर्षांचा असताना दोन व्यावसायिक कारकिर्दी होत्या. त्याला वकील होण्याचा तिटकारा असला तरीही तो वकील झाला आणि वकील म्हणूनच कामही करत राहिला. त्याचं कुटुंब होतं. त्याला मुलं होती, त्याच्या डोक्यावर कर्ज होतं आणि त्याला त्याची बिलं भरायची होती. या सगळ्या कारणांसाठीच तो वकील म्हणून काम करत राहिला.

त्याच्या मृत्यूच्या एक वर्ष आधी, न्यू यॉर्कमध्ये माजी विद्यार्थ्यांच्या मेळाव्यात त्याच्याशी माझी भेट झाली होती. तो कडवट झाला होता. 'तुझ्यासारख्या श्रीमंतांच्या मागे झाडझूड करण्यातच माझं सगळं आयुष्य गेलं. त्यांनी मला काहीही दिलं नाही. मी जे करतो त्याचा आणि ज्यांच्यासाठी करतो त्यांचा मला तिरस्कार वाटतो.'

'मग तू दुसरं काहीतरी का करत नाहीस?' मी विचारलं.

'मला काम थांबवणं परवडणारं नाही. माझी पहिली मुलगी महाविद्यालयात चाललेय.'

त्याच्या मुलीचं पदवीचं शिक्षण पूर्ण होण्याआधीच तो हृदयविकाराच्या झटक्यानं मरण पावला.

त्याच्या व्यावसायिक प्रशिक्षणाच्या माध्यमातून त्याने भरपूर पैसा कमावला होता; पण तो भावनिकदृष्ट्या संतप्त आणि आध्यात्मिकदृष्ट्या मृत झाला होता. लवकरच त्याच्या शरीरानंही तोच मार्ग पत्करला.

मला माहिती आहे की, हे अगदी टोकाचं उदाहरण आहे. बहुतांश लोकांना ते जे करत असतात, त्याविषयी माझ्या मित्राला वाटत होता तितका तिटकारा वाटत नाही, तरीही ज्या वेळी एखादी व्यक्ती व्यवसायाच्या सापळ्यात सापडते आणि तिला तिचा मार्ग शोधणं जमत नाही, त्या वेळी काय होतं ते या उदाहरणातून स्पष्ट होतं.

माझ्या दृष्टीनं पारंपरिक शिक्षणातील ही कमतरता आहे. लाखो लोक त्यांना आवडत नसलेल्या नोकरीच्या जाळ्यात अडकण्यासाठी शाळा सोडतात. आपल्या आयुष्यात कशाची तरी उणीव आहे, आपलं काहीतरी हरवलं आहे हे त्यांना माहिती असतं. अनेक लोक आर्थिकदृष्ट्या अडकतात. ते फक्त उदरनिर्वाहाला पुरेसं ठरणारं उत्पन्न कमावतात. त्यांना आणखी पैसा कमवायचा असतो; पण त्यासाठी काय करावं, तो कसा मिळवावा हे ठाऊक नसतं.

इतर कप्प्यांविषयी जाणीव नसेल, तर अनेक लोक इतर शैक्षणिक संस्थांमध्ये, महाविद्यालयांमध्ये जातात आणि आणखी शिकून ई किंवा एस कप्प्यांमधील नवीन नोकरीचा शोध घेतात. बी आणि आय कप्प्यातील जगाची माहितीच नसल्यामुळे ते सतत वेतनवाढीचा शोध घेत राहतात.

शिक्षक होण्यामागचं माझं कारण

आर्थिक शिक्षण देण्याची इच्छा हे बी कप्प्यातील शिक्षक होण्यामागचं माझं प्राथमिक कारण आहे. ज्या कोणाला हे शिक्षण घेण्याची, शिकण्याची इच्छा असेल त्याच्यासाठी ते उपलब्ध करून देणं ही माझी इच्छा आहे. मग त्यांच्याकडे किती पैसा आहे किंवा त्यांच्या ग्रेडची सरासरी काय होती, याच्याशी मला काहीही देणं-घेणं नसतं. म्हणूनच *रिच डॅड कंपनी* ही कॅशफ्लो गेमसह सुरू झाली, त्यामुळे ज्या ठिकाणी मी कधीही जाऊ शकत नाही, अशा ठिकाणीही हा खेळ लोकांना शिकवू शकतो. या खेळाचं सौंदर्य असं आहे की, लोकांनी लोकांना शिकवावं, अशा प्रकारे त्याची रचना करण्यात आली आहे. त्यासाठी महागड्या शिक्षकाची किंवा वर्गाची गरज नाही. कॅशफ्लो गेम हा आता सोळांहून अधिक भाषांमध्ये भाषांतरित करण्यात आला आहे आणि तो जगभरातील लाखो लोकांपर्यंत पोहोचला आहे.

आज, व्यक्तीच्या आर्थिक शिक्षणाला पाठबळ देण्यासाठी *रिच डॅड कंपनी* आर्थिक शिक्षणाचे अभ्यासक्रम आणि त्याबरोबरच प्रशिक्षकांच्या आणि मार्गदर्शकांच्या सेवा पुरवते. विशेषतः ई आणि एस कप्प्यांतून बाहेर पडून बी आणि आय कप्प्यांपर्यंत पोहोचण्यासाठी प्रगती करून घेण्याची इच्छा असलेल्या प्रत्येकासाठी आमचे कार्यक्रम महत्त्वाचे आहेत.

प्रत्येक जणच बी आणि आय कप्प्यात पोहोचेल याची हमी देता येत नाही; पण तरीही आमच्या कार्यक्रमात शिकलेल्या लोकांना - त्यांना हवं असेल तर त्यांच्यासाठी ते कप्पे कसे उपलब्ध होतील हे माहिती असतं.

बदल सोपा नसतो

माझ्यासाठी कप्पे बदलणं सोपं नव्हतं. ते मानसिकदृष्ट्या कठोर परिश्रमाचं काम होतंच; पण त्याहूनही ते भावनिकदृष्ट्या आणि आध्यात्मिकदृष्ट्या जास्त कठीण काम होतं. ई कप्प्यातील उच्चशिक्षित कर्मचाऱ्यांच्या कुटुंबात वाढल्यामुळे मी त्यांची शिक्षणाची, नोकरीतील सुरक्षिततेची, लाभाची आणि सरकारी निवृत्तिवेतनाची मूल्यं बरोबर आणली होती. अनेक प्रकारे माझ्या कौटुंबिक मूल्यांनी माझ्यातील स्थित्यंतर अवघड बनवलं होतं.

उद्योजक आणि गुंतवणूकदार होण्यासंदर्भातील त्यांच्या सूचना, चिंता आणि टीका मला दूर साराव्या लागल्या. त्यांची काही मूल्यं मी इथे देत आहे. ती अशी आहेत :

- 'पण तुझ्याकडे नोकरी असलीच पाहिजे.'
- 'तू खूपच जोखमी पत्करत आहेस.'
- 'तू अपयशी झालास तर काय करायचं?'
- 'असाच पुन्हा महाविद्यालयात जा आणि तुझी पदव्युत्तर पदवी मिळव.'
- 'डॉक्टर हो. ते खोऱ्यानं पैसा ओढतात.'
- 'श्रीमंत लोक लोभी असतात.'
- 'तुला पैसा इतका महत्त्वाचा का वाटतो?'
- 'पैसा तुला आनंदी करणार नाही.'
- 'फक्त अंथरुण बघून पाय पसर.'
- 'सुरक्षितपणानं काम कर. तुझ्या स्वप्नांमागे धावत सुटू नकोस.'

आहार आणि व्यायाम

मी भावनिक आणि आध्यात्मिक विकासाचा उल्लेख केला, कारण आयुष्यात कायमस्वरूपी बदल घडवून आणायचा असेल, तर या गोष्टी आवश्यक असतात. उदाहरणार्थ, एखाद्या लठ्ठ व्यक्तीला तुम्ही 'कमी खा आणि जास्त व्यायाम कर,' असं सांगितलं तर त्याचा क्वचितच उपयोग होतो. आहार आणि व्यायाम यांचा मानसिक पातळीवर वेगळा अर्थ असूही शकेल; पण बहुतेक लठ्ठ लोक भूक लागली म्हणून खात नाहीत. ते त्यांच्या भावनांमधील आणि आत्म्यांमधील पोकळी भरून काढण्यासाठी खातात. ज्या वेळी एखादी व्यक्ती आहार आणि व्यायाम यांविषयीचा कार्यक्रम पार पाडते, त्या वेळी ते फक्त त्यांच्या मनावर आणि शरीरावर काम करतात. भावनिक विकास आणि आध्यात्मिक शक्ती यांचा अभाव असेल तर ते फक्त त्यांच्या मनावर आणि शरीरावर काम करत राहतात. भावनिक विकास आणि आध्यात्मिक शक्ती नसेल, तर लठ्ठ व्यक्तीनं अगदी सहा महिन्यांचा कार्यक्रम पूर्ण केला आणि अगदी टनभर वजन कमी केलं तरीही नंतर पुन्हा तिचं वजन तितकंच वाढेल.

कप्पे बदलण्याच्या बाबतीतही हीच गोष्ट लागू पडते. 'मी बी कप्प्यातील उद्योजक होणार आहे,' असं स्वतःला सांगणं ही गोष्ट, एकापाठोपाठ एक सिगारेट शिलगावणाऱ्या व्यक्तीनं 'मी उद्या धूम्रपान सोडणार आहे,' असं सांगण्यासारखं असतं. धूम्रपान ही भावनिक आणि आध्यात्मिक आव्हानांमुळे निर्माण झालेली आणि या आव्हानांमध्ये शारीरिकदृष्ट्या आणखी भर टाकणारी गोष्ट असते. भावनिक आणि आध्यात्मिक पाठबळ नसेल तर धूम्रपान करणारा सतत धूम्रपानच करत राहील. हीच गोष्ट दारुड्यांच्या, विषयांध व्यक्तींच्या किंवा खरेदीचं कमालीचं वेड असलेल्यांच्या बाबतीतही खरी असते. बहुतेक व्यसनं ही लोकांच्या आत्म्यांमधील आनंदीपणा शोधण्याचे प्रयत्न असतात.

म्हणूनच माझी कंपनी मन आणि शरीर यांच्यासाठीचे अभ्यासक्रम शिकवत असली तरी त्याबरोबरच ती भावनिक आणि आध्यात्मिक स्थित्यंतरांना पाठबळ देणारे प्रशिक्षक आणि मार्गदर्शकही पुरवते.

थोडेच लोक एकट्याच्या जीवावर हा प्रवास करू शकतात; परंतु मी त्यांच्यापैकी एक नव्हतो. माझ्या श्रीमंत वडिलांसारखा प्रशिक्षक नसता आणि माझी पत्नी किम हिचा पाठिंबा नसता तर मी हे करू शकलो नसतो. अनेक वेळा मला माघार घ्यावी आणि हे सोडून द्यावं असं वाटलं होतं. जर किम आणि माझे श्रीमंत वडील नसते तर मी केव्हाच हे सगळं सोडून दिलं असतं.

'ए' प्रकारचे विद्यार्थी अपयशी का ठरतात?

पुन्हा एकदा आकृतीकडे पाहिलं तर 'ए' प्रकारचे अनेक विद्यार्थी पैशाच्या जगात अपयशी का ठरतात, हे समजणं सोपं जातं.

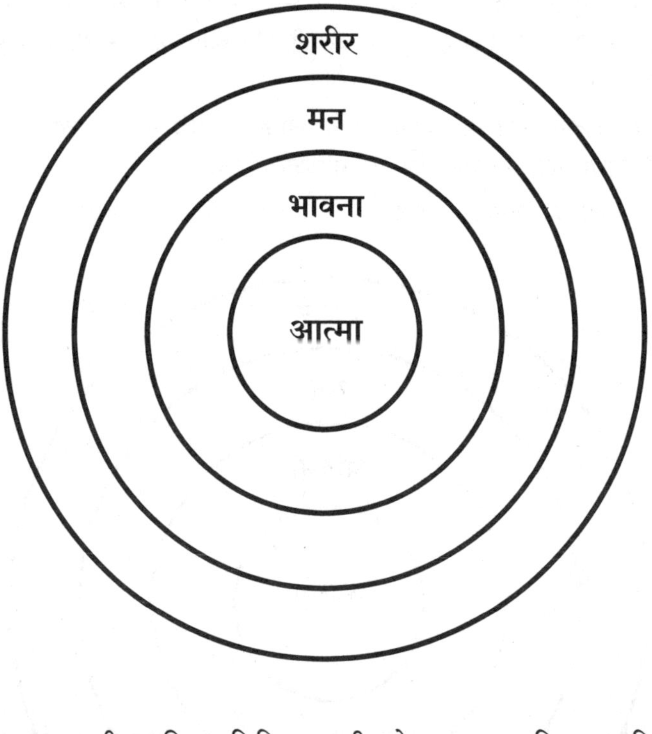

मानसिकदृष्ट्या एखादी व्यक्ती उच्चशिक्षित असूही शकेल; पण जर तिला भावनिक शिक्षण मिळालं नसेल तर तिने जे केलंच पाहिजे ते करण्यापासून तिची मानसिक भीती तिला रोखून धरेल म्हणूनच ए प्रकारचे अनेक विद्यार्थी 'विश्लेषण लकव्याला' म्हणजेच 'ॲनालिसीस पॅरालिसीसला' चिकटून राहतात म्हणूनच ते प्रत्येक छोट्या छोट्या तपशिलाचा अभ्यास करतात; पण प्रत्यक्ष काहीही करण्यात, कृती करण्यात अपयशी होतात.

चुका केल्याबद्दल विद्यार्थ्यांना शिक्षा देणारी आपली शिक्षण व्यवस्था या 'ॲनालिसीस पॅरालिसीस'च्या आजाराला कारणीभूत असते. तुम्ही याचा विचार केला तर तुमच्या लक्षात येईल की, फक्त कमी चुका केल्यामुळे ए प्रकारचे विद्यार्थी हे ए प्रकारचे असतात. या भावनिक मनोदुर्दशेतील समस्या अशी असते की, खऱ्या जगात जे लोक सर्वाधिक चुका करतात आणि आयुष्याच्या खेळात जिंकण्यासाठी या चुकांपासून शिकतात तेच कृती करतात.

क्लिंटन आणि बुश या राष्ट्राध्यक्षांचा विचार करा. आपले लैंगिक संबंध असल्याचं क्लिंटन मान्य करू शकले नाहीत आणि बुश II यांना त्यांच्या अध्यक्षपदाच्या कारकिर्दीत केलेली एकही चूक आठवत नव्हती. चूक करणं ही मानवी गोष्ट आहे; पण तुमच्या चुकांबद्दल खोटं बोलणं हा गुन्हा आहे. ही गुन्हेगारीची कृती आहे आणि तिला खोटी साक्ष देण्याचा गुन्हा असं म्हणतात.

ज्या वेळी विद्युत दिवा तयार करण्याआधी १,०१४ चुका केल्याबद्दल थॉमस एडिसनवर टीका करण्यात आली होती, त्या वेळी त्याने असं म्हटलं होतं की, 'मी १,०१४ वेळा अपयशी झालो नाही. मी १,०१४ वेळा कोणती गोष्ट काम करत नाही, ते यशस्वीरीत्या शोधून काढलं आहे.'

दुसऱ्या शब्दांत, यश मिळवण्यात इतके लोक अपयशी ठरतात, त्याचं कारण असं आहे की ते पुरेशा वेळी अपयशी होण्यात अपयशी ठरतात.

पुन्हा एकदा आकृतीकडे पाहू या.

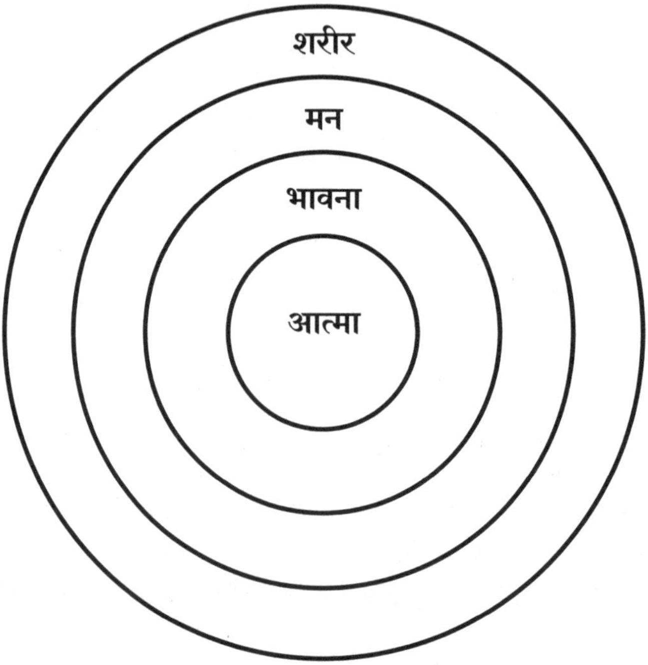

इतके सगळे लोक नोकरीतील सुरक्षिततेला लटकत राहतात, त्यामागच्या अनेक कारणांपैकी एक कारण असं आहे की, त्यांच्याकडे भावनिक शिक्षणाचा अभाव असतो. त्यांच्या मनातील भीती त्यांना रोखते आणि ते भीतीला त्यांची वाट अडवण्याची मुभा देतात.

लष्करी शाळेतील आणि मरिन कॉर्प्समधील एक उत्तम गोष्ट अशी आहे की, या संघटना तरुण पुरुषांना आणि महिलांना आध्यात्मिकदृष्ट्या, भावनिकदृष्ट्या, मानसिकदृष्ट्या आणि शारीरिकदृष्ट्या विकसित करण्यासाठी भरपूर वेळ देतात. ते खडतर शिक्षण असलं तरीही ते संपूर्ण शिक्षण होतं. ते शिक्षण आम्हाला धोकादायक, निर्दयी कामासाठी तयार करत होतं.

मी कॅशफ्लो गेम तयार करण्यामागचं कारण असं आहे की, हा खेळ व्यक्तीला संपूर्ण शिक्षण देतो. या खेळात खेळाडूचं शरीर, मन, भावना आणि चैतन्य किंवा आत्मा गुंतत असल्यामुळे वाचन किंवा व्याख्यान याच्यापेक्षाही हा खेळ हे जास्त चांगलं शैक्षणिक साधन आहे.

खेळाडूंनी खेळातील बनावट पैशांच्या साहाय्यानं शक्य तितक्या चुका कराव्यात आणि त्या चुकांपासून शिकावं, अशा प्रकारे या खेळाची रचना करण्यात आली आहे. माझ्या दृष्टीनं पैशाविषयी शिकण्याची ही जास्त सुसंस्कृत मानवी पद्धत आहे.

मार्ग हेच उद्दिष्ट असतं

आज जगभर हजारो कॅशफ्लो क्लब पसरले आहेत. कॅशफ्लो क्बल इतके महत्त्वाचे असण्याचं एक कारण असं आहे की, हे क्लब म्हणजे वादळांपासून बचाव करणारी आश्रयस्थानं आहेत. कॅशफ्लो क्लब हे जीवनमार्गावरचं एक स्थानक आहे. कॅशफ्लो क्लबमध्ये सहभागी झाल्यावर तुम्हाला तुमच्यासारख्या अनेक लोकांना भेटता येतं. तुमच्याप्रमाणेच फक्त बदलाविषयी बोलणाऱ्याच नव्हे, तर बदल करण्यास बांधील असलेल्या लोकांना तुम्ही भेटू शकता.

शैक्षणिक संस्थांमध्ये प्रवेशासाठी तुमच्याकडे भूतकालीन शैक्षणिक यश असण्याची गरज असते; पण इथे तुमच्याकडे असं भूतकालीन शैक्षणिक यश असण्याची गरज नसते. तुमच्याकडे फक्त शिकण्याची आणि बदल घडवून आणण्याची प्रामाणिक इच्छा असावी लागते. या खेळात तुम्ही विविध आर्थिक परिस्थितींमध्ये, बनावट पैसे वापरून भरपूर चुका करता आणि तुमच्या चुकांमधून शिकता.

कॅशफ्लो क्लब हे झटपट श्रीमंत होण्याची इच्छा असलेल्यांसाठी नसतात. कॅशफ्लो क्लब हे व्यक्तीनं ज्या दीर्घकालीन मानसिक, भावनिक, आध्यात्मिक, शारीरिक आणि आर्थिक बदलांमधून जाण्याची गरज असते, त्या बदलांना पाठिंबा देण्यासाठी असतात. विविध गतींनी आपण सगळेच जण बदलतो आणि उत्क्रांत होत, विकसित होत जातो. त्यामुळे तुम्हाला तुमच्या स्वतःच्या गतीनं जाण्यासाठी प्रोत्साहन मिळतं.

इतरांबरोबर काही वेळा हा खेळ खेळल्यानंतर, तुम्ही कुठलं पुढचं पाऊल उचललं पाहिजे, याची तुम्हाला जास्त चांगली कल्पना येईल. त्याबरोबरच मालमत्तांच्या चार वर्गांपैकी (व्यवसाय, रिअल इस्टेट, कागदोपत्रांच्या स्वरूपातील मालमत्ता आणि कमोडिटीज) तुमच्यासाठी कुठला वर्ग उत्तम आहे, तेही तुम्हाला समजेल.

निष्कर्ष

एखाद्याचा मार्ग शोधणं ही गोष्ट सोपीच असली पाहिजे असं नाही. अगदी आजही मी माझ्याच मार्गावर आहे की नाही ते मला माहिती नाही. तुम्हाला माहिती आहे, त्याप्रमाणे अनेक वेळा आपण सगळेच जण हरवतो आणि मग पुन्हा आपला मार्ग शोधणं ही सोपी गोष्ट नसते.

तुमच्यासाठी योग्य असलेल्या कप्प्यात तुम्ही नाही किंवा तुमच्या जीवनमार्गावर तुम्ही नाही, असं तुम्हाला वाटत असेल तर तुमच्या हृदयात शोध घेऊन तुम्ही तुमचा जीवनमार्ग शोधावा, यासाठी मी तुम्हाला प्रोत्साहन देत आहे. तुम्ही जर पुढे दिलेल्या विधानांसारखं काही म्हणत असाल तर आता बदलण्याची वेळ आली आहे हे बहुधा तुम्हाला माहिती असेल. ही विधानं अशी असू शकतात :

- 'मी अक्षरशः मढ्यांबरोबर (मेलेल्या माणसांबरोबर) काम करत आहे.'
- 'मी जे करत आहे ते मला आवडतं; पण मला जास्त पैसे मिळवता आले असते तर बरं झालं असतं.'
- 'मी आठवडाअखेरीपर्यंत वाट पाहू शकत नाही.'
- 'मला स्वतःच्या मनासारखं वागायचं आहे.'
- 'आता हे सगळं सोडून देऊन बाहेर पडलं पाहिजे. त्यासाठी आणखी किती वेळ वाट पाहावी लागणार आहे?'

माझी बहीण ही बौद्ध संन्यासिनी आहे. दलाई लामांना पाठबळ देणं हा तिचा मार्ग आहे. या मार्गातून तिला काहीही मिळत नाही. तिला अत्यल्प पैसा मिळत असला तरीही त्याचा अर्थ ती गरीब संन्यासिनी असली पाहिजे असा होत नाही. तिच्याकडे भाड्यानं दिलेली तिची स्वतःची मालमत्ता आहे आणि तिने सोन्यात व चांदीत गुंतवणूकही केली आहे. तिच्या आत्मिक शक्ती आणि आर्थिकदृष्ट्या शिक्षित मन तिला गरिबीत राहण्याची शपथ न घेता तिच्या जीवनमार्गावरून वाटचाल करण्याची परवानगी देतं.

शाळेत असताना माझ्यावर 'मूर्ख' असा शिक्का मारण्यात आला होता, ती अनेक प्रकारे चांगली गोष्ट होती. भावनिकदृष्ट्या ही वेदनादायक, दुःखद गोष्ट असली तरी त्या दुःखानं शिक्षक बनून मला माझा जीवनमार्ग शोधण्याची मुभा दिली. बौद्ध संन्यासिनी असलेल्या माझ्या बहिणीप्रमाणेच, मी शिक्षक आहे म्हणून मी गरीबच असलं पाहिजे असं नाही.

थिक नाट हान याच्या विधानाची पुनरुक्ती करतो : 'तुमचा मार्गच तुमचं उद्दिष्ट असतं.'

अनुक्रमणिका

उपोद्घात

तुम्ही कोणत्या कप्प्यात आहात?

कॅशफ्लो क्वाड्रंट ही लोकांचा पैसा कुठून येतो, त्याच्या आधारावर लोकांचं वर्गीकरण करण्याची पद्धत आहे.

तुम्ही आर्थिकदृष्ट्या स्वतंत्र आहात का? तुमचं आयुष्य जर आर्थिक मार्गावरच्या फाट्याजवळ आलं असेल तर रिच डॅडचं ***कॅशफ्लो क्वाड्रंट*** हे पुस्तक तुमच्यासाठीच लिहिण्यात आलं आहे. तुमची आर्थिक नियती बदलण्यासाठी तुम्ही आज जे करत असाल त्यावर तुम्हाला नियंत्रण ठेवण्याची इच्छा असेल तर हे पुस्तक तुमच्या वाटचालीची रूपरेषा तयार करण्यासाठी तुम्हाला मदत करेल. हा ***कॅशफ्लो क्वाड्रंट*** आहे. प्रत्येक कप्प्यातील अक्षरं पुढील गोष्टींचं प्रतिनिधित्व करतात :

ई : ***कर्मचाऱ्यांसाठी*** *(employee)*

एस : ***लहान व्यावसायिकांसाठी किंवा स्वयंरोजगारितांसाठी*** *(self-employed)*

बी : ***मोठ्या व्यवसायांच्या मालकांसाठी (किमान ५०० कर्मचारी असलेल्या)*** *(business owner)*

आय : ***गुंतवणूकदारांसाठी*** *(investor)*

आपल्यापैकी प्रत्येक जण ***कॅशफ्लो क्वाड्रंटच्या*** या चारपैकी किमान एका कप्प्यात तरी असतोच. आपण कुठे आहोत ही गोष्ट आपलं उत्पन्न कुठून येतं यावरून ठरते. आपल्यापैकी

अनेक जण हे वेतनचिठ्ठीवर अवलंबून असलेले कर्मचारी असतात, तर इतर स्वयंरोजगारित असतात. कर्मचारी आणि स्वयंरोजगारित व्यक्ती ***कॅशफ्लो क्वाड्रंटच्या*** डाव्या बाजूला आहेत. उजवी बाजू ही स्वतःच्या मालकीच्या व्यवसायातून किंवा स्वतःच्या मालकीच्या गुंतवणुकीतून उत्पन्न मिळवणाऱ्या व्यक्तींसाठी आहे. कॅशफ्लो चौफुल्यातील प्रत्येक कप्पा अद्वितीय आहे आणि प्रत्येक कप्प्यातील लोकांकडे सामाईक गुणधर्म असतात. हे कप्पे तुम्हाला तुम्ही आज कुठे आहात ते दाखवतील. शिवाय तुम्ही आर्थिक स्वातंत्र्याकडे नेणाऱ्या स्वतःच्या मार्गाची निवड केली की ते तुम्हाला भविष्यात ज्या कप्प्यात जाण्याची इच्छा असेल त्या कप्प्याकडे जाण्याच्या मार्गाची रूपरेषा आखण्यासही मदत करतील.

सर्वच्या सर्व चारही कप्प्यांमध्ये आर्थिक स्वातंत्र्य मिळवता येणं शक्य असलं, तरीही बी आणि आय कप्प्यांची कौशल्यं तुम्हाला तुमच्या आर्थिक उद्दिष्टांकडे जास्त झपाट्यानं पोहोचण्यास मदत करतील. 'ई' कप्प्यातील यशस्वी लोकांनी निवृत्तीच्या दरम्यान त्यांना आर्थिक सुरक्षितता मिळावी, यासाठी 'आय' कप्प्यातील यशस्वी लोक होण्याची गरज असेल.

तुम्हाला मोठेपणी कोण व्हायचं आहे?

हे पुस्तक अनेक प्रकारे ***रिच डॅड पुअर डॅड*** या माझ्या पुस्तकाचा दुसरा भाग आहे. तुमच्यापैकी ज्यांनी ***रिच डॅड पुअर डॅड*** वाचलं नसेल त्यांच्यासाठी सांगतो की, ते पुस्तक माझ्या दोन वडिलांनी मला पैशाविषयी आणि आयुष्यातील निवडींविषयी शिकवलेल्या धड्यांविषयी आहे. माझे एक वडील हे माझे खरे वडील होते आणि दुसरे वडील हे माझ्या जिवलग मित्राचे वडील होते. एक भरपूर शिकलेले, खूपच उच्चशिक्षित होते आणि दुसरे माध्यमिक शाळा सोडून बाहेर पडलेले होते. एक गरीब होते आणि दुसरे श्रीमंत होते.

गरीब वडिलांचा सल्ला

मी मोठा होत असताना माझे उच्चशिक्षित पण गरीब वडील मला नेहमीच असं सांगत असत की, 'शाळेत जा, चांगल्या ग्रेड मिळव आणि जोखीम नसलेली सुरक्षित नोकरी शोध.' ते ज्या जीवनमार्गाची शिफारस करत होते तो पुढीलप्रमाणे दिसत होता :

गरीब वडिलांनी असं सुचवलं होतं की, मी एक तर चांगलं वेतन मिळवणारा ई कप्प्यातील व्यक्ती म्हणजे कर्मचारी व्हावं किंवा चांगलं वेतन मिळवणारा स्वयंरोजगारित व्यावसायिक व्हावं. वैद्यकीय डॉक्टर, वकील किंवा लेखापाल यांच्यासारखा स्वयंरोजगारित त्यांना अपेक्षित होता. माझ्या गरीब वडिलांना स्थिर वेतनचिठ्ठीची, लाभांची आणि नोकरीतील सुरक्षिततेची कमालीची चिंता वाटत होती म्हणूनच ते चांगला पगार मिळवणारे सरकारी अधिकारी होते. ते हवाई राज्याचे शिक्षण प्रमुख होते.

श्रीमंत वडिलांचा सल्ला

माझ्या श्रीमंत; पण अशिक्षित वडिलांनी मला अतिशय वेगळा सल्ला दिला होता.

त्यांनी मला सांगितलं होतं, की 'शाळेत जा, पदवीधर हो, व्यवसायाची उभारणी कर आणि यशस्वी गुंतवणूकदार हो.' ते शिफारस करत असलेला जीवनमार्ग पुढीलप्रमाणे दिसत होता :

हे पुस्तक, माझ्या श्रीमंत वडिलांच्या सल्ल्याचं अनुसरण करताना मी ज्या मानसिक, भावनिक आणि शैक्षणिक प्रक्रियेतून गेलो त्याविषयी आहे.

हे पुस्तक कोणासाठी आहे?

जे लोक कप्पे बदलण्यासाठी तयार आहेत आणि विशेषतः जे लोक सध्या ई आणि एस वर्गवारीत आहेत आणि बी किंवा आय वर्गवारीत जाण्यावर सखोल विचार करत आहेत, त्यांच्यासाठी हे पुस्तक लिहिण्यात आलं आहे. हे पुस्तक नोकरीतील सुरक्षिततेच्या पलीकडे जाऊन आर्थिक

सुरक्षितता मिळवण्याची सुरुवात करण्याची तयारी असलेल्या लोकांसाठी आहे. हा सोपा जीवनमार्ग नाही; पण आर्थिक स्वातंत्र्य हे या रस्त्याच्या अखेरीला असलेलं बक्षीस आहे आणि त्यामुळे हा मार्ग सोपा नसला तरीही तो त्याच्यावरून मार्गक्रमण करण्याच्या पात्रतेचा आहे.

मी बारा वर्षांचा असताना श्रीमंत वडिलांनी मला एक साधी गोष्ट सांगितली होती. तिने मला प्रचंड संपत्तीकडे आणि आर्थिक स्वातंत्र्याकडे जाण्यास मार्गदर्शन केलं. ***कॅशफ्लो क्वाड्रंटच्या*** डाव्या बाजूला असलेले ई आणि एस कप्पे आणि उजव्या बाजूला असलेले बी आणि आय कप्पे यांच्यातील फरक स्पष्ट करण्याची त्यांची ती एक पद्धत होती. ही कथा अशी आहे :

'कोणे एकेकाळी एक छोटंसं आकर्षक खेडं होतं. एक अडचण वगळता ते राहण्यासाठी अतिशय सुरेख ठिकाण होतं. त्या खेड्यात पाऊस पडला नाही तर पाण्याचा टिपूसही नसे. ही समस्या कायमचीच सोडवण्यासाठी खेड्यातील प्रौढांनी कंत्राटदारांना रोजच्या रोज खेड्यात पाणी आणून देण्यासाठी त्यांच्या कामाचे दर सांगण्यास सांगितलं. दोघा जणांनी हे काम स्वेच्छेनं पत्करण्याची तयारी दर्शवली. खेड्यातील प्रौढ लोकांनी त्या दोघांनाही ते काम दिलं. त्यांना असं वाटलं की, थोडीशी स्पर्धा असली तर त्यामुळे दर कमी होतील आणि पाणीपुरवठ्याची खात्रीही मिळेल.'

'ज्या पहिल्या व्यक्तीला ते कंत्राट मिळालं होतं त्याचं नाव एड होतं. कंत्राट मिळताच तो तत्काळ धावत गेला आणि त्याने स्टीलच्या दोन चकचकीत बादल्या विकत घेतल्या. त्यानंतर त्याने मैलभर दूर असलेल्या तलावावर जाऊन तिथून पाणी आणण्यासाठी खेपा मारण्यास सुरुवात केली. तो सकाळपासून संध्याकाळपर्यंत त्याच्याकडच्या दोन बादल्यांमधून तलावातून पाणी वाहून आणून ओतण्याचे श्रम करू लागला. साहजिकच त्याला तत्काळ पैसा मिळू लागला. तो त्या बादल्या एका भल्या मोठ्या कॉंक्रीटच्या टाकीत ओतत असे. लोकांना पुरेसं पाणी मिळण्याची हमी मिळावी, यासाठी खेड्यातील इतर लोक उठण्याच्या आधी भल्या पहाटे त्याला उठावंच लागत असे. ते अतिशय कष्टाचं काम होतं; पण पैसा मिळत असल्यामुळे आणि त्या कामासाठी देण्यात येत असलेल्या उत्तम कंत्राटांपैकी एक कंत्राट मिळाल्यामुळेही त्याला ते करण्यात खूपच आनंद होत होता.

हे कंत्राट मिळवलेली बिल ही दुसरी व्यक्ती होती. तो काम मिळाल्यावर चक्क नाहीसाच झाला होता. तो अनेक महिने कोणालाही दिसला नव्हता, त्यामुळे एडला अतिशय आनंद झाला होता. कारण त्या वेळी त्याच्या कामाला बिलकूल स्पर्धाच नव्हती.'

'एडबरोबर स्पर्धा करण्यासाठी दोन बादल्या विकत घेण्याऐवजी बिलनं त्याच्या व्यवसायाची योजना लिहून काढली. त्यानंतर त्याने एका संस्थेची निर्मिती केली. त्याने चार गुंतवणूकदारही मिळवले. काम करण्यासाठी एका अध्यक्षाला नेमलं आणि सहा महिन्यांनंतर बांधकाम करणाऱ्या कर्मचाऱ्यांच्या गटाबरोबर तो परत आला. वर्षभरात त्याच्या टीमनं मोठ्या आकाराची स्टेनलेस स्टीलची जलवाहिनी (पाइपलाइन) टाकली, त्यामुळे तो तलाव खेड्याला जोडला गेला.'

'उद्घाटनाच्या भव्य सोहळ्यात बिलनं त्याचं पाणी एडच्या पाण्याहून जास्त स्वच्छ असल्याचं जाहीर केलं. बिलला हे माहिती होतं की, ग्रामस्थ पाणी स्वच्छ नसल्याची

तक्रार करत होते. बिलनं असंही जाहीर केलं की, तो गावाला आठवड्यातील सातही दिवस २४ तास पाण्याचा पुरवठा करू शकत होता. शिवाय आपल्या उच्च दर्जाच्या अधिक विश्वासार्हपणे उपलब्ध होऊ शकत असलेल्या पाणीपुरवठ्यापोटी एड आकारत असलेल्या पैशांहून ७५ टक्के कमी पैसा आकारण्याचंही त्याने जाहीर केलं. ग्रामस्थांनी जल्लोष केला आणि ते तत्काळ बिलनं टाकलेल्या पाइपलाइनच्या टोकाला बसवण्यात आलेल्या नळाकडे धावत गेले.'

'स्पर्धा करण्यासाठी एडनंही तत्काळ त्याच्या पाण्याचा दरही ७५ टक्क्यांनी कमी केला. आणखी दोन बादल्या विकत घेतल्या. त्याच्या बादल्यांवर झाकणंही घातली आणि प्रत्येक वेळी चार-चार बादल्यांनी पाणी आणून ओतू लागला. अधिक चांगली सेवा देण्यासाठी त्याने त्याच्या दोन मुलांनाही हाताशी घेतलं. त्यानंतर त्याची मुलं रात्रीच्या वेळी आणि आठवडाअखेरीला काम करू लागली. त्याची मुलं महाविद्यालयात गेल्यानंतर त्याने त्यांना असं सांगितलं की, 'लवकर परत या, कारण कधीतरी हा व्यवसाय तुमच्या मालकीचा झाला पाहिजे.'

'काही कारणानं त्याचे दोन्ही मुलगे पुन्हा कधीही परत आले नाहीत. अखेरीस एडनं काही कामगारांना नेमलं. नंतर त्याच्यासमोर कर्मचाऱ्यांच्या आणि संघटनेच्या समस्या उभ्या ठाकल्या. संघटनेनं उच्च वेतन आणि जास्त लाभ मागितले. त्याचप्रमाणे संघटनेच्या सदस्याला एका वेळी फक्त एकच बादली वाहून न्यायला लावावं, अशी मागणीही संघटनेनं केली.'

'दरम्यानच्या काळात बिलच्या हे लक्षात आलं होतं की, त्या गावाला पाण्याची गरज होती, त्याप्रमाणेच इतर खेड्यांनाही पाण्याची गरज असलीच पाहिजे. त्याने त्याच्या योजनेचं पुनर्लेखन केलं आणि तो जलद गतीनं, मोठ्या प्रमाणात, कमी दरानं स्वच्छ पाणी देण्याची यत्रणा जगभरातील खेड्यांमध्ये राबवण्यासाठी बाहेर पडला. तो प्रति बादली एक पेनी या दरानं पाणी देत होता; परंतु तो रोज अब्जावधी लिटर पाणी पुरवत होता. तो काम करत असो वा नसो, अब्जावधी लोकांना अब्जावधी बादल्या पाणी पिता येत होतं आणि त्या सगळ्यामुळे त्याच्या बँकेच्या खात्यात पैशाचा पाऊस पडत होता. बिलनं प्रत्यक्षात आपल्याला पैशाचा पुरवठा करणारी पाइपलाइन तयार केली होती.'

'त्यानंतर बिल आनंदानं राहू लागला. एड उर्वरित आयुष्यभर खडतर कष्ट करत राहिला आणि त्यानंतर त्याच्यासमोर नेहमीच आर्थिक अडचणी तशाच उभ्या राहत गेल्या. माझी गोष्ट संपली.'

बिल आणि एडच्या या कथेनं मला अनेक वर्षं मार्गदर्शन केलं. माझ्या आयुष्यात तिने मला निर्णय घेण्याच्या प्रक्रियेत साहाय्य केलं. मी नेहमीच स्वतःला विचारतो :

'मी खडतर परिश्रम करत आहे की मी हुशारीनं काम करत आहे?'

या प्रश्नांच्या उत्तरांनी मला आर्थिकदृष्ट्या मुक्त, स्वतंत्र केलं.

हे पुस्तक याविषयीच आहे. ते बी आणि आय कप्प्यांतील व्यक्ती बनण्यासाठी काय करावं लागतं याविषयीचं आहे. ते बादल्या वाहून, वाहून थकलेल्या; पण आपल्या खिशात पैशाचा वाहता प्रवाह सोडण्यासाठी पाइपलाइन बांधण्यास तयार असलेल्या लोकांसाठी आहे.

हे पुस्तक तीन भागांमध्ये विभागण्यात आलं आहे.

भाग I : या पुस्तकाच्या पहिल्या भागात चार कप्प्यांमधील लोकांमध्ये असलेल्या महत्त्वाच्या फरकांवर लक्ष केंद्रित करण्यात आलं आहे. विशिष्ट व्यक्ती विशिष्ट कप्प्याकडे आकर्षित का होतात आणि विशिष्ट व्यक्ती नकळत सतत त्याच कप्प्याला चिकटून का राहतात ते या भागातून दिसून येतं. तुम्ही आज कुठल्या कप्प्यात आहात आणि पाच वर्षांनंतर तुमची कुठल्या कप्प्यात जाण्याची इच्छा आहे हे ओळखण्यास तुम्हाला हा भाग मदत करेल.

भाग II : या पुस्तकाचा दुसरा भाग वैयक्तिक बदलाविषयीचा आहे. तुमच्याकडे काय असलंच पाहिजे, याऐवजी तुमच्याकडे कोण असलंच पाहिजे, याविषयी या भागात जास्त प्रमाणात सांगण्यात आलं आहे.

भाग III : *कॅशफ्लो क्वाड्रंटच्या* उजव्या भागात कशा प्रकारे यशाचा शोध घ्यावा, तिथे कसं यश मिळवावं हे या पुस्तकाच्या तिसऱ्या भागात सांगण्यात आलं आहे. हा कप्पा तुम्हाला आर्थिक स्वातंत्र्याकडे जाणारा तुमचा स्वतःचा मार्ग निवडण्यास मदत करेल.

कॅशफ्लो क्वाड्रंट या संपूर्ण पुस्तकातून मी आर्थिक बुद्धिमत्तेच्या महत्त्वावर भर देत राहणार आहे. तुम्हाला उजव्या बाजूनं म्हणजे बी आणि आय कप्प्यांतून काम करायचं असेल तर तुम्हाला डाव्या बाजूच्या म्हणजे ई आणि एस कप्प्यांतून काम करण्याच्या तुलनेत जास्त हुशारीनं काम करण्याची गरज असेल. बी किंवा आय कप्प्यातील व्यक्ती होण्यासाठी तुम्हाला तुमच्या वित्तप्रवाहाच्या (कॅशफ्लोच्या) दिशेवर नियंत्रण ठेवता आलंच पाहिजे.

नोकरीतील सुरक्षिततेच्या पलीकडे जाण्याची आणि आपल्या स्वतःच्या पाइपलाइन टाकून आर्थिक स्वातंत्र्य मिळवण्याची तयारी असलेल्या लोकांसाठी हे पुस्तक लिहिण्यात आलं आहे.

आपण माहितीच्या युगात जगत आहोत. हे युग आपल्याला पूर्वी कधीही नव्हत्या इतक्या आर्थिक लाभांच्या संधी देऊ करत आहे. बी आणि आय कप्प्यांमधील लोकांची कौशल्यं असलेल्या व्यक्ती या संधी ओळखून त्यांचा लाभ मिळवू शकतील. माहितीच्या युगात यशस्वी होण्यासाठी व्यक्तीला सर्व चारही कप्प्यांतील माहितीची गरज असते. दुर्दैवानं आपल्या शाळा अद्यापही औद्योगिक युगात अडकलेल्या आहेत आणि त्या फक्त कॅशफ्लो चौफुल्याच्या डाव्या बाजूच्या कप्प्यांतील लोक होण्यासाठीच विद्यार्थ्यांची तयारी करवून घेत आहेत.

तुम्ही जर माहितीच्या युगात पुढे जाण्यासाठी नवीन उत्तरांचा शोध घेत असाल तर हे पुस्तक तुमच्याचसाठी आहे. त्याच्याकडे सगळीच उत्तरं नाहीत. मात्र मी ई आणि एस बाजूकडून बी आणि आय बाजूकडे प्रवास करत असताना मला प्राप्त झालेल्या सखोल वैयक्तिक आणि मार्गदर्शक अंतर्दृष्टी ते तुम्हाला सांगेल.

भाग एक

कॅशफ्लो क्वाड्रंट

प्रकरण एक

तुम्ही नोकरी का करत नाही?

तुम्हाला एखादी नोकरी का नको आहे, हे नोकरीला महत्त्व देणाऱ्या एखाद्या व्यक्तीला पटवून देणं आणि तिला त्याविषयी स्पष्टीकरण देणं कठीण असतं.

सन १९८५मध्ये माझी पत्नी किम आणि मी बेघर होतो. आम्ही बेरोजगार होतो आणि आमच्याकडे बचत केलेला अत्यल्प पैसा शिल्लक होता. आमची क्रेडिट कार्डं संपली होती आणि आम्ही एका जुनाट तपकिरी रंगाच्या टोयोटोमध्ये राहत होतो. तिच्या सीट मागे ढकलून आम्ही आमची अंथरुणं तयार करत होतो. एका आठवडा संपल्यानंतर आम्ही कोण होतो, आम्ही काय करत होतो आणि आम्ही कुठे चाललो होतो, याविषयीच्या वास्तविकता आमच्या मनात हळूहळू पाझरण्यास सुरुवात झाली.

आमचा बेघरपणा आणखी दोन आठवड्यांपर्यंत तसाच टिकून राहिला. आमच्या एका मैत्रिणीला आमच्या बिकट आर्थिक परिस्थितीची जाणीव झाल्यानंतर तिने तिच्या तळघरात आम्हाला जागा दिली. आम्ही तिथे नऊ महिने राहिलो.

आमच्या परिस्थितीविषयी आम्ही चकार शब्द काढत नव्हतो. वरवर पाहता मी आणि किम अगदी व्यवस्थित असल्यासारखे दिसत होतो. आमच्या या दुर्दशेविषयी आमच्या मित्र-मैत्रिणींना आणि कुटुंबीयांना समजल्यानंतर त्यांनी आम्हाला हाच पहिला प्रश्न विचारला की, 'तुम्ही नोकरी का करत नाही?'

सुरुवातीला आम्ही त्यांना स्पष्टीकरण देण्याचा प्रयत्न केला; पण सहसा आम्ही त्यामागची कारणं स्पष्ट करण्यात अपयशी ठरत होतो. ज्या व्यक्तीला नोकरीचं मोठंच महत्त्व वाटतं, तिला तुम्हाला नोकरी का करायची नाही, याचं स्पष्टीकरण देणं कठीण असतं.

आम्ही वरचेवर वेगवेगळ्या विचित्र नोकऱ्या केल्या आणि इकडे-तिकडे थोडेफार पैसे मिळवत राहिलो; परंतु या नोकऱ्या आम्ही फक्त आमच्या पोटाला रोज अन्न मिळावं आणि कारमध्ये गॅस भरता यावा एवढ्यासाठीच केल्या. ते अतिरिक्त डॉलर्स आम्हाला

फक्त आमच्या एकमेव उद्दिष्टाच्या दिशेनं जात राहण्यासाठी लागणारं इंधन पुरवत होते. स्वतःविषयी दाट संशय येत असलेल्या क्षणी आकर्षक वेतनचिठ्ठीसह सुरक्षित नोकरीची कल्पना आकर्षक वाटत होती हे मला मान्य करावंच लागेल.

परंतु आम्ही मुळातच नोकरीतील सुरक्षिततेच्या शोधात नव्हतो, त्यामुळे आम्ही तसेच आर्थिक गर्तेच्या काठा-काठानं कसेबसे जगत रोज पुढे जात राहिलो.

आमच्या आयुष्यात १९८५ हे वर्ष अत्यंत वाईट आणि खूपच प्रदीर्घ होतं. पैसा महत्त्वाचा नसतो, असं म्हणणाऱ्या कुठल्याही व्यक्तीला पैशाशिवाय दीर्घकाळ जगणं म्हणजे काय हे माहितीच नसतं, हे स्पष्ट आहे. किम आणि मी नेहमी भांडत होतो आणि वाद घालत होतो. भीती, अनिश्चितता आणि भूक या गोष्टी मानवी भावनात्मकतेचा फ्यूज उडवतात. शिवाय आपल्यावर सर्वांत जास्त प्रेम करणाऱ्या व्यक्तीशीच आम्ही नेहमी जास्त भांडत होतो, तरीही प्रेमाच्या धाग्यानं आम्हा दोघांना एकमेकांशी घट्ट बांधून ठेवलं होतं. दाम्पत्य म्हणून आमच्यातील बंध या प्रतिकूलतेमुळे अधिक बळकट बनले. आम्ही कुठे चाललो होतो ते आम्हाला माहिती होतं; पण आम्ही कधीतरी तिथपर्यंत पोहोचू का ते मात्र आम्हाला माहिती नव्हतं.

आम्हाला हे माहिती होतं की, आम्ही केव्हाही सुरक्षित, उच्च वेतन देणाऱ्या नोकऱ्या मिळवू शकत होतो. आम्ही दोघंही महाविद्यालयीन पदवीधर होतो आणि आमच्याकडे नोकरीतील चांगली कौशल्यं होती. शिवाय कामाची भक्कम नीतिमूल्यं होती; परंतु आम्ही नोकरीतील सुरक्षिततेच्या मागे लागलो नव्हतो. आम्हाला आर्थिक स्वातंत्र्य हवं होतं.

सन १९८९पर्यंत आम्ही लक्षाधीश झालो होतो. काही लोकांच्या नजरेतून आम्ही आर्थिकदृष्ट्या यशस्वी झालो असलो तरीही अद्यापही आमच्या खऱ्या आर्थिक स्वातंत्र्याच्या उद्दिष्टापर्यंत आम्ही पोहोचलो नव्हतो. त्यासाठी १९९४ साल उजाडावं लागलं. त्यानंतर आमच्या उर्वरित आयुष्यात आम्हाला पुन्हा कधीही काम करावं लागलं नाही. कुठलंही अकल्पित आर्थिक अरिष्ट वगळलं तर आम्ही दोघंही आर्थिकदृष्ट्या स्वतंत्र होतो. त्या वेळी किम ३७ वर्षांची आणि मी ४७ वर्षांचा होतो.

पैसा मिळवायला पैसा लागत नाही

सन १९८५मध्ये आम्ही बेघर होतो आणि आमच्याकडे काहीही नव्हतं, याविषयीच्या चर्चेनं मी या प्रकरणाची सुरुवात केली आहे, कारण 'पैसा मिळवण्यासाठी पैशाची गरज असते,' असं लोक नेहमीच म्हणत असल्याचं मी ऐकलं आहे.

मला हे मान्य नाही. १९८५मध्ये मी बेघर होतो, तेव्हापासून १९८९मध्ये मी श्रीमंत झालो आणि १९९४मध्ये मी आर्थिकदृष्ट्या स्वतंत्र झालो. या संपूर्ण प्रवासात मला पैशाची गरज भासली नाही. आम्ही सुरुवात केली त्या वेळी आमच्याकडे पैसा नव्हता आणि आम्ही कर्जात बुडालो होतो.

पैसा मिळवण्यासाठी चांगल्या औपचारिक शिक्षणाचीही गरज नसते. माझ्याकडे महाविद्यालयीन पदवी होती आणि मी प्रामाणिकपणे हे सांगू इच्छितो की, मी महाविद्यालयात

जे शिकलो होतो, त्याचा आर्थिक स्वातंत्र्य मिळवण्याशी काडीचाही संबंध नव्हता. मी वर्षानुवर्षं कॅल्क्युलस, स्फेरिकल ट्रिग्नॉमेट्री, रसायनशास्त्र, भौतिकशास्त्र, फ्रेंच आणि इंग्रजी साहित्य वाचलं होतं; पण त्या सगळ्या अभ्यासाची आर्थिक स्वातंत्र्य मिळवण्यासाठी काहीच गरज नव्हती.

अनेक यशस्वी लोकांनी महाविद्यालयीन पदवी न मिळवताच शिक्षणाला रामराम ठोकला होता. जनरल इलेक्ट्रिकचा संस्थापक थॉमस एडिसन, फोर्ड मोटर कंपनीचा संस्थापक हेन्री फोर्ड, मायक्रोसॉफ्टचा संस्थापक बिल गेट्स, सीएनएनचा संस्थापक टेड टर्नर, डेल कॉम्प्युटर्सचा संस्थापक मायकेल डेल, ॲपल कॉम्प्युटरचा संस्थापक स्टीव्ह जॉब्ज आणि पोलोचा संस्थापक राल्फ लॉरेन या कोणीही महाविद्यालयीन पदवी मिळवली नव्हती. पारंपरिक व्यवसायांसाठी महाविद्यालयीन शिक्षण महत्त्वाचं असतं; पण या लोकांनी जितकी प्रचंड संपत्ती कमावली ती कमावण्याठी ते महत्त्वाचं नसतं. त्यांनी त्यांचे स्वतःचे यशस्वी व्यवसाय विकसित केले होते. किम आणि मी मीसुद्धा त्यासाठीच तळमळत होतो.

मग श्रीमंत होण्यासाठी काय लागतं?

मला नेहमीच असं विचारलं जातं की, 'जर पैसा मिळवायला पैसा लागत नसेल आणि आर्थिकदृष्ट्या कसं स्वतंत्र व्हावं हे शाळा शिकवत नसतील तर मग श्रीमंत होण्यासाठी नेमकं काय लागतं?'

माझं उत्तर असं असतं की : त्यासाठी स्वप्नं, खूप मोठ्या प्रमाणातील निर्धार, झटपट शिकण्याची इच्छा आणि तुमच्या नैसर्गिक, दैवी देणग्यांचा योग्य प्रकारे वापर करणं यांची गरज असते. त्याबरोबरच तुमच्या उत्पन्नाची निर्मिती करण्यासाठी *कॅशफ्लो क्वाड्रंट*मधील कोणता कप्पा तुमच्यासाठी योग्य आहे हे माहिती असणंही गरजेचं असतं.

कॅशफ्लो क्वाड्रंट म्हणजे काय?

कॅशफ्लो क्वाड्रंटची आकृती पुढे देण्यात आली आहे. या आकृतीतील प्रत्येक अक्षर पुढील गोष्टींचं प्रतिनिधित्व करतं.

ई : कर्मचाऱ्यांसाठी

एस : लहान व्यावसायिकांसाठी किंवा स्वयंरोजगारितांसाठी

बी : मोठ्या व्यावसायिकांसाठी (किमान ५०० कर्मचारी असलेल्या)

आय : गुंतवणूकदारांसाठी

तुमचं उत्पन्न तुम्ही कोणत्या कप्प्यातून मिळवता?

कॅशफ्लो क्वाड्रंट पैसा किंवा उत्पन्न मिळवण्याच्या विविध पद्धतींचं प्रतिनिधित्व करतो. उदाहरणार्थ, एखादा कर्मचारी एखाद्या व्यक्तीकडे किंवा कंपनीत नोकरी करून पैसा कमवू शकतो. स्वयंरोजगारित लोक स्वतःसाठी काम करून पैसा कमावतात. आपल्या मालकीच्या व्यवसायातून व्यवसायाचा मालक पैसा कमावतो आणि गुंतवणूकदार त्याच्या विविध गुंतवणुकींमधून पैसा कमावतो. दुसऱ्या शब्दांत गुंतवणूकदाराचा पैसा जास्त पैशाची निर्मिती करतो.

उत्पन्न निर्मितीच्या विविध पद्धतींसाठी वेगवेगळ्या प्रकारच्या मनोरचनांची, विविध तांत्रिक कौशल्यांची आणि वेगवेगळ्या शैक्षणिक मार्गांची गरज असते. वेगवेगळे लोक *कॅशफ्लो क्वाड्रंट*च्या वेगवेगळ्या कप्प्यांकडे आकर्षित होतात.

पैसा ही एकच गोष्ट असली तरी ती कमावण्याचे मार्ग मोठ्या प्रमाणात वेगवेगळे असतात. कॅशफ्लो क्वाड्रंटच्या चारही वेगवेगळ्या कप्प्यांच्या शीर्षकांवर तुम्ही नजर टाकण्यास सुरुवात केली तर तुम्ही कदाचित स्वतःलाच विचाराल की, 'मी कोणत्या कप्प्यातून माझ्या उत्पन्नाचा खूप मोठा भाग मिळवतो/मिळवते?'

प्रत्येक कप्पा वेगवेगळा असतो. प्रत्येक कप्प्यात आढळणारी व्यक्ती तीच असली तरी वेगवेगळ्या कप्प्यांमधून उत्पन्न मिळवण्यासाठी तिच्याकडे वेगवेगळी कौशल्यं आणि वेगवेगळी व्यक्तिमत्त्वं असणं आवश्यक असतं. एका कप्प्यातून दुसऱ्या कप्प्यात जाणं किंवा कप्पे बदलणं ही गोष्ट सकाळी गोल्फ खेळणं आणि नंतर रात्री बॅलेला जाण्यासारखी असते.

तुम्ही सर्वच्या सर्व चारही कप्प्यांतून उत्पन्न मिळवू शकता

आपल्यापैकी बहुतेक लोकांकडे सर्व चारही कप्प्यांमधून उत्पन्न मिळवण्याची क्षमता असते. आपण शाळेत काय शिकलो होतो, यावर आपलं प्राथमिक उत्पन्न मिळवण्यासाठी आपण कोणता कप्पा निवडतो हे अवलंबून नसतं. मूलतः आपण कोण असतो – आपली मूल्यं, सामर्थ्यं, दुर्बलता आणि स्वारस्यं काय असतात यावर ते अवलंबून असतं. हे मूलभूत बदल प्रत्येक कप्प्याकडे आपल्याला एक तर आकर्षित करतात किंवा त्या कप्प्यापासून दूर ढकलतात.

मात्र एक गोष्ट खरी आहे की, आपण कोणत्याही प्रकारचं काम करत असलो तरी आपण सर्वच्या सर्व चारही कप्प्यांतून काम करू शकतो. उदाहरणार्थ, वैद्यकीय डॉक्टर ई कप्प्यातून उत्पन्न कमावण्याची निवड करू शकतो आणि मोठ्या रुग्णालयातील कर्मचाऱ्यांमध्ये सहभागी होऊ शकतो. तो विमा कंपनीबरोबर काम करू शकतो किंवा सार्वजनिक आरोग्य क्षेत्रात सरकारसाठी काम करू शकतो किंवा लष्करातही डॉक्टर म्हणून काम करू शकतो.

हा डॉक्टर एस कप्प्यातून काम करण्याचा निर्णय घेऊन खासगी प्रॅक्टिस सुरू करू शकतो. स्वतःचं कार्यालय सुरू करून त्यासाठी कर्मचारी नेमून खासगी रुग्णांवर उपचार करू शकतो.

हाच डॉक्टर बी कप्प्यातून काम करण्याचं ठरवून स्वतःच्या मालकीचा दवाखाना किंवा प्रयोगशाळा सुरू करून इतर डॉक्टरांना कर्मचारी म्हणून स्वतःकडे कामावर ठेवू शकतो. असा डॉक्टर सहसा त्याची संस्था चालवण्यासाठी व्यावसायिक व्यवस्थापकाची नेमणूक करतो. अशा वेळी डॉक्टरचा स्वतःचा व्यवसाय असतो; पण त्यासाठी त्याला स्वतःला काम करावं लागत नाही. याशिवाय असा डॉक्टर दुसरीकडे कुठेतरी वैद्यकीय व्यवसाय करत असतानाच वैद्यकीय क्षेत्राशी काडीचाही संबंध नसलेला एखादा व्यवसायही सुरू करू शकतो. अशा वेळी हा डॉक्टर ई आणि बी या दोन्ही कप्प्यांमधून उत्पन्न मिळवू शकतो.

आय कप्प्यातून काम करत असताना डॉक्टर गुंतवणूकदार म्हणून उत्पन्न मिळवू शकतो. अशा वेळी तो दुसऱ्या कोणाच्या तरी व्यवसायात गुंतवणूक करू शकतो किंवा शेअर बाजार, रोखे बाजार आणि रिअल इस्टेट यांसारख्या गुंतवणूक पर्यायांमध्ये गुंतवणूक करू शकतो.

'उत्पन्न... पासून मिळवतो,' हे यातले महत्त्वाचे शब्द आहेत. आपण काय करतो याच्याशी हे फारसं संबंधित नाही, तर आपण कशा प्रकारे उत्पन्न मिळवतो याच्याशी हे संबंधित आहे.

उत्पन्न मिळवण्याच्या विविध पद्धती

इतर कोणत्याही गोष्टीपेक्षा आपली मूलभूत मूल्यं, ताकदी, दुर्बलता आणि स्वारस्यं यांच्यातील अंतर्गत फरकच आपण कोणत्या कप्प्यातून आपलं उत्पन्न मिळवण्याचं ठरवतो त्यावर परिणाम करतात. काही लोकांना कर्मचारी व्हायला आवडतं, तर इतर लोकांना त्याचा तिटकारा वाटतो. काही लोकांना कंपन्यांचे मालक व्हायला आवडतं; पण त्या चालवायला आवडत नाही. काही लोकांना कंपन्यांची मालकी पत्करायला आवडतंच; पण शिवाय त्या चालवायलाही आवडतं. काही लोकांना गुंतवणूक करायला आवडतं, तर इतर लोकांची गुंतवणुकीत असलेली-पैसा गमावण्याची जोखीम पत्करण्याची इच्छा नसते. आपल्यापैकी बहुतेक लोकांकडे यांपैकी सगळे गुण अल्प प्रमाणात असतात. चारही कप्प्यांमध्ये यशस्वी होणं याचा अर्थ आपल्या काही अंतर्गत मूलभूत मूल्यांना पुनर्दिशा देणं असा असतो.

तुम्ही सगळ्याच चारही कप्प्यांमध्ये श्रीमंत किंवा गरीब होऊ शकता

तुम्ही सगळ्याच चारही कप्प्यांमध्ये श्रीमंत किंवा गरीब होऊ शकता, या गोष्टीची नोंद घेणं महत्त्वाचं आहे. काही लोक लक्षाधीश असतात आणि काही लोकांचं प्रत्येक कप्प्यात दिवाळं निघतं. तुम्ही फक्त अमुक एखाद्या कप्प्यात आहात म्हणून तुम्हाला आर्थिक यशाची हमी मिळत नाही.

सर्व कप्पे समान नसतात

प्रत्येक कप्प्याचे वेगवेगळे गुणधर्म जाणून घेतल्यानंतर कोणता कप्पा किंवा कप्पे आपल्यासाठी उत्तम ठरतील, याविषयीची तुम्हाला जास्त चांगली कल्पना येऊ शकेल.

उदाहरणार्थ, मी प्रामुख्यानं बी आणि आय कप्प्यांमधून काम करण्याची निवड केली त्यामागे अनेक कारणं होती. करलाभ हे त्यांच्यापैकी एक कारण होतं. क्वाड्रंटच्या डाव्या बाजूनं काम करत असलेल्या बहुतेक लोकांकरिता थोड्याच कायदेशीर करसवलती उपलब्ध असतात. मात्र त्याच वेळी उजव्या बाजूच्या कप्प्यांमधून काम करणाऱ्या लोकांसाठी विपुल प्रमाणात करसवलती उपलब्ध असतात. उत्पन्न मिळवण्यासाठी बी आणि आय कप्प्यांमधून काम करून तुम्ही जलद गतीनं पैसा मिळवू शकता. शिवाय मिळवलेल्या पैशातून करांच्या स्वरूपात सरकारकडे मोठ्या प्रमाणात पैसा जमा करावा न लागता तुम्ही तुमच्या पैशाला तुमच्यासाठी दीर्घकाळापर्यंत काम करायला लावू शकता.

पैसा कमावण्याचे विविध मार्ग

किम आणि मी बेघर का होतो, असं लोक मला विचारतात त्या वेळी मी त्यांना सांगतो की, श्रीमंत वडिलांनी मला पैशांविषयी दिलेली शिकवणूक हे त्यामागचं कारण होतं. माझ्या दृष्टीनं पैशाला महत्त्व होतं; पण तरीही पैशासाठी काम करत राहण्यात माझं आयुष्य घालवण्याची मला इच्छा नव्हती म्हणूनच मला नोकरी नको होती. आम्हाला जबाबदार नागरिक व्हायचं होतं, त्यामुळे किमला आणि मला आमच्या पैशानं आमच्यासाठी काम करावं असं वाटत होतं. त्याऐवजी पैशासाठी शारीरिकदृष्ट्या काम करत राहून आम्हाला आमची आयुष्यं वाया घालवण्याची इच्छा नव्हती.

म्हणूनच *कॅशफ्लो क्वाड्रंट* महत्त्वाचा आहे. तो पैसा निर्माण करण्याच्या विविध मार्गांचं चित्र रेखाटतो. पैशासाठी शारीरिकदृष्ट्या काम करत राहण्याऐवजी जबाबदारपणे पैसे मिळवण्याचे मार्ग असतात.

वेगवेगळे वडील – पैशाविषयीच्या वेगवेगळ्या कल्पना

माझ्या अतिशय उच्चशिक्षित वडिलांचा असा ठाम विश्वास होता की, पैशाबद्दलचं प्रेम ही वाईट गोष्ट असते आणि अतिरिक्त नफा मिळवणं याचा अर्थ तुम्ही लोभी असता. ज्या वेळी वृत्तपत्रांमध्ये त्यांनी किती चांगली कामगिरी केली आणि किती चांगला पैसा कमावला याविषयी छापून येत असे त्या वेळी ते शरमिंदे होत. त्यांच्यासाठी काम करणाऱ्या शिक्षकांच्या तुलनेत त्यांना खूपच जास्त पैसा दिला जात आहे असं त्यांना वाटत असे. ते चांगले, प्रामाणिक, कष्टाळू व्यक्ती होते. त्यांच्या आयुष्यात पैशाला महत्त्व नव्हतं. त्यांच्या पैशाविषयीच्या या दृष्टिकोनाचं समर्थन करण्यासाठी त्यांनी शक्य ते सगळे प्रयत्न केले होते.

माझे अतिशय उच्चशिक्षित आणि तरीही गरीब असलेले वडील सातत्यानं असं सांगत होते की,

- 'मला पैशात फारशी रुची नाही.''
- 'मी कधीच श्रीमंत होणार नाही.'
- 'मला अमुक गोष्ट परवडू शकत नाही.'

- 'गुंतवणूक जोखमीची असते.'
- पैसा हे सर्वस्व नसतं.'

पैसा आयुष्याला आधार देतो

माझ्या श्रीमंत वडिलांचा दृष्टिकोन वेगळा होता. पैशासाठी काम करण्यात आयुष्य घालवणं आणि तरीही पैसा महत्त्वाचा नव्हता असा अभिनिवेष बाळगणं हा मूर्खपणा आहे असं त्यांना वाटत होतं. श्रीमंत वडिलांचा असा विश्वास होता की आयुष्य पैशापेक्षाही महत्त्वाचं असतं. मात्र आयुष्याला आधार देण्यासाठी पैशाला महत्त्व असतंच. ते नेहमीच असं म्हणत की, 'तुमच्याकडे दिवसाचे ठरावीक तासच असतात आणि तुम्ही खडतर कष्टही करू शकता. मग ते कठोर परिश्रम पैशासाठी का करायचे? त्याऐवजी पैसे कसे कमवावेत आणि लोकांना तुमच्यासाठी कठोर परिश्रम करायला कसं लावावं ते शिका. मग महत्त्वाच्या गोष्टी करण्यासाठी तुम्ही स्वतंत्र असू शकता.' माझ्या श्रीमंत वडिलांच्या दृष्टीनं पुढील गोष्टी महत्त्वाच्या होत्या :

- मुलांना वाढवण्यासाठी भरपूर वेळ असणं.
- धर्मादाय कामांसाठी आणि त्यांनी पाठबळ दिलेल्या प्रकल्पांसाठी पैसा असणं.
- समाजाला रोजगार आणि आर्थिक स्थैर्य मिळवून देणं.
- आपल्या स्वतःच्या आरोग्याची काळजी घेण्यासाठी वेळ आणि पैसा असणं.
- आपल्या कुटुंबीयांसह जगभर प्रवास करता येणं.

'या गोष्टींसाठी पैसा लागतो,' श्रीमंत वडिलांनी मला सांगितल होतं. ते म्हणाले होते, 'म्हणूनच माझ्यासाठी पैसा महत्त्वाचा आहे. पैसा महत्त्वाचा आहे; पण त्याच्यासाठी काम करण्यात माझं सगळं आयुष्य घालवण्याची माझी इच्छा नाही.'

कप्प्यांची निवड करणं

आम्ही बेघर असताना किमनं आणि मी बी आणि आय कप्प्यांवर लक्ष केंद्रित केलं होतं त्यामागचं एक कारण असं होतं की, माझ्याकडे त्या कप्प्यांमधील जास्त प्रशिक्षण आणि शिक्षण होतं. माझ्या श्रीमंत वडिलांच्या मार्गदर्शनामुळे मला त्या प्रत्येक कप्प्याचे विविध आर्थिक आणि व्यावसायिक फायदे माहिती होते. माझ्या दृष्टीनं बी आणि आय हे उजव्या बाजूचे कप्पे दीर्घकालीन आर्थिक यशाकरिता आणि आर्थिक स्वातंत्र्याकरिता उत्तम संधी मिळवून देत होते.

अर्थातच ३७ वर्षांचा असताना मी सर्व चारही कप्प्यांमधील यशांचा आणि अपयशांचा अनुभव घेतला होता, त्यामुळे माझी स्वतःची वैयक्तिक स्वाभाविक मनोवृत्ती, आवडी-निवडी, ताकदी आणि दुर्बलता यांचं मला काही प्रमाणात आकलन झालं होतं. मी कोणत्या कप्प्यांमध्ये उत्तम कामगिरी केली होती ते मला माहिती होतं.

पालक आणि शिक्षक

मी लहान असताना माझ्या श्रीमंत वडिलांनी मला नेहमीच *कॅशफ्लो क्वाड्रंटचा* संदर्भ दिला होता. डाव्या बाजूला यशस्वी असलेली व्यक्ती आणि उजव्या बाजूला यशस्वी असलेली व्यक्ती यांच्यातील फरक त्यांनी मला सांगितला होता; पण लहान असल्यामुळे मी त्यांच्या बोलण्याकडे खरोखरच तितकंसं लक्ष दिलं नव्हतं. कर्मचाऱ्याची मनोरचना आणि व्यवसायाच्या मालकाची मनोरचना यामधील फरक मला समजला नव्हता. मी फक्त शाळेत व्यवस्थित शिकण्याचा प्रयत्न करत राहिलो होतो.

तरीही माझ्या कानांत त्यांचे शब्द घुमत राहात होते आणि नंतर हळूहळू मला त्यांचा अर्थ समजू लागला. दोन प्रभावी आणि यशस्वी पितृतुल्य व्यक्तींच्या (त्यांच्यापैकी एक माझे खरोखरचेच वडील होते) सान्निध्यात असल्यामुळे त्यांच्यापैकी प्रत्येक जण काय सांगत होता, त्याचा अर्थ माझ्या मनात स्पष्ट होत गेला. मात्र तरीही ते जे करत होते, त्यामुळे मला ई-एस बाजू आणि बी-आय बाजू यांच्यातील फरक स्पष्टपणे दिसू लागले. पहिल्यांदा हे फरक सूक्ष्म होते. त्यानंतर ते नजरेत भरण्याएवढे मोठे झाले.

उदाहरणार्थ, लहान मुलगा म्हणून मी एक क्लेशदायक धडा शिकलो होतो. एका वडिलांकडे माझ्यासोबत घालवण्यासाठी किती वेळ होता आणि त्या तुलनेत दुसऱ्या वडिलांकडे किती वेळ होता याची तुलना मी करत होतो. दोन्ही वडिलांचं यश आणि प्रभाव वाढत गेला तसतसं माझ्या हे लक्षात येत गेलं की एका वडिलांना त्यांच्या पत्नीसोबत आणि चार मुलांसोबत राहण्यासाठी कमीत कमी वेळ मिळत होता. माझे खरे वडील नेहमीच प्रवासात, बैठकांमध्ये किंवा आणखी बैठकांसाठी विमानतळांकडे धावतपळत निघालेले असत. ते जितके जास्त यशस्वी झाले तितकं कुटुंब म्हणून आम्ही एकत्रितपणे करत असलेल्या रात्रीच्या जेवणांचं प्रमाण कमी होत गेलं. आठवडाअखेरीला त्यांच्या छोट्याशा, दाटीवाटीच्या कार्यालयात ते कागदोपत्रांच्या ढिगाऱ्यात बुडून गेलेले असत.

दुसरीकडे, माझ्या श्रीमंत वडिलांचं यश वाढत गेलं, तसा त्यांच्याकडचा मोकळा वेळही जास्तीत जास्त प्रमाणात वाढत गेला. पैसा, वित्तपुरवठा, व्यवसाय आणि आयुष्य यांविषयी मला इतकं काही शिकता आलं त्यामागेही माझ्या श्रीमंत वडिलांकडे त्यांच्या मुलांसाठी आणि माझ्यासाठी जास्त मोकळा वेळ होता हे एक कारण आहे.

माझ्या दोन्ही वडिलांनी यशस्वी झाल्यानंतर सतत आधीच्या तुलनेत जास्त पैसा मिळवला; पण माझे खरे वडील कर्जात जास्तीत जास्त बुडत गेले, त्यामुळे त्यांना जास्त खडतर परिश्रम करावे लागत होते आणि अचानकच आपण उच्चतर प्राप्तिकराच्या ब्रॅकेटमध्ये आल्याचं त्यांना दिसलं, त्यामुळे त्यांचा बँकर आणि लेखापाल त्यांना जास्त मोठं घर खरेदी करून तथाकथित 'करसवलत' मिळवण्याचा सल्ला देऊ लागले. माझे वडील तो सल्ला मानून जास्त मोठं घर खरेदी करत राहिले. लवकरच पूर्वी कधीही नव्हे इतके प्रचंड कष्ट उपसून ते त्या घरासाठी काढलेलं कर्ज फेडण्यासाठी जास्त पैसा मिळवण्याचा प्रयत्न करू लागले. अखेरीस, त्यामुळे ते त्यांच्या कुटुंबापासून आणखी जास्तच दूर गेले.

माझे श्रीमंत वडील वेगळे होते. त्यांनी जास्तीत जास्त पैसा कमावला आणि कमीत कमी कर भरला. त्यांच्याकडेही बँकर्स आणि लेखापाल होते; परंतु ते त्यांना माझ्या उच्चशिक्षित वडिलांना दिल्या जाणाऱ्या सल्ल्यासारखा सल्ला देत नव्हते.

मुख्य कारण

माझे गरीब वडील त्यांच्या कारकिर्दीच्या शिखरावर असताना त्यांच्या बाबतीत जे घडलं होतं, त्यामुळेच प्रामुख्यानं मी *क्वाड्रंटच्या* डाव्या बाजूला राहू शकलो नव्हतो.

१९७०च्या दशकाच्या सुरुवातीला मी महाविद्यालयीन शिक्षण पूर्ण करून बाहेर पडलो होतो आणि पेन्साकोला, फ्लोरिडामध्ये गेलो होतो. व्हिएतनाममध्ये जाण्यापूर्वी मरिन कॉर्प्सकरिता मी पायलटचं प्रशिक्षण घेत होतो. माझे उच्चशिक्षित वडील आता हवाई राज्याचे शिक्षण अधीक्षक होते आणि सरकारी स्टाफचे सदस्य होते. एके दिवशी संध्याकाळी त्यांनी मला एक रुचिपूर्ण बातमी सांगण्यासाठी फोन केला.

'बाळा,' ते म्हणाले, 'माझ्या नोकरीचा मी राजीनामा देणार आहे आणि रिपब्लिकन पक्षासाठी हवाईचा लेफ्टनंट गव्हर्नर म्हणून निवडणूक लढवणार आहे.'

मी आवंढा गिळला आणि नंतर म्हणालो, 'म्हणजे तुमच्या वरिष्ठांच्या विरोधात तुम्ही निवडणूक लढवणार आहात?'

'होय, बरोबर आहे,' ते म्हणाले.

'का?' मी विचारलं. 'रिपब्लिकन पक्ष हवाईत निवडून येण्याची अजिबात शक्यता नाही. डेमॉक्रॅटिक पक्ष आणि कामगार संघटना खूपच बळकट आहेत.'

'मला ते माहिती आहे, बाळा. आम्ही जिंकण्याची शक्यता नाही हे मला माहिती आहे. न्यायमूर्ती सॅम्युअल किंग हे सरकारचे उमेदवार असतील आणि मी त्यांचा प्रतिस्पर्धी असेन.'

'का?' मी पुन्हा एकदा विचारलं. 'तुम्हाला जर तुम्ही हरणार आहात हे माहिती आहे, तर तुम्ही तुमच्या वरिष्ठांच्या विरोधात का जात आहात?'

'कारण माझी सदसद्विवेकबुद्धी मला याहून वेगळं काही करू देत नाही. हे राजकारणी लोक खेळत असलेल्या खेळांमुळे मी त्रासून गेलो आहे.'

'ते भ्रष्टाचारी आहेत असं तुम्हाला म्हणायचं आहे का?' मी विचारलं.

'मला तसं म्हणायची इच्छा नाही,' माझे खरे वडील म्हणाले. ते प्रामाणिक आणि नीतिमान व्यक्ती होते. ते क्वचितच एखाद्याविषयी वाईट बोलत. तरीही त्यांच्या आवाजावरून ते संतप्त आणि अस्वस्थ असल्याचं मला स्पष्टपणे समजत होतं. त्यानंतर ते म्हणाले, 'पडद्यामागे काय चाललंय ते मी पाहतो, त्या वेळी माझी सदसद्विवेकबुद्धी मला टोचणी लावते एवढंच मी तुला सांगू शकतो. त्याकडे दुर्लक्ष केलं आणि त्या विरोधात मी काहीही केलं नाही तर मी स्वतःलाच माफ करू शकणार नाही आणि व्यवस्थितपणे जगूही शकणार नाही. मला माझी नोकरी आणि वेतनचिठ्ठी या गोष्टी माझ्या सदसद्विवेकबुद्धीइतक्या महत्त्वाच्या वाटत नाहीत.'

नंतर तिथे दीर्घ शांतता पसरली. माझ्या वडिलांच्या मनाची तयारी झाली होती हे माझ्या लक्षात आलं. 'मी तुम्हाला सुयश चिंततो!' मी शांतपणे म्हणालो. 'तुमच्या धाडसामुळे मला तुमचा अभिमान वाटतो आणि तुमचा मुलगा असल्याचाही अभिमान वाटतो.'

अपेक्षेप्रमाणेच त्या निवडणुकीत माझे वडील आणि रिपब्लिकन पक्ष यांचा धुव्वा उडाला. पुनर्निवड झालेल्या गव्हर्नरनं माझे वडील पुन्हा कधीही हवाई राज्याकरिता काम करणार नाहीत, अशी तजवीज केली होती. ५४ वर्षांचे असताना माझे वडील नोकरीच्या शोधात बाहेर पडले होते आणि मी व्हिएतनामला निघालो होतो.

मध्यमवयीन असताना माझे वडील नोकरीचा शोध घेत भटकत होते. ते मोठा हुद्दा आणि कमी वेतन असलेल्या एका नोकरीवरून कमी वेतन आणि मोठा हुद्दा असलेल्या दुसऱ्या नोकरीत अशा प्रकारे नोकऱ्या करत राहिले. ते उंच, बुद्धिमान आणि प्रभावी व्यक्ती होते. मात्र आता त्यांना माहिती असलेल्या सरकारी कर्मचाऱ्यांच्या एकमेव जगात त्यांचं कोणीही स्वागत करत नव्हतं. त्यांनी अनेक छोटे व्यवसाय सुरू करून बघितले. काही काळ त्यांनी सल्लागार म्हणून काम केलं आणि अगदी एका प्रसिद्ध व्यवसायाची फ्रँचायझीही घेतली; पण त्यांचे सगळे प्रयत्न अपयशी ठरले.

ते वयस्कर झाल्यानंतर त्यांची ताकद हळूहळू कमी झाली. त्यामुळे पुन्हा एकदा नव्यानं सारं काही सुरू करण्याची त्यांच्या मनाची उभारीही निघून गेली. प्रत्येक व्यवसाय अपयशी ठरत गेल्यानंतर त्यांची इच्छाशक्ती आणखी जास्त प्रमाणात कमी होत गेली. ते ई कप्प्यातील यशस्वी व्यक्ती होते आणि आता जगण्यासाठी ते एस कप्प्यात हात पाय मारून पाहत होते. मात्र त्यात त्यांचं मन लागत नव्हतं. त्यांना सार्वजनिक शिक्षणाचं क्षेत्र आवडत होतं; परंतु त्यांना तिथे परत जाण्याचा मार्ग सापडला नाही. राज्य सरकारमधील नोकरीत त्यांच्यावर शांतपणे टाकण्यात आलेली बंदी अगदी ठामपणे आपल्या जागी तशीच कायम राहिली होती.

जर सोशल सिक्युरिटी आणि मेडिकेअरचा आधार नसता तर त्यांच्या आयुष्यातील अखेरचे दिवस कमालीचे आपत्तिजनक ठरले असते. मृत्यूसमयी त्यांची सदसद्विवेकबुद्धी स्वच्छ असली तरीही ते निराश होते आणि थोड्याशा संतप्त मनःस्थितीत होते.

मग अतिशय अंधाऱ्या कालखंडातून मी कशामुळे तसाच पुढे जात राहिलो होतो? फोनची घंटी वाजण्याची वाट पाहत माझे उच्चशिक्षित वडील घरात बसलेले असत. त्यांना बिलकूल माहिती नसलेल्या व्यवसायाच्या जगात ते यशस्वी होण्याचा प्रयत्न करत होते. मला झपाटून टाकणारी त्यांची ही आठवणच मला पुढे जाण्यास प्रवृत्त करत होती. त्याबरोबरच वर्षं जसजशी पुढे गेली तसतसे माझे आनंदी श्रीमंत वडील अधिकाधिक आनंदी आणि यशस्वी होत गेल्याच्या स्मृतीनंही मला पुढे जाण्याची तितकीच प्रेरणा दिली.

चोपन्न वर्षांचे असताना कमजोर होण्याऐवजी, उतरती कळा लागण्याऐवजी माझे श्रीमंत वडील अधिकाधिक फुलत चालले होते. ते त्याआधी श्रीमंत झाले होतेच; पण आता ते अतिश्रीमंत होत चालले होते. वायकिकी आणि मौईमधील अनेक रिअल इस्टेट विकत घेणारी व्यक्ती म्हणून ते सतत वर्तमानपत्रांमध्ये झळकत होते. त्यांनी व्यवसायांची आणि

गुंतवणुकीची पद्धतशीर उभारणी करण्यात घालवलेली वर्षं त्यांना आता त्याचा मोबदला देत होती. आता त्या बेटांवरील सर्वाधिक श्रीमंत व्यक्तींच्या पंक्तीत बसण्याच्या मार्गावरून ते पुढे चालले होते.

लहान फरक मोठे फरक होतात

माझ्या श्रीमंत वडिलांनी मला *कॅशफ्लो क्वाड्रंटच्या* कप्प्यांची माहिती दिली होती. व्यक्ती काम करत असलेल्या वर्षांचा आकडा पाहिला तर सुरुवातीला लहान असलेले फरक कालांतरानं मोठे होतात हे मी पाहू शकत होतो. *कॅशफ्लो क्वाड्रंटमुळे* मला हे माहिती होतं की, मला काय करण्याची इच्छा होती, यापेक्षाही कामाची वर्षं जसजशी पुढे सरकतील तसतसं मला कोण व्हायची इच्छा होती याला जास्त महत्त्व होतं. त्या नैराश्यमय अंधाऱ्या काळात हे सखोल ज्ञान आणि माझ्या दोन प्रभावशाली वडिलांनी दिलेले धडे यांमुळेच मी तसाच पुढे जात राहिलो होतो.

कॅशफ्लो क्वाड्रंट हा फक्त क्वाड्रंटहूनही अधिक काहीतरी आहे

कॅशफ्लो क्वाड्रंट हा दोन रेषा आणि काही अक्षरं यांहूनही अधिक काहीतरी आहे.

या साध्या आकृतीच्या खालच्या पृष्ठभागाकडे तुम्ही पाहिलं तर तुम्हाला दोन पूर्णपणे भिन्न जगं दिसतील. त्याप्रमाणेच जगाकडे पाहण्याचे दोन भिन्न मार्गही दिसतील. एक व्यक्ती म्हणून मी या जगाच्या डाव्या आणि उजव्या अशा दोन्ही बाजूंकडे पाहिलं आहे, त्यामुळेच मी प्रामाणिकपणे असं सांगू शकतो की, दोन्ही बाजूंनी दिसणारी जगं एकमेकांपासून खूपच भिन्न असतात. तुम्ही जगाकडे पाहता त्या वेळी तुम्ही कुठल्या बाजूला आहात ते महत्त्वाचं असतं.

कुठलाही एक कप्पा दुसऱ्या कप्प्याहून जास्त चांगला नाही. प्रत्येक कप्प्याच्या स्वतःच्या ताकदी आणि दुर्बलता आहेत. वेगवेगळ्या कप्प्यांवर नजर टाकून प्रत्येक कप्प्यांमध्ये आर्थिकदृष्ट्या यशस्वी होण्यासाठी आवश्यक असलेला वैयक्तिक विकास कसा करून

घ्यावा हे समजावं, यासाठी हे पुस्तक लिहिण्यात आलं आहे. त्याच्यातून तुमच्याशी उत्तम प्रकारे मिळताजुळता असलेला आर्थिक जीवनमार्ग निवडण्याच्या आणखी अंतर्दृष्टी तुम्हाला मिळू शकतील, असा माझा विश्वास आहे.

क्वाड्रंटच्या उजव्या बाजूच्या कप्प्यांमध्ये यशस्वी होण्यासाठी आवश्यक असलेली अनेक कौशल्यं शाळांमध्ये शिकवली जात नाहीत. बिल गेट्स, टेड टर्नर आणि थॉमस एडिसन यांच्यासारख्या व्यक्तींनी शाळा लवकर सोडली होती आणि तरीही बी आणि आय कप्प्यांमध्ये यशस्वी होण्यास ते कसे काय शिकले होते ते यावरून समजतं. हे पुस्तक बी आणि आय कप्प्यांमध्ये यश मिळवण्यासाठी आवश्यक असलेली कौशल्यं आणि मूलभूत वैयक्तिक मनोवृत्ती दाखवून देतं. पहिल्यांदा मी चारही कप्प्यांचा व्यापक आढावा घेणार आहे आणि त्यानंतर बी आणि आय बाजूवर बारकाईनं लक्ष केंद्रित करणार आहे.

हे पुस्तक वाचल्यानंतर तुमच्यापैकी काही जणांना तुमच्या उत्पन्न मिळवण्याच्या मार्गात बदल करावा असं वाटू शकेल. तुमच्यापैकी काही जणांना ते जिथे आहेत तिथेच राहण्यात आनंद वाटेल. तुम्ही कदाचित एकाहून जास्त कप्प्यांमध्ये राहण्याची निवड कराल. कदाचित, तुम्ही अगदी चारही कप्प्यांमध्ये राहण्याची निवड कराल. आपण सगळेच जण भिन्न आहोत आणि प्रत्येक कप्पा हा दुसऱ्याहून जास्त चांगला किंवा जास्त महत्त्वाचा नाही. जगातील प्रत्येक खेड्यात, गावात, शहरात आणि राष्ट्रामध्ये समाजाला आर्थिक स्थैर्याची हमी देण्यासाठी या सर्व, चारही कप्प्यांमधून काम करणाऱ्या लोकांची गरज आहे.

शिवाय, आपण मोठे होतो आणि वेगवेगळे अनुभव मिळवतो, त्या वेळी आपली स्वारस्यं बदलतात. उदाहरणार्थ, अनेक तरुणांना शाळेतून बाहेर पडल्याबरोबर नोकरी करण्यात आनंद होतो; परंतु काही वर्षांनी त्यांच्यापैकी थोड्याच जणांना व्यावसायिक स्पर्धेच्या शिडीवरून पुढे जाण्यात आपल्याला स्वारस्य नाही असं वाटतं. थोड्याच जणांना आपण निवडलेल्या क्षेत्रात आपल्याला रुची नसल्याचं जाणवतं. वयातील आणि अनुभवातील या बदलांमुळे व्यक्तीला वाढीचे, आव्हानाचे, आर्थिक मोबदल्याचे आणि वैयक्तिक आनंदाचे नवीन मार्ग चोखाळावेत असं नेहमीच वाटतं. ही उद्दिष्टं साध्य करण्यासाठी हे पुस्तक काही नवीन कल्पना तुम्हाला देईल, अशी मला आशा आहे.

थोडक्यात, हे पुस्तक बेघर असण्याविषयी नाही, तर ते घर शोधण्याविषयी आहे आणि हे घर तुम्हाला *कॅशफ्लो क्वाड्रंटच्या* एखाद्या कप्प्यात किंवा एकाहून जास्त कप्प्यांमध्ये सापडेल.

प्रकरण दोन

वेगवेगळे कप्पे, वेगवेगळे लोक

कप्प्यांमध्ये बदल करणं म्हणजे तुम्ही जे कोणी असता त्या तुमच्या मूलभूत पिंडात बदल करणं होय.

'प्रौढ कुत्र्याला तुम्ही नवीन युक्त्या शिकवू शकत नाही,' माझ्या अत्यंत उच्चशिक्षित वडिलांनी एकदा म्हटलं होतं.

मी अनेक प्रसंगी त्यांच्यासोबत बोललो होतो आणि त्यांना *कॅशफ्लो क्वाड्रंटचं* शक्य तितक्या उत्तम प्रकारे वर्णन करून सांगितलं होतं. त्यांना नवीन आर्थिक दिशा मिळावी, असा माझा प्रयत्न होता. साठीच्या जवळ आल्यानंतर त्यांच्या असं लक्षात आलं होतं की, त्यांची अनेक स्वप्नं आता पूर्ण होणार नव्हती. त्यांना काळ्या यादीत टाकण्यात आलं होतं आणि त्यांची ही काळी यादी आता राज्य सरकारच्या कक्षेबाहेरही पोहोचली असावी, असं दिसत होतं. आता ते स्वतःच स्वतःला काळ्या यादीत टाकत होते.

'मी प्रयत्न केला; पण त्याचा काहीच उपयोग झाला नाही,' असं ते म्हणत होते.

एस कप्प्यात यशस्वी होण्यासाठी त्यांनी केलेल्या प्रयत्नांचा माझे वडील संदर्भ देत होते. त्यांनी स्वयंरोजगारित सल्लागार म्हणून काम करण्याचा प्रयत्न केला होता. त्यानंतर एका प्रसिद्ध आइस्क्रीम कंपनीचे फ्रँचायझी म्हणून काम करण्यासाठी त्यांनी त्यांच्या बचतीतील बरीचशी रक्कम ओतली होती आणि त्यांचा तो प्रयत्नही अपयशी ठरला होता.

बुद्धिमान असल्यामुळे चारपैकी प्रत्येक कप्प्यात यशस्वी होण्यासाठी कोणती वेगवेगळी तांत्रिक कौशल्यं आवश्यक असतात, याविषयीच्या संकल्पना त्यांना समजल्या होत्या. त्यांना हवं असेल तर ती कौशल्यं ते शिकू शकतात हेही त्यांना माहिती होतं; परंतु त्यांना कुठली तरी गोष्ट त्यापासून मागे खेचत होती.

एके दिवशी दुपारच्या जेवणानंतर माझ्या श्रीमंत वडिलांबरोबर मी माझ्या उच्चशिक्षित वडिलांविषयी बोललो. 'तुझ्या वडिलांचा आणि माझा पिंड समान नाही,' माझे श्रीमंत वडील म्हणाले. 'आमच्या दोघांच्याही मनात भीती, विश्वास, ताकदी आणि दुर्बलता असल्या तरी या मूलभूत साधर्म्यांना आम्ही अतिशय वेगळ्या प्रकारे प्रतिसाद देतो किंवा हाताळतो,' ते म्हणाले.

'मला तुम्ही हे फरक सांगू शकता का?' मी विचारलं.

'फक्त दुपारच्या एका जेवणाच्या दरम्यानच्या गप्पांमध्ये ते सांगणं शक्य नाही,' श्रीमंत वडील म्हणाले. 'पण आम्ही त्या फरकांना कसा प्रतिसाद देतो, त्यावरच आम्ही आमच्या ठरावीक कप्प्यात राहतो. तुझ्या वडिलांनी ई कप्पा ओलांडून बी कप्प्यात जाण्याचा प्रयत्न केला, त्या वेळी त्यांना बौद्धिकदृष्ट्या ती प्रक्रिया समजू शकली होती; पण त्यांना भावनिकदृष्ट्या तिला हाताळता आलं नाही. ज्या वेळी सगळ्या गोष्टी सुरळितपणे सुरू नव्हत्या, त्या वेळी ते पैसे गमावू लागले. समस्या सोडवण्यासाठी काय केलं पाहिजे हे त्यांना माहिती नव्हतं, त्यामुळे ज्या कप्प्यात त्यांना सगळ्यात आरामदायी वाटत होतं, त्या कप्प्याकडे ते परतले.'

'म्हणजे ई आणि काही वेळा एस कप्प्यांकडे,' मी म्हटलं.

श्रीमंत वडिलांनी मान डोलावली. 'पैसे गमावण्याची आणि अपयशी होण्याची त्यांच्या मनातील भीती अतिशय दुःखपूर्ण आणि वेदनादायी होते, त्या वेळी ते सुरक्षितता आणि स्वातंत्र्य शोधण्याच्या मार्गाची निवड करतात.'

'आणि हाच पिंडांमधील फरक आहे,' मी वेटरला आमचं बिल आणण्याची खूण करत म्हणालो.

'आपण सगळेच जण माणसंच असलो तरीही ज्या वेळी पैशाचा आणि पैशांशी जोडल्या गेलेल्या भावनांचा प्रश्न येतो, त्या वेळी आपण सगळेच जण वेगवेगळ्या प्रकारे प्रतिसाद देतो,' श्रीमंत वडील म्हणाले. 'अशाच प्रकारे उत्पन्न मिळवण्यासाठी आपण कोणता कप्पा निश्चित करणार आहोत, हे ठरवणाऱ्या भावनेलाही आपण प्रतिसाद देतो,' त्यांनी पुढे सांगितलं.

'वेगवेगळ्या व्यक्तींसाठी वेगवेगळे कप्पे,' मी म्हणालो.

'बरोबर,' श्रीमंत वडील उठून उभे राहिले आणि दरवाजाकडे जात म्हणाले. 'तुम्हाला कुठल्याही कप्प्यात यशस्वी व्हायचं असेल तर त्यासाठी तुमच्याकडे फक्त तांत्रिक कौशल्याहूनही आणखी जास्त गोष्टी असण्याची गरज असते. लोकांना वेगवेगळ्या कप्प्यांमध्ये राहण्याकडे वळवणाऱ्या त्यांच्या पिंडांमधील भिन्नत्वाची माहिती असण्याची गरज असते. हे जाणून घे, मग आयुष्य जास्त सोपं होईल.'

माझ्या श्रीमंत वडिलांची कार त्यांचा चालक घेऊन येत असताना आम्ही एकमेकांशी हस्तांदोलन केलं आणि मी त्यांचा निरोप घेतला.

'एक मिनिट, फक्त एकच गोष्ट,' मी घाईघाईनं म्हणालो. 'माझे वडील बदलू शकतात का?'

'हो तर, नक्कीच,' श्रीमंत वडील म्हणाले. 'प्रत्येक जण बदलू शकतो; पण कप्पे बदलणं हे नोकऱ्या किंवा व्यवसाय बदलण्यासारखं नसतं. कप्पे बदलण्यासाठी तुमचा जो पिंड असतो, मूलभूत स्वभावधर्म असतो, त्याच्यात बदल घडवावा लागतो. तुम्ही जगाकडे कसं बघता आणि त्याचा कसा विचार करता त्यात बदल घडवावा लागतो. काही लोकांसाठी इतरांच्या तुलनेत हा बदल करणं जास्त सोपं असतं, कारण काही लोक बदलाचं स्वागत करतात आणि इतर बदल घडवून आणण्यासाठी त्याच्याशी संघर्ष करतात, झगडत राहतात. सहसा नेहमीच कप्पे बदलणं हा आयुष्य बदलवून टाकणारा अनुभव असतो. सुरवंटापासून फुलपाखरू बनण्याविषयीच्या प्राचीन कथेइतकाच हा बदलही खूप मोठा असतो. फक्त तुम्हीच बदलत नाही, तर तुमचे मित्र-मैत्रिणीही बदलतात. तुमच्या जुन्या मित्रांशी तुमची तरीही मैत्री असली तरीही फुलपाखरं करत असलेल्या गोष्टी करणं सुरवंटांसाठी अगदीच कठीण असतं म्हणून हे मोठे बदल असतात आणि अनेक लोक तो करण्याचा प्रयत्न करत नाहीत.'

नोकरानं कारचे दरवाजे बंद केलं आणि माझे श्रीमंत वडील गेल्यानंतर मी पिंडांमधील बदलांवर विचार करत तिथेच थांबलो.

पिंडांमधील बदल म्हणजे काय?

लोकांची जास्त माहिती नसतानाही ते ई, एस, बी किंवा आय कप्प्यात आहेत हे मी कसं काय सांगतो? त्यांचे शब्द ऐकणं हा त्यापैकी एक मार्ग आहे.

लोकांना 'वाचणं' हे माझ्या श्रीमंत वडिलांकडे असलेलं एक महानतम कौशल्य होतं; पण त्यांचा असाही विश्वास होता की फक्त मुखपृष्ठ पाहून तुम्ही पुस्तकाचं मूल्यमापन करू शकत नाही. हेन्री फोर्डप्रमाणेच श्रीमंत वडिलांकडेही खूपच छान, विलक्षण शिक्षण नव्हतं, परंतु त्या दोघांनाही लोकांना कामावर कसं घ्यावं आणि त्यांच्याबरोबर काम कसं करावं ते माहिती होतं. श्रीमंत वडील नेहमीच मला असं स्पष्ट करून सांगत की, हुशार लोकांना एकत्र आणण्याची आणि टीम म्हणून काम करण्याची क्षमता हे त्यांच्याकडे असलेलं एक महत्त्वाचं प्राथमिक कौशल्य होतं.

मी नऊ वर्षांचा असताना माझ्या श्रीमंत वडिलांनी मला बी आणि आय कप्प्यांमध्ये यशस्वी होण्यासाठी आवश्यक असलेली कौशल्यं शिकवण्यास सुरुवात केली. व्यक्तीच्या बाह्य स्वरूपाच्या पलीकडे जाणं आणि त्याच्या पिंडावर नजर टाकणं हे त्यांपैकी एक कौशल्य होतं. श्रीमंत वडील नेहमीच असं म्हणत असत की, 'मी व्यक्तीचे शब्द ऐकत असतानाच त्याच्या आत्म्याला पाहण्यास आणि त्याची जाणीव करून घेण्यास सुरुवात करतो.'

श्रीमंत वडील लोकांना कामावर ठेवत त्या वेळी, मी लहान असताना त्यांच्या शेजारी बसत असे. त्या मुलाखतींमधून मी शब्द नव्हे, तर मूलभूत मूल्यं ऐकून घ्यायला शिकलो. माझ्या श्रीमंत वडिलांच्या मते ही मूल्यं लोकांच्या आत्म्यांमधून किंवा पिंडांमधून आलेली असतात.

ई–कप्प्यातील शब्द

जी व्यक्ती ई (कर्मचाऱ्यांचा कप्पा) कप्प्यातून येते ती बहुधा असं म्हणते : 'मी चांगलं वेतन आणि छान लाभ असलेल्या सुरक्षित नोकरीच्या शोधात आहे.'

एस– कप्प्यातील शब्द

एस (स्वयंरोजगारित) कप्प्यातील व्यक्ती बहुधा असं म्हणते, 'माझ्या कामाचा दर ताशी ७५ डॉलर्स आहे' किंवा 'माझा सर्वसामान्य कमिशनचा दर हा एकूण किमतीच्या सहा टक्के आहे' किंवा 'कामासाठी योग्य असलेले आणि चांगल्या प्रकारे काम करणारे लोक मला मिळत नाहीत' किंवा 'या प्रकल्पात माझा २०हून जास्त तासांचा वेळ गेला.'

बी–कप्प्यातील शब्द

बी (व्यवसायाचा मालक) कप्प्यातील लोक बहुधा असं म्हणतात, 'माझी कंपनी चालवण्यासाठी मी नवीन अध्यक्ष शोधत आहे.'

आय–कप्प्यातील शब्द

आय (गुंतवणूकदार) कप्प्यातून काम करणारी एखादी व्यक्ती असं म्हणते की, 'माझा कॅशफ्लो हा परताव्याच्या अंतर्गत दरावर अवलंबून आहे की परताव्याच्या एकूण दरावर अवलंबून आहे?'

शब्द ही साधनं असतात

एकदा माझे श्रीमंत वडील एका व्यक्तीची मुलाखत घेत होते. त्या व्यक्तीचा पिंड कसा आहे ते त्यांना माहिती होतं. निदान त्या क्षणापुरतं तरी त्यांना ते समजलं होतं. ती व्यक्ती काय शोधत होती, त्याच्याकडे देण्यासारखं काय होतं आणि त्याच्याशी बोलताना कुठले शब्द वापरले पाहिजेत हे त्यांना माहिती होतं. श्रीमंत वडील नेहमीच असं म्हणत की, 'शब्द ही प्रभावी साधनं असतात.'

श्रीमंत वडिलांनी माईक या त्यांच्या मुलाला आणि मला याची सातत्यानं आठवण करून दिली होती. 'तुम्हाला लोकांचा नेता व्हायचं असेल, तर तुमचं शब्दांवर प्रभुत्व असावं लागतं.'

म्हणून बी कप्प्यातील मोठा व्यावसायिक व्हायचं असेल तर शब्दांवर प्रभुत्व असण्याचं कौशल्य असावंच लागतं. कोणत्या प्रकारच्या लोकांसाठी कुठल्या प्रकारचे शब्द उपयुक्त ठरतात ते तुम्हाला माहिती असावं लागतं. त्यांनी आम्हाला व्यक्ती वापरत असलेले शब्द पहिल्यांदा काळजीपूर्वक ऐकण्यासाठी प्रशिक्षित केलं. त्यानंतर आपण कोणते शब्द वापरले पाहिजेत ते आपल्याला समजू शकतं. त्या व्यक्तीला उत्तर किंवा प्रतिसाद देण्यासाठी आपण ज्या वेळी ते शब्द वापरतो, त्या वेळी ते सर्वाधिक प्रभावी ठरतात.

श्रीमंत वडिलांनी असं स्पष्ट केलं होतं की, 'एखादा शब्द एखाद्या व्यक्तीला उल्लसित किंवा रोमांचित करू शकेल; पण त्याच शब्दाकडे दुसरी व्यक्ती संपूर्ण दुर्लक्ष करेल किंवा त्याला फारसं महत्त्व देणार नाही.'

उदाहरणार्थ, 'जोखीम' हा शब्द आय कप्प्यातील एखाद्या व्यक्तीला रोमांचित करू शकेल तर ई कप्प्यातील व्यक्तीच्या मनात या शब्दानं भीती निर्माण होईल.

महान नेता बनण्यासाठी आपण पहिल्यांदा दुसऱ्याचं म्हणणं ऐकून घेणारे महान श्रोता झालं पाहिजे, यावर श्रीमंत वडिलांनी भर दिला होता. व्यक्ती वापरत असलेले शब्द तुम्ही ऐकले नाहीत, तर तुम्हाला कधीच त्याच्या आत्म्याची जाणीव होणार नाही. जर तुम्ही त्याच्या आत्म्याचं, अंतःकरणाचं म्हणणं ऐकलं नाही तर तुम्हाला कधीच तुम्ही कोणाशी बोलत आहात ते समजणार नाही.

पिंडांमधील फरक

ते असं म्हणत की, 'त्यांचे शब्द ऐका आणि त्यांच्या आत्म्याची जाणीव करून घ्या.' शब्दांच्या निवडीमागे व्यक्तीच्या गाभ्यातील किंवा पिंडातील मूल्यं आणि भिन्नत्वं असतात, हे यामागचं कारण आहे. एका कप्प्यातील लोकांना दुसऱ्या कप्प्यातील लोकांपासून स्वतंत्र करणाऱ्या काही सर्वसामान्य गोष्टी पुढे देत आहे :

१. ई (कर्मचारी)

ज्या वेळी मी 'सुरक्षितता' किंवा 'लाभ' हे शब्द ऐकतो, त्या वेळी त्या वक्त्याचा पिंड कोणत्या कप्प्यातील आहे ते मला समजतं. 'सुरक्षितता' हा शब्द नेहमीच भीतीच्या भावनेला प्रतिसाद म्हणून वापरला जातो.

जर व्यक्तीला भीती वाटली तर तिला सुरक्षिततेची गरज वाटते. अशा वेळी प्रामुख्यानं ती व्यक्ती ई कप्प्यातून आलेली असते. ज्या वेळी पैशाचा आणि नोकरीचा प्रश्न येतो, त्या वेळी आर्थिक अनिश्चिततेसह येणाऱ्या भीतीच्या भावनेचा अनेक लोकांना निव्वळ तिटकारा वाटतो म्हणून त्यांना सुरक्षिततेची इच्छा असते. 'लाभ'

या शब्दाचा अर्थ लोकांना कुठल्या ना कुठल्या प्रकारचा अतिरिक्त मोबदला हवा असतो. त्यातून निश्चित स्वरूपाच्या अतिरिक्त भरपाईची इच्छा व्यक्त होते. यात आरोग्य विम्याचा किंवा निवृत्तिवेतन योजनेचा समावेश होतो.

यातली महत्त्वाची गोष्ट अशी आहे की, त्यांना सुरक्षितपणाची जाणीव हवी असते आणि ती लेखी स्वरूपात मिळाल्याचं पाहायचं असतं. त्यांना अनिश्चिततेमुळे नव्हे, तर निश्चिततेमुळे आनंद होतो. त्यांची अंतर्गत यंत्रणा त्यांना असं सांगते की, 'तू जर अमुक गोष्ट देण्याचं वचन दिलंस तर मी तुला त्या बदल्यात तमुक गोष्ट देईन.'

त्यांना काही प्रमाणात निश्चितता मिळवून भीती कमी करण्याची इच्छा असते म्हणून ते सुरक्षिततेचा शोध घेतात आणि नोकरीचा प्रश्न येतो, त्या वेळी भक्कम कराराची अपेक्षा बाळगतात. 'मला पैशात तितकीशी रुची नाही,' असं ते म्हणतात, त्या वेळी त्यांचं म्हणणं अचूक असतं. त्यांच्या दृष्टीनं नेहमीच सुरक्षिततेची कल्पना ही पैशांहूनही जास्त महत्त्वाची असते. कर्मचारी हे कंपन्यांचे अध्यक्ष किंवा इमारतीची देखभाल करणारे कर्मचारीही असू शकतात. ते काय करणार आहेत याविषयी त्यांना काही सांगायचं नसतं; पण त्यांना कामावर ठेवणाऱ्या व्यक्तीकडून किंवा संघटनेकडून त्यांना कंत्राटाच्या स्वरूपाचा करार हवा असतो.

२. *एस (स्वयंरोजगारित)*

या लोकांना आपणच आपले स्वतःचे बॉस होण्याची किंवा आपल्या मनाप्रमाणे गोष्टी करण्याची इच्छा असते. त्यांना उत्पन्नासाठी इतरांवर अवलंबून राहायला आवडत नाही. दुसऱ्या शब्दांत, जर एस लोकांनी कठोर परिश्रम केले, तर त्या कामासाठी योग्य तितका पैसा मिळावा अशी त्यांची अपेक्षा असते.

एस लोकांना आपण मिळवत असलेला पैसा हा दुसऱ्या कोणाच्या तरी आदेशावरून आपल्याला दिला जावा किंवा त्यांच्याइतके कठोर परिश्रम न करणाऱ्या व्यक्तीकडून किंवा व्यक्तींच्या गटाकडून मिळावा असं वाटत नाही. जर त्यांनी कठोर परिश्रम केले तर त्यांना उत्तम पैसा मिळाला पाहिजे अशी त्यांची अपेक्षा असते. त्याउलट जर आपण कठोर परिश्रम केले नाहीत, तर आपण जास्त पैसे मिळवण्यास पात्र नाही,

असंही त्यांना वाटत असतं. ज्या वेळी पैशाचा प्रश्न येतो, त्या वेळी ते अगदी भयावह वाटावं इतके स्वतंत्र आत्मे असतात.

भीतीची भावना

म्हणून ज्या वेळी ई कप्प्यातील लोक सुरक्षिततेचा शोध घेऊन पैसा नसण्याच्या भीतीला प्रतिसाद देतात, त्या वेळी स्वयंरोजगारित लोक अगदी वेगळ्या प्रकारे या भीतीला प्रतिसाद देतात. या कप्प्यातील लोक सुरक्षितता शोधून नव्हे, तर परिस्थितीवर नियंत्रण मिळवून आणि ते स्वतःच्या जबाबदारीवर करून भीतीला प्रतिसाद देतात म्हणून मी एस कप्प्यातील लोकांना 'स्वतःच्या जीवावर सारं काही करणाऱ्या लोकांचा गट' असं म्हणतो. ज्या वेळी भीतीचा आणि आर्थिक जोखमीचा प्रश्न येतो, त्या वेळी त्यांची तिच्याशी समोरासमोर मुकाबला करण्याची इच्छा असते.

या गटात तुम्हाला चांगलं शिक्षण घेतलेले व्यावसायिक आढळतात. त्यांनी शिक्षण घेण्यात बरीच वर्षं घालवलेली असतात. डॉक्टर, वकील आणि दंतरोगतज्ज्ञ इ.चा या गटात समावेश होतो.

एस गटात याहून वेगळी शैक्षणिक वाट चोखाळलेले किंवा पारंपरिक शिक्षणाव्यतिरिक्त अतिरिक्त शिक्षण घेतलेले लोकही असतात. थेट कमिशन मिळणाऱ्या विक्रेत्यांचा आणि रिअल इस्टेट एजंटांचाही याच गटात समावेश होतो. त्याबरोबरच किराणा मालाचे दुकानदार, सफाई कर्मचारी, उपाहारगृहांचे मालक, सल्लागार, थेरपिस्ट, पर्यटन एजंट, कारचे मेकॅनिक, प्लंबर, सुतार, प्रवचनकार, विजेची कामं करणारे, केशरचनाकार आणि कलाकारही याच गटांतर्गत येतात.

'नोबडी डज इट बेटर' किंवा 'आय डीड इट माय वे' यांपैकी एखादं गाणं या गटाचं आवडतं गाणं असावं, असं म्हणता येईल.

स्वयंरोजगारित व्यक्ती नेहमीच अगदी निष्ठापूर्वक परिपूर्णतावादी असतात. त्यांना एखादी गोष्ट अगदी अपवादात्मकरीत्या उत्तम प्रकारे करायला आवडते. त्यांना ती गोष्ट इतर कोणी आपल्यापेक्षा जास्त चांगल्या प्रकारे करू शकेल असं वाटत नाही म्हणून त्यांचा स्वतःशिवाय इतर कोणावरही विश्वास नसतो. अनेक बाबतीत आपल्या स्वतःच्या पद्धतीनं आणि शैलीनं ते सच्चे कलाकार असतात.

म्हणूनच आपण त्यांना आपलं काम करण्यासाठी नेमतो किंवा त्यांच्याकडे आपलं काम करून घेण्यासाठी जातो. आपण मेंदूच्या शल्यचिकित्सकाकडे गेलो तर त्याच्याकडे वर्षानुवर्षांचं प्रशिक्षण आणि अनुभव असावा असं आपल्याला वाटतं; पण यातली जास्त महत्त्वाची गोष्ट अशी असते की, आपल्याला संबंधित मेंदू शल्यचिकित्सक परिपूर्ण कामाला महत्त्व देणाराच असला पाहिजे, असं वाटतं. हीच गोष्ट दंतचिकित्सक, केशरचनाकार, विपणन सल्लागार, प्लंबर, विजेची कामं करणारा कर्मचारी, वकील किंवा उद्योजकीय प्रशिक्षण देणारा प्रशिक्षक यांनाही लागू पडते. तुम्ही त्यांचे ग्राहक असता आणि तुम्ही त्यांच्याकडून सेवा घेता त्या वेळी ती व्यक्ती त्याच्या कामात उत्तमच असावी असं तुम्हाला वाटतं.

या गटातील लोकांसाठी पैसा ही त्यांच्या कामाविषयीची सगळ्यात महत्त्वाची गोष्ट नसते. त्यांच्या पद्धतीनं त्यांचं काम करण्याचं त्यांचं स्वातंत्र्य, स्वावलंबन आणि त्यांच्या क्षेत्रातील तज्ज्ञांकडून त्यांची झालेली प्रशंसा या गोष्टी फक्त पैसा मिळवण्यापेक्षा कितीतरी पटींनी त्यांना जास्त महत्त्वाच्या वाटतात. त्यांच्याकडून तुम्हाला काय करवून घ्यायचं आहे हे त्यांना सुरुवातीलाच सांगून टाकणं आणि त्यानंतर ते काम पूर्णपणे त्यांच्यावर सोपवून देणं ही उत्तम गोष्ट असते. त्यांच्यावर देखरेख करण्याची गरज नसते किंवा त्यांना तशी देखरेख नकोच असते. तुम्ही जास्त लुडबूड केली तर ते सरळ काम सोडून निघून जातात आणि तुम्हाला दुसऱ्या कोणाला तरी कामावर ठेवण्यास सांगतात. एक गोष्ट लक्षात ठेवा, या गटासाठी स्वातंत्र्य हा हुकमाचा एक्का असतो आणि तोच त्यांना पैसा मिळवून देतो.

आपण जे काम करतो, ते करण्यासाठी इतर लोकांना कामावर ठेवणं ही गोष्ट त्यांच्यासाठी नेहमीच कठीण असते, कारण त्यांना ते काम त्यांच्याइतकं चांगलं कोणीही करणार नाही असं मनातून वाटत असतं.

जर या गटातील लोकांनी ते करत असलेलं काम करण्यासाठी एखाद्याला प्रशिक्षित केलं तर ती प्रशिक्षित व्यक्ती सहसा नेहमीच 'स्वतःचं काम करण्यासाठी', 'स्वतःचा बॉस होण्यासाठी', 'तिच्या पद्धतीनं गोष्टी करण्यासाठी' किंवा 'स्वतःचं स्वतंत्र अस्तित्व व्यक्त करण्याची संधी हवी' म्हणून ते काम सोडून निघून जाते.

एस प्रकारचे अनेक लोक इतर लोकांना प्रशिक्षित करण्यास बिचकतात, कारण एकदा प्रशिक्षित झाल्यानंतर असे लोक त्यांचे प्रतिस्पर्धी होतात. त्याऐवजी एस कप्प्यातील लोक स्वतःच्या जीवावर गोष्टी करत, खडतर कष्ट करत राहतात.

३. बी (व्यवसायांचे मालक)

या लोकांचा गट जवळजवळ एस कप्प्यातील लोकांच्या विरुद्ध प्रकारचा असतो. खरोखरच बी कप्प्यात असणारे लोक आपल्याभोवती ई, एस, बी आणि आय या चारही कप्प्यांतील हुशार लोकांना ठेवतात. एस कप्प्यातील लोकांना कोणावर काम सोपवायला आवडत नाही; पण बी कप्प्यातील लोकांना इतरांवर कामं सोपवायलाच आवडतं. बी कप्प्यातील लोकांचं खरं ध्येयवाक्य असं असतं : 'तुमच्यासाठी काम

करण्यास तुम्हाला माणसं मिळत असतील आणि ती जास्त चांगलं काम करत असतील तर आपण स्वतःच काम का करायचं?'

हेन्री फोर्ड या साच्यात चपखल बसत होता. त्याच्याविषयीची एक लोकप्रिय कथा सांगितली जाते. एकदा काही तथाकथित बुद्धिवाद्यांनी अज्ञानी असल्याबद्दल फोर्डचा निषेध केला. त्यांनी असा दावा केला की, त्याला खरोखरच फारसं काही समजत नाही म्हणून फोर्डनं त्यांना त्याच्या कार्यालयात बोलावलं आणि त्यांनी त्याला कुठलाही प्रश्न विचारावा असं त्यांना आव्हान दिलं. तो त्यांच्या प्रत्येक प्रश्नाचं उत्तर देईल, असंही त्याने त्यांना सांगितलं. मग अमेरिकेतील त्या अत्यंत प्रभावशाली उद्योजकाभोवती बुद्धिवाद्यांचं ते मंडळ गोळा झालं आणि त्यांनी त्याला प्रश्न विचारण्यास सुरुवात केली. फोर्डनं त्यांचे प्रश्न शांतपणे ऐकून घेतले आणि नंतर त्याने त्याच्याकडच्या काही अत्यंत बुद्धिमान साहाय्यकांना फोन करून बोलावून घेतलं. त्याने त्यांना त्या मंडळाच्या प्रश्नांची उत्तरं द्यायला सांगितलं. सरतेशेवटी त्याने त्या मंडळाला अशी माहिती दिली की, तो अशा प्रश्नांची उत्तरं देण्यासाठी शाळेत जाऊन भरपूर शिकलेल्या हुशार लोकांना कामावर नेमू शकतो. त्यामुळे त्याचं मन स्वच्छ राहतं आणि तो त्याहूनही महत्त्वाची कामं करू शकतो. या कामामध्ये विचार करण्यासारख्या कामाचा समावेश असतो.

फोर्डचं विधान म्हणून सांगितलं जाणारं एक विधान असं आहे : 'विचार करणं हे सगळ्यात कठीण काम आहे म्हणून फक्त थोडेच लोक हे काम करतात.'

नेतृत्व म्हणजे लोकांमधल्या उत्तम गोष्टी बाहेर काढणं होय

हेन्री फोर्ड हा माझ्या श्रीमंत वडिलांचा आदर्श होता. त्यांनी मला फोर्ड आणि 'स्टँडर्ड ऑइल'चा संस्थापक डी. रॉकफेलर यांच्यासारख्या लोकांची पुस्तकं वाचायला लावली होती. श्रीमंत वडील माईकला आणि मला सातत्यानं नेतृत्वासाठी आवश्यक असलेल्या गोष्टी आणि व्यवसायाची तांत्रिक कौशल्य शिकण्यासाठी प्रोत्साहन देत होते. मागे वळून पाहताना माझ्या असं लक्षात येतं की, अनेक लोकांकडे यांपैकी एक गुण असू शकतो; पण बी कप्प्यातील यशस्वी व्यावसायिक होण्यासाठी हे दोन्ही गुण असावेच लागतात. माझ्या आता हेही लक्षात आलं आहे की, हे दोन्ही गुण शिकणंही शक्य आहे. व्यवसाय करणं आणि नेतृत्व करणं हे शास्त्र आहे आणि त्याबरोबरच कलाही आहे. माझ्या दृष्टीनं या दोन्ही गोष्टी म्हणजे आयुष्यभर करण्याचे अभ्यास आहेत.

मी लहान असताना माझ्या श्रीमंत वडिलांनी मला ***स्टोन सुप*** हे मुलांचं गोष्टीचं पुस्तक दिलं होतं. हे पुस्तक मार्शिया ब्राऊननं १९४७मध्ये लिहिलं होतं आणि ते अद्यापही उपलब्ध आहे. व्यवसायातील नेता म्हणून माझ्या प्रशिक्षणाची सुरुवात व्हावी, यासाठी माझ्या श्रीमंत वडिलांनी मला ते पुस्तक वाचायला लावलं होतं.

'नेतृत्व ही लोकांमधील उत्तम गोष्टी बाहेर काढण्याची क्षमता असते,' असं श्रीमंत वडिलांनी सांगितलं होतं म्हणून त्यांनी त्यांच्या मुलाला आणि मला व्यवसायात यशस्वी

होण्यासाठी लागणारी तांत्रिक कौशल्यं शिकवली होती. या कौशल्यांमध्ये आर्थिक विवरणपत्रांचं वाचन, विपणन, विक्री, हिशेब करणं, व्यवस्थापन, उत्पादन आणि वाटाघाटी यांचा समावेश होता. याविषयीच्या प्रत्येक धड्यात त्यांनी आपल्याला लोकांबरोबर काम करण्यास आणि त्यांचं नेतृत्व करण्यास शिकण्याची गरज असते, यावर भर दिला होता. श्रीमंत वडिलांनी नेहमीच असं म्हटलं होतं की, 'व्यवसायाची तांत्रिक कौशल्यं सोपी असतात. लोकांबरोबर काम करणं ही कठीण गोष्ट असते.'

अजूनही याची आठवण राहावी म्हणून मी अगदी आजही ***स्टोन सुप*** वाचतो, कारण ज्या वेळी मला हव्या तशा पद्धतीनं गोष्टी घडत नाहीत, त्या वेळी नेता होण्याऐवजी जुलमी सत्ताधीश होण्याकडे माझा वैयक्तिक कल असतो.

उद्योजकीय विकास

'मी माझा स्वतःचा व्यवसाय सुरू करणार आहे,' असे शब्द नेहमीच माझ्या कानांवर पडतात.

आपल्या जीवावर आपल्याला हव्या तशा गोष्टी करणं आणि इतर कोणाहीकडे नसलेलं उत्पादन विकसित करणं हा आर्थिक सुरक्षिततेकडे आणि आनंदाकडे नेणारा मार्ग असतो, असा अनेक लोकांचा विश्वास असतो म्हणून ते घाईघाईनं स्वतःचा व्यवसाय सुरू करतात. अनेक प्रकरणांमध्ये ते चोखाळत असलेला मार्ग पुढीलप्रमाणे असतो :

अनेक लोक अखेरीस एस कप्प्यातील एखादा व्यवसाय सुरू करतात. ते बी कप्प्यातील व्यवसाय सुरू करत नाहीत. पुन्हा एकदा, कुठलाही कप्पा दुसऱ्या कप्प्याहून जास्त चांगला नसतो. दोन्ही कप्प्यांकडे वेगवेगळ्या ताकदी, दुर्बलता, जोखमी आणि बक्षिसं असतात; परंतु अनेक लोकांना बी प्रकारचा व्यवसाय सुरू करायचा असतो; पण अखेरीस त्यांना एस प्रकारच्या व्यवसायावर समाधान मानावं लागतं आणि उजव्या बाजूला जाण्याच्या त्यांच्या दीर्घ शोधाला खीळ बसते.

अनेक नवीन उद्योजकांना जे करायचं असतं ते पुढे दिलेल्या आकृतीसारखं असतं :

परंतु ते हे करण्याऐवजी पुढीलप्रमाणे गोष्टी करतात आणि तिथेच अडकून पडतात.

त्यानंतर अनेक जण पुढील गोष्ट करण्याचा प्रयत्न करतात :

परंतु फक्त थोडेच लोक ही गोष्ट प्रत्यक्षात उतरवू शकतात. का? कारण प्रत्येक कप्प्यात यशस्वी होण्यासाठी लागणारी तांत्रिक कौशल्यं आणि मानवी कौशल्यं वेगवेगळी असतात. प्रत्येक कप्प्यात खरोखरचं यशस्वी होण्यासाठी तुम्हाला ती कौशल्यं आणि मनोरचना शिकाव्याच लागतात.

एस आणि बी प्रकारच्या व्यवसायांमधील फरक

खरोखरच बी कप्प्यात असलेले लोक एका किंवा त्याहून जास्त वर्षांसाठी आपला व्यवसाय सोडून देऊ शकतात आणि ते परत येतात त्या वेळी ते व्यवसाय सोडून गेले होते त्या वेळेच्या तुलनेत त्यांना त्यांचा व्यवसाय जास्त नफा मिळवत असल्याचं आणि अधिक चांगल्या प्रकारे सुरू असल्याचं आढळतं. जर एस प्रकारच्या लोकांनी एखादं वर्ष किंवा त्याहून जास्त काळ त्यांचा व्यवसाय सोडून दिला तर त्यांना परतल्यानंतर त्यांचा व्यवसाय शिल्लकच नसल्याचं आढळण्याच्या शक्यताच जास्त असतात.

मग हा फरक कशामुळे पडतो? साध्या शब्दांत सांगायचं तर एस कप्प्यातील लोक त्या कामाचे मालक असतात आणि बी कप्प्यातील लोक एका यंत्रणेचे मालक असतात. त्यानंतर आपली यंत्रणा चालवण्यासाठी बी कप्प्यातील लोक हुशार लोकांना कामावर ठेवतात किंवा वेगळ्या पद्धतीनं सांगायचं झालं तर अनेक प्रकरणांमध्ये एस व्यक्ती हीच यंत्रणा असते म्हणून ते सोडून जाऊ शकत नाहीत.

उदाहरणार्थ, एखाद्या दंतरोगतज्ज्ञाचा विचार करू या. दंतरोगतज्ज्ञ एक स्वयंपूर्ण यंत्रणा बनण्यासाठी शाळा-महाविद्यालयांत शिक्षण घेण्यात अनेक वर्षं घालवतो. तुम्हाला दातदुखीचा त्रास होतो. तुम्ही त्याचे रुग्ण किंवा ग्राहक असता. तुम्ही दंतरोगतज्ज्ञाकडे जाता. तो तुमची दातदुखी बरी करतो. तुम्ही त्याला पैसे देता आणि घरी जाता. तुम्ही आनंदी असता आणि तुम्ही तुमच्या महान दंतरोगतज्ज्ञाविषयी तुमच्या मित्र-मैत्रिणींना सांगता. बहुतांश प्रकरणांमध्ये दंतरोगतज्ज्ञ हे सगळं काम एकट्यानंच करतो. यातली समस्या अशी असते की जर तो दंतरोगतज्ज्ञ सुट्टीवर गेला तर त्या काळात त्याचं उत्पन्नही सुट्टीवरच असतं!

बी कप्प्यातील व्यवसायाचा मालक कायमस्वरूपी सुट्टीवर जाऊ शकतो, कारण तो एका यंत्रणेचा मालक असतो, कामाचा नसतो. जर बी कप्प्यातील व्यक्ती सुट्टीवर गेली तरीही त्याच्याकडे येणारा पैशाचा ओघ सुरूच राहतो.

बी कप्प्यातील व्यक्ती म्हणून यशस्वी होण्यासाठी पुढील गोष्टींची गरज असते :

१. यंत्रणांची मालकी किंवा त्यांच्यावरचं नियंत्रण आणि

२. लोकांचं नेतृत्व करण्याची क्षमता

एस कप्प्यातील लोकांना बी कप्प्यात येण्यासाठी ते जे कोणी असतात त्याच्यात आणि यंत्रणेत असताना त्यांना जे माहिती असतं त्यात बदल घडवून आणावा लागतो. अनेक जण हे करू शकत नाहीत किंवा ते यंत्रणेशी इतके घट्ट जोडले गेलेले असतात की, तिला सोडून देऊन इतर लोकांना यंत्रणेत येऊ देणं त्यांना जमत नाही.

तुम्ही मॅकडोनाल्ड्सपेक्षा जास्त चांगला हॅमबर्गर तयार करू शकता का?

कंपनी कशी सुरू करावी आणि नवीन उत्पादनासाठी किंवा कल्पनेसाठी पैसा कसा उभा करावा, याविषयी सल्ला मागण्यासाठी माझ्याकडे अनेक लोक येतात.

मी सहसा दहा मिनिटांपर्यंत त्यांचं म्हणणं ऐकून घेतो आणि त्या वेळात त्यांनी कशावर लक्ष एकवटलेलं आहे ते मी सांगू शकतो. त्यांनी उत्पादनावर की व्यवसायाच्या यंत्रणेवर लक्ष एकवटलेलं असतं ते माझ्या लक्षात येतं. त्या दहा मिनिटांत मला सहसा पुढील शब्दांसारखे शब्द ऐकायला मिळतात. : (चांगला श्रोता असण्याचं आणि शब्दांना तुम्हाला दिशा देण्याची मुभा देण्याचं महत्त्व काय असतं ते लक्षात आहे ना? शब्दांतून तुम्हाला त्या व्यक्तीच्या आत्म्याची मूलभूत मूल्यं समजतात.)

- 'कंपनी एक्सवायझेड बनवत असलेल्या उत्पादनाहून हे उत्पादन खूपच जास्त चांगलं आहे.'
- 'मी सगळीकडे पाहिलं, कोणाकडेही असं उत्पादन नाही.'
- 'मी तुम्हाला या उत्पादनाविषयीची सगळी कल्पना देतो. मला फक्त नफ्यातील २५ टक्के वाटा द्या.'
- 'मी यावर (उत्पादन, पुस्तक, संगीत, शोध यांपैकी एखाद्या गोष्टीवर) अनेक वर्षं काम करत आहे.'

हे शब्द सहसा क्वाड्रंटच्या डाव्या बाजूनं म्हणजे ई-एस बाजूनं काम करणाऱ्या व्यक्तीचे असतात.

या वेळी हळुवारपणानं, सौम्यपणे वागणं गरजेचं असतं, कारण मी अनेक वर्षांपासून दृढपणानं निर्माण झालेल्या मूलभूत मूल्यांना आणि कल्पनांना हाताळत असतो. मी जर हळुवारपणानं किंवा सहनशीलतेनं वागलो नाही, तर एखादी कल्पना नाजूकपणे आणि संवेदनशीलतेनं साकार होत असताना माझ्याकडून तिची हानी होऊ शकते. यातली आणखी महत्त्वाची बाब अशी असते की, माणूस दुसऱ्या कप्प्यात जाण्यासाठी तयार होत असतो.

हॅमबर्गर आणि व्यवसाय

संभाषणातील या मुद्द्याच्या संदर्भात मी सौम्यपणानं वागण्याची गरज असल्यामुळे मी स्पष्टीकरण देण्यासाठी 'मॅकडोनाल्ड्सच्या हॅमबर्गर'चं उदाहरण देतो. त्यांचं सगळं बोलणं ऐकून घेतल्यानंतर मी हळुवारपणे त्यांना विचारतो, 'तुम्ही वैयक्तिकरीत्या मॅकडोनाल्ड्सपेक्षा जास्त चांगला हॅमबर्गर तयार करू शकता का?'

आतापर्यंत मी नवीन उत्पादनाविषयी किंवा कल्पनेविषयी ज्या व्यक्तींशी बोललो त्या सगळ्यांनीच याचं उत्तर 'होय' असं दिलं आहे. ते सगळेच जण मॅकडोनाल्ड्सच्या हॅमबर्गरच्या तुलनेत अधिक चांगल्या दर्जाच्या हॅमबर्गरची तयारी करू शकतात, तो शिजवून तयार करू शकतात आणि जास्त चांगल्या प्रकारे तो वाढूही शकतात.

त्यानंतर मी त्यांना विचारतो, 'तुम्ही मॅकडोनाल्ड्सच्या यंत्रणेहून जास्त चांगल्या व्यावसायिक यंत्रणेची उभारणी करू शकता का?'

काही लोकांच्या लक्षात यातला फरक तत्काळ येतो आणि काहींच्या लक्षात तो येत नाही. अधिक चांगल्या बर्गरच्या कल्पनेवर लक्ष केंद्रित करून बसलेली व्यक्ती क्वाड्रंटच्या डाव्या बाजूला असते. व्यावसायिक यंत्रणेवर लक्ष केंद्रित करणारी व्यक्ती क्वाड्रंटच्या उजव्या बाजूला येते.

मॅकडोनाल्ड्सहून जास्त चांगले बर्गर तयार करणारे अब्जावधी लोक आहेत, त्याप्रमाणेच अतिश्रीमंत बहुराष्ट्रीय उद्योगांकडून देण्यात येणाऱ्या अगदी श्रेष्ठ मानल्या जाणाऱ्या उत्पादनाहून खूपच चांगली उत्पादनं किंवा सेवा देणारे भरपूर उद्योजक आहेत हे सांगण्याचे मी सर्वतोपरी प्रयत्न करतो; पण फक्त मॅकडोनाल्ड्सनंच अब्जावधी बर्गर पुरवण्याची यंत्रणा निर्माण केली आहे.

दुसरी बाजू पाहा

जर लोक सत्य पाहण्यास सुरुवात करणार असले, तर मी त्यांना असं सुचवतो की, त्यांनी मॅकडोनाल्ड्समध्ये जावं, बर्गर विकत घ्यावा आणि तिथे बसून बर्गर देत असलेल्या यंत्रणेवर नजर टाकावी. तिथे जाऊन बसा. कच्च्या बर्गरचा पुरवठा करत असलेल्या ट्रकची नोंद घ्या. डुक्करपालन करत असलेल्या कुरणाच्या मालकाची दखल घ्या. तसंच डुकरं विकत घेतलेल्यांचा आणि डुकरं विकत घेण्यास मदत करणाऱ्या टीव्ही जाहिरातींचीही दखल घ्या. 'हॅलो, वेलकम टू मॅकडोनाल्ड्स,' हेच शब्द प्रशिक्षित, तरुण अननुभवी लोकांपासून मॅकडोनाल्ड्सच्या फ्रँचायझीकडे सजावट करणाऱ्या व्यक्तीपर्यंत, बेकऱ्यांच्या स्थानिक अधिकाऱ्यांपर्यंत सगळेच जण बोलत असल्याचं लक्षात घ्या. बेकऱ्यांमध्ये जगभर सर्वत्र अगदी लक्षावधी पाऊंडांचे त्याच चवीचे फ्रेंच फ्राईज आणि बन तयार केले जात असल्याचा विचार करा. वॉल स्ट्रीटवर मॅकडोनाल्ड्ससाठी निधी उभारणी करत असलेल्या स्टॉकब्रोकरना विचारात घ्या. जर या लोकांनी हे संपूर्ण चित्र लक्षात घेतलं तर त्यांना बी बाजूपासून आय बाजूकडे जाण्याची संधी दिसेल.

यातलं वास्तव असं आहे की, कोट्यवधी लोकांकडे सेवा किंवा उत्पादनांविषयीच्या अमर्याद नवीन कल्पना असतात. मात्र आपल्या कल्पनांच्या साहाय्यानं व्यवसायांच्या उत्तम यंत्रणांची उभारणी कशी करावी, हे फक्त थोड्याच लोकांना माहिती असतं.

बिल गेट्सनं महान उत्पादनाची उभारणी केली नव्हती. त्याने दुसऱ्या कोणाचं तरी उत्पादन विकत घेतलं आणि त्याच्याभोवती एका प्रभावशाली जागतिक यंत्रणेची उभारणी केली.

४. आय (गुंतवणूकदार)

गुंतवणूकदार पैशाच्या साहाय्यानं पैसा मिळवतात. त्यांचा पैसाच त्यांच्यासाठी काम करत असल्यामुळे त्यांना स्वतःला काम करावं लागत नाही.

आय कप्पा हे श्रीमंतांचं क्रीडांगण आहे. लोकांना जर कधी ना कधी श्रीमंत होण्याची आशा असेल, तर ते कोणत्या कप्प्यातून पैसा मिळवतात, याला काहीच महत्त्व नसतं, कारण अखेरीस श्रीमंत होण्यासाठी त्यांना आय कप्प्यातच यावं लागतं. आय कप्प्यातच पैशाचं संपत्तीत रूपांतर होतं.

कॅशफ्लो क्वाड्रंट

कॅशफ्लो क्वाड्रंट फक्त पैसा कसा मिळवला जातो यातले फरक स्पष्ट करतो म्हणजे पैसा ई (कर्मचारी), एस (स्वयंरोजगारित), बी (व्यवसायाचा मालक) की आय (गुंतवणूकदार) यांच्यापैकी कुठल्या कप्प्यातून मिळवला जातो, यामधले फरक स्पष्ट करतो.

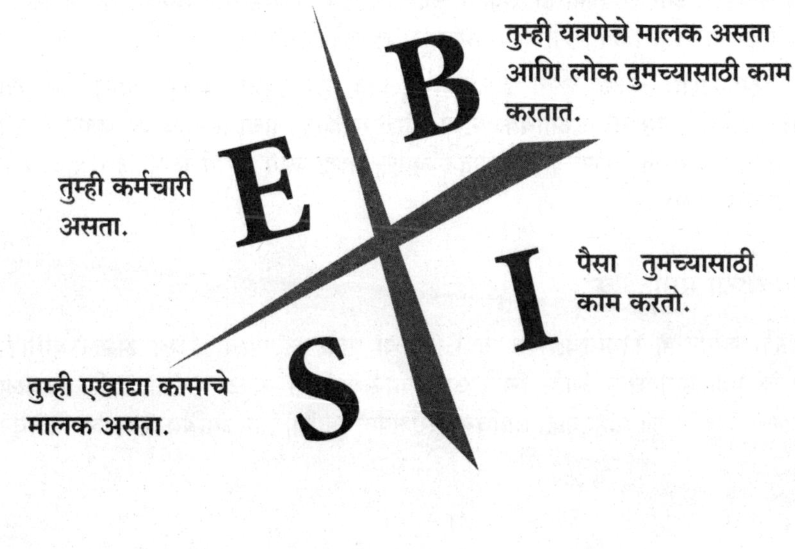

ओपीटी आणि ओपीएम

आपल्यापैकी बहुतेकांनी प्रचंड श्रीमंत होण्याच्या आणि संपत्ती कमावण्याच्या गुपितांविषयी ऐकलेलं असतं. ही गुपितं अशी आहेत :

- ओपीटी – इतर लोकांचा वेळ (अदर पीपल्स टाइम)
- ओपीएम – इतर लोकांचा पैसा (अदर पीपल्स मनी)

बी आणि आय कप्प्यांमध्ये ओपीटी आणि ओपीएम या गोष्टींचा वापर केला जातो. यांपैकी बहुतेक भागात ई आणि एस कप्प्यांमध्ये काम करणारे लोक हेच – ते इतर लोक किंवा ओपी (अदर पीपल) असतात. त्यांच्या वेळेचा आणि पैशांचा वापर केला जातो.

किमनं आणि मी एस प्रकारच्या व्यवसायाऐवजी बी प्रकारच्या व्यवसायाची उभारणी करण्यासाठी वेळ काढला होता, त्यामागे हेच मूलभूत कारण होतं. आम्हाला इतर लोकांचा वेळ वापरण्याचा दीर्घकालीन लाभ माहिती होता. यशस्वी एस असल्याचा एक तोटा असा असतो की, त्यासाठी तुम्हाला कठोर परिश्रम करावेच लागतात. दुसऱ्या शब्दांत चांगलं काम हे अधिक कठोर परिश्रमांतून आणि जास्त दीर्घकालीन कामातूनच निर्माण होतं.

बी प्रकारच्या व्यवसायाची उभारणी करताना यशाचा अर्थ फक्त यंत्रणांमध्ये वाढ करणं आणि जास्त लोकांना कामावर ठेवणं असा होतो. दुसऱ्या शब्दांत, तुम्ही कमी काम करता आणि तुमच्या मोकळ्या वेळाचा जास्तीत जास्त आनंद घेता.

या पुस्तकाच्या उर्वरित भागात *कॅशफ्लो क्वाड्रंटच्या* उजव्या बाजूसाठी आवश्यक असलेली कौशल्यं आणि मनोरचना सांगितल्या जाणार आहेत. उजव्या बाजूला यशस्वी होण्यासाठी वेगळ्या प्रकारची मनोरचना आणि वेगळ्या प्रकारची तांत्रिक कौशल्यं लागतात असा माझा अनुभव आहे. जर लोक हे बदल करण्याइतके लवचीक असले तर मला वाटतं की, त्यांना खूप मोठी आर्थिक सुरक्षितता किंवा आर्थिक स्वातंत्र्य मिळवण्याची प्रक्रिया सहज सापडेल. इतर लोकांना ही प्रक्रिया कदाचित खूप अवघड वाटू शकेल, कारण अनेक लोक एका कप्प्यात किंवा मनोरचनेत अडकून पडलेले असतात.

किमानपक्षी, काही लोक इतरांच्या तुलनेत कमी काम करून जास्त पैसे का कमावतात, कमी कर भरून आर्थिकदृष्ट्या जास्त सुरक्षितपणाचा अनुभव का घेतात हे तरी तुमच्या लक्षात येईल. कोणत्या कप्प्यातून आणि केव्हा काम करावं हे समजणं यावरच हे सारं अवलंबून असतं.

स्वातंत्र्याचा मार्गदर्शक

कॅशफ्लो क्वाड्रंट हा नियमांचा संच नाही. त्याचा वापर करण्याची इच्छा असलेल्यांसाठी तो फक्त एक मार्गदर्शक आहे. त्याने आर्थिक संघर्षाच्या काळात मला आणि किमला मार्गदर्शन केलं आणि पहिल्यांदा आर्थिक सुरक्षितता आणि नंतर आर्थिक स्वातंत्र्य मिळवून दिलं.

श्रीमंत आणि इतर यांच्यातील फरक

काही वर्षांपूर्वी मी एक लेख वाचला होता. त्यात असं म्हटलं गेलं होतं की, श्रीमंत लोकांना त्यांच्या गुंतवणुकांमधून किंवा आय कप्प्यातून त्यांचं ७० टक्के उत्पन्न मिळतं आणि कामातून किंवा ई कप्प्यातून ३० टक्क्यांहून कमी उत्पन्न मिळतं. जर ते कर्मचारी असतील आणि अर्थातच ई कप्प्यात असतील तर ते त्यांच्या स्वतःच्या व्यवसायातील कर्मचारी असण्याची शक्यता असते. त्यांचं उत्पन्न पुढीलप्रमाणे दिसतं.

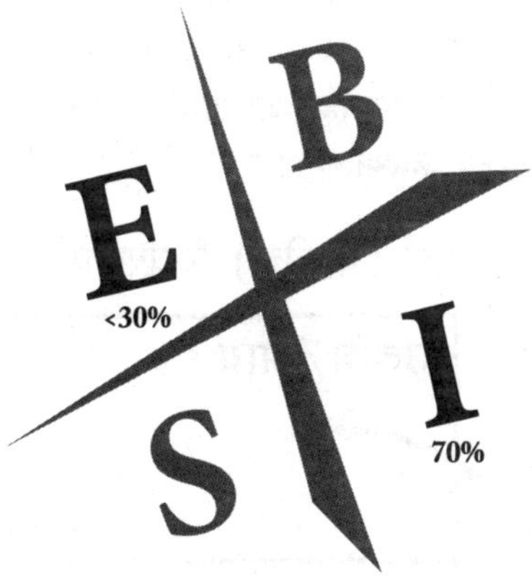

इतर प्रत्येकाचं म्हणजेच गरिबांचं आणि मध्यमवर्गीयांचं किमान ८० टक्के उत्पन्न त्यांच्या ई किंवा एस कप्प्यातील कामातून येतं आणि आय कप्प्यातील गुंतवणुकींमधून २० टक्क्यांहून कमी उत्पन्न येतं.

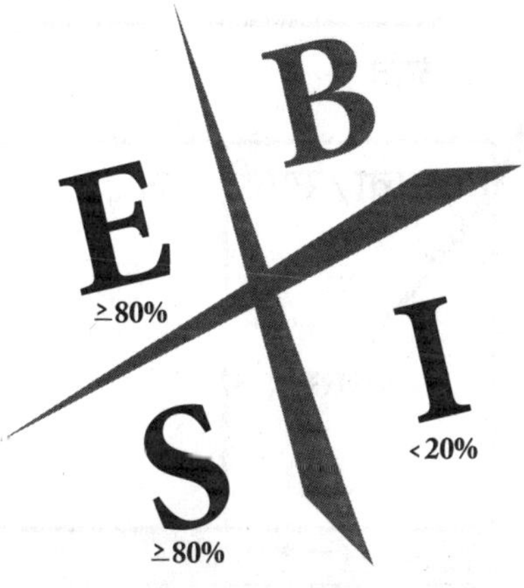

श्रीमंत असणं आणि सधन असणं यांमधील फरक

पहिल्या प्रकरणात मी असं लिहिलं आहे की, १९८९पर्यंत किम आणि मी लक्षाधीश झालो होतो; पण १९९४पर्यंत आम्ही आर्थिकदृष्ट्या स्वतंत्र झालो नव्हतो. श्रीमंत असणं आणि

सधन असणं यात फरक आहे. १९८९पर्यंत आमच्या व्यवसायातून आम्हाला भरपूर प्राप्ती होत होती. आम्ही जास्त कमवत होतो आणि कमी काम करत होतो, कारण आम्हाला जास्त शारीरिक श्रम करावे न लागताही व्यवसायाची यंत्रणा वाढत, मोठी होत चालली होती. बहुतेक लोक ज्याला आर्थिक यश म्हणतात ते आम्ही प्राप्त केलं होतं.

मात्र तरीही आम्हाला तोपर्यंत व्यवसायातून येणारा *कॅशफ्लो* हा अतिरिक्त *कॅशफ्लो* निर्माण करणाऱ्या जास्त भौतिक मालमत्तांकडे वळवावा लागत होता. आम्ही आमचा व्यवसाय वाढवला होता आणि त्याला यशस्वी केलं होतं. आता आमच्या मालमत्ता वाढवण्यावर लक्ष केंद्रित करण्याची वेळ आली होती. आमच्या सगळ्या मालमत्तांपासून मिळणारा *कॅशफ्लो* आमच्या उदरनिर्वाहाच्या खर्चाहून जास्त असावा इतपत आम्हाला आमच्या मालमत्ता वाढवायच्या होत्या.

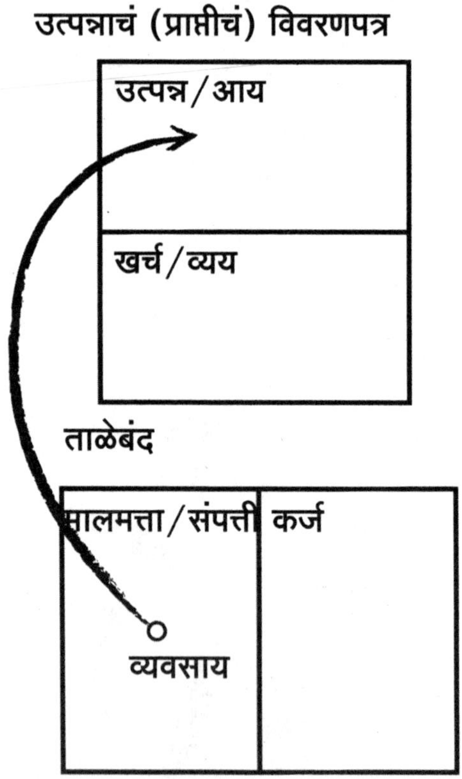

सन १९९४पर्यंत आमच्या सगळ्या मालमत्तांमधून आम्हाला मिळणारं निष्क्रिय उत्पन्न हे आमच्या खर्चांहून जास्त होतं. इथेच आम्ही श्रीमंत झालो होतो.

आमच्या व्यवसायाला मालमत्ता म्हटलं जात होतं, कारण त्यांच्यातून उत्पन्न मिळत होतं आणि आम्हाला फारसे शारीरिक श्रम करावे न लागताच त्यांचं कामकाज सुरू राहत होतं. आमच्याकडे रिअल इस्टेटसारख्या मूर्त स्वरूपातील भौतिक मालमत्ता होत्या आणि स्टॉक्स होते. याचा अर्थ आमच्याकडे संपत्ती आहे, असा आमच्या दृष्टीनं संपत्तीचा

अर्थ होता. या दोन्ही मालमत्ता आम्हाला आमच्या खर्चाहून जास्त निष्क्रिय उत्पन्न देऊ लागल्यावरच आम्ही सधन झाल्याचा दावा केला होता. आमच्या मालमत्तांच्या स्तंभांमधील भौतिक मालमत्तांमधून मिळणारं उत्पन्न आमच्या व्यवसायातून मिळणाऱ्या उत्पन्नाहून जास्त झाल्यावर आम्ही आमच्या भागीदाराला व्यवसाय विकून टाकला. आता आम्ही सधन होतो.

सधनपणाची व्याख्या

तुम्हाला (किंवा तुमच्या कुटुंबातील इतर कोणालाही) शारीरिकदृष्ट्या काम करावं न लागता तुम्ही तुमची जीवनशैली तशीच राखून किती दिवस राहू शकता हा दिवसांचा आकडा हीच तुमच्या सधनपणाची व्याख्या असते.

उदाहरणार्थ, जर तुमचा मासिक खर्च ५,००० डॉलर्स असेल आणि तुमच्याकडे २०,००० डॉलर्सची बचत असेल तर तुम्ही सुमारे चार महिने किंवा १२० दिवस सधन असता.

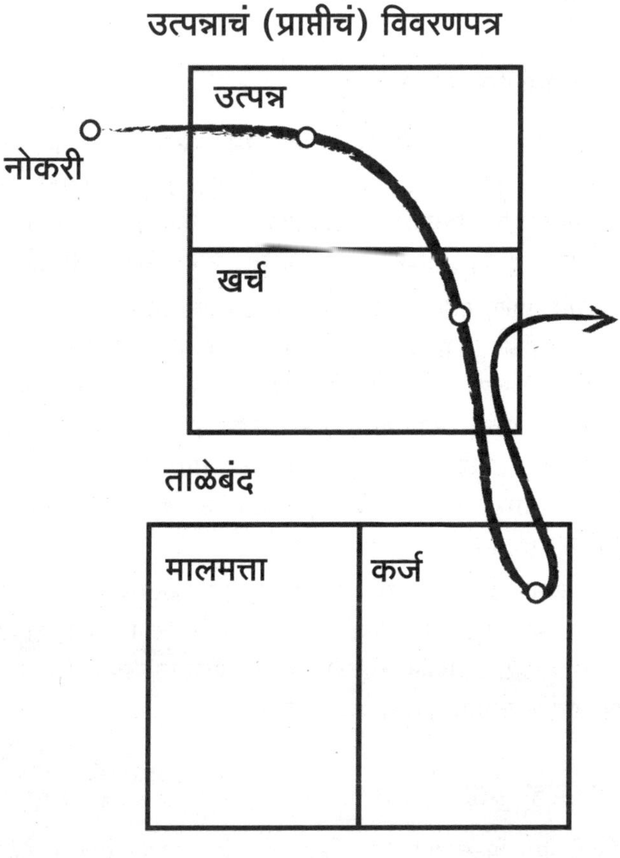

सन १९९४पर्यंत किम आणि मी अमर्याद सधन (मोठे आर्थिक बदल झाले नसते तर) होतो, कारण आमच्या गुंतवणुकीतून मिळणारं उत्पन्न हे आमच्या मासिक खर्चांहून कितीतरी पटींनी जास्त होतं.

अखेरीस, तुम्ही किती पैसा मिळवता याला फारसं महत्त्व नसतंच, तर तुम्ही किती पैसा ठेवता आणि तो पैसा तुमच्यासाठी किती काळापर्यंत काम करतो याला महत्त्व असतं. भरपूर पैसा असलेल्या अनेक लोकांना मी रोज भेटतो; पण त्यांचा सगळा पैसा खर्चाच्या खात्यात गेलेला असतो.

दर वेळी आणखी थोडासा जास्त पैसा मिळवला की ते खरेदीला जातात.

ते नेहमीच मोठं घर किंवा नवीन कार विकत घेतात, त्यामुळे ते दीर्घकालीन कर्जात बुडतात आणि त्यांना जास्त कठोर परिश्रम करावे लागतात, त्यामुळे मालमत्तेच्या स्तंभाखाली लिहिण्यासाठी त्यांच्याकडे काहीही उरलेलं नसतं. त्यांचा पैसा इतक्या जलद गतीनं खर्च होऊन जातो की, त्यांनी जणू काही एखादं आर्थिक रेचक घेतलं आहे की काय, असा विचार तुमच्या मनात आल्यावाचून राहत नाही. त्यांची कॅशफ्लो संरचना मागील आकृतीत दाखवल्याप्रमाणे दिसते.

लाल-रेषेवरचं आर्थिक उत्पन्न

कारच्या जगात 'इंजिनाला लाल-रेषेवर ठेवणं' असं म्हटलं जातं. लाल-रेषेवर ठेवणं याचा अर्थ इंजिनातील वाफ किंवा पेट्रोल नियंत्रक (थ्रॉटल) हा इंजिनाच्या आरपीएमला लाल-रेषेच्या (धोकादर्शक रेषेच्या) जवळ ठेवतो. ही धोकादर्शक-रेषा म्हणजे कारचा स्फोट न होता, कारचं इंजिन जितका कमाल वेग राखू शकतं तितका वेग होय.

अनेक श्रीमंत आणि गरीब लोक सातत्यानं आर्थिक धोकादर्शक-रेषेजवळ राहूनच सातत्यानं त्यांचे वैयक्तिक आर्थिक व्यवहार करत असतात. ते कितीही पैसा मिळवत असले तरी जितक्या गतीनं पैसा येतो, तितक्याच गतीनं ते तो खर्चही करत राहतात. धोकादर्शक रेषेजवळ तुमच्या कारच्या इंजिनला काम करायला लावण्यातील त्रासदायक गोष्ट अशी असते की, त्यामुळे त्या इंजिनाची कार्यशक्ती आणि पर्यायानं आयुष्य कमी होतं. तुमच्या आर्थिक उत्पन्नाच्या लाल-रेषेजवळ राहून सतत आर्थिक व्यवहार करत राहण्याच्या बाबतीतही हीच गोष्ट लागू होते.

डॉक्टर असलेले माझे अनेक मित्र असं सांगतात की, कठोर परिश्रम करत राहणं आणि कधीच पुरेसा पैसा नसल्यामुळे तणाव निर्माण होणं, हीच आजच्या काळातील मुख्य समस्या आहे. एका डॉक्टरनं असं सांगितलं की, ती ज्याला 'वॉलेटचा कर्करोग' असं म्हणते, तेच आरोग्य बिघडण्याचं सगळ्यात मोठं कारण असतं.

पैसाच पैसा कमवून देतो

लोकांनी ते किती पैसा मिळवतात याचा विचार न करता निदान थोडासा पैसा तरी आय कप्प्यात ठेवलाच पाहिजे. आय कप्पाच तुम्हाला जास्त पैसा मिळवून देतो. या कप्प्यात

तुमचा पैसा खडतर कष्ट करत असल्यामुळे तुम्हाला काम करण्याची गरज नाही, अशी यामागची कल्पना आहे. आय कप्पा तुमच्या आर्थिक आरोग्यासाठी महत्त्वाचा असला तरी गुंतवणुकीच्या इतर प्रकारांचा उल्लेख करणंही तितकंच महत्त्वाचं आहे.

गुंतवणुकीचे इतर प्रकार

लोक त्यांच्या शिक्षणात गुंतवणूक करतात. पारंपरिक शिक्षण महत्त्वाचं असतं. तुमच्याकडे जितकं जास्त शिक्षण असेल तितक्या तुमच्या व्यवसायाच्या निवडीनुसार तुम्ही जास्त पैसा मिळवण्याच्या जास्त शक्यता असतात. सर्वसामान्य व्यक्ती ४० वर्षं किंवा त्याहूनही जास्त काळ सक्रियपणे काम करण्यात घालवते, त्यामुळे महाविद्यालयीन किंवा इतर प्रकारच्या उच्च शिक्षणात केलेली गुंतवणूक ही चांगली गुंतवणूक असते.

मालकाला तुमची निष्ठा आणि शक्य तितके कष्ट देणं ही दुसऱ्या प्रकारची गुंतवणूक असते. त्याच्या बदल्यात कंत्राटाच्या माध्यमातून कर्मचाऱ्याला आयुष्यभरासाठी निवृत्तिवेतन दिलं जातं. औद्योगिक युगात हा गुंतवणुकीचा प्रकार लोकप्रिय होता. मात्र माहितीच्या युगात तो आता जवळजवळ हद्दपार झाला आहे आणि कालबाह्य ठरला आहे.

इतर लोक मोठी कुटुंबं तयार करण्यात गुंतवणूक करतात. त्याबदल्यात वार्धक्यात त्यांची मुलं त्यांची काळजी घेतात. या प्रकारची गुंतवणूक हा भूतकालीन निकष होता. मात्र आता सध्याच्या काळातील आर्थिक तंगीमुळे कुटुंबांसाठी पालकांचा उदरनिर्वाह आणि वैद्यकीय खर्च करणं ही गोष्ट जास्त अवघड होत चालली आहे.

सोशल सिक्युरिटी आणि मेडिकेअर यांसारख्या निवृत्तिविषयक सरकारी कार्यक्रमांसाठी कर्मचाऱ्याच्या वेतनचिठ्ठीतून काही प्रमाणात पैशांची कपात केली जाते. गुंतवणुकीचे हे कायद्यानं बंधनकारक असलेले प्रकार आहेत. लोकसंख्येत आणि इतर गोष्टींच्या दरात झालेल्या प्रचंड वाढीमुळे गुंतवणुकीचा हा प्रकार त्याने दिलेल्या अनेक वचनांची पूर्तता बहुधा करू शकणार नाही.

याखेरीज निवृत्तीसाठी स्वतंत्र गुंतवणूक पर्याय आहेत. त्यांना वैयक्तिक निवृत्तिवेतन योजना असं म्हटलं जातं. सहसा नेहमीच सरकारकडून मालकाला आणि कर्मचाऱ्यांनाही अशा योजनांमध्ये सहभागी झाल्यास करसवलत दिली जाते. ४०१ (के) ही अमेरिकेतील अशा प्रकारची एक लोकप्रिय निवृत्तिवेतन योजना आहे. ऑस्ट्रेलियासारख्या देशांमध्ये या योजनांना 'सुपरॲन्युएशन' योजना असं म्हटलं जातं.

गुंतवणुकींमधून मिळणारं उत्पन्न

वर उल्लेख केलेले सगळे प्रकार हे गुंतवणुकीचे प्रकार असले तरीही आय कप्पा तुम्ही काम करत असलेल्या कालखंडाच्या दरम्यान – सातत्यपूर्ण उत्पन्न मिळवून देणाऱ्या गुंतवणुकींवर लक्ष केंद्रित करतो म्हणून आय कप्प्यातून काम करण्यास पात्र ठरण्याकरिता इतर सर्व कप्प्यांमध्ये वापरल्या जाणाऱ्या निकषांसारखेच निकष वापरा. तुम्हाला आय कप्प्यातून उत्पन्न मिळत आहे का? दुसऱ्या शब्दांत, तुमचा पैसा तुमच्यासाठी काम करत आहे का?

गुंतवणूक म्हणून घर खरेदी करणाऱ्या आणि ते भाड्यानं देणाऱ्या व्यक्तीचा विचार करू या. जर त्याला मिळत असलेलं भाडं तो त्या मालमत्तेसाठी करत असलेल्या खर्चाहून जास्त असेल तर ते उत्पन्न आय कप्प्यात येतं. ज्या लोकांना बचतींमधून व्याज मिळतं किंवा स्टॉक्सवरचा आणि रोख्यांवरचा लाभांश मिळतो, त्यांच्या बाबतीतही ही गोष्ट खरी असते. म्हणून आय कप्प्यात काम करावं न लागता तुम्ही त्या कप्प्यातून किती उत्पन्न मिळवता त्यावर आय कप्प्यात असण्यास तुम्ही पात्र ठरता.

माझं निवृत्तिवेतन खातं हा गुंतवणुकीचा प्रकार आहे का?

निवृत्तिवेतन खात्यात नियमितपणे पैसा ठेवत राहणं हा ई कप्प्यातील कर्मचारी करत असलेला गुंतवणुकीचा प्रकार असतो. या निवृत्तिवेतन योजना जोखीमरहित नसतात आणि ज्या वेळी त्या कामगिरी करतात, त्या वेळीही त्यांचा परताव्याचा दर तुम्हाला कधीच आर्थिकदृष्ट्या मुक्त किंवा स्वतंत्र करत नाही. आपल्यापैकी बहुतेक लोकांना कामाची वर्षं संपल्यानंतर गुंतवणूकदार होण्याची इच्छा होते; परंतु या पुस्तकाचा विचार करता, ज्या व्यक्तींचं उत्पन्न हे त्यांनी त्यांच्या काम करण्याच्या वर्षांमध्ये केलेल्या गुंतवणुकांमधून येतं त्यांचं आय कप्पा प्रतिनिधित्व करतो. प्रत्यक्षात बहुतेक लोक निवृत्तिवेतन खात्यात पैशांची गुंतवणूक करत नाहीत. त्याऐवजी ते निवृत्तिवेतन खात्यात जितकी रक्कम जमा करत असतात, त्याहून जास्त रक्कम आपल्याला निवृत्तीनंतर मिळेल असा विचार ते करतात म्हणजेच त्यांच्या निवृत्तिवेतन खात्यात ते गुंतवणूक नव्हे, तर पैशांची बचत करतात.

आपल्या निवृत्तिवेतन खात्यांमध्ये पैशांची बचत करणारे लोक आणि उत्पन्न म्हणून अधिक पैसा मिळवण्यासाठी गुंतवणुकीद्वारे त्यांच्या पैशाचा सक्रिय वापर करणारे लोक यांच्यात फरक असतो.

स्टॉकब्रोकर हे गुंतवणूकदार असतात का?

गुंतवणुकीच्या जगातील कित्येक आर्थिक सल्लागार हे तसं पाहता, आय कप्प्यातून त्यांचं खरोखरचं उत्पन्न मिळवणारे लोक नसतात.

उदाहरणार्थ, बहुतेक स्टॉकब्रोकर, रिअल इस्टेट एजंट, आर्थिक सल्लागार, बँकर आणि लेखापाल हे प्रामुख्यानं ई किंवा एस कप्प्यातील असतात. दुसऱ्या शब्दांत, त्यांचं उत्पन्न त्यांच्या व्यावसायिक कामातून येतं, ते त्यांच्या मालकीच्या मालमत्तांमधून येतंच असं नाही.

माझे काही मित्र स्टॉक ब्रोकर आहेत. ते कमी दरानं स्टॉक खरेदी करतात आणि जास्त दरानं विकण्याची आशा बाळगतात. प्रत्यक्षात ट्रेडिंग हा त्यांचा व्यवसाय असतो. किरकोळ किराणा मालाचं दुकान मालकीचं असलेल्या आणि ठोक स्वरूपात मालाची खरेदी करून किरकोळ विक्री करणाऱ्या दुकानदारासारखंच हे असतं. त्यांना पैसा कमावण्यासाठी शारीरिक श्रम करावेच लागतात, त्यामुळे असे लोक आय कप्प्याऐवजी एस कप्प्यात अगदी चपखल बसतात.

हे सगळे लोक गुंतवणूकदार असू शकतात का? याचं उत्तर 'होय' असं आहे; पण कमिशनच्या माध्यमातून पैसे कमावणारी, प्रती तास दरानं सल्ला विकणारी किंवा एखाद्या वस्तूची किंवा शेअरची कमी दरानं खरेदी करून जास्त दरानं विक्री करणारी व्यक्ती आणि चांगल्या गुंतवणुकी शोधून किंवा निर्माण करून पैसे कमावणारी व्यक्ती यांच्यातील फरक माहिती असणं महत्त्वाचं आहे.

तुमचे सल्लागार किती चांगले आहेत हे जाणून घेण्याचा एक मार्ग असतो. त्यांच्या उत्पन्नापैकी किती टक्के उत्पन्न कमिशनमधून किंवा फीमधून येतं आणि त्यांच्या गुंतवणुकींमधून किंवा त्यांच्या मालकीच्या इतर व्यवसायांतून किती टक्के उत्पन्न येतं ते त्यांना विचारा.

माझे अनेक सी.पी.ए. मित्र ग्राहकांच्या गोपनीयतेचा भंग न करता मला सांगतात की, अनेक व्यावसायिक गुंतवणूकदार सल्लागारांकडे गुंतवणुकीतून मिळणारं उत्पन्न अल्प असतं. दुसऱ्या शब्दांत 'ते इतरांना जो उपदेश करतात, त्यासारखं त्यांचं स्वतःचं आचरण नसतं.'

आय कप्प्यातील उत्पन्नाचे फायदे

म्हणून आय कप्प्यातून पैसा कमावणारे लोक हे पैसा कमवण्यासाठी त्यांच्या पैशांचा वापर करण्यावर लक्ष केंद्रित करतात. या कप्प्यातील लोक आणि इतर लोक यांच्यामध्ये हा मोठा फरक असतो. जर हे करण्यात ते चांगले असतील तर ते त्या पैशाला त्यांच्यासाठी आणि त्यांच्या कुटुंबासाठी शेकडो वर्षं कामाला लावू शकतात.

याखेरीज सकाळी उठून कामावर जाण्याची गरज नसण्याचा आणि पैशातून पैसा कसा तयार करावा हे माहिती असण्याचा एक स्पष्ट फायदा असा असतो की, पैशासाठी काम करावंच लागणाऱ्या लोकांना अनेक करलाभ किंवा करसवलती उपलब्ध नसतात.

श्रीमंत जास्त श्रीमंत होतात त्यामागचं एक कारण असं असतं की, ते कोट्यवधी डॉलर्स कमावू शकतात आणि त्या पैशांवरचा कर अल्प प्रमाणात भरू शकतात किंवा अजिबातच भरत नाहीत. कारण ते प्राप्तीच्या स्तंभातील नव्हे, तर मालमत्तेच्या स्तंभातील पैसा मिळवतात. ते कर्मचारी म्हणून नव्हे, तर गुंतवणूकदार म्हणून पैसा कमावतात.

पैशासाठी काम करणाऱ्या लोकांवर नेहमीच गुंतवणूकदारांच्या तुलनेत उच्चतर दरानं कर आकारला जातो आणि त्यांचे कर त्यांच्या वेतनातून कापून घेतले जातात. त्यानंतर त्यांच्या त्या उत्पन्नाचा एखादा अंशही कधीच त्यांच्या दृष्टीस पडत नाही.

जास्त लोक गुंतवणूकदार का नसतात?

कमी काम करणारे, जास्त पैसा कमावणारे आणि कमी कर भरणारे लोक आय कप्प्यात असतात. अनेक लोक स्वतःचे व्यवसाय का उभे करत नाहीत, त्यामागचं कारण हेच जास्त लोक गुंतवणूकदार का नसतात, यामागचंही कारण असतं. या कारणाचा सारांश एका शब्दांत सांगता येईल. तो शब्द आहे : जोखीम.

अनेक लोकांना आपला कष्टानं कमावलेला पैसा कदाचित परत न येण्याची शक्यता असताना तो दुसऱ्यांच्या हातात सोपवण्याची कल्पना आवडत नाही. अनेक लोक पैसा

गमावण्याच्या कल्पनेनं इतके घाबरतात की, ते गुंतवणूक न करण्याच्या मार्गाची निवड करतात. त्या बदल्यात त्यांना कितीही कमी पैसा मिळाला तरी त्यांना त्याची फिकीर वाटत नाही.

हॉलिवूडच्या एका प्रसिद्ध व्यक्तीनं एकदा असं म्हटलं होतं की : 'मला गुंतवणुकीवरच्या परताव्याची काळजी वाटत नाही. मला गुंतवणूक परत मिळेल की नाही याचीच चिंता वाटते.'

पैसा गमावण्याविषयीच्या या भीतीचा मुद्दा लक्षात घेता, गुंतवणूकदारांची चार व्यापक वर्गांमध्ये वर्गवारी करता येते.

१. जोखीम टाळणारे आणि सुरक्षितपणे पैसा हाताळणारे, इतर काहीही न करता बँकेत पैसा ठेवणारे लोक.
२. गुंतवणुकीचं काम दुसऱ्या लोकांवर सोपवणारे लोक. असे लोक आर्थिक सल्लागारावर किंवा म्युच्युअल फंडांच्या व्यवस्थापकावर हे काम सोपवतात.
३. जुगारी व्यक्ती किंवा सट्टेबाज
४. गुंतवणूकदार.

जुगारी व्यक्ती आणि गुंतवणूकदार यांच्यात एक साधा फरक असतो. सट्टेबाज किंवा जुगारी व्यक्तीसाठी गुंतवणूक हा नशिबाचा खेळ असतो. गुंतवणूकदारासाठी गुंतवणूक हा कौशल्याचा खेळ असतो. जे लोक गुंतवणूक करण्यासाठी आपला पैसा दुसऱ्या कोणाकडे तरी सोपवतात, त्यांच्या दृष्टीनं गुंतवणूक हा त्यांना शिकण्याची इच्छा नसलेला खेळ असतो. आर्थिक सल्लागाराची निवड काळजीपूर्वक करणं ही गोष्ट अशा लोकांच्या दृष्टीनं महत्त्वाची असते.

या पुस्तकात नंतर मी तुम्हाला गुंतवणूकदारांच्या पाच पातळ्यांची माहिती देणार आहे. त्यांच्यामुळे या विषयावर जास्त प्रकाश पडू शकेल.

जोखीम तत्त्वतः दूर करणं शक्य असतं

गुंतवणुकीविषयीची चांगली गोष्ट अशी आहे की, गुंतवणुकीतील जोखीम तत्त्वतः मोठ्या प्रमाणात कमी करणं किंवा ती अगदी पूर्णपणे दूर करणं शक्य असतं. शिवाय तुम्हाला हा खेळ माहिती असला तर असं करूनही तुम्हाला तुमच्या पैशापासून भरपूर उत्पन्न मिळवता येतं.

खऱ्या गुंतवणूकदाराला त्याचा किंवा तिचा पैसा झटपट परत हवा असतो. निवृत्तिवेतनाकरिता खातं काढलेल्या लोकांना पैसा मिळवण्यासाठी आणि खरं तर गुंतवलेला पैसा तरी निदान परत मिळेल का हे पाहण्यासाठी वर्षानुवर्षं वाट पाहावी लागते. व्यावसायिक गुंतवणूकदार आणि निवृत्तीनंतर पैसा मिळावा म्हणून पैसे बाजूला काढून ठेवत राहणाऱ्या व्यक्तीमधील हा मोठा फरक असतो.

पैसा गमावण्याच्या भीतीतूनच बहुतेक लोक सुरक्षिततेचा शोध घेतात, तरीही अनेक लोक विचार करतात तसा आय कप्पा फसवा किंवा धोकादायक नसतो. आय कप्पाही

इतर कप्प्यांसारखाच असतो. त्या कप्प्यातील लोकांकडेही त्यांची स्वतःची कौशल्यं आणि मनोरचना असते. आय कप्प्यात यशस्वी होण्यासाठी लागणारी कौशल्यं शिकण्यासाठी वेळ काढण्याची तुमची इच्छा असेल तर ती कौशल्यं शिकता येतात.

नवीन युगाची सुरुवात

सन १९८९मध्ये बर्लिनची भिंत पाडण्यात आली आणि त्याबरोबरच साम्यवादाचाही चुराडा झाला. माझ्या मते यातून औद्योगिक युगाचा अंत होऊन माहितीच्या युगाची सुरुवात झाल्याचं सूचित झालं.

औद्योगिक युगातील निवृत्तिवेतन योजना आणि माहितीच्या युगातील निवृत्तिवेतन योजना यांच्यातील फरक

कोलंबसानं १४९२मध्ये प्रवास सुरू केला होता. साधारणपणे औद्योगिक युगाच्या सुरुवातीच्या दरम्यानच त्याने हे केलं होतं असं म्हणता येईल. १९८९मध्ये बर्लिनची भिंत पाडली गेली, ती या युगाचा अंत झाल्याच्या वेळची ठळक घटना होती असं म्हणता येईल. असं दिसून येतं की, आधुनिक इतिहासात काही कारणानं मोठमोठे विनाशक बदल घडून येतात. आपण आतासुद्धा (मूळ इंग्रजी पुस्तक लिहिल्याच्या वर्षी) अशाच एका आपत्तिकारक कालखंडात आहोत.

या बदलामुळे आधीच लाखो लोकांच्या आर्थिक सुरक्षिततेला धोका निर्माण झाला आहे. त्यांच्यापैकी अनेकांना अद्याप या बदलाच्या आर्थिक परिणामाची जाणीव नाही आणि त्यांच्यापैकी अनेकांना तो परवडणाराही नाही. औद्योगिक युगातील निवृत्तिवेतन योजना आणि माहितीच्या युगातील निवृत्तिवेतन योजना यांच्यातील फरकामध्ये हा बदल आढळून येतो.

मी लहान असताना माझ्या श्रीमंत वडिलांनी मला पैशाची जोखीम पत्करून गुंतवणूक करायला शिकवलं होतं. ते नेहमीच असं म्हणत की, 'तुला श्रीमंत व्हायचं असेल तर तू जोखमी कशा पत्कराव्यात ते शिकलंच पाहिजे. गुंतवणूकदार व्हायला शिक.'

घरी गेल्यानंतर माझ्या सुशिक्षित वडिलांना मी सांगितलं की, श्रीमंत वडिलांनी गुंतवणूक करायला आणि जोखमीचं व्यवस्थापन करायला शिकावं, असं सुचवलं आहे. माझ्या सुशिक्षित वडिलांनी उत्तर दिलं की, 'गुंतवणूक कशी करावी ते शिकण्याची मला गरज नाही. माझ्याकडे सरकारी निवृत्तिवेतन योजना आहे. शिवाय माझ्याकडे शिक्षक संघटनेचं निवृत्तिवेतन आणि सोशल सिक्युरिटीचे हमी असलेले लाभही आहेत. मग मी पैसे गुंतवण्याच्या जोखमी कशाला पत्करू?'

सरकारी कर्मचारी निवृत्तिवेतन आणि सोशल सिक्युरिटी यांसारख्या औद्योगिक युगातील निवृत्तिवेतन योजनांवर माझ्या सुशिक्षित वडिलांचा विश्वास होता. मी यू.एस. मरिन कॉर्प्समध्ये नोकरीसाठी रुजू झाल्याचा त्यांना आनंद झाला होता. व्हिएतनाममध्ये मला प्राण गमवावे लागतील याची काळजी वाटण्याऐवजी त्यांनी फक्त एवढंच म्हटलं होतं

की, 'तू या नोकरीत २० वर्षं राहा म्हणजे तुला आयुष्यभर निवृत्तिवेतन आणि वैद्यकीय लाभ मिळतील.'

या निवृत्तिवेतन योजना अद्यापही सुरू असल्या तरी त्या कालबाह्य ठरत आहेत. तुमच्या निवृत्तिवेतनासाठी आर्थिकदृष्ट्या कंपनी जबाबदार असल्याची कल्पना कालबाह्य झाली आहे. त्याप्रमाणेच निवृत्तिवेतन योजनांच्या माध्यमातून तुमच्या निवृत्तीनंतरच्या उर्वरित गरजांचा भार सरकार पेलणार असल्याची कल्पनाही जुनी आणि कालबाह्य आहे.

लोकांनी गुंतवणूकदार होण्याची गरज आहे

आपण निश्चित लाभ देणाऱ्या निवृत्तिवेतन योजनेपासून (किंवा मी जिला औद्योगिक युगातील निवृत्तिवेतन योजना म्हणतो त्या योजनेपासून) निश्चित - अंशदान निवृत्तिवेतन योजनांपर्यंत (किंवा माहितीच्या युगातील निवृत्तिवेतन योजनांपर्यंत) येतो त्या वेळी त्याचा परिणाम वेगळा असतो. आता एक व्यक्ती म्हणून तुमची आर्थिक जबाबदारी तुम्हाला स्वतःला पत्करावीच लागते. यातली आश्चर्याची बाब अशी आहे की, हा बदल फक्त थोड्याच लोकांच्या लक्षात आला आहे आणि त्याचे गुंतागुंतीचे परिणामही अतिशय थोड्या लोकांना समजले आहेत.

औद्योगिक युगातील निवृत्तिवेतन योजना

औद्योगिक युगात निश्चित लाभाची निवृत्तिवेतन योजना असणं याचा अर्थ असा होता की, कंपनी तुम्ही जिवंत असेपर्यंत तुम्हाला विशिष्ट रक्कम देण्याची हमी देत होती आणि सहसा हे निवृत्तिवेतन दर महिन्याला दिलं जात होतं. या योजनांमधून स्थिर उत्पन्न मिळण्याची हमी असल्यामुळे लोकांना सुरक्षितपणाची जाणीव होत होती.

माहितीच्या युगातील निवृत्तिवेतन योजना

त्यानंतर १९७४मध्ये एम्प्लॉयी रिटायरमेंट इनकम सिक्युरिटी ॲक्ट (एरिसा)मुळे या नियमात बदल झाला. अचानकच, तुमचे नोकरीतील कामाचे दिवस संपले की, कंपन्या तुमच्या निवृत्तिवेतनाचा आर्थिक भार उचलेनाशा झाल्या. त्याऐवजी मालक निश्चित-अंशदान निवृत्तिवेतन योजना देऊ करू लागले. 'निश्चित अंशदान' याचा अर्थ तुम्ही नोकरीत असताना तुम्ही आणि कंपनीनं जे अंशदान दिलं असेल तेवढंच तुम्हाला परत मिळू लागलं. दुसऱ्या शब्दांत, तुमचं निवृत्तिवेतन हे पूर्णपणे अंशदानावर अवलंबून राहू लागलं. जर तुम्ही आणि तुमच्या कंपनीनं त्यात पैसे घातले नसले, तर तुम्हाला निवृत्तीनंतर एकही पैसा परत मिळणार नाही.

यातली चांगली बातमी अशी आहे की, माहितीच्या युगात आयुर्मान वाढलं आहे. वाईट बातमी अशी आहे की, तुमचं निवृत्तिवेतन संपल्यानंतरही (म्हणजे मुळातच तुमच्याकडे अशी एखादी योजना असली तर) तुम्ही जीवित असू शकता.

जोखमीच्या निवृत्तिवेतन योजना

यांत अनेक लोकांना हे समजत नाही की, तुम्ही आणि तुमच्या मालकानं निवृत्तिवेतन योजनेत जी रक्कम टाकलेली असते, ती काढून घेण्याचा निर्णय तुम्ही घेतला की, जास्त काळ ती रक्कम पुरत नाही. कारण, ४०१ के आणि सुपरॲन्युएशनसारख्या योजना या शेअर बाजाराच्या शक्तींशी निगडित असतात. दुसऱ्या शब्दांत एके दिवशी तुमच्या खात्यात दहा लाख डॉलर्स असू शकतात; पण जर इतर प्रत्येक बाजाराप्रमाणेच कधी शेअर बाजार कोसळला तर तुमचे दहा लाख डॉलर निम्म्यावर येतात किंवा पूर्णपणे संपुष्टात येतात. निश्चित अंशदान योजनांबरोबर आयुष्यभरासाठी उत्पन्न मिळण्याची हमीही संपुष्टात आली आहे.

आज वयाच्या ६५व्या वर्षी निवृत्त होऊन निश्चित-अंशदान योजनेवर जगण्यास सुरुवात करणाऱ्या लोकांकडचे पैसे लवकरच संपतात. समजा, वयाच्या ७५ वर्षांपर्यंत ते पुरले तर मग नंतर या लोकांनी काय करायचं? त्यांच्या बायोडेटावरची धूळ साफ करत बसायचं?

मग सरकारच्या निश्चित-लाभ निवृत्तिवेतन योजनेविषयी काय? असो, तर अमेरिकेत सोशल सिक्युरिटी योजनेचं २०३७पर्यंत दिवाळं निघण्याची शक्यता आहे. मेडिकेअर २०१७पर्यंतच दिवाळखोरीत जाईल (हा इंग्रजी पुस्तक लिहिल्याच्या वेळी म्हणजे १९९८मध्ये व्यक्त करण्यात आलेला अंदाज होता). अगदी आजही सोशल सिक्युरिटी उत्पन्नाचा मार्ग म्हणून फारसं काही देत नाही. ज्या वेळी सात कोटी ७० लाख बेबी बूमर्सना त्यांनी या योजनेत टाकलेला पैसा परत हवा असेल आणि त्यांच्या हाती काहीच लागणार नाही त्या वेळी काय होईल?

सन १९९८मध्ये 'सोशल सिक्युरिटी वाचवा,' या अध्यक्ष क्लिंटन राष्ट्राध्यक्ष क्लिंटन यांनी केलेल्या लोकप्रिय घोषणेचं चांगलं स्वागत झालं. मात्र तरीही डेमॉक्रॅटिक पक्षाचे सेनेटर अर्नेस्ट होलिंग्ज यांनी या योजनेतील पैशाची लूट होत असल्याकडे लक्ष वेधलं होतं. त्यांनी म्हटलं होतं की, 'सोशल सिक्युरिटीची लूट थांबवणं हा तिला वाचवण्याचा पहिला मार्ग आहे, हे स्पष्ट आहे.' फेडरेशननं कित्येक दशकांपासून निवृत्तिवेतनाचा पैसा कर्जाऊ घेऊन इतर खर्च केले आहेत. सरकारनं संमत केलेल्या काही योजनांवर भ्रष्ट मार्गानं हा पैसा खर्च करण्यात आला आहे.

सोशल सिक्युरिटी ही मालमत्ता आहे आणि ती ट्रस्टमध्ये ठेवली पाहिजे, असा विचार करण्याऐवजी ही मालमत्ता म्हणजे आपलंच उत्पन्न आहे आणि ते खर्च करणं शक्य आहे, असा विचार अनेक राजकारणी करत असल्याचं दिसतं.

अनेक लोक सरकारकडे डोळे लावून बसले आहेत

मी पुस्तकं लिहितो आणि उत्पादनांची निर्मिती करतो. यात शैक्षणिक स्वरूपाच्या कॅशफ्लो बोर्ड गेमचा समावेश आहे. यामागचं कारण असं आहे की, आता औद्योगिक युग हा इतिहास झाला आहे आणि आपण माहितीच्या युगातील संधींसाठी स्वतःला सज्ज केलंच पाहिजे.

एक नागरिक म्हणून मला अशी चिंता वाटते की, माझ्या पिढीपासून पुढच्या पिढीपर्यंतच्या लोकांची औद्योगिक युगातील आणि माहितीच्या युगातील फरक हाताळण्यासाठीची योग्य तयारी झालेली नाही. आपल्या निवृत्तीनंतरच्या आयुष्यासाठी आपण आर्थिकदृष्ट्या कशी तयारी केली आहे, हा सध्याच्या चर्चेतील मुद्दा हे याचं उदाहरण आहे. 'शाळेत जा आणि सुरक्षित नोकरी मिळवा,' ही कल्पना १९३०च्या आधी जन्मलेल्या लोकांसाठी चांगली होती. आज नोकरी किंवा करिअरची तयारी करण्यासाठी प्रत्येकानं शाळेत जाण्याची गरज आहेच; पण त्याबरोबरच आपल्याला गुंतवणूक कशी करावी हे माहिती असण्याचीही गरज आहे आणि गुंतवणूक हा विषय शाळेत शिकवला जात नाही.

औद्योगिक युगानं निर्माण केलेल्या समस्यांपैकी एक समस्या अशी आहे की, खूपच लोक त्यांच्या वैयक्तिक समस्यांच्या सोडवणुकीसाठी सरकारवर अवलंबून आहेत. आज आपण त्याहूनही जास्त मोठ्या समस्यांना तोंड देत आहोत, कारण आपली वैयक्तिक आर्थिक जबाबदारीही आपण सरकारवर सोपवली आहे.

सन २०२०पर्यंत सुमारे २७ कोटी ५० लाख अमेरिकन लोक असतील आणि त्यांच्यापैकी १० कोटी लोक सरकारकडून पाठबळाची अपेक्षा बाळगणारे असतील, असा अंदाज आहे. यात संघराज्याचे कर्मचारी, लष्करातील निवृत्त लोक आणि सोशल सिक्युरिटीच्या आणि मेडिकेअरच्या पैशाची अपेक्षा ठेवणारे निवृत्त यांचा समावेश असेल. त्यांनी सरकारशी केलेल्या कराराच्या स्वरूपाचा विचार करता त्यांनी सरकारकडून पाठबळाची अपेक्षा ठेवणं अगदी योग्य आणि अचूक असेल, कारण कोणत्या ना कोणत्या प्रकारे त्यांच्यापैकी बहुतेकांनी त्यांच्या संपूर्ण नोकरीतील कालावधीत सरकारच्या त्या वचनामध्ये गुंतवणूक केलेली आहे. दुर्दैवानं, अनेक वर्षं अनेक वचनं देण्यात आली आहेत. आता त्यांची परतफेड करण्याची वेळ आली आहे; पण...

ती आर्थिक वचनं पाळली जातील असं मला वाटत नाही. या वचनांच्या पालनासाठी आपलं सरकार जर आणखी उच्चतर कर लादण्यास सुरुवात करू लागलं, तर ज्या लोकांना निसटून जाणं शक्य होईल, ते लोक कमी कर असलेल्या देशांमध्ये निसटून जातील. माहितीच्या युगात 'ऑफशोअर' या शब्दाचा अर्थ करविषयक स्वर्ग असलेला दुसरा देश असाच असला पाहिजे असं नाही. या शब्दाचा अर्थ 'सायबरस्पेस' असाही असू शकेल.

मोठा बदल अगदी नजीक ठेपला आहे

मला राष्ट्राध्यक्ष जॉन एफ. केनेडी यांचा एक इशारा आठवतो. त्यांनी म्हटलं होतं, 'मोठा बदल अगदी नजीक येऊन ठेपला आहे.' असो, तर तो बदल अगदी इथेच आपल्या समोर उभा ठाकला आहे.

गुंतवणूकदार नसताना गुंतवणूक करणं

निश्चित-लाभापासून निश्चित अंशदान निवृत्तिवेतन योजनांपर्यंतचा बदल झाल्यामुळे जगभरातील लाखो लोकांवर गुंतवणूकविषयक अल्प शिक्षण असताना गुंतवणूकदार

होण्याची सक्ती होत आहे. आर्थिक जोखमी टाळण्यात आपली आयुष्यं घालवलेल्या अनेक लोकांना आता त्या जोखमी पत्करणं भाग पडत आहे. साहजिकच, अनेक लोकांना आपण सुज्ञ गुंतवणूकदार आहोत की, निष्काळजी जुगारी आहोत याचा शोध ते निवृत्तीच्या जवळ पोहोचलेले असताना लागेल.

आज शेअर बाजाराला अनेक गोष्टींनी ऊर्जा प्राप्त होत आहे. गुंतवणूकदार नसलेले लोक गुंतवणूकदार होण्याचा प्रयत्न करत आहेत ही त्यांपैकी एक गोष्ट आहे. त्यांचा आर्थिक मार्ग पुढीलप्रमाणे दिसतो :

या लोकांपैकी बहुसंख्य लोक हे ई आणि एस कप्प्यांतील लोक असतात आणि स्वभावतः ते सुरक्षिततेला जास्त महत्त्व देणारे असतात म्हणूनच ते सुरक्षित नोकरी शोधतात किंवा ते नियंत्रण ठेवू शकत असलेले लहान व्यवसाय सुरू करतात. आपला नोकरीचा कालखंड संपला की, नंतरच्या आयुष्यातील आर्थिक सुरक्षिततेचा शोध घेण्याच्या आशेनं आज ते आय कप्प्याकडे स्थलांतरित होत आहेत. दुर्दैवानं, आय कप्पा या सुरक्षिततेच्या गुणधर्मासाठी ओळखला जात नाही. आय कप्पा हा जोखमीचा कप्पा आहे.

कॅशफ्लो क्वाड्रंटच्या डाव्या बाजूचे अनेक लोक सुरक्षिततेच्या शोधात असल्यामुळे शेअर बाजारही त्यांना त्याच प्रकारची प्रतिक्रिया देतो म्हणूनच पुढे दिलेले शब्द नेहमीच कानांवर पडतात :

१. वैविध्यकरण (डायव्हर्सिफिकेशन) :

सुरक्षितता शोधणारे लोक डायव्हर्सिफिकेशन या शब्दाचा खूपच मोठ्या प्रमाणात वापर करतात. का? कारण डायव्हर्सिफिकेशनची व्यूहरचना ही 'पैसा न गमावण्याची' गुंतवणूक व्यूहरचना आहे. ती 'जिंकण्याची' व्यूहरचना नाही.

यशस्वी किंवा श्रीमंत गुंतवणूकदार डायव्हर्सिफिकेशन करत नाहीत म्हणजेच वेगवेगळ्या क्षेत्रांतील कंपन्यांचे शेअर खरेदी करत नाहीत. ते प्रयत्नांवर लक्ष केंद्रित करतात.

वॉरन बफे हा बहुधा जगातील सर्वांत मोठा गुंतवणूकदार असावा. त्याने डायव्हर्सिफिकेशनच्या बाबतीत असं म्हटलं आहे की : 'आपण स्वीकारलेली व्यूहरचना प्रमाणित डायव्हर्सिफिकेशनविषयीच्या ठाम मतानुसार वागण्यास आपल्याला अटकाव करते म्हणूनच अनेक पंडित असं सांगतात की, जास्त पारंपरिक प्रकारचे गुंतवणूकदार जी व्यूहरचना वापरतात, त्याहून नेहमीच आपली व्यूहरचना जास्त जोखमीची असलीच पाहिजे आणि असतेच. आम्ही याच्याशी सहमत नाही. आमचा असा विश्वास आहे की, पोर्टफोलिओ अत्यंत सीमित ठेवण्याच्या धोरणामुळे जोखीम कमी होते. मात्र यासाठी शेअर खरेदी करण्याच्या आधी गुंतवणूकदारानं कंपनीच्या व्यवसायाविषयी बारकाईनं विचार केलेला असला पाहिजे आणि त्या व्यवसायाच्या आर्थिक गुणधर्मांसंदर्भात त्याला दिलासादायक गोष्टही जाणवली पाहिजे.'

दुसऱ्या शब्दांत वॉरन बफे असं सांगत आहे की, डायव्हर्सिफिकेशनऐवजी पोर्टफोलिओ सीमित ठेवणं किंवा थोड्याच गुंतवणुकांवर लक्ष केंद्रित करणं यासाठी तुम्ही जास्त हुशार असलं पाहिजे आणि तुमचे विचार जास्त गंभीर असले पाहिजेत व तुम्ही जास्त गांभीर्यानंच कृतीही केल्या पाहिजेत. त्याने या लेखात पुढे असं म्हटलं आहे की, सर्वसामान्य गुंतवणूकदार अस्थैर्य टाळतो, कारण त्याला अस्थैर्य जोखमीचं आणि धोकादायक असतं असं वाटतं. वॉरन बफे त्याऐवजी असं म्हणतो की, 'प्रत्यक्षात खरा गुंतवणूकदार अस्थैर्याचं स्वागत करतो.'

किम आणि मी आर्थिक संघर्षातून निसटून आर्थिक स्वातंत्र्याच्या दिशेनं निघालो होतो, त्या वेळी आम्ही डायव्हर्सिफिकेशन केलं नव्हतं. आम्ही मर्यादित क्षेत्रांमध्येच आमच्या गुंतवणुकी केल्या होत्या.

२. *ब्ल्यू चिप स्टॉक्स*

सुरक्षितपणाला महत्त्व देणारे गुंतवणूकदार सहसा नेहमीच ब्ल्यू चिप कंपन्यांचे शेअर्स खरेदी करतात. का? कारण या कंपन्या सुरक्षित असतात असं त्यांना वाटत असतं. ती कंपनी कदाचित जास्त सुरक्षित असू शकेलही; पण शेअर बाजार सुरक्षित नसतो. पूर्णपणे कोसळलेल्या बाजारात हे स्टॉक तुमच्या पैशाचं संरक्षण करू शकणार नाहीत.

३. *म्युच्युअल फंड*

गुंतवणुकीविषयी अल्प माहिती असलेल्या लोकांना आपला पैसा फंड व्यवस्थापकाच्या हाती सोपवणं अधिक सुरक्षित असल्यासारखं वाटतं, कारण तो व्यवस्थापक त्यांच्या स्वतःपेक्षा जास्त चांगलं काम करू शकेल असं त्यांना

वाटतं. ज्या लोकांना व्यावसायिक गुंतवणूकदार व्हायचं नसतं त्यांच्यासाठी ही व्यूहरचना हुशारीची असते; परंतु यातली समस्या अशी आहे की, ही व्यूहरचना कितीही हुशारीची असली तरीही त्याचा अर्थ म्युच्युअल फंड कमी जोखमीचे असतात असा होत नाही.

आज स्वभावतः सुरक्षिततेला महत्त्व देणाऱ्या लाखो लोकांनी बाजार भरलेला आहे; परंतु बदलत्या अर्थकारणामुळे त्यांना *कॅशफ्लो क्वाड्रंटच्या* डाव्या बाजूकडून उजव्या बाजूकडे जबरदस्तीनं ढकललं जात आहे आणि या उजव्या बाजूमध्ये सुरक्षिततेचा त्यांचा ब्रँड मुळातच अस्तित्वात नसतो. त्यामुळेच मला चिंता वाटते.

मोठ्या आर्थिक उलथापालथी होणार आहेत

सध्या मोठ्या आर्थिक उलथापालथीकरिता व्यासपीठ तयार झालं आहे. जुन्या युगाचा अंत होत असताना अशा आर्थिक उलथापालथी घडल्याचं नेहमीच दिसून येतं. प्रत्येक युगाच्या अंताच्या वेळी जे लोक भूतकालीन कल्पनांना चिकटून राहिलेले असतात त्यांच्या पुढे जाणारे लोक निर्माण होतात आणि पुढे जातात. आपल्या आर्थिक सुरक्षिततेची जबाबदारी मोठ्या कंपनीवर किंवा मोठ्या सरकारवर आहे असा अद्यापही ज्यांचा विश्वास आहे ते लोक आगामी काळात निराश होतील अशी मला भीती वाटते. या औद्योगिक युगातील कल्पना आहेत, माहितीच्या युगातील नव्हे.

कोणाकडेही भविष्य सांगण्यासाठी स्फटिकगोल नसतो. मी गुंतवणूकविषयक बातम्या देणाऱ्या सेवांचा ग्राहक आहे आणि ही प्रत्येक सेवा काहीतरी वेगळं सांगते. काही सेवा असं सांगतात की, नजीकचं भवितव्य उज्ज्वल आहे. काही असं सांगतात की बाजार कोसळणं आणि प्रचंड मंदीची लाट येणं या गोष्टी अगदी जवळ येऊन ठेपल्या आहेत. वस्तुनिष्ठ राहण्यासाठी मी दोन्ही बाजूंचं म्हणणं ऐकून घेतो, कारण दोन्ही बाजूंकडे ऐकण्यासारखे महत्त्वाचे मुद्दे असतात. मी भविष्यवेत्ता नाही आणि त्यामुळे भविष्याचा अंदाज बांधत नाही. त्याऐवजी मी बी आणि आय या दोन्ही कप्प्यांमधील शिक्षण घेऊन तिथे राहण्यावर आणि जे घडेल त्याला तोंड देण्यासाठी स्वतःला तयार करण्यावर काम करतो. अर्थकारण कुठल्याही दिशेनं गेलं तरी ज्याने अशी तयारी केली असेल, त्याचा उत्कर्ष होईल.

जर इतिहास हा काही ना काही सूचित करत असेल, तर ७५ वर्षांपर्यंत जगणाऱ्या व्यक्तीला त्याच्या किंवा तिच्या आयुष्याच्या कालावधीत एका मंदीला आणि दोन मोठ्या आर्थिक पिछेहाटींना तोंड द्यावं लागेल असा अंदाज बांधता येतो. माझ्या पालकांनी त्यांच्या काळातील मंदीला तोंड दिलं; परंतु बेबी बूमर्सनी अद्याप तिला तोंड दिलेलं नाही.

आज आपल्याला सर्वांनाच फक्त नोकरीतील सुरक्षिततेहून जास्त मोठ्या गोष्टीची चिंता करण्याची गरज आहे. मला असं वाटतं की, आपण आपल्या स्वतःच्या दीर्घकालीन आर्थिक सुरक्षिततेवर लक्ष केंद्रित केलंच पाहिजे आणि ही जबाबदारी कंपनीवर किंवा सरकारवर सोपवता कामा नये. ज्या वेळी तुमच्या निवृत्तीनंतरच्या आयुष्याला आपण जबाबदार नसल्याचं कंपन्यांनी सांगून टाकलं, त्याच वेळी अधिकृतरीत्या काळ बदलला

होता. एकदा या कंपन्या निश्चित-अंशदान निवृत्तिवेतन योजनेकडे वळल्यानंतर त्यांनी दिलेला संदेश असा होता की, आता तुमच्या निवृत्तिवेतनाकरिता गुंतवणूक करण्यासाठी तुम्ही स्वतःच जबाबदार आहात. आज आपण सगळ्यांनीच जास्त सुज्ञ गुंतवणूकदार होण्याची गरज आहे. आपल्याला सातत्यानं आर्थिक बाजारांच्या चढ-उतारांची माहिती असली पाहिजे. तुमचा पैसा तुमच्या वतीनं गुंतवण्यासाठी दुसऱ्या कोणाच्या तरी हातात देण्याऐवजी तुम्ही स्वतःच तो गुंतवायला शिकावं अशी मी तुम्हाला सूचना करतो. तुम्ही फक्त तुमचा पैसा म्युच्युअल फंडांकडे किंवा सल्लागाराकडे सुपुर्द केला तर त्या व्यक्तीनं चांगलं काम केलं आहे का ते शोधण्यासाठी तुम्हाला वयाच्या ६५ वर्षांपर्यंत थांबावं लागेल. जर त्यानं खराब काम केलं असेल तर तुम्हाला त्यानंतरच्या तुमच्या उर्वरित आयुष्यभर काम करत राहावं लागेल. गुंतवणूक करण्यास किंवा गुंतवणुकीविषयी शिकण्यास उशीर झाल्यामुळे लाखो लोकांना हे करावंच लागेल.

जोखमीचं व्यवस्थापन करण्यास शिका

कमी जोखीम पत्करावी लागावी आणि उच्च परतावे मिळावेत, यासाठी गुंतवणूक करणं शक्य आहे. त्यासाठी तुम्हाला फक्त ते कसं करायचं हे शिकावं लागेल. ही गोष्ट कठीण नाही. खरं तर ही गोष्ट सायकल चालवायला शिकण्यासारखीच आहे. सुरुवातीला तुम्ही पडता; पण थोड्या वेळानं हे पडणं थांबतं आणि मग गुंतवणूक करणं तुमच्या अंगवळणी पडतं. अगदी आपल्यापैकी बहुतेकांसाठी सायकल चालवणं हे नंतर जसं एक सहज काम असतं तशीच गुंतवणूकही सहजपणे केली जाते.

कॅशफ्लो क्वाड्रंटच्या डाव्या बाजूला असण्यातील समस्या अशी आहे की, बहुतेक लोक तिथे आर्थिक जोखीम टाळण्यासाठी राहतात. आर्थिक जोखीम टाळण्याऐवजी तुम्ही आर्थिक जोखमींचं व्यवस्थापन कसं करावं, त्यांना कसं हाताळावं ते शिकावं अशी मी तुम्हाला शिफारस करतो.

जोखीम पत्करा

जोखीम पत्करणारे लोक जगाला बदलतात. अगदी अत्यल्प लोकच आतापर्यंत जोखमी न पत्करता श्रीमंत झाले आहेत. आयुष्यातील जोखमी दूर करण्यासाठी नको इतक्या प्रमाणातील लोक सरकारवर अवलंबून राहिले आहेत. माहितीच्या युगाच्या प्रारंभानं लहान सरकारांच्या युगाचा संकेत दिला आहे, कारण अगदी मोकळेपणानं सांगायचं झालं तर मोठी सरकारं अतिशय महागडी, खर्चिक आहेत. तंत्रज्ञानात कुशल, शिक्षित गुंतवणूकदार होण्याऐवजी जगभरातील लाखो लोकांनी हक्क आणि आयुष्यभरासाठी निवृत्तिवेतन याविषयीच्या जुन्या कल्पना बाळगल्या. ही गोष्ट अगदीच अशक्य आहे. माहितीचं युग याचा अर्थ असा आहे की, आपण सगळ्यांनी जास्त स्वयंपूर्ण होण्याची गरज आहे. आपण वाढलं पाहिजे, विकसित झालं पाहिजे आणि आपल्या निवृत्तीनंतरच्या जीवनाच्या वैयक्तिक जबाबदाऱ्याही आपणच स्वीकारल्या पाहिजेत.

'भरपूर अभ्यास करा आणि सुरक्षित नोकरी मिळवा,' ही कल्पना औद्योगिक युगात उदयास आली होती; पण यापुढे आता आपण त्या युगात जगत नाही. काळ बदलत चालला आहे. यातली समस्या अशी आहे की, अनेक लोकांच्या कल्पना अद्याप बदललेल्या नाहीत. त्यांना अजूनही आपल्याला एखाद्या गोष्टीचा हक्क आहे असं वाटत आहे. अनेकांना अद्यापही असं वाटत आहे की, आय कप्पा ही त्यांची जबाबदारी नाही. नोकरी संपल्यानंतर सरकार, मोठे व्यवसाय, कामगार संघटना, त्यांचे म्युच्युअल फंड किंवा त्यांचे कुटुंबीय त्यांची काळजी घेतील. त्यांचं म्हणणं योग्य ठरावं, अशी मी आशा करतो; पण अशा व्यक्तींनी हे पुस्तक पुढे वाचण्याची गरज नाही.

ज्या व्यक्तींना डाव्या बाजूकडून उजव्या बाजूकडे जाण्याची इच्छा आहे; पण त्याची सुरुवात कुठून करावी हे माहिती नाही, अशांना मदत करण्यासाठी *कॅशफ्लो क्वाड्रंट* हे पुस्तक लिहिण्यात आलं आहे. योग्य कौशल्यांसह आणि निश्चयासह कोणीही ही वाटचाल करू शकतो.

जर तुम्हाला आधीच तुमचं आर्थिक स्वातंत्र्य मिळालं असेल तर मी तुम्हाला 'अभिनंदन,' असं म्हणेन. कृपा करून तुमच्या मार्गाविषयी इतरांनाही सांगा आणि जर इतरांना तुम्ही या संदर्भात मार्गदर्शन करावं असं वाटत असेल तर त्यांना मार्गदर्शनही करा. त्यांना शिकवा; पण त्यांना स्वतःलाच त्यांचा मार्ग शोधू द्या, कारण आर्थिक स्वातंत्र्याकडे नेणारे अनेक मार्ग आहेत.

तुम्ही काहीही ठरवलं तरी कृपया, एक गोष्ट लक्षात ठेवा : आर्थिक स्वातंत्र्य मोफत मिळत नाही. त्यासाठी किंमत चुकती करावी लागते. स्वातंत्र्यासाठी किंमत मोजावी लागते आणि माझ्या दृष्टीनं ती किंमत मोजणं योग्यच असतं. ते स्वातंत्र्य नक्कीच ती किंमत मोजण्याच्या पात्रतेचं असतं. यातलं मोठं रहस्य असं आहे की : आर्थिकदृष्ट्या स्वतंत्र होण्यासाठी ना पैसा लागत, ना चांगलं औपचारिक शिक्षण. आर्थिक स्वातंत्र्य जोखमीचं असण्याचीही गरज नसते. त्याऐवजी स्वातंत्र्याची किंमत ही त्या मार्गात येणाऱ्या स्वप्नांमध्ये, इच्छांमध्ये आणि नैराश्यावर मात करण्याच्या क्षमतेमध्ये मोजली जाते. तुम्हाला ती किंमत मोजण्याची इच्छा आहे का?

माझ्या एका वडिलांनी ती किंमत मोजली. दुसऱ्यांनी ती मोजली नाही; पण त्यांनी वेगळ्या प्रकारची किंमत चुकती केली.

बी कप्प्यातील प्रश्न

तुम्ही व्यवसायाचे खरे मालक आहात काय?

जर तुम्ही पुढील प्रश्नाचं उत्तर 'होय' असं दिलं तर तुम्ही खरोखरच व्यवसायाचे मालक आहात. हा प्रश्न असा आहे :

तुम्ही तुमचा व्यवसाय एखादं वर्ष किंवा त्याहून अधिक काळ सोडून दुसरीकडे जाऊ शकाल का आणि परत आल्यानंतर तुम्ही सोडून गेला होतात, त्या वेळच्या परिस्थितीचा विचार करता आता तुमचा व्यवसाय जास्त नफ्यात आणि जास्त चांगल्या पद्धतीनं सुरू असल्याचं पाहू शकाल का?

❍ होय

❍ नाही

प्रकरण तीन

लोक स्वातंत्र्यापेक्षाही सुरक्षिततेची निवड का करतात?

अनेक लोक नोकरीतील सुरक्षितता शोधतात, कारण घरात आणि शाळेत असं दोन्हीकडे त्यांना तेच शिकवलेलं असतं.

महाविद्यालयात जाऊन पदवी मिळव, असं माझ्या दोन्ही वडिलांनी मला असं सुचवलं होतं; परंतु पदवी मिळवल्यानंतर काय करावं याविषयीचा त्यांनी दिलेला सल्ला दोन भिन्न मार्गांनी जाण्याचा होता. माझ्या अतिशय उच्च शिक्षण घेतलेल्या वडिलांनी मला सातत्यानं असा सल्ला दिला होता की, 'शाळेत जा, चांगल्या ग्रेड मिळव आणि नंतर चांगली, सुरक्षित नोकरी मिळव.'

ते *कॅशफ्लो क्वाड्रंटच्या* डाव्या बाजूवर लक्ष केंद्रित करणारा जीवनमार्ग सुचवत होते. हा जीवनमार्ग असा दिसतो :

त्यांचे सल्ले वेगवेगळे होते, कारण एका वडिलांनी नोकरीतील सुरक्षिततेवर आणि दुसऱ्यांनी आर्थिक स्वातंत्र्यावर लक्ष केंद्रित केलं होतं.

लोक नोकरीतील सुरक्षिततेचा शोध का घेतात?

अनेक लोक नोकरीतील सुरक्षिततेच्या शोधात असतात, कारण त्यांना शाळेत आणि घरातही याच गोष्टीचा शोध घेण्यास शिकवलेलं असतं.

लाखो प्रौढ (सज्ञान तरुण) लोक अजूनही या सल्ल्याचं पालन करत आहेत. आपल्यापैकी अनेक लोकांची जडणघडण सुरुवातीपासूनच आर्थिक सुरक्षितता किंवा आर्थिक स्वातंत्र्य शोधण्याऐवजी नोकरीतील सुरक्षितता शोधण्याच्या दृष्टीनं अनुकूल अशीच झालेली असते. शिवाय आपल्यापैकी अनेकांना घरात किंवा शाळेत पैशाविषयी अत्यल्प प्रमाणात शिकवलं जातं किंवा काहीही शिकवलंच जात नाही, त्यामुळे साहजिकच आपण स्वातंत्र्य मिळवण्याचा प्रयत्न करण्याऐवजी नोकरीतील सुरक्षिततेच्या कल्पनेला चिकटून राहतो.

तुम्ही *कॅशफ्लो क्वाड्रंटवर* नजर टाकली तर तुमच्या लक्षात येईल की, डावी बाजू ही सुरक्षिततेच्या प्रेरणेतून तयार करण्यात आली आहे आणि उजवी बाजू ही स्वातंत्र्याच्या प्रेरणेतून तयार करण्यात आली आहे.

कर्जाचा सापळा

एकूण लोकसंख्येचा विचार करता, जवळजवळ ९० टक्के लोक डाव्या बाजूच्या कप्प्यांमधून काम करतात. याचं कारण असं आहे की, या बाजूविषयी त्यांना शाळेत शिकवलं जातं. ते शाळा किंवा महाविद्यालय सोडतात, त्या वेळी नेहमीच त्यांनी शिक्षणावर भरपूर खर्च केलेला असतो आणि कदाचित त्यासाठी कर्जही घेतलेलं असतं. याचा अर्थ आपली खर्चाची बिलं भरण्यासाठी त्यांना एक तर नोकरीला किंवा व्यावसायिक सुरक्षिततेला घट्ट चिकटून बसावंच लागतं.

आपल्या महाविद्यालयीन पदविकेबरोबर किंवा पदवीबरोबर महाविद्यालयीन शिक्षणाकरिता घेतलेल्या कर्जासह महाविद्यालयातून बाहेर पडणाऱ्या विद्यार्थ्यांना मी वरचेवर भेटतो. त्यांच्यापैकी अनेकांनी मला असं सांगितलं आहे की, त्यांच्या महाविद्यालयीन शिक्षणासाठी त्यांच्या डोक्यावर हजारो डॉलर्सचं कर्ज चढल्याचं पाहून त्यांना वाईट वाटलं नव्हतं. कारण जर पालकांनी त्यांच्या खिशातून हा खर्च केला असता तर त्यांचे पालक अनेक वर्षं आर्थिकदृष्ट्या नागवले गेले असते.

आज बहुतेक अमेरिकनांना ते शाळेत असतानाच क्रेडिट कार्ड मिळतं आणि त्यानंतर त्यांचं उर्वरित सगळं आयुष्य ते कर्जात राहतात. ते नेहमीच औद्योगिक युगात लोकप्रिय असलेल्या पटकथेनुसार वागत राहतात, त्यामुळे हे घडतं.

पटकथेचं पालन

सर्वसामान्य सुशिक्षित व्यक्तीच्या आयुष्याचा आपण मागोवा घेतला, तर त्यांची आर्थिक पटकथा अशा प्रकारची असते :

मूल शाळेत जातं. पदवीधर होतं. नोकरी शोधतं आणि लवकरच त्याच्याकडे खर्च करण्यासाठी थोडा पैसा येतो. प्रौढ, सज्ञान तरुणाला आता अपार्टमेंटचं भाडं भरणं, इलेक्ट्रॉनिक्सच्या वस्तू, नवीन कपडे, थोडं फर्निचर आणि अर्थातच कार खरेदी करणं परवडतं. लवकरच त्याला वेगवेगळी बिलं भरावी लागतात. एके दिवशी ती तरुण व्यक्ती एखाद्या खास व्यक्तीला भेटते आणि मग तिच्या मनात स्फुल्लिंग पेटतं. ते प्रेमात पडतात आणि लग्न करतात. काही काळ आयुष्य समाधानानं सुरू राहतं, कारण ते दोघंही आता एकाचं जागेचं भाडं भरून अतिशय स्वस्तातील जीवन जगत राहतात. त्यामुळे त्यांना काही डॉलर्सची बचत करून सगळ्याच तरुण जोडप्यांचं स्वप्न असलेलं स्वतःच घर विकत घेता येतं. त्यांना घर मिळतं. मग आपल्या बचतीतील पैशातून ते घरासाठी डाऊन पेमेंट भरतात. आता त्यांच्या डोक्यावर कर्ज येतं. कारण, त्यांच्याकडे नवीन घर असतं, त्यामुळे त्यांना नवीन फर्निचर हवं असतं. मग फर्निचरच्या दुकानांच्या मालकांचे जादुई शब्द त्यांना दिसू लागतात : 'डाऊन पेमेंट नाही, फक्त सुलभ मासिक हप्ते.'

आयुष्य विलक्षण असतं. मग त्यांच्या सगळ्या मित्र-मैत्रिणींना नवीन घर, नवीन कार, नवीन फर्निचर आणि नवीन गोष्टी दाखवण्यासाठी ते पार्टी देतात. ते आधीच गळ्यापर्यंतच्या कर्जात बुडालेले असतात. त्यानंतर पहिल्या मुलाचा जन्म होतो.

त्याला बालवाडीत सोडल्यानंतर सर्वसामान्य जोडप्याला आता आपलं नाक घासत कामावर जावंच लागतं. आता ते नोकरीच्या सुरक्षिततेच्या जाळ्यात अडकतात, कारण सर्वसामान्यपणे त्यांचं दिवाळं निघायला नको असेल तर ते जास्तीत जास्त तीन महिन्यांपर्यंतचा त्यांचा खर्च नोकरीशिवाय चालवू शकतात. हे लोक नेहमीच असं म्हणतात की, 'मला नोकरी सोडणं परवडणार नाही. माझी बिलं मला भरावी लागणार आहेत.'

यशाचा सापळा

माझ्या श्रीमंत वडिलांकडून मी खूप काही शिकलो, त्याचं एक कारण असं होतं की, त्यांच्याकडे मला शिकवण्यासाठी मोकळा वेळ होता. ते जसजसे जास्त श्रीमंत होत गेले, तसतसा त्यांच्याकडे जास्त मोकळा वेळ आणि जास्त पैसा येऊ लागला. त्यांचा व्यवसाय जास्त चांगला चालला होता; पण त्यांना कठोर परिश्रम करावे लागत नव्हते. त्यांच्या यंत्रणेचा विस्तार करण्यासाठी त्यांच्याकडे त्यांचा अध्यक्ष होता आणि काम करण्यासाठी ते जास्त लोकांना कामावर ठेवत होते. जर त्यांच्या गुंतवणुकांनी चांगलं काम केलं तर ते त्या पैशाची पुनर्गुंतवणूक करत होते आणि आणखी जास्त पैसा मिळवत होते. काम करण्याऐवजी त्यांनी त्यांच्या मुलाबरोबर आणि माझ्याबरोबर वेळ घालवला आणि व्यवसायात व गुंतवणुकीत ते करत असलेल्या प्रत्येक गोष्टी ते आम्हाला स्पष्ट करून सांगत राहिले. मी शाळेतील शिक्षणाच्या तुलनेत त्यांच्याकडूनच जास्त शिकत होतो. तुम्ही ज्या वेळी *कॅशफ्लो क्वाड्रंटच्या* बी आणि आय या उजव्या बाजूच्या कप्प्यांतून काम करू लागता त्या वेळी हेच घडतं.

माझे उच्चशिक्षित वडीलही कठोर परिश्रमांनी काम करत होते; पण त्यांनी डाव्या बाजूच्या कप्प्यातून कठोर परिश्रम केले होते. प्रचंड कष्ट केल्यामुळे त्यांना बढती मिळाली आणि त्यामुळे त्यांच्यावर आणखी जबाबदाऱ्या टाकण्यात आल्या. त्यामुळे साहजिकच त्यांच्या मुलांबरोबर घालवण्यासाठी त्यांच्याकडे असलेला वेळ कमी कमी होत गेला. ते सकाळी ७ वाजता कामावर जात आणि अनेक वेळा आम्हाला ते दिसतही नसत, कारण बहुतेक वेळा ते कामावरून परत येण्याच्या आधीच आम्ही झोपलेले असू. तुम्ही कठोर परिश्रम करता आणि ई किंवा एस कप्प्यांमध्ये यशस्वी होता, त्या वेळी हेच घडतं. यश तुम्हाला जास्त पैसा देत असलं तरीही कमीत कमी मोकळा वेळ देतं.

पैशाचा सापळा

बी आणि आय बाजूच्या यशासाठी पैशाविषयीच्या विशिष्ट प्रकारच्या माहितीची गरज असते. याला 'आर्थिक बुद्धिमत्ता' असं म्हटलं जातं. श्रीमंत वडिलांनी असं सांगितलं होतं की, तुम्ही किती पैसा कमावता यावरून तुमची आर्थिक बुद्धिमत्ता ठरत नाही, तर तुम्ही किती पैसा राखता किंवा बाजूला ठेवता, तुमचा पैसा तुमच्यासाठी किती कठोर परिश्रम करतो आणि तो तुम्ही किती पिढ्यांपर्यंत तसाच आपल्याजवळ ठेवू शकता यावरून तुमची आर्थिक बुद्धिमत्ता निश्चित होते.

उजव्या बाजूच्या यशासाठी आर्थिक बुद्धिमत्तेची गरज असते. जर लोकांकडे प्राथमिक आर्थिक बुद्धिमत्ता नसेल तर *कॅशफ्लो क्वाड्रंटच्या* उजव्या बाजूला तग धरून राहणं त्यांना अवघड जातं.

माझे श्रीमंत वडील पैसा आणि कामावरच्या लोकांना हाताळण्याच्या बाबतीत चांगले होते. त्यांना तसं वागावंच लागत होतं. ते पैशाची निर्मिती करण्यास, शक्य तितक्या सर्व प्रकारे काही लोकांना हाताळण्यास, त्यांचं व्यवस्थापन करण्यास, किमती कमी

ठेवण्यास आणि नफे उच्च ठेवण्यास जबाबदार होते. उजव्या बाजूला यशस्वी होण्यासाठी या कौशल्यांची गरज असते.

तुमचं घर ही तुमची मालमत्ता नसते, तर ते कर्ज असतं यावर माझ्या श्रीमंत वडिलांनी भर दिला होता. ते फक्त आकडेवारीवर नजर टाकून ही गोष्ट सिद्ध करून दाखवत. त्याउलट आपण पैशांचं आणि कामावरच्या लोकांचं व्यवस्थापन केलं होतं, असं माझ्या सुशिक्षित वडिलांना वाटत असलं तरी त्यांना ते करता आलं नव्हतं. शिक्षणाचे राज्य अधीक्षक म्हणून ते सरकारी अधिकारी होते. त्यांच्या हातात अब्जावधी डॉलर्सचा निधी होता आणि त्यांच्या हाताखाली हजारो कर्मचारी काम करत होते; पण तो त्यांनी निर्माण केलेला पैसा नव्हता. तो करदात्यांचा पैसा होता आणि तो सगळा खर्च करणं हे त्यांचं काम होतं. जर त्यांनी तो सगळा पैसा खर्च केला नसता तर सरकारनं पुढच्या वर्षी त्यांना कमी पैसा दिला असता म्हणून प्रत्येक आर्थिक वर्षाच्या अखेरीला त्यांच्या अंदाजपत्रकातील सगळी रक्कम खर्च करणं हे त्यांचं उद्दिष्ट होतं. याचा अर्थ पुढच्या वर्षीच्या अंदाजपत्रकाचं समर्थन करण्यासाठी त्यांना नेहमीच जास्त लोकांना कामावर घ्यावं लागत होतं. यातली गमतीची गोष्ट अशी होती की, ते जितके जास्त लोक कामावर ठेवत होते, तितक्या त्यांच्या समोरच्या अडचणी वाढत होत्या.

लहान असताना मी दोन्ही वडिलांचं निरीक्षण करत होतो आणि त्याच वेळी मला कोणत्या प्रकारचं आयुष्य हवं आहे, त्याविषयी मनातल्या मनात काही नोंदीही करून ठेवत होतो.

माझे सुशिक्षित वडील अगदी अधाशासारखे पुस्तकं वाचत असत, त्यामुळे ते शब्द-साक्षर होते; पण ते आर्थिकदृष्ट्या साक्षर नव्हते. कारण, त्यांना आर्थिक विवरणपत्रातील आकडेवारी वाचता येत नव्हती, त्यासाठी त्याना त्यांच्या बँकरचा आणि लेखापालाचा सल्ला घ्यावा लागत होता. ते दोघेही त्यांना असं सांगत होते की, त्यांचं घर ही त्यांची मालमत्ता होती आणि म्हणूनच त्यांची सगळ्यात मोठी गुंतवणूकही घरातच असली पाहिजे.

या आर्थिक सल्ल्यामुळे माझे सुशिक्षित वडील फक्त प्रचंड कष्टच उपसत राहिले नव्हते, तर ते जास्त कर्जातही बुडाले होते. दर वेळी त्यांना मिळालेल्या बढतीचा वापर त्यांनी जास्त कठीण परिश्रम करण्यासाठी केला होता. त्यांना वेतनवाढही मिळाली होती आणि प्रत्येक वेतनवाढीबरोबर ते आणखी वरच्या कर ब्रॅकेटमध्ये पोहोचत होते. १९६० आणि १९७०च्या दशकांमध्ये उच्च उत्पन्न मिळवणाऱ्या कर्मचाऱ्यांना अतिशय उच्च करही भरावा लागत होता, त्यामुळे त्यांचा लेखापाल आणि बँकर त्यांना जास्त मोठं घर घ्यायला सांगत होते, त्यामुळे घरापोटी भराव्या लागणाऱ्या हप्त्यामुळे त्यांचा कर कमी होत होता. ते जास्त पैसा कमावत होते; परंतु या सगळ्याचा परिणाम असा होत होता की, त्यांचे कर वाढले होते आणि त्यांचं कर्जही वाढलं होतं. ते जितके जास्त यशस्वी झाले तितके त्यांना अधिकाधिक खडतर कष्ट करावे लागले आणि आपल्या प्रेमाच्या माणसांबरोबर घालवण्यासाठी त्यांच्याकडे असलेला वेळ कमी-कमी होत गेला. लवकरच त्यांची सगळी मुलं मोठी होऊन आपापल्या कामात रमली आणि मग त्यांना फक्त त्यांची बिलं भरण्यासाठी काम करावं लागलं. मात्र त्यासाठीही त्यांना कठोर परिश्रम करत राहण्याचीच गरज होती.

त्यांना नेहमीच असं वाटत असे की, पुढच्या वेळी बढती आणि वेतनवाढ मिळाली की त्यांची समस्या सुटेल; परंतु त्यांना जितके जास्त पैसे मिळाले तितक्या त्यांच्या बाबतीत त्याच त्याच गोष्टी पुनःपुन्हा घडत गेल्या. ते जास्तीत जास्त कर्जात बुडत गेले आणि जास्त कर भरत राहिले.

घरात आणि कामाच्या ठिकाणी ते जितके जास्त थकून जाऊ लागले तितक्या जास्त प्रमाणात नोकरीतील सुरक्षिततेवरचं त्यांचं अवलंबित्वही वाढलं. जितक्या जास्त प्रमाणात भावनिकदृष्ट्याही ते त्यांच्या नोकरीवर आणि बिलं भरण्यासाठी वेतनचिठ्ठीवर अवलंबून राहिले, तितक्या जास्त प्रमाणात त्यांच्या मुलांना सुरक्षित नोकरी मिळवण्यासाठी ते प्रोत्साहन देत राहिले.

त्यांच्या मनात जितक्या जास्त प्रमाणात असुरक्षितता निर्माण झाली, तितक्या जास्त प्रमाणात ते सुरक्षिततेचा शोध घेत राहिले.

तुमचे सगळ्यात मोठे दोन खर्च

माझ्या वडिलांना आर्थिक विवरणपत्रं वाचता येत नसल्यामुळे, ते जितके जास्त यशस्वी होत गेले, तितके ते पैशाच्या सापळ्यात जास्तीत जास्त अडकत चालले होते हे त्यांना पाहता आलं नाही. लाखो कष्टाळू यशस्वी लोक ज्या पैशाच्या सापळ्यात अडकत असल्याचं मी पाहत आहे, तोच हाही पैशाचा सापळा होता.

अनेक लोक आर्थिकदृष्ट्या संघर्ष करतात, कारण दर वेळी त्यांनी जास्त पैसा मिळवला की ते सगळ्यात मोठ्या दोन खर्चांतही वाढ करतात. कर आणि कर्जावरचं व्याज हे ते मोठे खर्च असतात.

या सगळ्यावर कळस म्हणजे कर्जात जास्त खोलवर बुडलात, तर सरकारही तुम्हाला काही करसवलती देऊ करतं; पण यामुळे तुम्हाला थोडीशीही शंका येत नाही का?

माझ्या कष्टाळू, सुशिक्षित वडिलांच्या आयुष्याच्या अखेरीला त्यांच्याकडे पुढच्या पिढीला देण्यासाठी असलेले उरलेसुरले थोडेसे पैसेही सरकारनं प्रोबेट करांपोटी घेतले.

स्वातंत्र्याचा शोध

अनेक लोक स्वातंत्र्याचा आणि आनंदाचा शोध घेतात हे मला माहिती आहे; पण बहुतांश लोकांनी बी आणि आय कप्प्यांतून काम करण्यासाठी प्रशिक्षण घेतलेलं नसतं, ही यातली अडचण आहे. त्याऐवजी सुरक्षित नोकरीचा शोध घेण्यासाठी त्यांना प्रशिक्षित करण्यात आलेलं असतं. या प्रशिक्षणामुळे आणि त्यांच्या वाढत्या कर्जामुळे बहुतांश लोक *कॅशफ्लो क्वाड्रंटच्या* डाव्या बाजूच्या कप्प्यांमध्ये राहून त्यांचा आर्थिक स्वातंत्र्याचा शोध मर्यादित बनवतात. दुर्दैवानं, ई आणि एस कप्प्यात क्वचितच आर्थिक सुरक्षितता आणि आर्थिक स्वातंत्र्य या दोन्ही गोष्टी सापडतात. खरी सुरक्षितता आणि स्वातंत्र्य हे फक्त उजव्या बाजूच्या कप्प्यांमध्ये आढळतं.

स्वातंत्र्याच्या शोधात एका नोकरीतून दुसऱ्या नोकरीकडे जात राहणं

व्यक्तीच्या आयुष्याची संरचना पाहण्यासाठी किंवा तिचा मागोवा घेण्यासाठी *कॅशफ्लो क्वाड्रंटचा* उपयोग होऊ शकतो. अनेक लोक सुरक्षिततेच्या किंवा स्वातंत्र्याच्या शोधात आपलं आयुष्य घालवतात; पण अखेरीस त्याऐवजी एका नोकरीतून दुसऱ्या नोकरीकडे असे जाण्यातच ते त्यांचं आयुष्य घालवतात.

उदाहरणार्थ, हायस्कूलमध्ये असताना माझा एक मित्र होता. मला दर पाच वर्षांनी तो काही ना काही सांगत असे. आपल्याला हवी तशी अगदी परिपूर्ण नोकरी आणि आपल्या स्वप्नातील कंपनी मिळाल्याचं तो नेहमीच अगदी रोमहर्षित होऊन सांगत असे. त्याचं त्या कंपनीवर प्रेम असे. तो अतिशय उल्लसित होऊन रोमहर्षक गोष्टी करत असे. त्याला त्याचं काम आवडत असे, त्याच्याकडे एक महत्त्वाची घोषणा असे – मिळणारं वेतन भरपूर आहे, लोक उत्तम आहेत, लाभ भरपूर आहेत आणि त्याला बढती मिळण्याच्या शक्यताही भरपूर आहेत. त्यानंतर सुमारे साडेचार वर्षांचा काळ गेला की, तो पुन्हा एकदा मला काहीतरी सांगत असे. मात्र या वेळी तो असमाधानी असे. त्याच्या मते, तो काम करत असलेली कंपनी भ्रष्ट आणि अप्रामाणिक असे. ती तिच्या कर्मचाऱ्यांना आदरानं वागवत नसे. त्याला त्याच्या वरिष्ठाचा तिटकारा वाटत असे. बढतीसाठी त्याचा विचार झालेला नसे आणि ते त्याला पुरेशा प्रमाणात वेतन देत नसत. त्यानंतर सहा महिन्यांनी तो पुन्हा आनंदानं येत असे, कारण त्याला नवीन नोकरी मिळालेली असे. हे चक्र पुनःपुन्हा अव्याहतपणे सुरू राहिलं होतं.

त्याचा जीवनमार्ग हा आपलंच शेपूट पकडण्याचा प्रयत्न करत गोल गोल फिरत राहणाऱ्या कुत्र्यासारखा दिसतो. तो पुढीलप्रमाणे दाखवता येईल.

एका नोकरीवरून दुसऱ्या नोकरीकडे जाणं ही त्याच्या आयुष्याची संरचना आहे. तो हुशार, आकर्षक आणि देखणा आहे; परंतु आता त्याचं तारुण्य ओसरू लागलं आहे, वय होत चाललं आहे. पूर्वी त्याला मिळत असलेल्या नोकऱ्या आता त्याच्याहून जास्त तरुण मुलांना मिळत आहेत. त्याच्या खात्यात आता हजारात मोजता येण्याइतकेच डॉलर्स शिल्लक आहेत आणि त्याने निवृत्तीसाठी कसलीच तरतूद केलेली नाही. त्याच्याकडे एक घर आहे;

पण त्याच्यावर कधीही त्याची मालकी प्रस्थापित होऊ शकणार नाही. मुलांच्या खर्चासाठी द्यावयाचे पैसे आणि त्यानंतरचा त्यांचा महाविद्यालयीन ख़र्च त्याला करावा लागणार आहे. त्याचा लहान मुलगा ८ वर्षांचा आहे. तो त्याच्या आईच्या म्हणजे माझ्या मित्राच्या पूर्वाश्रमीच्या पत्नीच्या ताब्यात आहे. मोठा १४ वर्षांचा मुलगा त्याच्यासमवेत राहतो.

माझा मित्र मला नेहमीच असं सांगत असे की, 'मला काळजी करण्याचं काहीच कारण नाही. मी अजून तरुण आहे आणि माझ्याकडे वेळही आहे.'

पण आताही तो मला असंच म्हणेल का याविषयी माझ्या मनात शंका आहे.

माझ्या मते, त्याने एक तर बी किंवा आय कप्प्यात जाण्यासाठी झपाट्यानं गंभीर प्रयत्न करण्याची गरज आहे. त्याने एक नवीन दृष्टिकोन आणि नवीन शैक्षणिक प्रक्रिया शिकण्यास सुरुवात करण्याची गरज आहे. तो सुदैवी असेल, त्याला लॉटरी लागली किंवा लग्नासाठी श्रीमंत महिला मिळाली तरच त्याचा कसातरी निभाव लागेल, अन्यथा त्याला उर्वरित आयुष्यभर कष्ट करत राहावं लागेल.

आपलं स्वतःचं काम करणं

ई कप्प्यापासून एस कप्प्यापर्यंत जाणं ही सर्वसामान्य संरचना आहे. प्रचंड प्रमाणातील नोकरकपातीच्या आणि बेरोजगारीच्या कालखंडात काही लोकांना हा संदेश मिळतो. दुसरी नोकरी शोधण्याऐवजी ते त्यांचा स्वतःचा व्यवसाय सुरू करतात. सध्या अशा तथाकथित घरगुती व्यवसायांचं पेव फुटलं आहे. अनेक लोक त्यांचा स्वतःचा व्यवसाय सुरू करण्याचा निर्णय घेतात, त्यांना हवी असलेली स्वतःची गोष्ट सुरू करतात आणि स्वतःच स्वतःचे बॉस होतात. त्यांच्या करिअरचा मार्ग पुढीलप्रमाणे दिसतो :

सगळ्या जीवनमार्गांमध्ये हा जीवनमार्ग अनेकांनी पत्करल्याचं मला जाणवतं. माझ्या मते एस कप्प्यात असणं ही गोष्ट अत्यंत लाभदायक आणि समाधान देणारी आहे - मात्र तितकीच ती अतिशय धोकादायकही किंवा जोखमीचीही आहे. या चारही कप्प्यांपैकी हा

कप्पा अत्यंत खडतर कष्टाचा आहे, असं मला वाटतं. इथे अपयशी होण्याचा दर उच्च आहे आणि जर तुम्ही यशस्वी झालात तर यशस्वी होणं ही गोष्ट अपयशी होण्याहूनही जास्त वाईट आहे. तुम्ही इतर कोणत्याही कप्प्यात असलात तर तुम्ही जितकं काम केलं असतं, त्याहून या कप्प्यात असताना तुम्ही जास्त कष्टानं काम करता आणि दीर्घकाळापर्यंत असं कष्टाचं काम करत राहता.

एस कप्प्यातील लोकांचं काम सर्वाधिक कठीण आणि कष्टप्रद असतं याचं कारण असं आहे की, ते 'मुख्य आचारी आणि भांडी घासणारे' असे दोन्हीही असतात किंवा खरं तर 'बिनपगारी, पूर्ण अधिकारी' असतात. एखाद्या मोठ्या कंपनीत सगळे व्यवस्थापक आणि कर्मचारी मिळून जी जी कामं करत असतात ती सगळीच्या सगळी कामं त्यांना स्वतःला एकट्यानं करावी लागतात. नुकतीच एस कप्प्यातून सुरुवात केलेली व्यक्ती येणाऱ्या फोनना उत्तरं देते, बिलं भरते, विक्रीसाठी फोन करते, लहान अंदाजपत्रकाच्या जोरावर जाहिरात करण्याचा प्रयत्न करते, ग्राहकांना हाताळते, कर्मचाऱ्यांना नेमते, कर्मचाऱ्यांना काढून टाकते, ज्या वेळी कर्मचारी कामावर येत नाहीत त्या वेळी त्यांचं काम करून त्यांची उणीव भरून काढते, करविषयक विचारणा करायला आलेल्या अधिकाऱ्यांबरोबर चर्चा करते, सरकारी निरीक्षकांबरोबर वाद घालते आणि अशी कितीतरी कामं करत राहते.

वैयक्तिकरीत्या सांगायचं झालं तर एखादी व्यक्ती तिचा स्वतःचा व्यवसाय सुरू करणार आहे असं म्हणते त्या वेळी मी हबकून जातो. मी त्यांना सदिच्छा देतो; पण तरीही मला त्यांची मोठीच काळजी वाटत असते. ई कप्प्यातील अनेक जण आपली आयुष्यभराची पुंजी वापरतात किंवा मित्रांकडून अगर कुटुंबीयांकडून कर्जाऊ पैसे घेतात आणि स्वतःचा व्यवसाय सुरू करतात. तीन किंवा तत्सम काही वर्षांनी ते संघर्ष आणि कष्ट करत असले तरीही सहसा त्यांचा व्यवसाय गुंडाळला जातो आणि आता आयुष्यभर केलेल्या बचतीऐवजी त्यांच्या डोक्यावर कर्जाचा डोंगर असतो.

राष्ट्रीय स्तरावरचा विचार करता अशा व्यवसायांपैकी १० पैकी नऊ व्यवसाय पाच वर्षांत अपयशी ठरतात. जेमतेम एखादा व्यवसाय टिकून राहतो. दुसऱ्या शब्दांत १०० पैकी ९९ लघू व्यवसाय अखेरीस १० वर्षांत संपुष्टात आलेले असतात.

अनुभवाच्या अभावामुळे आणि भांडवलाच्या अभावामुळे पहिल्या पाच वर्षांत असे बरेचसे व्यवसाय डबघाईला येतात असं मला वाटतं. तग धरून राहिलेला, उरलेला एक व्यवसाय त्यापुढच्या पाच वर्षांत गुंडाळला जातो, कारण त्यामागे भांडवलाचा अभाव हे कारण नसतं, तर ऊर्जेचा अभाव हे कारण असतं. दीर्घकाळापर्यंत प्रचंड प्रमाणात कष्ट उपसत राहिल्यामुळे अखेरीस ती व्यक्ती अतिशय थकून जाते आणि व्यवसाय बंद पडतो. एस कप्प्यातील अनेक लोक फक्त थकून गेल्यामुळे व्यवसाय बंद करतात. जे लोक यात टिकून राहतात, त्यांना सकाळी लवकर उठणं, कामावर जाणं आणि कायमच कष्ट करत राहणं या गोष्टीची सवय झाली असावी असं दिसतं. त्यांना फक्त तेवढंच माहिती असतं आणि ते फक्त तेवढंच करत राहात असल्यासारखं वाटतं.

माझ्या एका मित्राच्या पालकांचं स्वतःचं दारूचं दुकान आहे. गेली ४५ वर्षं ते या दुकानात दीर्घकाळ काम करत आले आहेत. त्यांच्या शेजारच्या परिसरात गुन्हेगारी

वाढल्यामुळे त्यांना त्यांच्या दरवाजांवर आणि खिडक्यांवर लोखंडी सळया बसवून घ्याव्या लागल्या. आज एखाद्या बँकेप्रमाणे त्यांच्याकडे पैशाचा ओघ आहे. मी कधी कधी त्यांना भेटायला त्यांच्याकडे जातो. ती अतिशय विलक्षण, गोड माणसं आहेत; पण आपल्या स्वतःच्या व्यवसायाच्या तुरुंगात ते कैद झाल्याचं बघून मला अतिशय वाईट वाटतं. त्या सळयांच्या मागून बाहेर पाहत ते सकाळी दहापासून दुसऱ्या दिवशी पहाटे दोनपर्यंत काम करतात.

अनेक सुज्ञ एस लोक त्यांचा व्यवसाय ऐन शिखरावर पोहोचलेला असतानाच विकून टाकतात. आपली ऊर्जा आणि पैसा संपल्यामुळे कोणाला तरी नंतर कसाबसा व्यवसाय विकून टाकावा लागू नये म्हणून ते हा निर्णय घेतात. ते थोडी विश्रांती घेतात आणि नंतर नवीन व्यवसाय सुरू करतात. तेही आपल्या मनाप्रमाणेच गोष्टी करत राहतात आणि त्यांना ते आवडतंही. कधी बाहेर पडावं हे माहिती असणं ही यातली गुरूकिल्ली आहे.

तुमच्या मुलांना द्यावयाचा सगळ्यात वाईट सल्ला

तुम्ही १९३०च्या पूर्वी जन्मला असतात तर 'शाळेत जा, चांगल्या ग्रेड मिळवा आणि सुरक्षित नोकरी शोधा,' हा सल्ला चांगला होता; पण आपल्यापैकी बहुतेकांसाठी हा सल्ला वाईट सल्ला आहे.

का? करांच्या आणि कर्जाच्या बोजात याचं उत्तर सापडतं.

ई कप्प्यातून उत्पन्न मिळवणाऱ्या लोकांसाठी तसं पाहता कुठल्याही करसवलती उरलेल्या नाहीत. आज अमेरिकेत कर्मचारी असणं याचा अर्थ तुम्ही सरकारशी ५०/५०ची भागीदारी करता. याचा अर्थ सरकार अखेरीस कर्मचाऱ्याच्या वेतनातील ५० टक्के किंवा त्याहून अधिक वेतन घेतं आणि त्याच्यापैकी बराचसा भाग हा कर्मचाऱ्याच्या नजरेस वेतनचिठ्ठी पडण्याच्याही आधी घेतला जातो.

सरकार तुम्हाला कर्जात आणखी बुडण्यासाठी करसवलती देत आहे, हे तुम्ही विचारात घेता, त्या वेळी ई आणि एस कप्प्यांतील बहुतांश लोकांसाठी आर्थिक स्वातंत्र्याचा मार्ग जवळजवळ नसल्याचं तुमच्या लक्षात येतं. ई कप्प्यातून जास्त उत्पन्न मिळवू लागलेल्या ग्राहकांना लेखापाल नेहमीच असं सांगत असल्याचं मी ऐकलं आहे की, 'त्यांनी जास्त मोठं घर घ्यावं, त्यामुळे त्यांना जास्त मोठ्या करसवलती मिळतील.' कॅशफ्लो क्वाड्रंटच्या डाव्या बाजूला असलेल्या एखाद्या व्यक्तीच्या दृष्टीनं याला अर्थ असूही शकेल; पण उजव्या बाजूला असलेल्या व्यक्तीच्या दृष्टीनं त्याला काहीही अर्थ असणार नाही.

जास्त कर कोण भरतं?

श्रीमंत लोक जास्त प्राप्तिकर भरत नाहीत. का? कारण ते कर्मचारी म्हणून पैसा कमवत नाहीत. अतिश्रीमंतांना हे माहिती असतं की, बी आणि आय कप्प्यांमधून उत्पन्न निर्माण करणं हा कायदेशीररीत्या कर टाळण्याचा उत्तम मार्ग असतो.

जर लोकांनी ई कप्प्यातून पैसा कमावला, तर त्यांना फक्त त्यांनी जास्त मोठं घर खरेदी केलं आणि ते कर्जात आणखी जास्त रुतले तरच करसवलत दिली जाते. *कॅशफ्लो क्वाड्रंटच्या* उजव्या बाजूच्या कप्प्यांतून पाहिलं तर ही गोष्ट आर्थिकदृष्ट्या हुशारीची ठरत नाही. उजव्या बाजूला असलेल्या लोकांच्या दृष्टीनं ही गोष्ट म्हणजे 'मला एक डॉलर द्या, मी तुम्हाला ५० सेंट परत देईन,' असं म्हणण्यासारखी असते.

कर अन्याय्य असतात

'कर न भरणं ही गोष्ट अमेरिकन नागरिकांच्या रक्तात नाही, त्यामुळे कर न भरणं हे अमेरिकन नागरिक नसल्यासारखं असतं,' असं लोक म्हणत असल्याचं मी अनेकदा ऐकतो; पण अमेरिकेची स्थापनाच कराला विरोध करण्यातून झाली आहे. १७७३ची प्रसिद्ध बोस्टन टी पार्टी ते विसरले आहेत का? या बंडखोरीमुळे क्रांतिकारी युद्धाची ठिणगी पडली होती आणि हे सगळं कर लादण्याच्या संदर्भातच होतं. प्रतिनिधित्व न देता कर लादण्याच्या संदर्भातील होतं.

अमेरिकेच्या इतिहासात या पाठोपाठ शे बंड, व्हिस्की बंड, फ्राईज बंड, टेरिफ युद्ध आणि अशी इतर अनेक बंडं झाली होती. अमेरिकेत न झालेली आणखीही दोन प्रसिद्ध करविरोधी बंडं आहेत. लोक किती निकरानं कर लादण्यास विरोध करतात ते त्यातून स्पष्ट होतं.

विल्यम टेलची कहाणी ही यापैकी करविरोधाची पहिली कहाणी आहे. त्याने कर भरण्यास विरोध केल्यामुळेच त्याच्या मुलाच्या डोक्यावर ठेवलेल्या सफरचंदावर त्याने गोळी झाडावी, असा त्याला आदेश देण्यात आला होता. त्याला करांचा संताप येत असे आणि कर गोळा करणाऱ्या अधिकाऱ्यासमोर झुकण्यास त्याने नकार दिला होता. त्याच्या मुलाच्या डोक्यावर सफरचंद ठेवून त्याने त्या लक्ष्याला (सफरचंदाला) गोळी घालावी आणि अशा प्रकारे त्याच्या मुलाचं आयुष्य पणाला लावावं, अशी शिक्षा त्याला देण्यात आली होती.

लेडी गोडीवा हे दुसरं उदाहरण आहे. तिने मर्सियाचा वरिष्ठ ब्रिटिश सरदार असलेल्या तिच्या पतीकडे कर कमी केला जावा, अशी आग्रही मागणी केली होती. तिच्या पतीनं तिला असं सांगितलं की, तिने जर निर्वस्त्र अवस्थेत शहरातून घोड्यावरून फेरफटका मारला तर तो कर कमी करेल. तिने त्याची ही अट मान्य केली होती.

करलाभ

कर ही आधुनिक संस्कृतीची गरज असेलही; पण ज्या वेळी करांचा दुरुपयोग केला जातो आणि त्यांचं गैरव्यवस्थापन केलं जातं त्या वेळी समस्या उद्भवतात. कोट्यवधी बेबी बूमर्स निवृत्त होऊ लागले की, ते करदात्यांऐवजी निवृत्त व्यक्ती होतील. साहजिकच सोशल सिक्युरिटीचे ते लाभार्थी ठरतील. या बदलाला पाठबळ देण्यासाठी जास्त कर गोळा करणं आवश्यक होईल. अमेरिका आणि इतर मोठी राष्ट्रं आर्थिकदृष्ट्या डबघाईला येतील. पैसा असलेल्या व्यक्ती, निव्वळ त्यांच्याकडे पैसा आहे म्हणून त्यांना दंड करणारे देश सोडून निघून जातील. अशा व्यक्ती त्यांच्या पैशाचं स्वागत करणाऱ्या देशांचा शोध घेतील.

एक मोठी चूक

मी आधीच्या वर्षात किती पैसा कमावला होता असं एका वृत्तपत्राच्या बातमीदारानं मला एकदा विचारलं होतं. मी उत्तर दिलं होतं की, 'सुमारे दहा लाख डॉलर.'

'तुम्ही त्यावर किती कर भरला होता?' त्याने विचारलं.

'काहीही नाही,' मी म्हणालो. 'हा पैसा भांडवली लाभातून मिळवला होता आणि मी निश्चितपणे हे कर भरणं अनंतकाळापर्यंत लांबणीवर टाकू शकतो. मी तीन रिअल इस्टेट विकल्या आणि त्यांना यू. एस. इंटर्नल रेव्हेन्यू कोडच्या सेक्शन १०३१च्या एक्सचेंजमध्ये ठेवलं. मी त्या पैशाला स्पर्शही केला नाही. मी तो पैसा फक्त जास्त मोठ्या मालमत्तेमध्ये गुंतवला.' त्यानंतर काही दिवसांनी त्या वृत्तपत्रानं दिलेल्या वृत्तकथेचा सारांश असा होता :

'श्रीमंत माणसानं दहा लाख डॉलर्स कमावल्याचं आणि करापोटी दमडीही न दिल्याचं मान्य केलं.'

मी असंच काहीसं सांगितलं होतं; पण काही शब्दांची निवड वेगळ्या प्रकारे करण्यात आल्यामुळे मी दिलेल्या संदेशाचा विपर्यास झाला होता. तो बातमीदार द्वेषी वृत्तीचा होता की, त्याला खरोखरच १०३१ एक्सचेंज म्हणजे काय असतं हे माहिती नव्हतं, ते मला माहिती नाही. कारण काहीही असो, वेगवेगळ्या कप्प्यांतून येणाऱ्या व्यक्तींचे दृष्टिकोन कसे वेगवेगळे असतात, त्याचं हे परिपूर्ण उदाहरण आहे. मी आधीच सांगितलं आहे त्याप्रमाणे सगळं उत्पन्न समान नसतं. काही उत्पन्नांवर इतर उत्पन्नांच्या तुलनेत जास्त करआकारणी केली जाते.

अनेक लोक मालमत्तांऐवजी उत्पन्नावर लक्ष केंद्रित करतात

उत्पन्नाचं विवरणपत्र

बातमीदार त्याचा पैसा या स्तंभातून कमवतो.

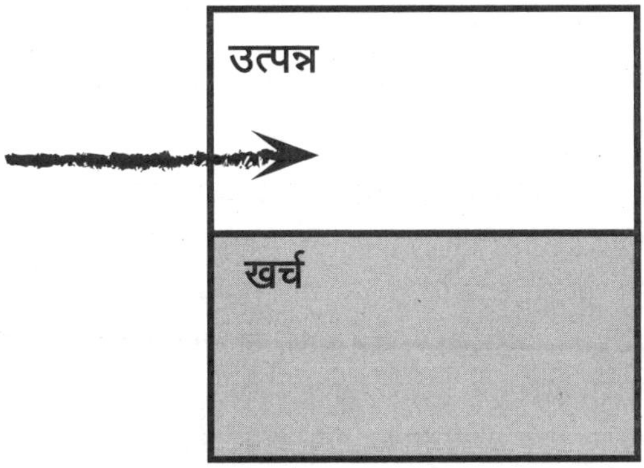

ताळेबंद

मी या स्तंभातून माझा पैसा कमवतो.

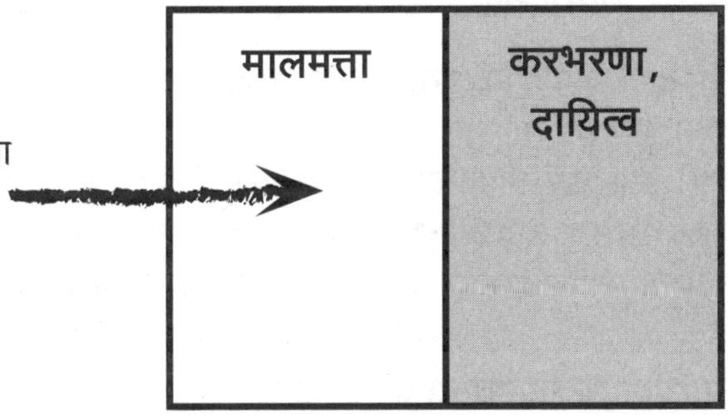

बातमीदार या कप्प्यातून त्याचं उत्पन्न कमवतो.

मी या कप्प्यातून माझं उत्पन्न कमवतो.

आजही मी अनेक लोक असं म्हणत असल्याचं ऐकतो की, 'मी आणखी काही गोष्टी शिकणार आहे, त्यामुळे मला वेतनवाढ मिळेल' किंवा 'मला बढती मिळावी म्हणून मी खूपच परिश्रमानं काम करत आहे'.

आर्थिक विवरणपत्राच्या उत्पन्नाच्या स्तंभावर किंवा ई कप्प्यावर लक्ष केंद्रित करणाऱ्या व्यक्तीचे हे शब्द किंवा कल्पना आहेत. आपल्या वेतनवाढीतील निम्मी रक्कम सरकारला देणाऱ्या आणि हे करण्यासाठी जास्त वेळ खूप कष्ट करत राहणाऱ्या माणसाचे हे शब्द आहेत.

पुढच्या प्रकरणात *कॅशफ्लो क्वाड्रंटच्या* उजव्या बाजूला असलेले लोक करांचा वापर दायित्व म्हणून करण्याऐवजी मालमत्ता म्हणून कसा करून घेतात ते मी सांगणार आहे. डाव्या बाजूच्या बहुतेक लोकांसाठी कर ही दायित्वं असतात; पण करांचा वापर मालमत्ता म्हणून करून घेणं ही गोष्ट देशप्रेमी नसण्याशी संबंधित नाही. ती शक्य तितका पैसा आपल्याजवळ ठेवण्याच्या आपल्या हक्काचं कायदेशीरपणे रक्षण करण्यासाठी संघर्ष करण्याशी संबंधित आहे. ज्या देशांमधील लोक आपल्यावर लादल्या जाणाऱ्या करांना विरोध करत नाहीत, त्या देशांचं अर्थकारण नेहमीच मंदीत जातं.

झटपट श्रीमंत व्हा

किमसाठी आणि माझ्यासाठी बेघर अवस्थेपासून झपाट्यानं आर्थिकदृष्ट्या स्वतंत्र होणं याचा अर्थ बी आणि आय कप्प्यांतून आमचा पैसा कमावणं असा होता. या कप्प्यांमध्ये तुम्ही झपाट्यानं श्रीमंत होऊ शकता, कारण तुम्ही कायदेशीरपणे कर भरणं टाळू शकता. जास्त पैसे स्वतःजवळ ठेवण्यास आणि त्या पैशाला आपल्यासाठी कामाला लावण्यास पात्र असल्यामुळे आम्हाला झपाट्यानं आर्थिक स्वातंत्र्य मिळवता आलं.

आर्थिकदृष्ट्या स्वतंत्र कसं व्हावं?

लोकांना कधीही आर्थिकदृष्ट्या स्वतंत्र असल्यासारखं आणि आर्थिक स्वातंत्र्य मिळवल्यासारखं वाटत नाही, त्यामागे कर्ज आणि कर ही दोन प्रमुख कारणं असतात. *कॅशफ्लो क्वाड्रंटच्या* उजव्या बाजूला सुरक्षिततेकडे किंवा स्वातंत्र्याकडे नेणारा मार्ग सापडतो. तुम्ही नोकरीतील सुरक्षिततेच्या पलीकडे जाऊन आर्थिक सुरक्षितता आणि आर्थिक स्वातंत्र्य यातील फरक समजून घेण्याची गरज असते.

तुम्हाला माहिती आहे, त्याप्रमाणे माझ्या उच्चशिक्षित वडिलांचं लक्ष नोकरीतील सुरक्षिततेवरच खिळलेलं होतं. त्यांच्या पिढीतील बहुतेक लोकांची हीच स्थिती होती. नोकरी गमवावी लागून दुसरी नोकरी न मिळण्याची स्थिती उद्‌भवेपर्यंत माझ्या गरीब वडिलांना नोकरीतील सुरक्षितता याचा अर्थ आर्थिक सुरक्षितता असा वाटत होता. माझ्या श्रीमंत वडिलांनी कधीही नोकरीतील सुरक्षिततेविषयी चकार शब्द काढला नव्हता. त्याऐवजी ते आर्थिक स्वातंत्र्याविषयी बोलत होते.

तुमची इच्छा असलेली सुरक्षितता किंवा स्वातंत्र्य मिळवण्याचं उत्तर तुम्हाला बहुधा *कॅशफ्लो क्वाड्रंटच्या* संरचनांचं निरीक्षण केल्यानंतर मिळू शकेल.

नोकरीतील सुरक्षिततेची संरचना

या संरचनेचं पालन करणारे लोक नेहमीच नोकरी करण्यात चांगले असतात. अनेक लोक शाळेत शिकण्यात आणि नोकरीत अनुभव मिळवण्यात अनेक वर्षं खर्ची घालतात. त्यांच्याकडे निवृत्तिवेतनाची योजना असली तरीही त्यांना बी किंवा आय कप्प्यांविषयी फारशी माहिती नसते, ही यातली मुख्य अडचण आहे. त्यांना आर्थिकदृष्ट्या असुरक्षित वाटू लागतं, कारण त्यांना फक्त नोकरीतील सुरक्षिततेविषयीच शिकवलेलं असतं.

ज्ञान ही ताकद आहे

आर्थिकदृष्ट्या जास्त सुरक्षित होण्यासाठी मी असं सुचवतो की, ई कप्प्यात आपापल्या नोकऱ्या किंवा एस कप्प्यातून आपलं काम करत राहण्याबरोबरच या लोकांनी बी आणि आय कप्प्यामध्ये काम करण्याचं शिक्षण घ्यावं. *कॅशफ्लो क्वाड्रंटच्या* दोन्ही बाजूंमधील आपल्या क्षमतांविषयी त्यांना आत्मविश्वास वाटू लागला की, त्यांच्याकडे थोडा पैसा असला तरीही त्यांना आपोआपच जास्त सुरक्षित वाटू लागेल. ज्ञान ही ताकद आहे आणि ज्या वेळी त्यांच्यासमोर संधी येईल त्या वेळी आत्मविश्वासानं कृती करण्यासाठी त्यांची तयारी झालेली असेल.

म्हणूनच आपल्याला निर्माण करणाऱ्यानं आपल्याला दोन पाय दिले आहेत. आपल्याला फक्त एकच पाय असता तर आपल्याला नेहमीच डळमळीतपणा आणि असुरक्षितपणा जाणवला असता. डावीकडच्या आणि उजवीकडच्या एकेक अशा दोन कप्प्यांतील ज्ञान असल्यामुळे आपल्याला जास्त सुरक्षितपणा वाटतो. ज्या लोकांना फक्त त्यांच्या नोकरीविषयी किंवा त्यांच्या व्यवसायाविषयी माहिती असते, त्यांना फक्त एकच पाय असतो. दर वेळी आर्थिक वारे वाहू लागले की, दोन पाय असलेल्या लोकांच्या तुलनेत ते अधिक डळमळीत होऊ लागतात.

आर्थिक सुरक्षिततेची संरचना

ई कप्प्यातील लोकांच्या आर्थिक सुरक्षिततेची संरचना पुढे दिली आहे :

फक्त निवृत्तिवेतन खात्यात पैसा टाकत राहून उत्तम गोष्ट घडून येण्याच्या आशेवर राहण्यापेक्षा हा फाशासारखा वर्तुळाकार मार्ग (लूप) असं दर्शवतो की, गुंतवणूकदार आणि कर्मचारी म्हणून त्यांना मिळालेल्या शिक्षणामुळे लोकांना आत्मविश्वास वाटतो.

माझ्या मालमत्तेच्या स्तंभात मी एक दशलक्ष डॉलर्स कमावल्यामुळे आणि तरीही बिलकूल कर न भरल्यामुळे अस्वस्थ झालेल्या बातमीदारानं मला कधीही हा प्रश्न विचारला नव्हता की, 'तुम्ही एक दशलक्ष डॉलर्स कसे कमावले?'

माझ्या दृष्टीनं हा खरा प्रश्न होता. कायदेशीरपणे कर टाळणं ही सोपी गोष्ट आहे; पण एक दशलक्ष डॉलर्स कमावणं ही तितकीशी सोपी गोष्ट नाही.

आर्थिक सुरक्षिततेचा दुसरा मार्ग पुढीलप्रमाणे असू शकतो :

एस कप्प्यातील लोकांची आर्थिक सुरक्षितता पुढीलप्रमाणे दिसू शकते :

सर्वसामान्य अमेरिकन लक्षाधीश हा स्वयंरोजगारित असतो आणि तो काटकसरीनं जगतो. तसंच तो दीर्घकाळापर्यंत गुंतवणूक करतो. वर दिलेली संरचना हाच आर्थिक जीवनमार्ग दर्शवते.

बिल गेट्सनं स्वीकारलेला एस आणि बी हा मार्ग नेहमीच अनेक महान उद्योजकांनी स्वीकारला आहे. माझ्या मते, हा सगळ्यात सोपा मार्ग नाही; पण तो सगळ्यात उत्तम मार्ग आहे.

एकापेक्षा दोन कप्पे चांगले

श्रीमंत व्यक्ती तिच्या उत्पन्नाचा ७० टक्के भाग उजव्या बाजूच्या कप्प्यांमधून आणि ३० टक्क्यांहून कमी भाग डाव्या कप्प्यातून कशी मिळवते, यावर मी दुसऱ्या प्रकरणात चर्चा

केली आहे. लोक कितीही पैसा मिळवत असले तरी त्याने काहीही फरक पडत नाही. ते जर एकाहून जास्त कप्प्यांतून काम करत असले तरच त्यांना जास्त सुरक्षितपणा वाटतो. आर्थिक सुरक्षितता म्हणजे *कॅशफ्लो क्वाड्रंटच्या* दोन्ही बाजूंना सुरक्षितपणे पाय रोवून राहणं होय.

अग्निशामक दलाचे लक्षाधीश जवान

कॅशफ्लो क्वाड्रंटच्या दोन्ही बाजूंना यश मिळवलेल्या माझ्या दोन मित्रांची मी इथे उदाहरणं देतो. त्यांच्याकडे प्रचंड प्रमाणात नोकरीतील सुरक्षितता आणि लाभही आहेत. शिवाय त्या दोघांनीही उजव्या बाजूच्या कप्प्यांतून प्रचंड संपत्ती कमावली आहे. दोघेही अग्निशामक दलाचे जवान आहेत आणि शहरातील सरकारी यंत्रणेत ते काम करतात. त्यांना चांगलं, स्थिर वेतन मिळतं. उत्तम लाभ मिळतात. त्यांच्याकडे चांगल्या निवृत्तिवेतन योजना आहेत आणि त्यांना आठवड्यातील फक्त दोनच दिवस काम करावं लागतं. आठवड्यातील तीन दिवस ते व्यावसायिक गुंतवणूकदार म्हणून काम करतात. उर्वरित दोन दिवस ते आराम करतात आणि त्यांच्या कुटुंबांसमवेत वेळ घालवतात.

त्यांच्यापैकी एक जण जुनी घरं विकत घेतो, त्यांची डागडुजी करतो आणि ती भाड्यानं देऊन भाडं गोळा करतो. त्याच्याकडे ४५ घरं आहेत आणि त्याला कर्जाचे हप्ते, देखभालीचा खर्च, व्यवस्थापनाचा खर्च आणि विम्याचे हप्ते वगळता एकूण मासिक १०,००० डॉलर्सची कमाई होते. तो अग्निशामक दलाचा जवान म्हणून मासिक ३,५०० डॉलर्स मिळवतो, त्यामुळे त्याचं एकूण मासिक उत्पन्न १३,००० डॉलर्सहून अधिक आहे आणि त्याचं वार्षिक उत्पन्न सुमारे १५०,००० डॉलर्स आहे आणि ते वाढत चाललं आहे. तो पाच वर्षांनी निवृत्त होणार आहे आणि ५६ वर्षांचा असताना त्याचं वार्षिक उत्पन्न २००,००० डॉलर्स असावं हे त्याचं उद्दिष्ट आहे. चार मुलं असलेल्या सरकारी कर्मचाऱ्याच्या दृष्टीनं ही गोष्ट वाईट नाही.

दुसरा मित्र कंपन्यांचं विश्लेषण करण्यात आणि स्टॉक्समध्ये व ऑप्शन्समध्ये दीर्घकाळापर्यंत गुंतवणूक करण्यात त्याचा वेळ घालवतो. त्याचा पोर्टफोलिओ हा आता ३० लाख डॉलर्सहून अधिक मूल्याचा आहे. जर त्याने हा पैसा बाजारातून काढून घेतला आणि तो गुंतवणुकीत टाकला तर त्याला वार्षिक १० टक्के व्याज मिळेल. अशा वेळी त्याला आयुष्यात दर वर्षी सुमारे ३००,००० डॉलर्सचं उत्पन्न मिळेल (बाजारातील सर्वसामान्य चढ-उतार लक्षात घेतले तरीही). पुन्हा एकदा दोन मुलं असलेल्या सरकारी कर्मचाऱ्यासाठी ही वाईट गोष्ट नाही.

माझ्या या दोन्ही मित्रांनी चाळिशीच्या दरम्यान निवृत्ती पत्करली असती तरी त्यांच्याकडे वीस वर्षांच्या गुंतवणुकीतून मिळणारं पुरेसं निष्क्रिय उत्पन्न होतं; पण त्या दोघांनाही त्यांचं काम आवडतं आणि संपूर्ण लाभ मिळवून निवृत्त होण्याची इच्छा आहे. निवृत्तीनंतर *कॅशफ्लो क्वाड्रंटच्या* दोन्ही बाजूंकडून मिळवलेल्या यशाचे लाभ उपभोगण्यासाठी ते मोकळे असतील.

फक्त पैसा सुरक्षितता मिळवून देत नाही

निवृत्तिवेतन योजनेच्या खात्यात लाखो डॉलर्स असलेल्या अनेक लोकांना मी भेटलो आहे; पण तरीही त्यांना असुरक्षितपणा जाणवतो. का? कारण त्यांनी तो त्यांच्या नोकरीतून किंवा व्यवसायातून मिळवलेला पैसा असतो. त्यांनी नेहमीच त्यांच्या निवृत्तिवेतन खात्यात पैशाची गुंतवणूक केलेली असते; पण त्यांना गुंतवणूक या विषयाविषयीची अत्यल्प माहिती असते किंवा अजिबात माहिती नसते. जर तो पैसा गायब झाला आणि त्यांचे कामाचे दिवसही संपले तर मग ते काय करतील?

मोठ्या आर्थिक बदलाच्या काळात नेहमीच संपत्तीचं मोठ्या प्रमाणात हस्तांतरण होतं. तुमच्याकडे फारसा पैसा नसला तरीही तुमच्या आर्थिक शिक्षणात तुम्ही गुंतवणूक करणं महत्त्वाचं आहे, कारण बदल घडतात त्या वेळी ते हाताळण्यासाठी तुम्ही जास्त चांगल्या प्रकारे तयार असण्याची गरज असते. बेसावध किंवा घाबरलेले असताना या बदलांच्या तडाख्यात सापडू नका. मी सांगितलं आहे, त्याप्रमाणे काय घडेल त्याचा अंदाज कोणीही बांधू शकत नाही म्हणून काहीही घडलं तरी त्याला तोंड देण्यास सदैव सज्ज असलंच पाहिजे. याचाच अर्थ आताच आर्थिक शिक्षण घेणं असा होतो.

आर्थिक स्वातंत्र्याची संरचना

माझ्या श्रीमंत वडिलांनी या संरचनेची शिफारस केली होती. हाच आर्थिक स्वातंत्र्याकडे नेणारा मार्ग आहे. हे खरं आर्थिक स्वातंत्र्य आहे, कारण बी कप्प्यात लोक तुमच्यासाठी काम करत असतात आणि आय कप्प्यात तुमचा पैसा तुमच्यासाठी काम करत असतो. तुम्ही कामातून मोकळे झालेले असता किंवा तुम्हाला काम करण्याची गरज नसते. या दोन कप्प्यांमधील तुमच्या ज्ञानानं तुम्हाला कामातून संपूर्ण भौतिक स्वातंत्र्य मिळवून दिलेलं असतं.

तुम्ही अति-श्रीमंत व्यक्तींकडे पाहिलं तर ही त्यांची संरचना असते. बी आणि आय यांच्याभोवतीची लूप बिल गेट्स, रुपर्ट मर्डोक आणि वॉरन बफे यांच्यासारख्या लोकांच्या उत्पन्नाची संरचना दर्शवते.

जाता जाता एक सावधगिरीची सूचना : बी कप्पा हा आय कप्प्याहून खूपच वेगळा आहे. बी कप्प्यातील अनेक यशस्वी उद्योजकांना मी लाखो डॉलर्ससाठी त्यांचे व्यवसाय विकताना पाहिलं आहे. त्यानंतर त्यांना नव्यानं गवसलेली त्यांची संपत्ती त्यांच्या डोक्यात जाते. त्यांच्याकडच्या डॉलर्सवरून त्यांच्या बुद्धिमत्ता निर्देशांकाचं मापन होतं असं त्यांना वाटतं, त्यामुळे ते आपल्याच तोऱ्यात आय कप्प्याला कमी लेखतात आणि त्याला पूर्णपणे गमावून बसतात. प्रत्येक कप्प्यांमधील खेळ आणि नियम पूर्णपणे वेगळे असतात म्हणूनच अहंकाराला कुरवाळत बसण्यापेक्षा शिक्षण घ्यावं अशी मी सूचना करतो.

दोन कप्पे असल्यामुळे आर्थिक सुरक्षिततेप्रमाणेच तुम्हाला आर्थिक स्वातंत्र्याच्या जगातही खूपच मोठ्या प्रमाणात स्थैर्य मिळतं.

मार्गांची निवड

आधीच्या संरचना हे लोक निवडत असलेले वेगवेगळे आर्थिक मार्ग होते. दुर्दैवानं बहुतेक लोक नोकरीतील सुरक्षिततेचा मार्ग निवडतात. ज्या वेळी अर्थकारण डळमळीत होऊ लागतं, त्या वेळी ते जास्त उत्कटपणे नोकरीतील सुरक्षिततेला चिकटून राहतात आणि त्यांची आयुष्यं नोकरी करण्यातच घालवतात.

तुम्ही निदान आर्थिक सुरक्षिततेचं शिक्षण तरी घ्यावं, अशी मी शिफारस करतो. त्यामुळे तुम्हाला तुमच्या कामाविषयी आत्मविश्वास वाटेल आणि चांगल्या व वाईट वेळी गुंतवणूक करण्याच्या तुमच्या क्षमतेविषयीही आत्मविश्वास वाटू लागेल. यातलं मोठं रहस्य असं आहे की, खरे गुंतवणूकदार बाजारातील वाईट प्रवाहाच्या वेळीच जास्त पैसा कमावतात. ते पैसा कमावतात, कारण गुंतवणूकदार नसलेले लोक त्या वेळी विव्हळ झालेले असतात आणि ज्या वेळी त्यांनी खरेदी केली पाहिजे, त्या वेळी विक्री करत सुटलेले असतात. मला आगामी संभाव्य आर्थिक बदलांची भीती वाटत नाही, कारण बदल होणं याचा अर्थ संपत्ती हस्तांतरित होणं असा असतो.

तुमचा बॉस तुम्हाला श्रीमंत करू शकत नाही

माझ्या एका मित्रानं त्याची कंपनी विकून त्याच दिवशी त्याच्या बँकेच्या खात्यात दीड कोटी डॉलर्सहून जास्त रक्कम जमा केली. दुसरीकडे त्याच्या कर्मचाऱ्यांवर दुसरीकडे नोकरी शोधण्याची वेळ आली होती.

निरोप समारंभाच्या पार्टीच्या वेळी तिथे अनेकांच्या डोळ्यांत अश्रूंची दाटी झाली होती. त्याबरोबरच तिथे प्रचंड रागाचे आणि संतापाचे प्रवाहही निर्माण झाले होते. त्याने त्या सगळ्यांना अनेक वर्षं चांगला पगार दिला होता. मात्र तरीही कामावरच्या अखेरच्या दिवसाच्या वेळची बहुतेकांची आर्थिक स्थिती ते कामावर रुजू झाल्याच्या पहिल्या

दिवशीच्या त्यांच्या आर्थिक स्थितीहून फारशी वेगळी नव्हती. बहुतेक लोकांच्या हे लक्षात आलं होतं की, कंपनीचा मालक श्रीमंत झाला होता आणि इतकी सगळी वर्षं ते मात्र फक्त त्यांच्या वेतनचिठ्ठ्या गोळा करत आणि बिलं भरत राहिले होते.

यातलं वास्तव असं आहे की, तुम्हाला श्रीमंत करणं ही तुमच्या बॉसची जबाबदारी नाही. तुमची वेतनचिट्ठी तुम्हाला मिळेल याची खात्री करून घेणं ही तुमच्या बॉसची जबाबदारी असते. तुमची इच्छा असेल तर श्रीमंत होणं हे तुमचं काम असतं आणि तुम्हाला पहिली वेतनचिट्ठी मिळाल्याच्या क्षणापासून हे काम सुरू होतं. तुमच्याकडे पैशाच्या व्यवस्थापनाची निकृष्ट कौशल्यं असतील तर जगातील सगळा पैसाही तुम्हाला वाचवू शकणार नाही. तुमच्या पैशाचं तुम्ही सुज्ञपणे नियोजन केलं आणि बी किंवा आय कप्प्यातून काम करण्यास शिकलात तर तुम्ही उज्ज्वल वैयक्तिक भवितव्याच्या मार्गावर असाल. त्याहूनही महत्त्वाची बाब म्हणजे तुम्ही आर्थिक स्वातंत्र्याच्या मार्गावर असाल.

माझे श्रीमंत वडील त्यांच्या मुलाला आणि मला नेहमीच असं सांगत की, आपल्या फावल्या वेळात श्रीमंत आणि गरीब माणसं जे काही करतात, तोच त्यांच्यातील खरा एकमेव फरक असतो.

मी या विधानाशी सहमत आहे. माझ्या असं लक्षात आलं आहे की, लोक पूर्वी कधीही नव्हते, इतके आता जास्त व्यग्र आहेत, त्यामुळे मोकळा वेळ दिवसेंदिवस जास्त मूल्यवान होत चालला आहे. तरीही मला असं वाटतं की, काहीही झालं तरी तुम्ही व्यग्र राहणार आहातच, तर मग *कॅशफ्लो क्वाड्रंटच्या* दोन्ही बाजूंना काम करण्यात व्यग्र राहा. तुम्ही हे केलं तर अखेरीस तुमच्याकडे जास्त मोकळा वेळ मिळण्याच्या आणि जास्त आर्थिक स्वातंत्र्यही मिळण्याच्या जास्त शक्यता असतील. कामावर असताना कठोर परिश्रम करा; पण एक गोष्ट लक्षात ठेवा, कामावरून परतल्यानंतर तुमच्या वेतनचिट्ठीच्या आणि फावल्या वेळाच्या बाबतीत तुम्ही जे काही करता त्यावरूनच तुमचं भवितव्य ठरेल. तुम्ही डाव्या बाजूच्या कप्प्यांमध्ये भरपूर कष्ट केले तर तुम्ही कायमच भरपूर कष्ट करत राहाल. तुम्ही उजव्या बाजूच्या कप्प्यांतून भरपूर कष्ट केले, तर तुमच्याकडे स्वातंत्र्य मिळवण्याची संधी असेल.

मी सुचवत असलेला मार्ग

ई आणि एस कप्प्यांमधील लोक मला नेहमीच असं विचारतात की, 'मग तुम्ही काय सुचवता?' माझ्या श्रीमंत वडिलांनी मला सुचवलेला मार्गच मी तुम्हाला सुचवत आहे. हाच मार्ग रॉस पेरट आणि बिल गेट्स यांनी पत्करला होता. हा मार्ग पुढीलप्रमाणे दिसतो :

सहसा नेहमीच लोक असं उत्तर देतात की, 'पण व्यवसाय करण्यापेक्षा मी गुंतवणूकदारच होईन.'

त्यावर मी असं उत्तर देतो की, 'मग आय कप्प्याकडे जा. तुमच्याकडे भरपूर पैसा आणि भरपूर मोकळा वेळ असेल तर थेट आय कप्प्यात जा; पण जर तुमच्याकडे भरपूर पैसा आणि वेळ नसेल तर माझ्या श्रीमंत वडिलांनी सुचवलेला मार्ग जास्त सुरक्षित असेल.'

आय कप्प्यातील लोक बी कप्प्यात गुंतवणूक करतात

बहुतांश लोकांकडे भरपूर वेळ आणि पैसा नसतो. मग ते दुसरा प्रश्न विचारतात की, 'तुम्ही पहिल्यांदा बी कप्प्यातून काम करायला का सुचवता?'

ही चर्चा सुमारे तासभर सुरू राहते; पण मी फक्त पुढच्या काही मुद्द्यांच्या माध्यमातून यामागच्या कारणांचा सारांश सांगतो.

१. **अनुभव आणि शिक्षण**

   तुम्ही पहिल्यांदा बी कप्प्यातून काम करून यशस्वी झालात तर तुम्हाला आय कप्प्यातून प्रभावीपणे प्रगती करता येण्याची जास्त शक्यता असते. पहिल्यांदा तुमच्यामध्ये उत्तम व्यावसायिक जाण निर्माण झाली की मग तुम्ही जास्त चांगले गुंतवणूकदार होऊ शकता. तुम्ही इतर चांगले बी किंवा व्यवसाय जास्त चांगल्या प्रकारे ओळखू शकता. खरे गुंतवणूकदार स्थिर व्यावसायिक यंत्रणा असलेल्या यशस्वी व्यवसायांमध्ये गुंतवणूक करतात. ई किंवा एस कप्प्यांमध्ये गुंतवणूक करणं ही धोकादायक गोष्ट असते. कारण, या कप्प्यातील लोकांना यंत्रणा आणि उत्पादन यांमधील फरक माहिती नसतो किंवा त्यांच्याकडे उत्तम नेतृत्व कौशल्यं नसतात.

२. **कॅशफ्लो**

   तुमच्याकडे उत्तम प्रकारे सुरू असलेला व्यवसाय असेल तर तुमच्याकडे मोकळा वेळ आणि आय कप्प्यातील चढ-उतारांना पाठबळ देणारा कॅशफ्लो असतो.

   अनेक वेळा ई आणि एस कप्प्यांतून आलेल्या लोकांना मी भेटतो. त्या वेळी त्यांची परिस्थिती इतकी आर्थिक तंगीची असते की, त्यांना थोडासा पैसा गमावणंही परवडणारं नसतं. बाजारात एखादी लाट आली की, ते भुईसपाट होतात, कारण आर्थिकदृष्ट्या ते लाल-रेषेजवळून काम करत असतात.

यातली खरी गोष्ट अशी आहे की, गुंतवणुकीसाठी भांडवल आणि ज्ञान या दोन्ही गोष्टी मोठ्या प्रमाणात लागतात. काही वेळा त्यासाठी आवश्यक असलेलं ज्ञान मिळवण्यासाठी भरपूर भांडवलाची आणि भरपूर वेळाची गरज असते. अनेक यशस्वी गुंतवणूकदारांनी यशस्वी होण्यापूर्वी अनेक वेळा तोटा सहन केलेला असतो. यश हा निकृष्ट शिक्षक असतो हे यशस्वी लोकांना माहिती असतं. चुकांमधूनच शिकता येतं आणि आय कप्प्यात केलेल्या चुकांसाठी पैसा मोजावा लागतो. तुमच्याकडे ज्ञान आणि भांडवल या दोन्ही गोष्टी नसतील तर गुंतवणूकदार होण्याचा प्रयत्न करणं आत्मघातकी ठरू शकतं.

चांगला व्यावसायिक होण्याचं कौशल्य पहिल्यांदा विकसित केल्यामुळे तुम्हाला चांगला गुंतवणूकदार होण्याकरिता साहाय्य करणारा कॅशफ्लोचा पुरवठाही तुम्ही करता. तुम्ही चांगले गुंतवणूकदार होण्यासाठी आवश्यक असलेलं शिक्षण घेतलं की, व्यावसायिक म्हणून तुम्ही विकसित करत असलेला व्यवसाय तुम्हाला कॅशफ्लोचं पाठबळ देतो. एकदा तुम्हाला यशस्वी गुंतवणूकदार होण्याचं ज्ञान मिळालं की, मग तुम्हाला 'पैसा मिळवण्यासाठी नेहमीच पैशाची गरज नसते,' असं मी का म्हणतो तेही समजेल.

चांगली बातमी

यातली चांगली बातमी अशी आहे की, आता पूर्वी कधीही नव्हतं इतकं बी कप्प्यात यशस्वी होणं अतिशय सोपं झालं आहे. किमान वेतनाची नोकरी मिळवण्याइतकं ते सोपं नसलं तरी आता यंत्रणा अधिक प्रमाणात कार्यरत आहेत आणि बी कप्प्यात आर्थिक यश मिळवण्यासाठी जास्त लोक या कप्प्याकडे वळत आहेत.

प्रकरण चार

व्यवसाय यंत्रणेचे तीन प्रकार

स्वतःच्या मालकीची यंत्रणा असणं आणि तुमच्यासाठी ती यंत्रणा चालवणारे कर्मचारी असणं हे तुमचं उद्दिष्ट असतं.

बी कप्प्याकडे जाताना एक गोष्ट लक्षात ठेवा, ती म्हणजे तुमच्या मालकीची यंत्रणा असणं आणि ती यंत्रणा चालवण्याकरिता तुमच्यासाठी काम करणारे कर्मचारी असणं हे तुमचं उद्दिष्ट असतं. तुम्ही स्वतःच्या जीवावर व्यवसायाची यंत्रणा विकसित करू शकता किंवा तुम्ही विकत घेण्याजोग्या एखाद्या यंत्रणेचा शोध घेऊ शकता. *कॅशफ्लो क्वाड्रंटच्या* डाव्या बाजूकडून उजव्या बाजूकडे तुम्हाला सुरक्षितपणे नेणारा पूल म्हणून या यंत्रणेचा विचार करा. तो तुम्हाला आर्थिक स्वातंत्र्याकडे नेणारा पूल असेल.

आज सर्वसामान्यपणे तीन मुख्य प्रकारच्या यंत्रणा वापरल्या जातात. त्या अशा आहेत :

१. पारंपरिक उद्योग – इथे तुम्ही स्वतःची यंत्रणा विकसित करू शकता.
२. फ्रँचाईजेस – इथे तुम्ही अस्तित्वात असलेली यंत्रणा खरेदी करू शकता.
३. नेटवर्क मार्केटिंग – या यंत्रणेत तुम्ही यंत्रणा खरेदी करू शकता आणि त्याबरोबरच अस्तित्वात असलेल्या यंत्रणेचा भागही असता.

प्रत्येक व्यवसाय यंत्रणेकडे स्वतःची सामर्थ्यं आणि दुर्बलता असल्या तरीही प्रत्येक यंत्रणा अखेरीस तीच गोष्ट करते. योग्य प्रकारे चालवली गेली तर प्रत्येक यंत्रणा उत्पन्नाचा स्थिर प्रवाह पुरवते आणि एकदा ती सुरू करण्याच्या आणि चालवण्याच्या प्रक्रियेतील मालकाचं काम संपलं की, मालकाला फारसे शारीरिक श्रम करावे न लागता ती सुरळीतपणे सुरू राहते, त्यामुळे ती सुरू करणं आणि चालवणं हीच यातली खरी अडचण असते.

आम्ही बेघर का होतो, असं किमला आणि मला सन १९८५मध्ये लोक विचारत होते, त्या वेळी आम्ही त्यांना फक्त एवढंच सांगत होतो की, 'आम्ही व्यवसायाच्या यंत्रणेची उभारणी करत आहोत.'

ती पारंपरिक म्हणजेच सी उद्योग-व्यवसाय आणि फ्रँचाईझ यांची संकरित यंत्रणा होती. आधी सांगितल्याप्रमाणे बी कप्प्यातील लोकांना यंत्रणांचं आणि लोकांचं असं दोहोंचंही ज्ञान असावं लागतं.

आमची स्वतःची यंत्रणा विकसित करण्याचा निर्णय आम्ही घेतला होता, याचा अर्थच मुळात आम्हाला प्रचंड कष्ट करावे लागणार होते असा होता. मी त्याआधीही हा मार्ग चोखाळला होता आणि माझी कंपनी अपयशी झाली होती. काही वर्षं ती यशस्वीपणे सुरू राहिली असली तरीही अचानकच पाचव्या वर्षी तिचं दिवाळं निघालं. आम्हाला यश मिळालं होतं, त्या वेळी ते पेलण्यासाठी आमच्याकडे योग्य यंत्रणा नव्हती, त्यामुळे आमची यश पेलण्याची तयारी झालेली नव्हती. आमच्याकडे कष्टाळू लोक असले तरी आमची यंत्रणा मोडकळीस येऊ लागली. आता विचार केल्यावर आम्हाला असं वाटतं की, आमच्याकडे चांगल्या आकाराचं गलबत होतं; पण अचानकच अज्ञात ठिकाणी ते फुटलं.

तुम्हाला दोन किंवा तीन कंपन्या गमवाव्या लागू शकतात

मी हायस्कूलमध्ये असताना श्रीमंत वडिलांनी माईकला आणि मला असं सांगितलं होतं की, विशीत असताना त्यांची एक कंपनी अपयशी झाली होती. 'माझ्या आयुष्यातील तो उत्तम आणि सगळ्यात वाईट अनुभव होता.' त्यांनी म्हटलं. 'तुम्ही एका टिकाऊ यशस्वी कंपनीची उभारणी करण्याआधी तुम्हाला आधीच्या दोन किंवा तीन कंपन्या अपयशी झाल्याचा अनुभव येण्याची शक्यता असते.'

ते माईकला आणि मला त्यांचं साम्राज्य कसं जिकांवं, त्याचं प्रशिक्षण देत होते; परंतु माझे खरे वडील सरकारी कर्मचारी असल्यामुळे माझ्याकडे असं वारसा हक्कानं आलेलं साम्राज्य नव्हतं. मला माझं स्वतःचं साम्राज्य निर्माण करावं लागणार होतं.

यश हा निकृष्ट शिक्षक असतो

'यश हा निकृष्ट शिक्षक असतो,' असं माझे श्रीमंत वडील नेहमीच म्हणत असत. 'आपण अपयशी होतो, त्या वेळी आपण आपल्याविषयी जास्तीत जास्त गोष्टी शिकतो म्हणून अपयशाची भीती बाळगू नका. अपयशी होणं हा यशाच्या प्रक्रियेचा एक भाग आहे. तुम्हाला अपयशी झाल्याखेरीज यश मिळू शकत नाही,' असं ते सांगत.

बहुधा तो स्वानुभवाचा आणि आत्मसंतुष्टीचा उपदेश असावा; पण १९८४मध्ये माझी तिसरी कंपनीही बुडाली. मी कोट्यवधी डॉलर्स मिळवले आणि तितकेच डॉलर्स गमावलेही. माझी किमशी भेट झाली, त्या वेळी मी सगळ्याची पुन्हा एकदा नव्यानं सुरुवात करत होतो. ती माझ्याशी पैशासाठी लग्न करत नव्हती हे मला माहिती होतं, कारण माझ्याकडे त्या वेळी पैसाच नव्हता. मी काय करणार आहे ते तिला सांगितल्यानंतर ती तिच्या निर्णयापासून मागे

हटली नाही. मी चौथ्या कंपनीची उभारणी करणार होतो, हे तिला सांगितलं होतं; पण तरीही ती लग्न करण्याच्या तिच्या निर्णयावर ठाम होती.

'मीही तुझ्याबरोबर तिची उभारणी करेन,' हे तिचं उत्तर होतं आणि तिने आपले शब्द प्रत्यक्षात उतरवले. आणखी एका भागीदारासह आम्ही व्यवसायाची यंत्रणा उभारली आणि त्या यंत्रणेच्या साहाय्यानं जगभर ११ कार्यालयं उभारली. आता आम्ही काम केलं किंवा केलं नाही तरी आम्हाला उत्पन्न मिळवून देण्याची व्यवस्था केली होती. काहीही नसलेल्या अवस्थेपासून पाच वर्षांत जगभर ११ कार्यालयं उभारण्यासाठी आम्हाला आमच्या रक्ताचं पाणी करावं लागलं. रक्त, घाम आणि अश्रू यांची किंमत मोजावी लागली; पण अखेरीस ती गोष्ट कामी आली. माझ्या यशामुळे दोन्ही वडिलांना आनंद वाटला आणि त्यांनी अतिशय मनापासून माझं अभिनंदनही केलं.

कठीण भाग

माईक मला नेहमीच असं म्हणत असे की, 'तू किंवा माझ्या वडिलांनी जे केलं ते मी करू शकेन का ते मला अजिबात माहिती नाही. मला यंत्रणा मिळाली होती आणि फक्त ती कशी चालवायची तेवढंच मला शिकायचं होतं.'

त्यानेही त्याची स्वतःची यशस्वी यंत्रणा विकसित केली असती, याची मला खात्री वाटत होती, कारण ते सगळं तो त्याच्या वडिलांकडून व्यवस्थित शिकला होता; पण मला त्याच्या मनातील शंका समजत होती. यंत्रणा आणि यंत्रणेची उभारणी करणारे कर्मचारी या तुमच्याकडच्या दोन चल, बदलत्या गोष्टी असतात, ही शून्यातून कंपनीची उभारणी करण्यातील सगळ्यात कठीण गोष्ट असते. जर कर्मचारी आणि यंत्रणा या दोन्ही गोष्टी खराब, गळक्या, निकृष्ट असल्या तर तुम्ही अपयशी होण्याच्या शक्यता खूपच मोठ्या असतात. काही वेळा कंपनीच्या उभारणीतील समस्येचं मूळ आपल्यासोबत काम करणाऱ्या कर्मचाऱ्यांमध्ये आहे की यंत्रणा अपयशी ठरत आहे ते समजणं कठीण असतं.

फ्रँचायझेसच्या आधी

माझ्या श्रीमंत वडिलांनी मला बी कप्प्याविषयी शिकवण्यास सुरुवात केली होती, त्या वेळी तिथे फक्त एकाच प्रकारचा व्यवसाय होता आणि तोच त्या गावावर वर्चस्व असलेला एकमेव प्रमुख उद्योग होता. हवाई या आमच्या गावात साखर प्रकल्पानं इतर मोठ्या व्यवसायांसह जवळजवळ इतर प्रत्येक गोष्टीवर नियंत्रण मिळवलं होतं, त्यामुळे तिथे मोठे व्यवसाय आणि घरगुती स्वरूपाचे, एस प्रकारचे व्यवसाय होते आणि अर्थातच या दोहोंमधले इतर लहान-मोठे व्यवसायही होते.

या मोठ्या साखर कंपन्यांमध्ये सर्वोच्च पातळ्यांवर किंवा पदांवर काम करणं हा श्रीमंत वडील आणि मी यांच्यासारख्या व्यक्तींचं वास्तववादी उद्दिष्ट नव्हतं. खरं तर जपानी, चिनी आणि हवाई यांसारखे अल्पसंख्याक लोक शेतांमध्ये काम करत होते; पण त्यांना कधीच संचालक मंडळावर काम करण्याची मुभा नव्हती म्हणून श्रीमंत वडिलांना प्रत्येक गोष्ट चुकतमाकतच शिकावी लागली.

आमच्या कानांवर 'फ्रँचायझेस' (आपल्या उत्पादनाचा विक्रीहक्क देणाऱ्या कंपन्या) हा शब्द पडू लागला, त्या वेळी मी नुकताच हायस्कूलमध्ये जात होतो; पण फ्रँचायझेस देणाऱ्या किंवा घेणाऱ्यांपैकी कोणीही आमच्या गावात आलं नव्हतं. आम्ही मॅकडोनाल्ड्स, केंच्युकी फ्राईड चिकन किंवा टाको बेल यांविषयी तोपर्यंत काहीच ऐकलं नव्हतं. मी श्रीमंत वडिलांकडे शिकत होतो, तोपर्यंत आमच्या शब्दसंग्रहात या शब्दांची भर पडलेली नव्हती. आम्ही त्यांच्याविषयीच्या अफवा ऐकल्या होत्या आणि अशा कंपन्या बेकायदेशीर, अफरातफर करणाऱ्या, घोटाळे करणाऱ्या आणि धोकादायक असतात, असं आमच्या कानांवर आलं होतं. या अफवांवर विश्वास ठेवण्याऐवजी श्रीमंत वडील आपल्याला असा विक्रीहक्क मिळवता यावा, यासाठी विमानानं कॅलिफोर्नियाला गेले. ते परत आले त्या वेळी त्यांनी स्वतःबरोबर अशा दोन कंपन्यांचे विक्रीहक्क आणले होते. 'फ्रँचायझेस ही भविष्यकालीन लाट आहे,' त्यांनी आम्हाला सांगितलं आणि त्यांनी म्हणूनच त्या दोन कंपन्यांच्या उत्पादनांचे विक्रीहक्क विकत घेतले. ज्या वेळी फ्रँचायझेसची कल्पना लोकप्रिय झाली, त्या वेळी त्यांची संपत्ती अक्षरशः गगनाला भिडली होती, असं म्हणण्याइतक्या प्रचंड प्रमाणात वाढली होती. त्यानंतर इतरांनाही त्यांच्या स्वतःच्या व्यवसायांची उभारणी करता यावी, यासाठी त्यांनी आपले हक्क इतरांना विकण्यास सुरुवात केली.

मी त्यांच्याकडून एखाद्या कंपनीचा हक्क विकत घेऊ का, असं मी त्यांना विचारल्यावर त्यांनी असं सांगितलं, 'नको. आतापर्यंत आपल्या स्वतःच्या व्यवसायाची यंत्रणा कशी उभारावी हे तू शिकत आला आहेस. आता थांबू नकोस. ज्यांना स्वतःच्या व्यवसायाची उभारणी करायची नसते किंवा आपल्या स्वतःच्या यंत्रणांची उभारणी कशी करावी ते माहिती नसतं अशा लोकांसाठी फ्रँचायझेसची कल्पना चांगली असते. शिवाय तुझ्याकडे फ्रँचाईझ विकत घेण्यासाठी लागणारे २,५०,००० डॉलर्सही नाहीत.'

आज मॅकडोनाल्ड्सची किंवा बर्गर किंगची किंवा पिझ्झा हटची कोपऱ्या-कोपऱ्यावर दुकानं नसलेल्या शहराची कल्पना करणंही कठीण आहे. तरीही अशी दुकानं अस्तित्वातच नव्हती, असा अगदी आता-आतापर्यंतचा एक काळ होता.

बी कप्प्यातील व्यावसायिक होण्यास कसं शिकावं?

माझ्या श्रीमंत वडिलांकडे शिकाऊ उमेदवार म्हणून काम करून मी बी कप्प्यातील व्यावसायिक कसं व्हावं ते शिकलो होतो. त्यांचा मुलगा आणि मी असे आम्ही दोघेही ई कप्प्यात होतो आणि बी कप्प्यात जाण्यास शिकत होतो. अशाच प्रकारे अनेक लोक शिकतात. याला कामावर असतानाचं प्रशिक्षण किंवा 'ऑन द जॉब ट्रेनिंग' असं म्हणतात. अशाच प्रकारे अनेक कौटुंबिक व्यवसायांचं साम्राज्य एका पिढीकडून दुसऱ्या पिढीकडे सुपुर्द केलं जातं.

बी कप्प्यातील व्यावसायिक होण्यासाठी आवश्यक असलेले पडद्यामागचे अनेक पैलू शिकायला मिळण्याइतके बरेच लोक सुदैवी नसतात ही यातली समस्या आहे. बहुतेक उद्योगांचं व्यवस्थापन प्रशिक्षण हे तुम्हाला फक्त व्यवस्थापक होण्याचं शिक्षण देतं. फक्त थोड्याच कंपन्या व्यावसायिक होण्यासाठी काय करावं लागतं ते शिकवतात.

बी कप्प्यात जाण्यासाठीच्या आपल्या प्रवासात सहसा नेहमीच लोक एस कप्प्याला चिकटून बसतात. हे घडतं, कारण मूलतः त्यांनी पुरेशा प्रमाणात बळकट यंत्रणेची उभारणी केलेली नसते, त्यामुळे ते त्या यंत्रणेचा एक भाग बनण्यापर्यंतच मजल मारू शकतात. बी कप्प्यातील यशस्वी व्यावसायिक त्यांच्या यंत्रणेची उभारणी करतात आणि ती यंत्रणा त्यांच्या प्रत्यक्ष सहभागाशिवाय चालणारी असते.

तीन मार्गांनी तुम्ही बी कप्प्याच्या बाजूला झपाट्यानं जाऊ शकता.

१. विश्वासू मार्गदर्शक मिळवा.

माझे श्रीमंत वडील माझे विश्वासू मार्गदर्शक होते. तुम्हाला जे करण्याची इच्छा असते ते आधीच केलेली आणि ते करण्यात यशस्वी झालेली व्यक्ती ही विश्वासू मार्गदर्शक असते. सल्लागार मिळवू नका. सल्लागार तुम्हाला कसं आणि काय करावं ते सांगतो; पण अनेक वेळा त्याने वैयक्तिकरीत्या ते प्रत्यक्षात केलेलं नसतं. अनेक सल्लागार स्वतः एस कप्प्यात असतात. बी किंवा आय कप्प्यातील व्यक्ती कसं व्हावं हे सांगणाऱ्या एस कप्प्यातील लोकांनी जग भरलेलं आहे. माझे श्रीमंत वडील हे विश्वासू मार्गदर्शक होते. ते सल्लागार नव्हते.

माझ्या श्रीमंत वडिलांनी मला दिलेल्या काही खूप महत्त्वाच्या टिप्स अशा होत्या. त्यांनी सांगितलं होतं की, 'तू मिळवत असलेल्या सल्ल्याविषयी दक्ष राहा. तू सतत मन खुलं ठेवलंच पाहिजेस, मात्र त्याबरोबरच कोणत्या कप्प्यातील व्यक्तीकडून तू सल्ला घेत आहेस त्याविषयी अतिशय सावध राहा.'

माझ्या श्रीमंत वडिलांनी मला यंत्रणांविषयी आणि लोकांचा नेता कसं व्हावं, याविषयी शिकवलं होतं. त्यांनी मला लोकांचा व्यवस्थापक होण्यास शिकवलं नव्हतं. व्यवस्थापक आपल्या हाताखालच्या लोकांकडे कनिष्ठ लोक म्हणून पाहतात. नेत्यांना मात्र त्यांच्याहून जास्त हुशार लोकांना दिशा देण्याचं काम करावं लागतं.

प्रतिष्ठित संस्थेतून एमबीएची पदवी मिळवणं आणि नंतर तुम्हाला उद्योजकीय शिडीवरून झपाट्यानं वर चढवत नेणारी जलद गतीची नोकरी शोधणं हा यंत्रणेविषयी शिकण्याचा पारंपरिक मार्ग आहे. एमबीएची पदवी महत्त्वाची आहे, कारण तिथे तुम्ही लेखापालनाची मूलभूत तत्त्वं शिकता. त्याबरोबरच व्यवसायाच्या यंत्रणेशी आर्थिक आकडेवारीचा कसा संबंध असतो तेही तुम्ही शिकता. तरीही व्यवसायाच्या सगळ्या यंत्रणा चालवण्यास म्हणजेच व्यवसायाची संपूर्ण व्यवस्था चालवण्यास तुम्ही सक्षम होता, असा याचा अर्थ होत नाही.

एखाद्या मोठ्या कंपनीतील सर्व आवश्यक यंत्रणांविषयी आणि व्यवसायाच्या वेगवेगळ्या पैलूंविषयी शिकण्यासाठी तुम्हाला १० ते १५ वर्षं घालवावी लागतात. त्यानंतरच ती नोकरी सोडून देऊन स्वतःची कंपनी सुरू करण्यासाठी तुमची तयारी झालेली असते. एखाद्या प्रमुख यशस्वी उद्योगात काम करणं ही गोष्ट तुमच्या मार्गदर्शकाकडूनच तुम्हाला वेतन दिलं जाण्यासारखी असते.

अगदी विश्वासू मार्गदर्शक असला आणि तुमच्याकडे अनेक वर्षांचा अनुभव असता तरी पहिली पद्धत ही अतिशय कष्टाचीच असते. तुमची स्वतःची यंत्रणा तयार करण्यासाठी अनेक चुका करून त्यातून शिकून सुधारणा करण्याची गरज असते. त्याशिवाय कायदेविषयक आघाडीवरच्या गोष्टींसाठी पैसे भरावे लागतात आणि कागदपत्रं तयार करावी लागतात. तुमच्या कर्मचाऱ्यांना विकसित करण्याचा तुम्ही प्रयत्न करत असतानाच या सगळ्या गोष्टीही सुरू असतात.

२. ***फ्रँचाईज विकत घ्या***

फ्रँचाईज विकत घेणं हा यंत्रणांविषयी शिकण्याचा आणखी एक मार्ग आहे. तुम्ही फ्रँचाईज विकत घेता, त्या वेळी अनेक प्रयत्नांनंतर स्वतःला सिद्ध केलेली आणि सुरू राहिलेली यंत्रणा तुम्ही विकत घेता.

स्वतःची यंत्रणा निर्माण करण्याचा प्रयत्न करण्याऐवजी फ्रँचाईज यंत्रणा विकत घेऊन तुम्ही तुमच्या कर्मचाऱ्यांना विकसित करण्यावर तुमचं लक्ष केंद्रित करू शकता. फ्रँचाईज विकत घेतल्यानं तुम्ही बी कप्प्यातील व्यावसायिक कसं व्हावं हे शिकत असण्याच्या प्रक्रियेतील एक मोठी चल गोष्ट दूर होते. फ्रँचाईज घेण्यासाठी अनेक बँका कर्ज देतात; पण लहान स्टार्ट अप व्यवसायासाठी त्या कर्ज देत नाहीत, कारण यंत्रणांचं महत्त्व त्यांनी ओळखलेलं असतं आणि तुम्ही चांगल्या यंत्रणेसह सुरुवात करत असल्यानं त्यांची जोखीम कमी झालेली असते.

सावधगिरीचा इशारा : फ्रँचायझेस विकत घेणं ही गोष्ट एस कप्प्यातील मानसिकता असलेल्या लोकांसाठी कठीण असते. कारण, या लोकांना सगळ्या गोष्टी स्वतःच्या मनासारख्या करायच्या असतात. तुम्ही जर फ्रँचाईज यंत्रणा विकत घेतली तर तुम्ही ई कप्प्यात असणं गरजेचं आहे. फ्रँचाईजी आणि फ्रँचायझर (विक्री हक्क विकत घेणारा आणि देणारा) यांच्यात सुरू असलेल्या न्यायालयीन लढ्याहून इतर कुठलीही गोष्ट जास्त दुःखद असू शकत नाही. अशा प्रकरणांमध्ये यंत्रणा विकत घेणाऱ्या लोकांना खरोखरच त्यांच्या स्वतःच्या पद्धतीनं सारं काही करायचं असतं. त्यांना ज्या व्यक्तीनं ती यंत्रणा निर्माण केली आहे, त्याला हव्या असलेल्या पद्धतीनं ते करायची नसतं. तुम्हाला स्वतःच्या मनासारख्याच सगळ्या गोष्टी करायच्या असतील तर तुम्ही यंत्रणांवर आणि माणसांवरही प्रभुत्व मिळवलं की ते करा.

माझ्या उच्चशिक्षित वडिलांनी एका प्रसिद्ध आइस्क्रीम कंपनीची फ्रँचायझी घेतली होती; पण तरीही ते अपयशी ठरले. ही यंत्रणा विलक्षण उत्तम होती; पण तरीही व्यवसाय अपयशी ठरला. माझ्या मते, या कंपनीचे सगळे भागीदार ई किंवा एस कप्प्यातील होते आणि त्यांना गोष्टी वाईट प्रकारे घडू लागल्यावर काय करायचं ते माहिती नव्हतं हे यामागचं कारण होतं. आपल्या पालक कंपनीकडे त्यांनी मदत मागितली नव्हती, हेही यातलं आणखी एक कारण होतं. अखेरीस हे भागीदार

एकमेकांशी भांडले आणि व्यवसाय घसरला, कोसळला. बी कप्प्यातील खरा व्यावसायिक हा यंत्रणेहूनही जास्त कोणीतरी असतो. यंत्रणा चालवण्यासाठी चांगले कर्मचारी असण्यावरही व्यवसायाचं यश अवलंबून असतं.

यंत्रणा नसलेल्या लोकांना बँका कर्जं देत नाहीत

जर यंत्रणा नसलेल्या लहान व्यवसायांना बँकासुद्धा कर्ज देत नसतील, तर तुम्ही ते का द्यावं? जवळजवळ रोजच कोणी ना कोणी माझ्याकडे त्याची व्यावसायिक योजना घेऊन येतं आणि त्याच्या कल्पनेसाठी किंवा प्रकल्पासाठी मी पैसा उभा करावा, अशी त्याची अपेक्षा असते.

बहुतेक वेळा मी अशा लोकांचं म्हणणं नाकारतो, त्यामागे एक प्रमुख कारण असतं. पैशाची उभारणी करणाऱ्या लोकांना उत्पादन आणि यंत्रणा यांमधील फरक माहिती नसतो. माझ्या एका मित्रानं संगीताची एक नवीन सीडी विकसित करण्यासाठी मी पैसा गुंतवेन का, असं मला विचारलं होतं. इतर काही लोकांना जगात बदल घडवून आणण्यासाठी मी एखादी 'ना नफा' तत्त्वावरील कंपनी सुरू करून त्यांना मदत करावी असं वाटतं.

तुम्हाला फक्त गाता येतं याचा अर्थ तुम्हाला विपणनाच्या, आर्थिक आणि लेखापालनाच्या, विक्रीच्या, मानव संसाधनाच्या आणि इतर अनेक यंत्रणा समजतात असा होत नाही. व्यवसाय सुरू राहण्यासाठी आणि त्याला यशस्वी करण्यासाठी या यंत्रणांसह इतरही अनेक यंत्रणांची गरज असते आणि त्या सगळ्या तुम्हाला कळतात असं अजिबात नसतं.

व्यवसायानं तग धरून राहण्यासाठी आणि त्याची भरभराट होण्यासाठी सर्व यंत्रणांनी १०० टक्के काम करावं लागतं आणि त्या जबाबदारही असाव्या लागतात. उदाहरणार्थ, विमान ही यंत्रणांची यंत्रणा आहे. जर ते उडालं आणि समजा, त्याची इंधनाची यंत्रणा निकामी झाली तर नेहमीच अपघात होतो. मानवी शरीरही यंत्रणांची यंत्रणा आहे. आपल्यापैकी बहुतेकांची एखादी तरी प्रिय व्यक्ती शारीरिक यंत्रणांपैकी एखादी यंत्रणा निकामी झाल्यामुळे मरण पावलेली असते. हीच गोष्ट व्यवसायाच्या बाबतीतही घडते.

म्हणूनच काळाच्या कसोटीवर उतरलेल्या यंत्रणेची उभारणी करणं ही सोपी गोष्ट नसते. तुम्ही ज्या यंत्रणांविषयी विसरून जाता किंवा ज्यांच्याकडे लक्ष देत नाही, त्यांच्यामुळेच अपघात घडतो म्हणूनच मी ई किंवा एस या कप्प्यांतील व्यक्तींच्या नवीन उत्पादनांमध्ये किंवा कल्पनेत क्वचितच गुंतवणूक करतो. सिद्ध झालेल्या यंत्रणा असलेले आणि त्या यंत्रणा कशा चालवाव्यात हे माहिती असलेले लोक असलेल्या व्यवसायांमध्येच गुंतवणूक करण्याकडे व्यावसायिक गुंतवणूकदारांचा कल असतो.

जर बँका फक्त काळाच्या कसोटीवर उतरलेल्या यंत्रणांना आणि त्या चालवणार असलेल्या व्यक्तीलाच कर्जं देत असतील, तर हुशार गुंतवणूकदार होण्यासाठी तुम्हीही त्यांचाच कित्ता गिरवला पाहिजे.

३. ***नेटवर्क मार्केटिंगमध्ये काम करा.***

(यालाच मल्टिलेव्हल मार्केटिंग किंवा डायरेक्ट डिस्ट्रिब्युशन सिस्टिम्स असंही म्हणतात.)

अमेरिकन कायदेशीर यंत्रणेनं फ्रँचायझेसप्रमाणेच नेटवर्क मार्केटिंगलाही सुरुवातीला बेकायदेशीर ठरवण्याचे प्रयत्न केले होते. अजूनही काही देशांमध्ये नेटवर्क मार्केटिंगवर बंदी घालण्यात आली असून, तिला प्रतिबंधित करण्यात आलं आहे. कोणतीही नवीन यंत्रणा किंवा कल्पना ही सुरुवातीच्या काळात विचित्र आणि संशयास्पद वाटते. तिचं त्याच वर्गात वर्गीकरण केलं जातं. सुरुवातीला मलाही नेटवर्क मार्केटिंग हा काहीतरी घोटाळा किंवा भ्रष्ट व्यवहार असावा असंच वाटलं होतं; पण नेटवर्क मार्केटिंगच्या माध्यमातून उपलब्ध असलेल्या अनेक यंत्रणांचा मी अभ्यास केला, बी कप्प्यातील या प्रकारात अनेक मित्र यशस्वी झाल्याचं पाहिलं आणि मग माझं मत बदललं.

मी पूर्वग्रह सोडून दिल्यानंतर नेटवर्क मार्केटिंगवर संशोधन करू लागलो. अनेक लोक प्रामाणिकपणानं आणि परिश्रमपूर्वक यशस्वीपणे नेटवर्क व्यवसायांची उभारणी करत असल्याचं मला आढळलं. मी या लोकांना भेटल्यानंतर या व्यवसायानं इतर लोकांच्या आयुष्यावर आणि आर्थिक भवितव्यावर टाकलेला प्रभाव मला दिसला. त्यानंतर नेटवर्क मार्केटिंगच्या यंत्रणेच्या मूल्याचं मी खरोखरच कौतुक करू लागलो. माफक प्रवेशफी दिल्यानंतर (सहसा नेहमीच सुमारे २०० डॉलर्स) लोकांना अस्तित्वात असलेली यंत्रणा विकत घेता येते आणि ते लगेच त्यांच्या व्यवसायाची उभारणी करण्यास सुरुवात करू शकतात. संगणक उद्योगाच्या तंत्रज्ञानातील प्रगतीमुळे या संघटना पूर्णपणे स्वयंचलित आहेत, त्यामुळे कागदोपत्रांची, ऑर्डर प्रोसेसिंगची, वितरणाची, हिशेबाची आणि मागोवा घेण्याची वगैरे सगळ्या डोकेदुखीची जबाबदारी नेटवर्क मार्केटिंगच्या सॉफ्टवेअर यंत्रणा पूर्णपणे स्वतःवर घेतात. या सगळ्या गोष्टींचं त्या संपूर्ण व्यवस्थापन करतात, त्यामुळे लघू व्यवसायांच्या नेहमीच्या स्टार्ट-अपविषयक डोकेदुखींची चिंता करण्याऐवजी नवीन वितरक आपल्या व्यवसायाची उभारणी करण्यावर लक्ष केंद्रित करू शकतात.

रिअल इस्टेटच्या व्यवसायात एका वर्षात एक अब्ज डॉलर्सहून जास्त कमाई करणाऱ्या माझ्या एका जुन्या मित्रानं अलीकडेच नेटवर्क मार्केटिंग वितरक म्हणून काम सुरू केलं. त्याने अतिशय परिश्रमपूर्वक व्यवसायाची उभारणी केल्याचं पाहून मी आश्चर्यानं थक्क झालो, कारण त्याला खरं तर पैशाची बिलकूल गरज नव्हती. मी त्याला तो इतके परिश्रम का करत आहे असं विचारलं, त्या वेळी त्याने मला असं उत्तर दिलं की, 'मी सीपीए होण्यासाठी शाळेत गेलो. त्यानंतर मी फायनान्स विषयात एमबीए केलं. मी इतका श्रीमंत कसा झालो असं लोक मला विचारतात, त्या वेळी मी त्यांना कोट्यवधी डॉलर्सच्या रिअल इस्टेटमधील उलाढालींतून मी श्रीमंत झालो असं सांगतो. त्यांमधून मला लाखो डॉलर्सचं निष्क्रिय उत्पन्न मिळतं; पण हे ऐकल्यानंतर त्यांच्यापैकी अनेक जण शरमिंदे होतात आणि निघून जातात असं माझ्या लक्षात आलं. आम्हाला दोघांनाही हे माहिती असतं की, माझ्याप्रमाणे कोट्यवधी डॉलर्सची गुंतवणूक करून रिअल इस्टेटचे व्यवहार

करणं त्यांना शक्य नसतं, त्यामुळे रिअल इस्टेटच्या माध्यमातून मी जितक्या पातळीवरचं निष्क्रिय उत्पन्न मिळवू शकतो, तितकं उत्पन्न मिळवण्यासाठी एखादा मार्ग त्यांना शोधून देता यावा, यासाठी मी प्रयत्न करू लागलो. मी गेली बारा वर्षं रिअल इस्टेटमध्ये गुंतवणूक करत आहे आणि गेली सहा वर्षं मी कुठल्याही शिक्षण संस्थेत काहीही शिकण्यास गेलो नाही. लोक व्यावसायिक गुंतवणूकदार होण्यास शिकत असताना त्यांना हव्या असलेल्या निष्क्रिय उत्पन्नाच्या पाठबळाची उभारणी करण्याची संधी नेटवर्क मार्केटिंग लोकांना देईल असं मला वाटतं म्हणूनच मी लोकांना नेटवर्क मार्केटिंग करा असं सुचवतो. त्यांच्याकडे थोडासा पैसा असला तरीही ते पाच वर्षांसाठी कष्टांची गुंतवणूक करू शकतात आणि या गुंतवणुकीतून अपेक्षेपेक्षाही जास्त प्रमाणात निष्क्रिय उत्पन्न मिळवू शकतात. आपला स्वतःचा व्यवसाय विकसित केल्यानंतर त्यांच्याकडे गुंतवणुकीविषयी शिकण्यासाठी मोकळा वेळ असतो आणि माझ्यासारखंच मोठ्या व्यवहारांमध्ये गुंतवण्यासाठी भांडवलही असतं.'

अनेक संधींवर संशोधन केल्यानंतर माझ्या मित्रानं नेटवर्क मार्केटिंग कंपनीत वितरक म्हणून काम सुरू केलं होतं. त्यानंतर एके दिवशी त्याच्याबरोबर गुंतवणूक करण्याची इच्छा असलेल्या लोकांसमवेत त्याने नेटवर्क मार्केटिंगचं काम सुरू केलं. आता तो नेटवर्क मार्केटिंगचा व्यवसायही चांगल्या प्रकारे करत आहे आणि त्याबरोबरच त्याचा गुंतवणूक व्यवसायही व्यवस्थितपणे सुरू आहे. त्याने मला असं सांगितलं की, 'लोकांना गुंतवणुकीसाठी पैसा मिळवण्यास मदत करता यावी म्हणून मी सुरुवातीला या व्यवसायात आलो; पण आता तर या पूर्णपणे नवीन असलेल्या व्यवसायात मी श्रीमंत होत चाललो आहे.'

महिन्यातून दोन शनिवारी तो प्रशिक्षण वर्ग घेतो. पहिल्या बैठकीत तो लोकांना व्यवसायाच्या यंत्रणेविषयी आणि लोकांविषयी शिकवतो. त्याबरोबरच बी कप्प्यातील यशस्वी व्यावसायिक होण्यापर्यंत कशी प्रगती करून घ्यावी हेही सांगतो. महिन्यातील दुसऱ्या बैठकीत तो आर्थिक साक्षरतेविषयी आणि आर्थिक बुद्धिमत्तेविषयी शिकवतो. त्यामुळे ते आय कप्प्यातील कुशल गुंतवणूकदार होऊ शकतात. त्याच्या वर्गाचा आकार झपाट्यानं वाढत चालला आहे. तो ज्या संरचनेची शिफारस करतो ती मी सुचवत असलेल्या संरचनेसारखीच आहे.

वैयक्तिक फ्रँचाईज

म्हणूनच मी लोकांना नेटवर्क मार्केटिंगचा विचार करण्यास सुचवतो. अनेक प्रसिद्ध फ्रँचायझेस विकत घेण्यासाठी लाखो किंवा त्याहूनही जास्त डॉलर्सची गरज असते. नेटवर्क मार्केटिंग ही गोष्ट नेहमीच वैयक्तिक फ्रँचाईज विकत घेण्यासारखी असते. नेहमीच ती २०० डॉलर्सहून कमी किमतीत मिळते.

नेटवर्क मार्केटिंगचं काम हे अतिशय कष्टाचं असतं हे मला माहिती आहे; परंतु कोणत्याही कप्प्यात यश मिळवणं ही कष्टाचीच गोष्ट असते. नेटवर्क मार्केटिंग वितरक म्हणून मी वैयक्तिकरीत्या उत्पन्न मिळवत नाही. मी अनेक नेटवर्क मार्केटिंग कंपन्यांवर आणि त्यांच्या भरपाई योजनांवर संशोधन केलं आहे. या संशोधनादरम्यान मी अनेक कंपन्यांमध्ये सहभागीही झालो. मात्र मी ते फक्त त्यांची उत्पादनं अतिशय चांगली असल्यामुळेच केलं आणि ग्राहक म्हणून त्यांच्या उत्पादनांचा वापर केला.

चांगली संघटना शोधण्याच्या संदर्भात मी एक सूचना करतो, त्यामुळे *कॅशफ्लो क्वाड्रंटच्या* उजव्या बाजूला येण्यासाठी तुम्हाला मदत होऊ शकेल. तुम्ही उत्पादनावर मोठ्या प्रमाणात लक्ष केंद्रित करू नका, तर कंपनी देत असलेल्या प्रशिक्षणावर लक्ष केंद्रित करा. काही नेटवर्क मार्केटिंग कंपन्यांना तुम्ही तुमच्या मित्रांना त्यांची उत्पादनं विकावीत यातच रुची असते. मात्र काही कंपन्यांना तुम्हाला शिक्षित करण्यात आणि यशस्वी होण्यासाठी मदत करण्यात मूलभूत स्वारस्य असतं.

नेटवर्क मार्केटिंगमधील माझ्या संशोधनातून, त्यांच्या प्रशिक्षणातून तुम्ही शिकू शकत असलेल्या दोन महत्त्वाच्या गोष्टी मला समजल्या. या दोन्ही गोष्टी बी कप्प्यातील यशस्वी व्यावसायिक होण्यासाठी गरजेच्या असतात. त्या अशा आहेत :

१. यशस्वी होण्यासाठी नाकारलं जाण्याच्या भीतीवर मात करण्याची गरज असते. त्याबरोबरच इतर लोक तुमच्याविषयी काय बोलतात आणि काय विचार करतात याची काळजी करणंही सोडून द्यावं लागतं. अनेक वेळा लोकांनी एखादी वेगळी गोष्ट केली तर त्यांचे मित्र काय म्हणतील, या एकमेव काळजीपोटी ती गोष्ट न करणाऱ्या अनेक लोकांना मी भेटलो आहे. मला हे माहिती आहे कारण मीही अशाच प्रकारे विचार करत होतो. मी एका लहानशा गावातून आलो होतो. तिथे सगळ्यांना एकमेकांची इत्थंभूत माहिती असे. तुम्ही करत असलेली गोष्ट एखाद्याला आवडली नाही तर संपूर्ण गावाला तुम्ही करत असलेली गोष्ट समजत असे आणि तुमचं काम हे त्यांचं काम होत असे.

   मी स्वतःला पुनःपुन्हा एकच गोष्ट सांगत आलो आहे. ती म्हणजे, 'तुम्ही माझ्याविषयी काय विचार करता, त्याच्याशी मला काहीही देणं-घेणं नाही. मी स्वतःविषयी काय विचार करतो ते सगळ्यात महत्त्वाचं आहे.'

   झेरॉक्स कॉर्पोरेशनसाठी चार वर्षं मी काम करावं, यासाठी माझ्या श्रीमंत वडिलांनी मला प्रोत्साहन दिलं होतं, त्यामागे त्यांना प्रती काढण्याचा व्यवसाय आवडत होता हे कारण नव्हतं, तर त्यांना माझ्या बुजरेपणावर आणि नाकारलं जाण्याच्या भीतीवर मी मात करावी असं वाटत होतं, हे कारण होतं.

२. यशस्वी होण्यासाठी तुम्ही लोकांचं नेतृत्व करण्यास शिकलंच पाहिजे. विविध प्रकारच्या लोकांबरोबर काम करणं ही व्यवसायातील सगळ्यात कठीण गोष्ट असते. कुठल्या ना कुठल्या व्यवसायात यशस्वी झालेल्या ज्या लोकांना मी भेटलो होतो ते नैसर्गिक नेते होते. लोकांमध्ये मिसळून जाण्याची आणि त्यांना स्फूर्ती देण्याची क्षमता हे अमूल्य कौशल्य असतं आणि हे कौशल्य शिकताही येतं.

मी आधीच सांगितलं आहे, त्याप्रमाणे डाव्या बाजूकडून उजव्या बाजूकडे येण्यासाठी तुम्ही काय करता हे तितकंसं महत्त्वाचं नाही; पण त्यासाठी तुम्हाला कोण व्हावंच लागतं ते महत्त्वाचं आहे. नकाराला कसं हाताळावं, लोक आपल्याविषयी काय विचार करत असतील याचा स्वतःवर कसा परिणाम होऊ देऊ नये आणि लोकांचं नेतृत्व कसं करावं हे तुम्ही शिकलात की तुमची भरभराट होते. तुम्हाला आर्थिक समृद्धी मिळते म्हणून तुम्हाला विक्रेता म्हणून विकसित करण्याऐवजी माणूस म्हणून विकसित करण्याची मूलभूत बांधिलकी पत्करणाऱ्या नेटवर्क मार्केटिंग संघटनेला मी पाठिंबा देतो. मी पुढील प्रकारच्या संघटनांचा शोध घेईन :

१. ज्या संघटना काळाच्या कसोटीवर उतरलेल्या असतील, ज्यांच्याकडे यशस्वी 'ट्रॅक रेकॉर्ड' असेल, तसंच वर्षानुवर्षं ज्यांची वितरण यंत्रणा आणि भरपाई योजना यशस्वी झालेली असेल.
२. ज्यांच्याकडे तुम्ही पुढे जाऊ शकाल अशी व्यवसायाची संधी असेल, जी इतरांवर विश्वास ठेवत असेल आणि विश्वासानं माहिती देत असेल.
३. जिच्याकडे तुम्हाला माणूस म्हणून विकसित करण्यासाठी सातत्यानं दीर्घकालीन शैक्षणिक कार्यक्रम असतील, कारण कॅशफ्लो क्वाड्रंटच्या उजव्या बाजूला आत्मविश्वास ही महत्त्वाची गोष्ट असते.
४. जिच्याकडे भक्कम मार्गदर्शनपर कार्यक्रम असतील, कारण तुम्हाला नेत्यांकडून शिकण्याची इच्छा असेल, सल्लागारांकडून नाही. जे लोक आधीपासूनच नेते आहेत, उजव्या बाजूला आहेत आणि ज्यांना तुम्हीही यशस्वी व्हावं असं वाटतं त्यांच्याकडून शिकण्याची तुमची इच्छा असेल.
५. जिच्याकडे तुम्हाला आदर वाटत असलेले आणि ज्यांचं सान्निध्य तुम्हाला आवडत असेल असे लोक असतील.

जर एखादी संघटना हे पाचही निकष पूर्ण करत असेल तर आणि फक्त तरच त्यांच्या उत्पादनावर नजर टाका. कित्येक लोक व्यावसायिक यंत्रणेऐवजी फक्त उत्पादन आणि त्यामागची संघटना पाहतात. मी पाहिलेल्या काही संघटनांमध्ये असं सांगितलं जात होतं की, 'उत्पादन स्वतःच स्वतःची विक्री करतं. ते सोपं असतं.' तुम्हाला विक्रेता व्हायचं असेल म्हणजे एस कप्प्यातून काम करायचं असेल तर उत्पादन ही तुमच्यासाठी सगळ्यात महत्त्वाची गोष्ट असेल; पण जर तुम्हाला बी कप्प्यातील दीर्घकालीन व्यावसायिक म्हणून विकसित व्हायचं असेल तर यंत्रणा, आयुष्यभराचं शिक्षण आणि तिथले लोक या गोष्टी तुमच्यासाठी जास्त महत्त्वाच्या असतील.

या उद्योगाची माहिती असलेल्या माझ्या एका मित्रानं आणि सहकाऱ्यानं मला आपल्याकडे असलेल्या 'वेळ' या सगळ्यात मोठ्या मालमत्तेची आठवण करून दिली.

ज्या वेळी वेळेशी आणि कठोर परिश्रमांशी तुमची असलेली अल्पकालीन बांधिलकी लक्षणीय दीर्घकालीन निष्क्रिय उत्पन्नाची निर्मिती करते, त्या वेळी ती तुमची नेटवर्क मार्केटिंग कंपनीतील खरी यशोगाथा असते. एकदा तुम्ही तुमच्या नावाच्या खाली – भक्कम संघटनेची उभारणी केली की मग तुम्ही काम करणं थांबवू शकता. तुम्ही बांधणी केलेल्या संघटनेच्या प्रयत्नांतून तुमचा उत्पन्नाचा प्रवाह तसाच सुरू राहील. तुम्हाला ज्या प्रकारचा नेता होण्याची इच्छा असते त्या प्रकारच्या साच्यातील नेता बनवण्यासाठी तुमच्या आणि कंपनीच्याही बाजूनं असलेली दीर्घकालीन बांधिलकी – ही नेटवर्क मार्केटिंग कंपनीबरोबर काम करून यश मिळवण्याची सगळ्यात महत्त्वाची गुरूकिल्ली आहे.

यंत्रणा हा स्वातंत्र्याकडे नेणारा पूल असतो

मला बेघर असण्याचा अनुभव पुन्हा घेण्याची इच्छा नाही, तरीही किमसाठी आणि माझ्यासाठी तो अनुभव अमूल्य होता हे मी मान्य करतो. आज आम्हाला जे आर्थिक स्वातंत्र्य आणि सुरक्षितता मिळाली आहे ती आमच्याकडे जे आहे त्यामुळे मिळालेली नाही, तर आम्ही आत्मविश्वासपूर्वक ज्या गोष्टीची निर्मिती करू शकतो हे आम्हाला माहिती आहे, त्या गोष्टीमुळे आणि आत्मविश्वासामुळे आम्हाला ती मिळाली आहे.

तेव्हापासून आम्ही रिअल इस्टेट कंपनी, तेल कंपनी, खाण कंपनी आणि दोन शिक्षणसंस्था निर्माण केल्या आहेत किंवा त्यांना विकसित करण्यासाठी मदत केली आहे.

अगदी थोड्याच वर्षांपूर्वीपर्यंत फक्त धाडसी किंवा श्रीमंत लोकांसाठीच बी कप्प्यात यशस्वी होण्याची संधी उपलब्ध होती. किम आणि मी निश्चितपणे धाडसी असलो पाहिजे, कारण आम्ही नक्कीच श्रीमंत नव्हतो. अनेक लोक डाव्या बाजूलाच चिकटून राहतात, कारण त्यांना आपली स्वतःची यंत्रणा विकसित करण्यात खूप मोठी जोखीम असते, असं वाटतं. त्यांच्यासाठी सुरक्षित राहणं आणि नोकरी मिळवणं ही हुशारीची गोष्ट असते.

आज प्रामुख्यानं तंत्रज्ञानात झालेल्या बदलांमुळे यशस्वी उद्योजक होण्यातील जोखीम मोठ्या प्रमाणात कमी झाली आहे. तुमच्या स्वतःच्या व्यवसायाची उभारणी करणं किंवा अस्तित्वात असलेल्या व्यवसायाच्या यंत्रणेला विकत घेणं या संधी जवळजवळ प्रत्येकासाठी उपलब्ध आहेत.

फ्रँचायझेस आणि नेटवर्क मार्केटिंग यांच्यामुळे तुमची स्वतःची यंत्रणा विकसित करण्याचा कठीण भाग दूर झाला आहे. तुम्ही काळाच्या कसोटीवर खऱ्या उतरलेल्या यंत्रणेचे हक्क संपादित करू शकता आणि नंतर तुमच्या कर्मचाऱ्यांचा विकास करणं हेच तुमच्याकडचं एकमेव काम असतं.

कॅशफ्लो क्वाड्रंटच्या डाव्या बाजूकडून उजव्या बाजूकडे सुरक्षितपणे पोहोचण्यासाठी आवश्यक असलेले पूल म्हणून व्यवसायाच्या यंत्रणांचा विचार करा.

प्रकरण पाच

गुंतवणूकदारांच्या पाच पातळ्या

गुंतवणूक ही आर्थिक स्वातंत्र्याची गुरूकिल्ली आहे.

माझे गरीब वडील नेहमीच असं म्हणत असत की, 'गुंतवणूक जोखमीची असते.'

माझे श्रीमंत वडील नेहमीच असं म्हणत असत की, 'आर्थिकदृष्ट्या निरक्षर असणं ही गोष्ट जोखमीची असते.'

आज आपण गुंतवणूक केली पाहिजे, हे बहुतेक लोकांना माहिती आहे. फक्त यातली अडचण अशी आहे की, गुंतवणूक जोखमीची असते असाच माझ्या गरीब वडिलांप्रमाणेच बहुतेक लोकांचा विश्वास असतो. अर्थातच तुमच्याकडे आर्थिक शिक्षणाचा, अनुभवाचा आणि मार्गदर्शनाचा अभाव असेल तर गुंतवणूक जोखमीचीच असते.

गुंतवणूक करण्यास शिकणं महत्त्वाचं असतं, कारण गुंतवणूक करणं ही आर्थिक स्वातंत्र्याची गुरूकिल्ली आहे. जे लोक गुंतवणूक करत नाहीत किंवा निकृष्टपणे गुंतवणूक करतात, त्यांच्या बाबतीत पाच गोष्टी घडतात.

१. ते आयुष्यभर खडतर कष्ट करत राहतात.
२. त्यांना आयुष्यभर सतत पैशाची चिंता वाटत राहते.
३. त्यांची काळजी घेतली जाण्यासाठी ते कुटुंबीय, कंपनीचं निवृत्तिवतेन किंवा सरकार यांसारख्या इतरांवर किंवा इतर गोष्टींवर अवलंबून असतात.
४. त्यांच्या आयुष्याच्या सीमारेषा पैशाद्वारे ठरतात.
५. खरं स्वातंत्र्य काय असतं ते त्यांना कधीही समजत नाही.

श्रीमंत वडील नेहमीच असं म्हणत असत की, 'आर्थिक स्वातंत्र्य प्राप्त करेपर्यंत तुम्हाला कधीही खरं स्वातंत्र्य काय असतं ते समजणार नाही.' या वाक्यातून त्यांना हेच सांगायचं

असे की, गुंतवणूक करण्यास शिकणं ही गोष्ट व्यवसायाचं शिक्षण घेण्याहून जास्त महत्त्वाची असते. त्यांनी असं सांगितलं होतं की, 'समजा, तुम्ही डॉक्टरीसारखा एखादा व्यवसाय शिकलात, तर त्या वेळी तुम्ही पैशासाठी कसं काम करावं ते शिकता. गुंतवणूक करण्यास शिकणं याचा अर्थ पैशाला तुमच्यासाठी कसं काम करायला लावावं ते शिकणं होय. ज्या क्षणी तुमचा पैसा तुमच्यासाठी काम करू लागेल, त्याच क्षणी तुमच्या स्वातंत्र्याकडे जाण्याचं तिकीट तुम्हाला मिळालेलं असेल.' त्यांनी असंही म्हटलं होतं की, 'तुम्ही जर खरे गुंतवणूकदार असाल तर तुमच्यासाठी तुमचा पैसा जितकं जास्त काम करत असेल तितक्या कमी प्रमाणात तुम्हाला कर भरावे लागतील.'

गुंतवणूक करायला शिकणं

माझ्या श्रीमंत वडिलांनी मला आय कप्प्यासाठी तयार करण्यास सुरुवात केली, त्या वेळी मी नऊ वर्षांचा होतो. त्यांनी मला शिकवण्यासाठी शैक्षणिक साधन म्हणून *मोनोपोली* या खेळाची निवड केली होती. ते पुनःपुन्हा असं म्हणत असत की, '*मोनोपोली* या खेळात संपत्ती मिळवण्याचं एक महान सूत्र सापडतं. फोर ग्रीन हाउसेस, वन रेड हॉटेल हे सूत्र नेहमीच लक्षात ठेवा.'

मोनोपोलीचा खेळ हा कॅशफ्लोचा खेळ आहे. उदाहरणार्थ, जर तुमच्या मालकीच्या मालमत्तेत तुमच्याकडे एक हिरवं घर असेल आणि तुम्हाला १० डॉलर्स मिळाले, तर तो मासिक १० डॉलर्सचा कॅशफ्लो असेल. दोन घरं असतील तर २० डॉलर्स मिळतील. तीन घरं असतील तर ३० डॉलर्स मिळतील. शिवाय एक लाल हॉटेल असेल तर तुम्हाला ५० डॉलर्स मिळतील. जास्त हिरवी घरं आणि जास्त लाल हॉटेल असणं याचा अर्थ जास्त कॅशफ्लो मिळणं आणि कमी काम करणं, कमी कर भरणं आणि जास्त स्वातंत्र्य असणं असा होतो.

हा एक साधा खेळ आहे – पण तो महत्त्वाचा धडा शिकवतो.

श्रीमंत वडील खऱ्या आयुष्यात *मोनोपोलीचा* खेळ खेळले होते. ते नेहमीच त्यांच्या मुलाला आणि मला हिरव्या घरांना भेट देण्यास घेऊन जात असत. ती हिरवी घरं एके दिवशी मोठं लाल हॉटेल होणार असत आणि ती अगदी वायकिकी बीचवर असत.

मोठा झाल्यानंतर मी श्रीमंत वडिलांना *मोनोपोलीचा* खेळ खऱ्या आयुष्यात खेळताना पाहिलं आणि त्या वेळी मी गुंतवणुकीविषयीचे मूल्यवान धडे शिकलो. त्यांपैकी काही धडे असे होते :

- गुंतवणूक जोखमीची नसते.
- गुंतवणूक ही गंमत असते.
- गुंतवणूक तुम्हाला अतिशय म्हणजे अगदी प्रचंड श्रीमंत करते.
- त्याहूनही महत्त्वाची गोष्ट म्हणजे गुंतवणूक तुम्हाला मुक्त, स्वतंत्र करते – ती तुम्हाला उदरनिर्वाहासाठी कमावण्यातून आणि पैशाची चिंता करण्यातून मुक्त करते.

दुसऱ्या शब्दांत तुम्ही हुशार असाल तर तुम्ही आयुष्यभरासाठी कॅशफ्लोच्या पाइपलाइनची बांधणी करू शकता. ही पाइपलाइन चांगल्या आणि वाईट अशा दोन्ही काळात तुमच्यासाठी रोख पैसे देऊ करते. ती तुम्हाला बाजार चढला आणि कोसळला तरीही पैसा मिळवून देते. तुमचा कॅशफ्लो महागाईवाढीप्रमाणे आपोआप वाढत राहतो आणि त्याच वेळी तुम्हाला कमी कर भरणा करण्याची मुभाही देतो.

रिअल इस्टेट हाच गुंतवणुकीचा एकमेव मार्ग आहे, असं मी तुम्हाला म्हणत नाही. श्रीमंत जास्त श्रीमंत कसे होत जातात याचं फक्त एक उदाहरण म्हणून मी *मोनोपोलीच्या* खेळाचा वापर करतो. एखादी व्यक्ती स्टॉक्समधून लाभांशांच्या माध्यमातून, रोख्यांमधून व्याजाच्या माध्यमातून उत्पन्न कमावू शकते किंवा तेल, पुस्तकं आणि पेटंट्समधून रॉयल्टीच्या माध्यमातूनही ती उत्पन्न मिळवू शकते. आर्थिक स्वातंत्र्याकडे नेणारे अनेक मार्ग आहेत.

आर्थिक 'तज्ज्ञ'

दुर्दैवानं, शालेय शिक्षणात आर्थिक शिक्षणाचा अभाव असल्यामुळे बहुतेक लोक – ते ज्यांच्यावर आर्थिक तज्ज्ञ म्हणून विश्वास ठेवतात, त्यांच्या हातात आपला पैसा सोपवतात. या तज्ज्ञ लोकांमध्ये बँकर्स, आर्थिक नियोजनकर्ते आणि स्टॉक ब्रोकर यांचा समावेश होतो. दुर्दैवानं त्यांच्यापैकी बहुतेक 'तज्ज्ञ' हे आय कप्प्यातील खरोखरचे गुंतवणूकदार नसतात. हे बहुतेक लोक वेतनचिठ्ठीसाठी काम करणारे ई कप्प्यातील कर्मचारी किंवा एस कप्प्यातील स्वयंरोजगारित आर्थिक सल्लागार असतात. हे सल्लागार फीसाठी आणि कमिशनसाठी काम करतात. बहुतेक 'तज्ज्ञांना' काम थांबवणं परवडणारं नसतं, कारण त्यांच्याकडे त्यांच्यासाठी काम करणाऱ्या गुंतवणुकी नसतात.

वॉरन बफेनं असं म्हटलं होतं की, 'जे लोक भुयारी मार्गावरून फिरतात, त्यांचा सल्ला मिळवण्यासाठी जिथे लोक रोल्स रॉइसमधून फिरतात अशी वॉल स्ट्रीट हीच एकमेव जागा आहे.'

योग्य प्रकारचं आर्थिक शिक्षण नसलेले लोक आपला आर्थिक सल्लागार विक्रेता आहे की लबाड व्यक्ती आहे, मूर्ख आहे की बुद्धिमान आहे ते ओळखू शकत नाहीत. लक्षात ठेवा, सगळे लबाड लोक अगदी चांगले वाटणारे लोकच असतात, कारण तुम्हाला जे ऐकण्याची इच्छा असते, ते त्यांनी तसंच, तितक्याच छान शब्दांत सांगितलं नाही तर तुम्ही त्यांचं म्हणणं ऐकूनच घेणार नाही.

विक्रेता असणं ही कुठल्याही प्रकारे चुकीची गोष्ट नाही. आपण सगळेच जण काही ना काही विकतच असतो. तरीही वॉरन बफे म्हणतो की, 'तुम्हाला विमा हवा असेल तर विमा पॉलिसीच्या विक्रेत्याकडे कधीही त्याविषयी चौकशी करू नका.' ज्या वेळी पैशाचा प्रश्न येतो त्या वेळी विक्रेते तुमचा पैसा मिळावा म्हणून तुम्हाला काहीही सांगून एखादी गोष्ट तुम्हाला विकण्यासाठी कमालीचे उत्सुक होतात.

यातली रोचक बाब अशी आहे की, बहुसंख्य गुंतवणूकदार कधीही त्यांचा पैसा घेणाऱ्या व्यक्तीला भेटलेले नसतात. बहुतांश पाश्चात्त्य जगात कर्मचाऱ्यांचा पैसा त्यांच्या

पगारातून परस्पर कापला जातो आणि तो त्यांच्या गुंतवणुकीत जमा होतो. ज्याप्रमाणे कर विभाग तुमच्याकडून तुमचे कर गोळा करतो त्याप्रमाणेच हे असतं. अमेरिकेतील अनेक कामगार त्यांच्या मालकाला त्यांच्या पैशातून कपात करून ४०१ (के) निवृत्तिवेतन योजनेत तो पैसा जमा करण्याची परवानगी देतात. मात्र ही योजना ही निवृत्तीनंतरच्या आयुष्यासाठी निवृत्तिवेतन देणारी सगळ्यात वाईट योजना असावी *(४०१ (के) योजना ही वेगवेगळ्या नावांनी वेगवेगळ्या देशांमध्ये राबवली जाते. ऑस्ट्रेलियात याच योजनेला सुपरॲन्युएशन योजना म्हटलं जातं, तर जपानमध्ये तिला ४०१ (के) योजना असंच म्हटलं जातं. कॅनडात ती आरआरएसपीज या नावानं ओळखली जाते).*

अर्थातच ४०१ (के) योजना ही निवृत्तीनंतरच्या आयुष्यासाठी गुंतवणूक करण्याची बहुधा सगळ्यात वाईट योजना असेल असं मी म्हणतो, त्यामागे काही कारणं नक्कीच आहेत आणि ती पुढीलप्रमाणे आहेत –

१. टाइम मॅगेझिन माझ्या बाजूला आहे

टाइम मॅगेझिन गेल्या काही वर्षांपासून या योजनेविषयी प्रश्नचिन्ह निर्माण करत आहे. अनेक लोकांचं निवृत्तीनंतरचं आयुष्य जोखमीत टाकण्याच्या विद्वत्तेविषयी ते प्रश्न उपस्थित करत आहे. टाइम असा अंदाज व्यक्त करत आहे की, परकी लोकांच्या हातात आपला पैसा दिल्यानंतर लाखो लोकांकडे निवृत्तीनंतर पुरेसा पैसा नसेल.

४०१ (के) योजना नफ्यातील ८० टक्के भाग घेते. गुंतवणूकदार सुदैवी असेल तर त्याला नफ्यातील उर्वरित २० टक्के भाग मिळू शकतो. गुंतवणूकदार १०० टक्के पैसा भरतो आणि १०० टक्के जोखीम घेतो. ४०१ (के) योजना ० टक्के पैसा टाकते आणि शून्य टक्के जोखीम घेते. तुम्ही पैसा गमावला तरीही ४०१ (के) कंपनी पैसा कमावते.

२. ४०१ (के) योजनेमध्ये कर तुमच्या विरोधात काम करतात.

दीर्घकालीन भांडवली लाभांवर कमी दरानं म्हणजे सुमारे १५ टक्के दरानं कर लादला जातो; परंतु ४०१ (के)मधील लाभांवर सर्वसामान्यपणे कमावलेल्या उत्पन्नावर लादण्यात येणाऱ्या प्राप्तिकराच्या दरानुसार म्हणजे ३५ टक्के कर आकारला जातो. तीन प्रकारच्या उत्पन्नांवर लादण्यात येणाऱ्या करांपैकी हा सर्वोच्च कर आहे. ही तीन प्रकारची उत्पन्नं अशी आहेत :

- सर्वसामान्यपणे कमावलेलं उत्पन्न
- पोर्टफोलिओचं उत्पन्न
- निष्क्रिय उत्पन्न

तुम्हाला ४०१ (के)मधून लवकर पैसा काढून घ्यायचा असेल तर तुम्हाला अतिरिक्त १० टक्के पेनल्टी कर भरावा लागतो.

३. शेअर बाजार कोसळला तर तुमच्याकडे विमा नसतो

जर अपघात झालाच तर पैसा मिळावा म्हणून कार चालवण्यासाठी माझ्याकडे विमा असावाच लागतो. मी रिअल इस्टेटमध्ये गुंतवणूक करतो, त्या वेळी आग लागली किंवा इतर नुकसान झालं तर माझ्याकडे विमा असतो; पण ४०१ (के) मध्ये गुंतवणूक करणाऱ्या गुंतवणूकदाराकडे बाजार कोसळला तर होणारी नुकसानी रोखण्यासाठी विमा नसतो.

४. निवृत्तीनंतर गरीब राहण्याचं नियोजन करणाऱ्या लोकांसाठी ४०१ (के) योजना आहे.

म्हणूनच आर्थिक नियोजनकर्ते नेहमीच असं म्हणतात की : 'तुम्ही निवृत्त होता, त्या वेळी तुमच्यावर कमी करदरानं कर आकारला जाईल.' निवृत्तीनंतर तुमचं उत्पन्न कमी उत्पन्न ब्रॅकेटमध्ये जाईल असं त्यांनी गृहीत धरलेलं असतं. दुसरीकडे तुम्ही निवृत्तीच्या वेळी श्रीमंत असाल आणि तुमच्याकडे ४०१ (के) असेल तर तुम्हाला निवृत्तीच्या वेळी जास्त दरानं कर भरावा लागेल. हुशार गुंतवणूकदार गुंतवणूक करण्याआधी करांविषयीची माहिती घेतात.

बहुतेक आर्थिक सल्लागारांविषयीचं आणि निवृत्तिवेतन – फंड व्यवस्थापकांविषयीचं दुःखद सत्य असं आहे की, ते गुंतवणूकदार नसतात. त्यांच्यापैकी बहुतेक जण ई कप्प्यातील कर्मचारी असतात. निवृत्तिवेतनविषयक इतक्या सरकारी योजना आणि संघटनांच्या योजना अडचणीत का आल्या आहेत, याचं साधं कारण असं आहे की, या योजनांचं काम करणाऱ्या कर्मचाऱ्यांना गुंतवणूकदार म्हणून प्रशिक्षण देण्यात आलेलं नसतं. बहुतेकांकडे खऱ्या आयुष्यात उपयोगी पडणारं व्यवहार्य आर्थिक शिक्षण नसतं.

बहुतेक आर्थिक 'तज्ज्ञ' गुंतवणुकीच्या बाबतीत अशिक्षित असलेल्या गुंतवणूकदारांना 'स्टॉक्स, रोखे आणि म्युच्युअल फंड यांच्या साहाय्यानं चांगल्या प्रकारे वैविध्य असलेल्या पोर्टफोलिओत दीर्घकाळासाठी गुंतवणूक करा' असा सल्ला देतात, त्या वेळी या सगळ्या गोष्टी आणखी वाईट होतात.

ई कप्प्यातील कर्मचारी किंवा एस कप्प्यातील विक्रेते असलेल्या या आर्थिक 'तज्ज्ञ' सल्लागारांना तुमच्यासारख्या आय कप्प्यातील गुंतवणूकदारांनी काय करावं, याचा सल्ला देण्याचा बहाणा का करावा लागतो? कारण त्यांना त्यासाठी पैसा दिला जातो. ते तुमच्यासाठी किती पैसा मिळवतात, त्याकरिता हा पैसा त्यांना दिला जात नाही, तर तुमचा पैसा किती दीर्घकाळासाठी तुम्ही त्यांच्याकडे सोपवता त्यानुसार त्यांना पैसा दिला जातो. तुमचा पैसा तुम्ही जितक्या दीर्घकाळापर्यंत त्यांच्याकडे सोपवाल तितका त्यांना जास्त पैसा दिला जातो.

यातली खरी गोष्ट ही आहे की, खरा गुंतवणूकदार कधीच त्याचा पैसा अडकवून ठेवत नाही. ते त्यांचा पैसा खेळता ठेवतात. या व्यूहरचनेला 'पैशाचा वेग' असं म्हणतात. खऱ्या गुंतवणूकदाराचा पैसा सतत खेळता राहतो. तो नवीन मालमत्ता संपादित करतो आणि नंतर

त्याहूनही जास्त मालमत्ता संपादित करण्यासाठी सतत आर्थिक क्षेत्रात खेळत राहतो. फक्त नवोदित, अपरिपक्व गुंतवणूकदारच त्यांचा पैसा अडकवून ठेवतात.

४०१ (के) प्रकारच्या निवृत्तिवेतन योजनेसारखी एकही योजना माझ्याकडे नसली तरीही अशा योजनांना मी वाईट म्हणत नाही; पण माझ्या दृष्टीनं त्या नक्कीच महागड्या, खूपच जोखमीच्या, खूपच कर-अक्षम आणि गुंतवणूकदाराच्या दृष्टीनं अन्याय्य आहेत.

गुंतवणूक करण्याचे आणखी चांगले मार्ग आहेत, असं मी सांगत आहे. मात्र त्यांच्यात गुंतवणूक करण्यासाठी आर्थिक शिक्षणाची गरज असते.

कोणती गुंतवणूक उत्तम असते?

सर्वसामान्य किंवा सरासरी गुंतवणूकदाराला कॅशफ्लोसाठी गुंतवणूक करणं आणि भांडवली लाभांसाठी गुंतवणूक करणं यामधला फरक माहिती नसतो. बहुतेक गुंतवणूकदार भांडवली लाभासाठी गुंतवणूक करतात आणि त्यांच्या स्टॉकची किंवा घराची किंमत वधारावी यासाठी प्रार्थना करत राहतात. जोपर्यंत तुमचा पैसा तुमच्या खिशातून बाहेर जाण्याऐवजी तुमच्याकडे परत येत राहतो, तोपर्यंत तुमची गुंतवणूक ही चांगली गुंतवणूक असते.

कोणताही मालमत्तेचा वर्ग व्यक्तीला श्रीमंत किंवा गरीब करत नाही, ही गोष्ट लक्षात ठेवा. उदाहरणार्थ, ज्या वेळी लोक विचारतात की, 'रिअल इस्टेट हा गुंतवणुकीचा चांगला पर्याय आहे का?' त्या वेळी मी उत्तर देतो, 'मला माहिती नाही. तुम्ही चांगले गुंतवणूकदार आहात का?' किंवा त्यांनी जर मला विचारलं की, 'स्टॉकमध्ये गुंतवणूक करणं चांगलं असतं का?' तर मी पुन्हा एकदा त्यांना तेच उत्तर देतो. मी त्यांना सांगतो की, 'मला माहिती नाही. तुम्ही चांगले गुंतवणूकदार आहात का?'

यातला माझा मुद्दा असा आहे की, गुंतवणूक किंवा मालमत्तेचा वर्ग ही कधीही यातली महत्त्वाची गोष्टच नसते. यश किंवा अपयश, गरिबी किंवा श्रीमंती या गोष्टी पूर्णपणे तुम्ही किती हुशार गुंतवणूकदार आहात, यावर अवलंबून असतात. हुशार गुंतवणूकदार शेअर बाजारातून कोट्यवधी डॉलर्सची कमाई करू शकेल. त्याच वेळी अपरिपक्व गुंतवणूकदार कोट्यवधी डॉलर्स गमावू शकेल.

यातली शोकांतिका अशी आहे की, लोकांना गुंतवणूक करण्यास शिकणं महत्त्वाचं आहे असं वाटत नाही म्हणूनच गुंतवणूक जोखमीची असते, असा बहुतेक लोकांचा विश्वास असतो आणि म्हणूनच त्यांचा पैसा गुंतवण्यासाठी ते एखाद्या 'तज्ज्ञा'कडे तो सोपवून मोकळे होतात. या तज्ज्ञांपैकी बहुतेक जण खरे गुंतवणूकदार नसतात, तर गुंतवणूकदारानं पैसा कमावला किंवा गमावला तरीही स्वतः त्याच्या गुंतवणुकीद्वारे पैसा कमावणारे विक्रेते असतात.

गुंतवणूकदारांच्या पाच वेगवेगळ्या पातळ्या

आय कप्प्यात गुंतवणूकदारांच्या पाच वेगवेगळ्या पातळ्या आढळतात.

पातळी १ : शून्य-आर्थिक-बुद्धिमत्ता पातळी

एके काळच्या जगातील सर्वांत श्रीमंत असलेल्या अमेरिका या देशात आज ५० टक्क्यांहून जास्त लोकसंख्या ही आय कप्प्यातील तळाच्या पातळीत आहे, ही दुःखद गोष्ट आहे. साध्या शब्दांत सांगायचं तर त्यांच्याकडे गुंतवणूक करण्यासाठी कपर्दिकही नाही.

भरपूर पैसा कमावणारे अनेक लोक या वर्गवारीत मोडतात. ते भरपूर कमावतात आणि जेवढा पैसा कमावतात त्याहून जास्त खर्च करतात.

माझा एक मित्र भरपूर श्रीमंत असल्यासारखा दिसत होता. त्याला रिअल इस्टेट ब्रोकर म्हणून चांगली नोकरी होती. सुंदर पत्नी आणि तीन मुलं असं त्याचं कुटुंब होतं. त्याची मुलं खासगी शाळेत शिकत होती. ते सॅन डिअॅगोमधील प्रशांत महासागराजवळच्या एका सुंदर घरात राहत होते. तो आणि त्याची पत्नी महागड्या युरोपियन कार चालवत होते. त्याचा मुलगा आणि मुली कार चालवण्याच्या वयाच्या झाल्यानंतर ते तिघंही महागड्या कार चालवू लागले. ते श्रीमंत असावेत असं दिसत होतं; पण प्रत्यक्षात ते बहुतेक गरीब लोकांहूनही जास्त गरीब होते.

आता ते बेघर आहेत. रिअल इस्टेटची बाजारपेठ कोसळल्यानंतर त्यांच्या श्रीमंतीचा डोलाराही कोसळला. त्यांनी घेतलेल्या सगळ्या कर्जांचे हप्ते फेडणंही त्यांना कठीण होऊन बसलं.

आम्ही जास्त तरुण असताना हाच मित्र भरमसाट पैसा कमवत होता. दुर्दैवानं त्याची आर्थिक-बुद्धिमत्ता-पातळी शून्य असल्यामुळे दीर्घकाळात तो शून्यावर आला. खरं तर तो इतका गळ्यापर्यंतच्या कर्जात बुडाला होता की, तो खऱ्या अर्थानं शून्याच्याही खालच्या पातळीवरचा गुंतवणूकदार होता.

इतर अनेक लोकांप्रमाणे तो खरेदी करत असलेल्या प्रत्येक गोष्टीतून तो पैसा गमावत होता किंवा त्यासाठी त्याला पैसा खर्च करावा लागत होता. त्याने खरेदी केलेल्या कुठल्याही गोष्टीमुळे तो जास्त श्रीमंत झाला नव्हता.

पातळी २ : बचत करणाऱ्या अर्थातच पैसा गमावणाऱ्या लोकांची पातळी

अनेक लोकांचा असा विश्वास असतो की, पैशाची बचत करणं ही हुशारीची गोष्ट असते. यातली अडचण अशी आहे की, आज 'पैसा' हा 'पैसा' उरलेला नाही. आज लोक प्रकाशाच्या वेगानं छापता येत असलेल्या नकली पैशाची बचत करत आहेत.

सन १९७१मध्ये राष्ट्राध्यक्ष निक्सन यांनी अमेरिकन डॉलरचं सुवर्ण स्टँडर्ड काढून टाकलं, त्यामुळे पैसा हा कर्ज झाला. १९७१पासून किमती का वाढल्या आहेत, त्याचं प्राथमिक कारण हेच आहे की, आता अमेरिकेकडे तिची बिलं भरण्यासाठी पैसा छापण्याची ताकद आहे.

आज बचत करणारे लोक सगळ्यात मोठ्या प्रमाणात पैसा गमवत आहेत. १९७१पासून अमेरिकन डॉलरनं सोन्याच्या तुलनेत त्याचं ९५ टक्के मूल्य गमावलं आहे. उर्वरित पाच टक्के मूल्य गमावण्यासाठी त्याला आणखी ४० वर्षांचीही गरज नाही.

हे लक्षात घ्या की, १९७१मध्ये सोन्याचा दर प्रती औंस ३५ डॉलर्स होता. चाळीस वर्षांनंतर सोन्याचा दर १४०० डॉलर्स प्रती औंस होता. ती डॉलरच्या क्रयशक्तीची झालेली प्रचंड हानी होती. अमेरिकन राष्ट्रीय कर्ज कित्येक ट्रिलियन डॉलर्समध्ये वाढत गेल्यामुळे ही समस्या आणखी वाईट बनली. मग अमेरिकेने भरमसाट प्रमाणात आणखी 'नकली' पैसा छापणं तसंच सुरू ठेवलं.

जगभरच्या फेडरल रिझर्व्ह बँका आणि मध्यवर्ती बँका झपाट्यानं ट्रिलियन डॉलर्सच्या नोटा छापत आहेत. प्रत्येक छापलेल्या डॉलरचा अर्थ जास्त उच्च कर आणि जास्त चलनफुगवटा असा होतो. असं असलं तरीही बचत करणं हुशारीचं आहे असाच लाखो लोकांचा विश्वास आहे. ज्या वेळी पैसा हा पैसा होता फक्त त्याच वेळी ही गोष्ट हुशारीची होती.

रोख्यांची किंवा बाँडची बाजारपेठ ही जगातील सगळ्यात मोठी बाजारपेठ आहे. 'रोखा' हा 'बचत' या शब्दाचाच आणखी एक पर्यायी शब्द आहे. वेगवेगळ्या प्रकारच्या बचतकर्त्यांसाठी वेगवेगळ्या प्रकारचे रोखे असतात. यू.एस. ट्रेझरी बाँड, कॉर्पोरेट बाँड, म्युनिसिपल बाँड आणि जंक बाँड असे अनेक रोखे आहेत.

अनेक वर्षांपासून असा समज होता की, अमेरिकन सरकारचे रोखे आणि सरकारी म्युनिसिपल रोखे सुरक्षित असतात. त्यानंतर २००७च्या आर्थिक अरिष्टाला सुरुवात झाली. तुमच्यापैकी अनेकांना माहिती आहे, त्याप्रमाणे हे अरिष्ट 'मॉर्टगेज बॅक्ड सिक्युरिटीज'सारख्या किंवा एमबीएससारख्या मॉर्टगेज बाँडसमुळे निर्माण झालं होतं. या एमबीएसलाच डेरिव्हेटिव्हज असंही म्हणतात. हे कोट्यवधी मॉर्टगेज बाँड सबप्राइम मॉर्टगेजेसनं तयार झाले होते म्हणजेच ही उच्च जोखीम असलेल्या कर्जदारांना दिलेली कर्जं होती. त्यांच्यापैकी काही कर्जदारांकडे उत्पन्न नव्हतं आणि नोकरी किंवा कामंही नव्हती, तरीही ज्या घरांचे पैसे ते कधीच चुकते करू शकणार नव्हते, ती घरं ते विकत घेत होते.

वॉल स्ट्रीट बँकर्सनी या सबप्राइम कर्जांना बाँड्समध्ये बदललं होतं. शिवाय या सबप्राइम बाँडवर त्यांनी अगदी जादुई प्रकारे प्राइम असा शिक्काही मारून घेतला. त्यानंतर त्यांनी संस्थांना, बँकांना, सरकारांना आणि वैयक्तिक गुंतवणूकदारांना हे बाँड विकले होते. माझ्या दृष्टीनं ही अफरातफर आहे; पण हीच बँकिंग यंत्रणा आहे.

एकदा सबप्राइम कर्जदारांना आपल्या कर्जांवरचं व्याजही फेडणं शक्य होईनासं झाल्यानंतर या एमबीएस बाँडचा संपूर्ण जगभर फुगवटा तयार झाला.

यातली रोचक गोष्ट अशी आहे की, वॉरन बफेच्या मूडीज या फर्मनं या सबप्राइम कर्जांना 'एएए प्राइम कर्ज' असा बाँड्ससाठीच्या सर्वोच्च दराचा आशीर्वाद दिला होता.

आज अनेक लोक गोल्डमन सॅक्स आणि जे.पी. मॉर्गन यांसारख्या मोठ्या बँकांवर या अरिष्टाला कारणीभूत झाल्याचा दोषारोप करतात, तरीही या अरिष्टासाठी जर कोणावर दोषारोप करायचाच असला तर तो वॉरन बफेवर केला पाहिजे. तो हुशार माणूस होता. आपण काय करत आहोत ते त्याला चांगलंच माहिती होतं. मूडीजनं जणू काही कुजणाऱ्या मांसाला ए दर्जाचं उत्तम मांस असा आशीर्वाद दिला होता. हा गुन्हा आहे.

यातली अडचण अशी आहे की, हे सबप्राइम बाँड आता जगभर सर्वत्र त्यांच्या परिणामांचे तरंग उमटवत आहेत. आज आयर्लंड आणि ग्रीस यांसारखे देश गंभीर संकटात सापडले आहेत. त्यांच्या बाँडवरचं व्याज फेडण्यास ते असमर्थ आहेत. अमेरिकेत सरकार आणि पालिका दिवाळखोरीत चालल्या आहेत. त्यांनाही त्यांच्या बाँड्वरचं व्याज फेडणं शक्य होत नाही.

सन २०११मध्ये कोट्यवधी लोक, अनेक निवृत्त, निवृत्तिवेतन फंड, सरकारं आणि बँका अडचणीत आल्या, कारण बाँड किती असुरक्षित असू शकतात ते बाँड बाजारपेठेनं दाखवून दिलं होतं.

या सगळ्यावर कळस म्हणजे चलनफुगवटा वाढत चालला आहे आणि त्यामुळे आतापर्यंत कधीही नव्हती इतकी बाँड्समधील गुंतवणूक जास्त जोखमीची होत चालली आहे. म्हणूनच ज्यांना फक्त बचत करण्याची माहिती आहे ते बचतकर्ते हरत चालले आहेत. उदाहरणार्थ, जर बाँड ३ टक्के दरानं व्याज देत असेल आणि चलनफुगवट्याचा दर ५ टक्के असेल तर ३ टक्के बाँडचं मूल्य कोसळतं, त्यामुळे गुंतवणूकदाराकडचा सगळा पैसा निघून जातो.

यामध्ये चीन हा सगळ्यात मोठ्या प्रमाणात पैसा गमावणारा देश असेल. चीनकडे अमेरिकन बाँड्सच्या स्वरूपात अनेक ट्रिलियन डॉलर्सचं कर्ज आहे. दर वेळी अमेरिकन सरकारनं जास्त पैसा छापून आणि जास्त बाँड देऊन डॉलरचं अवमूल्यन केलं की, चीननं अमेरिकेत केलेल्या ट्रिलियन-डॉलर्स गुंतवणुकीचं मूल्यही घसरतं. जर चीननं अमेरिकन सरकारचे बाँड खरेदी करणं थांबवलं तर जगाचं अर्थकारण थांबेल आणि कोसळेल.

कोट्यवधी निवृत्त लोक हे चीनसारखे आहेत. सरकारी रोखे किंवा बाँड सुरक्षित असतात, असा निवृत्तीनंतर स्थिर उत्पन्नाची गरज असलेल्या निवृत्तांचा विश्वास असतो. आज मोठी आणि लहान सरकारं कर्जबाजारी आहेत आणि डबघाईला आली आहेत. चलनफुगवटा वाढत चालला आहे. निवृत्तांच्या असं लक्षात येत चाललं आहे की, बाँड्समध्ये पैशाची बचत करणारे लोक पैसा गमावत आहेत.

म्युनिसिपल बाँड हे राज्यांनी, शहरांनी, रुग्णालयांनी, शाळांनी आणि इतर सार्वजनिक संस्थांनी दिलेले आयओयू असतात. म्युनिसिपल बाँड्सचा एक फायदा असा आहे की, त्यांच्यापैकी अनेक बाँड्सचं उत्पन्न करमुक्त असतं. यातली अडचण अशी आहे की, हे बाँड्सही जोखीममुक्त नाहीत.

म्युनिसिपल बाँड्समध्ये गुंतवणूक करणाऱ्या कोट्यवधी गुंतवणूकदारांच्या आता असं लक्षात आलं आहे की, त्यांनी गुंतवणूक केलेले म्युनिसिपल बाँड्स सध्या गंभीर अडचणीत आले आहेत. अमेरिकेत म्युनिसिपल बाँड्समध्ये ३ ट्रिलियन डॉलर्सहून जास्त डॉलर्सची गुंतवणूक झाली आहे. त्यांच्यापैकी दोन तृतीयांश बाँड आता धोक्यात आले आहेत, कारण या सार्वजनिक संस्था कोसळल्या आहेत. जर जास्त पैसा आत आणला गेला नाही, तर अमेरिकेत मोठी उलथापालथ घडून येईल. कारण राज्यं, शहरं, रुग्णालयं आणि शाळा या आता थकबाकीदार होऊ लागल्या आहेत. ज्याप्रमाणे सबप्राइम घरमालक थकबाकीदार झाले आणि त्यांनी गृहकर्जांची परतफेड करणं थांबवलं त्याप्रमाणेच हेही आहे.

बाँडची बाजारपेठ ही जगातील सगळ्यात मोठी बाजारपेठ आहे. ती शेअर बाजाराहून किंवा रिअल इस्टेटच्या बाजारपेठेहूनही मोठी आहे. याचं मुख्य कारण असं आहे की, बहुतेक लोक बचतकर्ते म्हणजेच दुसऱ्या पातळीवरचे गुंतवणूकदार आहेत. दुर्दैवानं, १९७१नंतर पैशाचे नियम बदलल्यानंतर बचतकर्त्यांनी जरी बाँड्समध्ये गुंतवणूक केली असली तरी त्यांनीच सर्वांत जास्त पैसा गमावला.

बचतकर्ते, बाँडधारक आणि निवृत्तिवेतन योजनेत बचत करणारे बहुतेक लोक हे आपला पैसा अडकवून ठेवणारे लोक असतात. ते दीर्घकाळासाठी गुंतवणूक करतात. मात्र व्यावसायिक गुंतवणूकदारांनी आपला पैसा खेळता ठेवतात.

व्यावसायिक गुंतवणूकदार त्यांचा पैसा मालमत्तेत गुंतवतात आणि ती मालमत्ता न विकता त्यांचा पैसा परत मिळवतात. त्यानंतर त्यांचा तो पैसा ते आणखी मालमत्तांची खरेदी करण्याकडे वळवतात म्हणूनच जे लोक त्यांचा पैसा अडकवून ठेवतात ते सगळ्यात मोठ्या प्रमाणात पैसा गमावून बसतात.

पातळी ३ : अतिशय व्यस्त लोकांची पातळी

या गुंतवणूकदाराकडे गुंतवणुकीविषयी शिकण्यासाठी वेळ नसतो. या पातळीवरचे अनेक गुंतवणूकदार हे उच्चशिक्षित लोक असतात आणि ते फक्त त्यांच्या करिअरमध्ये, कौटुंबिक आयुष्यात, इतर रुचींमध्ये आणि सुट्ट्यांमध्ये व्यस्त असतात म्हणून ते आर्थिकदृष्ट्या अशिक्षित राहण्यास प्राधान्य देतात आणि त्यांच्या पैशाचं व्यवस्थापन करण्यासाठी त्यांचा पैसा दुसऱ्यांच्या हातात देतात.

याच पातळीवरचे बहुतेक लोक ४०१ (के), आयआरएमध्ये गुंतवणूक करतात आणि काही अगदी अतिशय श्रीमंत गुंतवणूकदारही या पातळीवर असतात. ते त्यांचा पैसा फक्त 'तज्ज्ञ' व्यक्तींकडे वळवतात आणि नंतर त्यांचा 'तज्ज्ञ' हा खरोखरचा तज्ज्ञ असावा अशी प्रार्थना करत बसतात.

सन २००७मध्ये आर्थिक अरिष्ट निर्माण झाल्यानंतर लवकरच अनेक सधन लोकांना त्यांचा तज्ज्ञ हा मुळीच तज्ज्ञ नसल्याचं आढळून आलं होतं. त्याहूनही वाईट गोष्ट म्हणजे तो विश्वासही ठेवण्याच्या लायकीचा नसल्याचंही त्यांच्या लक्षात आलं होतं.

रिअल इस्टेट आणि शेअर बाजार कोसळू लागल्यानंतर काही महिन्यांच्या कालावधीतच अनेक ट्रिलियन डॉलर्सची संपत्ती वाऱ्यावर उडून गेली होती. विव्हळ झालेल्या गुंतवणूकदारांनी त्यांच्या विश्वासू सल्लागारांना फोन करून त्यांच्याकडे त्यांच्या मुक्तीची भीक मागितली होती.

याच दरम्यान, काही श्रीमंत गुंतवणूकदारांच्या असं लक्षात आलं होतं की, त्यांचे विश्वासू सल्लागार हे अत्यंत प्रतिष्ठित, सुसंस्कृत लबाड लोक होते. ते लांबलचक पाँझी योजना राबवत होते. पाँझी योजनेत नवीन गुंतवणूकदाराच्या पैशातून जुन्या गुंतवणूकदाराला पैसा दिला जातो. त्यामुळे जोपर्यंत नवीन गुंतवणूकदार त्या योजनेत पैसे टाकत राहतात, तोपर्यंतच ती योजना सुरू राहते. अमेरिकेत बर्नी मॅडऑफ प्रसिद्ध झाला, कारण त्याने श्रीमंत व्यक्तींच्या पैशातून कोट्यवधी डॉलर्सची पुंजी गोळा केली होती.

काही पाँझी योजना कायदेशीर आणि काही बेकायदेशीर असतात. सोशल सिक्युरिटी ही कायदेशीर पाँझी योजना आहे आणि शेअर बाजारही अशीच पाँझी योजना आहे. या दोहोंचाही विचार केला तर जोपर्यंत नवीन पैशाचा प्रवाह या योजनांमध्ये वाहता राहतो, तोपर्यंतच या योजना काम करतात. जर या योजनेत नवीन पैसा येणं थांबलं तर – मग ती मॅडॉफ्स योजना असो, सोशल सिक्युरिटी असो किंवा वॉल स्ट्रीट – या सगळ्या योजना कोसळतील.

तिसऱ्या पातळीवरच्या म्हणजेच 'मी खूपच व्यस्त आहे' आणि 'अतिशय व्यस्त लोकांच्या' या पातळीवरच्या गुंतवणूकदारांच्या बाबतीतील समस्या अशी असते की, त्यांनी पैसा गमावला तरीही ते त्यापासून काहीही शिकत नाहीत. त्यांच्याकडे वाईट अनुभवाखेरीज इतर अनुभव नसतो. ते फक्त त्यांच्या सल्लागाराला, बाजाराला किंवा सरकारला दोष देऊ शकतात. जर कोणत्या चुका झाल्या हेच माहिती नसेल तर कुठल्याही व्यक्तीच्या दृष्टीनं चुकांमधून शिकणं कठीण असतं.

पातळी ४ : स्वयंरोजगारिताची पातळी

हा एस कप्प्यातील स्वतःच्या जीवावर सारं काही करणारा गुंतवणूकदार असतो. अनेक निवृत्त लोक, त्यांचे कामकाजाचे दिवस संपल्यानंतर या चौथ्या पातळीवरचे गुंतवणूकदार होतात.

हा गुंतवणूकदार सहसा डिस्काऊंट ब्रोकरकडून स्टॉकची खरेदी–विक्री करतो. काहीही झालं तर ते स्वतः त्यांचं संशोधन करू शकत असताना आणि स्वतःचे निर्णय घेत असताना त्यांनी स्टॉकब्रोकरला जास्त कमिशन का द्यावं? असा त्यांचा अभिनिवेष असतो.

त्यांनी रिअल इस्टेटमध्ये गुंतवणूक केली तर सारं काही स्वतःच्या जीवावर करण्यात तरबेज असलेले हे लोक स्वतःच आपल्या मालमत्तांचा शोध घेतात, त्या ठरवतात आणि त्यांचं व्यवस्थापनही करतात. जर ती व्यक्ती सोन्याला जास्त महत्त्व देणारी असली तर ते स्वतःच्या मालकीचं सोनं आणि चांदी खरेदी करून ते साठवून ठेवतात.

बहुतेक प्रकरणांमध्ये स्वतःच्या जीवावर सारं काही करणाऱ्या या लोकांकडे असलंच तर अगदीच अत्यल्प आर्थिक शिक्षण असतं. काही का असेना; पण ते सारं आपल्या जीवावर करू शकतात, मग त्यांनी इतर कुठलीही गोष्ट शिकून घेण्याची गरजच काय असते?

जर ते एखाद–दुसऱ्या अभ्यासक्रमाला उपस्थित राहिलेच तर ते नेहमीच संकुचित विषय क्षेत्रात राहतात. उदाहरणार्थ, त्यांना स्टॉक ट्रेडिंग आवडत असेल तर ते फक्त स्टॉक ट्रेडिंगवर लक्ष केंद्रित करतात. हीच गोष्ट या प्रकारात मोडणाऱ्या रिअल इस्टेटमध्ये गुंतवणूक करणाऱ्या गुंतवणूकदाराच्या बाबतीतही खरी असते.

मी नऊ वर्षांचा असताना श्रीमंत वडिलांनी मला *मोनोपोली* या गेमच्या साहाय्यानं आर्थिक शिक्षण देण्यास सुरुवात केली होती. त्यांना मला गुंतवणुकीच्या जगाचं जास्त मोठं, व्यापकं चित्र माहिती असावं असं वाटत होतं. या मोठ्या चित्रातील काही मालमत्तांचे वर्ग किंवा प्रकार शिकण्यात मी माझं आयुष्य व्यतीत करावं असं त्यांना वाटत होतं. हे प्रकार असे होते :

मालमत्ता	दायित्व
व्यवसाय रिअल इस्टेट कागदपत्राच्या स्वरूपातील कमोडिटीज	

जास्त लोकांना गुंतवणूक करण्याची गरज आहे, याची जाणीव झाल्यामुळे त्यांच्यापैकी कोट्यवधी लोक या चारही वर्गांतील चौथ्या पातळीवरचे लहान गुंतवणूकदार होत आहेत.

सन २००७नंतर शेअर बाजार कोसळला. कोट्यवधी लोक लघू उद्योग सुरू करून उद्योजक झाले आणि अनेकांनी कमी किमती असताना रिअल इस्टेटमध्ये पैसे गुंतवले. तरीही बहुतेकांनी स्टॉक ट्रेडिंगमध्ये आणि स्टॉक विकत घेण्यातही आपलं नशीब आजमावून पाहिलं. डॉलरचं मूल्य घसरल्यानंतर कोट्यवधी लोकांनी डॉलरऐवजी सोन्यात आणि चांदीत पैशांची बचत करण्यास सुरुवात केली.

साहजिकच, जे लोक सातत्यानं सुरू असलेल्या आपल्या आर्थिक शिक्षणात गुंतवणूक करतात, वर्गाला नियमितपणे उपस्थित राहतात आणि आपल्या कामगिरीत सुधारणा करण्यासाठी प्रशिक्षकाची नेमणूक करतात ते लोक निश्चितपणे सारं काही स्वतःच्या जीवावर करणाऱ्यांच्या तुलनेत झपाट्यानं पुढे जातात.

उत्तम आर्थिक शिक्षण घेतलं तर चौथ्या पातळीवरचे काही गुंतवणूकदार पुढच्या पातळीपर्यंत चढू शकतात म्हणजेच ते पाचव्या पातळीवरचे गुंतवणूकदार - अर्थातच भांडवलदार होतात.

पातळी ५ : भांडवलदार पातळी

हे लोक जागतिक पातळीवरचे सगळ्यात श्रीमंत लोक असतात. पाचव्या पातळीवरचे गुंतवणूकदार म्हणजेच भांडवलदार हे बी कप्प्यातील व्यवसायाचे मालक असतात आणि ते आय कप्प्यात गुंतवणूक करतात.

आधी सांगितलं आहे, त्याप्रमाणे चौथ्या पातळीवरचे गुंतवणूकदार हे सारं काही स्वतःच्या जीवावर करणारे एस कप्प्यातील लोक असतात आणि ते आय कप्प्यात गुंतवणूक करतात.

चौथ्या पातळीवरचे गुंतवणूकदार आणि पाचव्या पातळीवरचे भांडवलदार गुंतवणूकदार यांच्यातील फरक पुढे दिले आहेत :

१. एस कप्प्यातील गुंतवणूकदार गुंतवणुकीसाठी सहसा त्याचा किंवा तिचा पैसा वापरतात.

बी कप्प्यातील गुंतवणूकदार गुंतवणुकीसाठी सर्वसामान्यपणे ओपीएमचा (इतर लोकांच्या पैशाचा) वापर करतात.

२. एस कप्प्यातील गुंतवणूकदार हे नेहमीच एकटे गुंतवणूकदार असतात (एस या अक्षरापासून स्मार्टेस्ट म्हणजे अतिशय हुशार असा शब्दही तयार होतोच की!).

   बी कप्प्यातील गुंतवणूकदार टीमबरोबर गुंतवणूक करतो. बी कप्प्यातील गुंतवणूकदारानं सगळ्यात हुशार असलंच पाहिजे असं नसतं. त्यांच्याकडे फक्त सगळ्यात हुशार टीम असण्याची गरज असते.

   बहुतेक लोकांना हे माहिती असतं की, एका मनानं विचार करण्यापेक्षा विचार करायला दोन मनं असतील तर ते अधिक चांगलं ठरतं, तरीही एस कप्प्यातील अनेक गुंतवणूकदारांचा असा विश्वास असतो की, ते जगातील सगळ्यात हुशार लोक आहेत.

३. एस कप्प्यातील गुंतणूकदार बी कप्प्यातील गुंतवणूकदाराच्या तुलनेत कमी पैसा कमावतो.

४. एस कप्प्यातील गुंतवणूकदार नेहमीच बी कप्प्यातील गुंतवणूकदाराच्या तुलनेत जास्त कर भरतो.

५. एस कप्पा हा सेल्फिश म्हणजे स्वार्थी या अर्थाच्या शब्दाचं प्रतिनिधित्व करतो. ते जितके जास्त स्वार्थी असतील तितक्या जास्त प्रमाणात पैसा कमावतात.

   बी कप्प्यातील गुंतवणूकदारानं उदार असावंच लागतं. त्याच्याकडे जितकं जास्त औदार्य असेल तितका तो जास्त पैसा मिळवतो.

६. एस कप्प्यातील गुंतवणूकदार होऊन पैशाची उभारणी करणं अवघड असतं. बी कप्प्यातील गुंतवणूकदाराला भांडवलाची उभारणी करणं सोपं जातं. एकदा एखाद्या व्यक्तीला बी कप्प्यातील व्यवसायाची उभारणी कशी करावी हे समजलं की यश पैशाला स्वतःकडे आकर्षित करून घेतं. तुम्ही जर बी कप्प्यात यशस्वी झालात तर आय कप्प्यातून पैशाची उभारणी करणं सोपं असतं. यातला 'जर' हा शब्द खूप महत्त्वाचा आहे.

भांडवलाची उभारणी करण्यातील सहजता हा बी कप्प्यात यशस्वी होण्याचा मार्ग आहे आणि एस व बी कप्प्यांत यशस्वी होण्यातील एक मोठा फरक आहे. एकदा एखादी व्यक्ती बी कप्प्यात यशस्वी झाली की तिचं आयुष्य सोपं बनून जातं. मग तिच्यासमोर यशस्वी होण्याचं आव्हान असतं.

एस कप्प्यातील यशात एक समस्या अशी असते की, या कप्प्यातून भांडवलाची उभारणी करणं नेहमीच अवघड असतं.

उदाहरणार्थ, शेअर बाजारात व्यवसायाच्या शेअर्सची विक्री करून बी कप्प्यातील व्यवसायाला सार्वजनिक क्षेत्रात नेणं सोपं असतं. बी कप्प्यासाठी भांडवलाची उभारणी करणं ही गोष्ट किती सोपी असते, याचं फेसबुक हे आधुनिक उदाहरण आहे. जर फेसबुक ही फक्त

वेबविषयक सल्ला देणारी फर्म राहिली असती तर गुंतवणुकीसाठी भांडवलाची उभारणी करणं ही गोष्ट त्यांच्यासाठी अतिशय अवघड झाली असती.

मॅकडोनाल्ड्स हे याचं दुसरं उदाहरण आहे. जर मॅकडोनाल्ड्स हे फक्त हॅम्बर्गर विक्रीचं एकुलतं एक दुकानच राहिलं असतं– म्हणजेच एस कप्प्यातील कामकाज करत राहिलं असतं तर कोणालाही त्याच्याविषयी समजलं नसतं. एकदा मॅकडोनाल्ड्सनं फ्रँचायझीच्या यंत्रणेच्या माध्यमातून बी कप्प्यात विस्तार करण्यास सुरुवात केल्यावर ते शेअर बाजारात सूचिबद्ध झाले आणि नंतर त्याच्याकडे पैशांचा ओघ सुरू झाला.

व्यवसायाचे शेअर विकले जातात त्याचं कारण असं असतं की, व्यवसायात जितक्या जास्त प्रमाणात वाटून घेतलं जातं, तितक्या जास्त प्रमाणात उद्योजक श्रीमंत होतो. एस कप्प्यातील व्यवसायाला शेअर्स विकणं कठीण असतं कारण वाटून घेण्याच्या दृष्टीनं तो व्यवसाय खूपच लहान असतो.

रिअल इस्टेटमध्येही हीच गोष्ट खरी असते. ज्या वेळी मी रिअल इस्टेटमध्ये गुंतवणूक करणारा लहान गुंतवणूकदार होतो, त्या वेळी मी एकेका कुटुंबाच्या घरात, छोट्या अपार्टमेंटमध्ये आणि ४ ते ३० घरांच्या अपार्टमेंट इमारतींमध्ये गुंतवणूक करत होतो. त्या वेळी कर्जं मिळवणं मला कठीण जात होतं.

किमनं आणि मी ज्या क्षणी १००हून जास्त घरं असलेल्या अपार्टमेंटमध्ये गुंतवणूक करण्यास सुरुवात केली, त्या वेळी बँकांही आम्हाला जास्त कर्ज देण्यास जास्त इच्छुक होऊ लागल्या. यामागचं कारण काय होतं? शंभरहून जास्त घरं असलेल्या मालमत्तांची किंमत कोट्यवधी डॉलर्सची असते. बँका या मालमत्तांना कर्ज देतात, त्या गुंतवणूकदारांना कर्जं देत नाहीत. त्या गुंतवणुकींना कर्जं देतात. दुसऱ्या शब्दांत, १००हून जास्त घरं असलेल्या मालमत्तांच्या बाबतीत बँका गुंतवणूकदारापेक्षाही गुंतवणुकीचं जास्त बारकाईनं निरीक्षण करतात.

या सगळ्याहूनही महत्त्वाची गोष्ट अशी असते की, बँकर एक कोटी डॉलर्सच्या कर्जापेक्षा एक हजार कोटी डॉलर्सचं कर्ज देऊ करतो, कारण हजारो डॉलर्सचं कर्ज देण्यास जितका वेळ लागतो, तितकाच वेळ लाखो किंवा कोट्यवधी डॉलर्सचं कर्ज देण्यासाठीही लागतो. लक्षात ठेवा, बँकांना कर्जदार आवडतात, कारण कर्जदारच त्यांना श्रीमंत करतात.

मोठ्या अपार्टमेंटची मालकी पत्करण्यास आणि नफ्यात व्यवस्थापन करण्यास आम्ही सक्षम असल्याबद्दल बँकरचं एकदा समाधान झाल्यावर, अगदी आर्थिक अरिष्टाच्या काळातही आम्हाला कर्ज देण्यासाठी बँकांच्या रांगा लागल्या होत्या.

म्हणून यातला प्रश्न असा असतो : पाचव्या पातळीवरचे गुंतवणूकदार कोणाकडून त्यांचं कर्ज घेतात? याचं उत्तर असं असतं की, हे गुंतवणूकदार दुसऱ्या आणि तिसऱ्या पातळीवरच्या गुंतवणूकदारांकडून कर्ज घेतात. या पातळ्यांवरच्या गुंतवणूकदारांनी बँकांमध्ये आणि निवृत्तिवेतन योजनांमध्ये त्यांच्या पैशाची बचत केलेली असते.

शून्यातून सुरुवात करणं

किम आणि मी बेघर असल्याच्या कथेपासून मी या पुस्तकाची सुरुवात केली आहे, कारण पैसा नसणं हे जास्त हुशार होऊ न शकण्याचं, जास्त मोठा विचार न करण्याचं आणि जास्त श्रीमंत न होण्याचं समर्थन होऊ शकत नाही हे मला वाचकांना सांगायचं होतं.

माझ्या आयुष्यात बहुतेक काळ माझ्याकडे कधीही पुरेसा पैसा नव्हता. मी पैसा नाही म्हणून मी अमुक केलं नाही, असं समर्थन करत बसलो असतो तर मी कधीच भांडवलदार होऊ शकलो नसतो. ही गोष्ट महत्त्वाची आहे, कारण खऱ्या भांडवलदाराकडे कधीच पैसा नसतो म्हणूनच त्यांना भांडवलाची उभारणी कशी करावी आणि इतर लोकांचा पैसा वापरून खूप लोकांसाठी खूप पैशाची निर्मिती कशी करावी हे माहिती असण्याची गरज असते.

भांडवलदार कसं व्हावं?

मी ई आणि एस कप्प्यांतील यशस्वी व्यक्ती व्हावं, असं माझ्या आईला आणि वडिलांना वाटत होतं. माझ्या वडिलांनी मला शिकून पीएच.डी. व्हावं असं सुचवलं होतं. त्यांनी स्वतःही तेच केलं होतं आणि ते सरकारी नोकरीत गेले होते. तिथे ते ई कप्प्यातील उद्योजकीय शिडी भराभरा चढून वरपर्यंत गेले. माझी आई एक नोंदणीकृत परिचारिका होती. तिला मी एस कप्प्यातील वैद्यकीय डॉक्टर व्हावं असं वाटत होतं.

माझ्या श्रीमंत वडिलांनी मला भांडवलदार व्हावं असं सुचवलं होतं. त्याचा अर्थ मला बी आणि आय कप्प्यांमधील यशासाठी आवश्यक असलेली कौशल्यं शिकावीच लागणार होती.

शाळा, महाविद्यालयं, कायदे महाविद्यालयं, वैद्यकीय महाविद्यालयं यांसारख्या पारंपरिक शैक्षणिक संस्थांवर माझ्या आईचा आणि वडिलांचा विश्वास होता. ते चांगल्या ग्रेडना, पदव्यांना आणि प्रशस्तिपत्रांना महत्त्व देत होते. त्यात कायद्याची पदवी किंवा वैद्यकीय व्यवसायाचा परवाना यांचा समावेश होत होता.

माझ्या श्रीमंत वडिलांचा शिक्षणावर विश्वास होता; पण पारंपरिक शैक्षणिक संस्थांमधून दिल्या जाणाऱ्या शिक्षणावर त्यांचा विश्वास नव्हता. शैक्षणिक संस्थेत जाण्याऐवजी माझे श्रीमंत वडील त्यांच्या व्यवसायात व गुंतवणुकीच्या कौशल्यांमध्ये सुधारणा घडवणाऱ्या चर्चासत्रांना आणि अभ्यासक्रमांना जात होते. त्यांनी वैयक्तिक विकास अभ्यासक्रमही पूर्ण केले होते. त्यांना ग्रेड्समध्ये किंवा प्रशस्तिपत्रांमध्ये रस नव्हता. त्यांना प्रत्यक्ष आयुष्यात उपयुक्त ठरणारी कौशल्यं हवी होती. त्यांना बी आणि आय कप्प्यांमध्ये ताकदी आणि व्यवहार कौशल्यं मिळवून देणारी कौशल्यं हवी होती.

मी हायस्कूलमध्ये असताना माझे श्रीमंत वडील नेहमीच उद्योजकता आणि गुंतवणूक यांवरच्या चर्चासत्रांना उपस्थित राहण्यासाठी विमानानं होनोलुलूला जात. एके दिवशी माझ्या गरीब वडिलांना मी श्रीमंत वडील विक्रीवरच्या चर्चासत्रांना जात असल्याचं सांगितल्यावर ते त्यांना मोठ्यानं हसले होते. विक्री कशी करावी हे शिकण्याची गरज एखाद्याला का वाटू शकते हे त्यांच्या लक्षात आलं नव्हतं. विशेषतः ज्या वर्गात तास घालवल्यामुळे एखादी

प्रगत महाविद्यालयीन पदवी किंवा क्रेडिट मिळणार नव्हती, त्या वर्गाला ते का जात होते ते त्यांना समजत नव्हतं. माझे गरीब वडील माझ्या श्रीमंत वडिलांकडे नेहमीच तुच्छतेनं पाहत, कारण माझ्या श्रीमंत वडिलांनी हायस्कूलचं शिक्षणही पूर्ण केलं नव्हतं.

शिक्षणाविषयीचे दोन भिन्न दृष्टिकोन असलेले दोन वडील माझ्याकडे असल्यामुळे मला एकाच प्रकारचं शिक्षण नसतं, याची जाणीव झाली होती. ज्यांना ई किंवा एस कप्प्यात यशस्वी होण्याची इच्छा असते, त्यांच्यासाठी पारंपरिक शाळा उपयुक्त असतात. ज्यांना बी किंवा आय कप्प्यात यशस्वी होण्याची इच्छा असते, त्यांच्यासाठी वेगळ्या प्रकारचं शिक्षण असतं.

सन १९७३मध्ये मी व्हिएतनाममधून परत आलो. त्या वेळी मी कोणत्या वडिलांचा मार्ग अनुसरणार आहे, त्याविषयी माझ्या मनाची तयारी करण्याची वेळ आली होती. माझ्या गरीब वडिलांच्या पावलांवर पाऊल टाकून ई किंवा एस कप्प्यातील व्यक्ती होण्यासाठी मी पुन्हा एखाद्या शैक्षणिक संस्थेत दाखल होणार होतो का? की श्रीमंत वडिलांच्या मार्गावरून जाऊन मला बी किंवा आय कप्प्यातील व्यक्ती आणि अखेरीस भांडवलदार व्हायचं होतं?

सन १९७३मध्ये माझ्या श्रीमंत वडिलांनी मला रिअल इस्टेटमधील गुंतवणुकीसंदर्भातील वर्गाला जाण्यास सुचवलं. ते म्हणाले, 'तुला जर यशस्वी भांडवलदार व्हायचं असेल तर भांडवलाची उभारणी कशी करावी आणि कर्जाचा वापर करून पैसा कसा मिळवावा हे तुला माहिती असावंच लागेल.'

त्याच वर्षी मी रिअल इस्टेटमधील गुंतवणुकीवरच्या तीन दिवसांच्या चर्चासत्राला उपस्थित राहिलो. भांडवलदारांच्या जगातील माझ्या शिक्षणाची ती सुरुवात होती.

त्यानंतर काही महिन्यांनी सुमारे १००हून जास्त मालमत्ता बघितल्यानंतर मी माझी भाड्यानं द्यावयाची पहिली मालमत्ता खरेदी केली. ती मौई या बेटावर होती. ती खरेदी करण्यासाठी मी १०० टक्के कर्जाचा वापर केला होता आणि तरीही दर महिन्याला माझ्या खिशात २५ डॉलर्सचा कॅशफ्लो पडत होता. खऱ्या आयुष्यातील माझ्या शिक्षणाला सुरुवात झाली होती. इतर लोकांचा पैसा वापरून पैसा निर्माण करण्याचं खऱ्या भांडवलदाराचं कौशल्य मी शिकत होतो.

सन १९७४मध्ये मरिन कॉर्प्सबरोबरचं माझं कंत्राट संपुष्टात आलं आणि मी हवाईतील झेरॉक्स कॉर्पोरेशनमध्ये नोकरी पत्करली. मला व्यावसायिक शिडीच्या पायऱ्या चढून जायचं होतं म्हणून नव्हे, तर झेरॉक्समध्ये उत्तम विक्री-प्रशिक्षण कार्यक्रम होता म्हणून मी तिथे नोकरी करू लागलो. पुन्हा एकदा मला भांडवलदार होण्यासाठी प्रशिक्षित करण्याच्या माझ्या श्रीमंत वडिलांच्या शैक्षणिक कार्यक्रमाचा तो एक भाग होता.

सन १९९४पर्यंत किम आणि मी आर्थिकदृष्ट्या स्वतंत्र झालो होतो. आम्हाला आता पुन्हा कधीही नोकरीची किंवा एखाद्या कंपनीची किंवा सरकारी निवृत्तिवेतन योजनेची गरज भासणार नव्हती. श्रीमंत वडिलांचं म्हणणं अगदी अचूक होतं. माझ्या शिक्षणानं मला स्वतंत्र केलं होतं; पण ते शिक्षण हे औपचारिक शैक्षणिक संस्थांमधील शिक्षण नव्हतं.

सन २००७मध्ये बाजार कोसळू लागला. खरं तर संपूर्ण उर्वरित अर्थकारणासह तो कोसळू लागला, त्या वेळी आमची संपत्ती प्रचंड प्रमाणात वाढली होती. शेअर बाजार

आणि रिअल इस्टेटची बाजारपेठ कोसळल्यावर खूप उत्तम व्यवहार समोर येऊ लागले. त्यांच्या खरेदीसाठी बँकाही कोट्यवधी डॉलर्स देण्यास उत्सुक होत्या. त्यांच्या गुंतवणुकी वाईट ठरू नयेत, यासाठी त्यांना मोठी कर्जं द्यायची होती. एकट्या २०१० या वर्षात किमनं आणि मी रिअल इस्टेटमध्ये ८७ दशलक्ष डॉलर्सहून जास्त पैसा कमावला. त्यासाठी आम्ही बँकांकडून आणि निवृत्तिवेतन फंडांकडून घेतलेल्या कर्जांचा वापर केला होता. ते आमचं आतापर्यंतचं उत्तम वर्षं होतं.

श्रीमंत वडील नेहमीच म्हणत होते की, 'तुम्ही खरे गुंतवणूकदार असाल तर बाजार वधारला किंवा कोसळला तरी तुम्हाला त्यामुळे काहीही फरक पडता कामा नये. खरा गुंतवणूकदार बाजाराच्या कुठल्याही स्थितीत चांगली कामगिरी करतो.'

तुम्ही कुठे आहात?

क्षणभराचा वेळ काढा आणि तुम्ही आज कुठे आहात त्याचं मूल्यमापन करा.

तुम्ही गुंतवणुकीच्या पहिल्या पातळीवर आहात का?

तुमच्या मालमत्तांच्या स्तंभात काहीही नसेल आणि तुमच्या गुंतवणुकीतून उत्पन्न मिळत नसेल, तसंच तुमच्यावर खूपच दायित्वं किंवा कर्जं असतील तर तुम्ही तळाच्या पातळीपासून सुरुवात करत आहात.

तुम्ही खरोखरच वाईट कर्जात गळ्यापर्यंत बुडाला असाल तर त्या कर्जातून बाहेर पडणं ही तुमची उत्तम गुंतवणूक असेल. वाईट कर्जात मोठ्या प्रमाणात बुडालेलं असण्यात काहीच चुकीचं नाही. फक्त तुम्ही त्यातून बाहेर पडण्यासाठी काहीही करत नसाल तर ते वाईट आहे. माझा पहिला व्यवसाय संपुष्टात आला त्या वेळी माझ्या डोक्यावर जवळजवळ दहा लाख डॉलर्सचं कर्ज होतं. त्यातून बाहेर पडून ते कर्ज शून्यावर आणण्यात माझी पाच वर्षं गेली. माझ्या चुकांमधून शिकण्यातून आणि माझ्या चुकांची जबाबदारी घेण्यातून मला हवं असलेलं उत्तम शिक्षण मला अनेक प्रकारे मिळालं. माझ्या चुकांमधून मी शिकलो नसतो तर आज मी जिथे आहे तिथे नसतो.

किमनं आणि मी एक साधा कार्यक्रम आखला आहे आणि त्यासाठी एक वर्कबुकही तयार केलं आहे. *आम्ही वाईट कर्जातून कसे बाहेर पडलो* असं त्या कार्यक्रमाचं नाव आहे. वाईट कर्जाच्या लक्षावधी डॉलर्समधून बाहेर पडण्यासाठी आम्ही कोणती प्रक्रिया वापरली हे त्यात स्पष्ट करण्यात आलं आहे. ती एक साधी आणि जवळजवळ सुलभ प्रक्रिया होती. त्यासाठी फक्त काही प्रमाणातील शिस्तीची आणि शिकण्याच्या इच्छेची गरज असते.

तुम्ही दुसऱ्या पातळीवरचे गुंतवणूकदार आहात का?

तुम्ही बचतकर्ते असाल तर अतिशय सावध राहा. विशेषतः तुम्ही बँकेत किंवा निवृत्तिवेतन योजनेत पैशाची बचत करत असाल तर जास्तच दक्षता घ्या. सर्वसामान्यपणे बचतकर्ते हे हरणारे किंवा पैसा गमावणारे असतात.

सहसा बचतीची व्यूहरचना ही नेहमीच ज्या लोकांना काहीही शिकण्याची इच्छा नसते त्यांच्यासाठी असते. बचत करण्यासाठी कुठल्याही प्रकारची आर्थिक बुद्धिमत्ता लागत नाही हे तुमच्या लक्षात येईल. तुम्ही एखाद्या माकडालाही पैशाची बचत करण्याचं प्रशिक्षण देऊ शकता.

बचत करण्यातील धोका असा आहे की तुम्ही अल्प प्रमाणात शिकता. शेअर बाजार कोसळल्यामुळे किंवा तुमच्या वित्तपुरवठ्याचं अवमूल्यन झाल्यामुळे जर तुमची बचत संपून गेली, तर तुमच्याकडचा पैसा संपतो आणि त्या वेळी तुमच्याकडे आर्थिक शिक्षणही नसतं.

लक्षात ठेवा की, अमेरिकन डॉलरनं १९७१पासून त्याचं ९५ टक्के मूल्य गमावलं आहे. त्याचं उर्वरित मूल्य गमावण्यासाठीही त्याला यापुढे फारसा काळ लागणार नाही.

आधी सांगितलं आहे, त्याप्रमाणे जर चुकीच्या किमतीला सोन्याची खरेदी केली तर सोन्यात पैशाची बचत केल्यामुळेही पैसा गमवावा लागू शकतो.

मी तुम्हाला असं सुचवतो की, तुम्ही स्टॉक्सवरचे किंवा रिअल इस्टेटवरचे काही अभ्यासक्रम पूर्ण करून त्यात तुम्हाला रस आहे का ते पाहावं. तुम्हाला त्यात रस वाटला नाही तर बचत करणं तसंच सुरू ठेवा.

बहुतेक लोक आणि व्यवसाय हे गुंतवणूकदार नव्हे, तर बचतकर्ते आहेत म्हणूनच बाँडची बाजारपेठ ही जगातील सर्वांत मोठी बाजारपेठ आहे, ही गोष्ट लक्षात ठेवा. ही गोष्ट बचतकर्त्यांना आश्चर्यकारक आणि विचित्र वाटू शकेल; पण बाँडच्या बाजारपेठेला आणि बँकांना कर्जदारांची गरज असते.

तुम्ही तिसऱ्या पातळीवरचे गुंतवणूकदार आहात का?

ही पातळी दुसऱ्या पातळीसारखीच असते. फक्त ती स्टॉक्स, बाँड्स, म्युच्युअल फंड, विमा आणि एक्स्चेंज ट्रेडेड फंड यांसारख्या जास्त जोखमीच्या साधनांमध्ये गुंतवणूक करते.

पुन्हा एकदा या पातळीतील जोखीम अशी असते की, जर सारं काही गमावलं गेलं तर गुंतवणूकदार प्रत्येक गोष्ट गमवून बसतो – आणि काहीही शिकत नाही.

तुमच्या आर्थिक शिक्षणात गुंतवणूक करून तुम्ही तिसऱ्या पातळीतून बाहेर पडण्यास आणि तुमच्या पैशाचं नियंत्रण स्वतःकडे ठेवण्यास तयार असाल तर चौथ्या क्रमांकाची पातळी तुमच्यासाठी चांगली असेल.

तुम्ही चौथ्या पातळीवरचे गुंतवणूकदार आहात का?

तुम्ही व्यावसायिक पातळीवरचे गुंतवणूकदार असाल तर तुमचं अभिनंदन! अत्यल्प लोकच त्यांच्या स्वतःच्या पैशाविषयी आणि त्याचं व्यवस्थापन करण्याविषयी शिकण्यात त्यांच्या वेळेची गुंतवणूक करतात. आयुष्यभर शिकत राहणं, तसंच महान शिक्षक, महान प्रशिक्षक आणि समविचारी मित्र मिळवणं ही चौथ्या पातळीवर यशस्वी होण्याची गुरूकिल्ली आहे.

चौथ्या पातळीवरचे गुंतवणूकदार त्यांच्या आयुष्यावर स्वतःचं नियंत्रण ठेवतात. तसंच चुका म्हणजे शिकण्याच्या आणि वाढण्याच्या संधी आहेत हे त्यांना माहिती असतं.

गुंतवणूक करण्याची त्यांना भीती वाटत नाही. ती त्यांना आव्हानात्मक वाटते.

तुम्ही पाचव्या पातळीवरचे गुंतवणूकदार आहात का?

माझ्या दृष्टीनं पाचव्या पातळीवरचा भांडवलदार गुंतवणूकदार होणं ही गोष्ट जगात सर्वोच्च स्थानी असण्यासारखी असते. अक्षरशः जग तुमच्या पायाखाली असतं. या जगाला सीमा नसतात. वैपुल्याच्या जगातील भांडवलदार होणं ही गोष्ट उच्च गतीच्या तंत्रज्ञानाच्या या जगात पूर्वी कधीही नव्हती इतकी सोपी झाली आहे.

तुम्ही या पातळीवर असाल तर शिकत आणि इतरांना देत राहा. लक्षात ठेवा खरा भांडवलदार उदार असतो, कारण जास्त मिळवण्यासाठी जास्त द्यावं लागतं, हे बी कप्प्यातील भांडवलदाराला माहिती असतं.

ती तुमची निवड असते

स्वातंत्र्याविषयीची एक महान गोष्ट अशी असते की तुम्हाला हवं तसं आयुष्य जगण्याची निवड तुम्ही करू शकता. ती तुमची निवड असते.

सन १९७३मध्ये मी २६ वर्षांचा असताना मला हे माहिती होतं की, माझ्या पालकांनी ज्या प्रकारच्या आयुष्याची निवड केली होती, त्या प्रकारचं आयुष्य मला जगायचं नव्हतं. माझ्याकडे जितके पैसे असतील त्यानुसार अतिशय काटकसरीनं जगण्याची माझी इच्छा नव्हती. एका वेतनचिठ्ठीवरून दुसऱ्या वेतनचिठ्ठीतील पैशांपर्यंत असं करत कसाबसा उदरनिर्वाह भागवत मला जगायचं नव्हतं. माझ्या दृष्टीनं हे जगणं म्हणजे जगणंच नव्हतं. ते त्यांच्यासाठी चांगलं होतं असेलही; पण मला अंतःकरणापासून हे माहिती होतं की अशा प्रकारचं जगणं माझ्यासाठी योग्य नव्हतं.

प्रगत पदव्यांसाठी पुन्हा एकदा शैक्षणिक संस्थांमध्ये शिक्षण घेत राहणं ही गोष्टही माझ्यासाठी नव्हती हे मला माहिती होतं. शाळा माणसाला श्रीमंत करत नाहीत हे मला माहिती होतं, कारण मी भरपूर प्रगत पदव्या असलेल्या व्यक्तींच्या कुटुंबात मोठा झालो होतो. माझ्या बहुतेक काकांकडे, मामांकडे आणि मावशांकडे, आत्यांकडे पदव्युत्तर पदव्या होत्या. त्यांच्यापैकी काही जणांकडे तर डॉक्टरेटच्या पदव्याही होत्या.

मला ई कप्प्यातील उद्योजकीय शिडी चढत राहण्याची इच्छा नव्हती किंवा मला एस कप्प्यातील अतिशय खास तज्ज्ञही व्हायचं नव्हतं.

म्हणून मी न मळलेल्या वाटेची निवड केली. मी उद्योजक आणि व्यावसायिक गुंतवणूकदार व्हायचं असं ठरवलं. मला जगभर फिरण्याचं, व्यवसाय करण्याचं आणि गुंतवणूक करण्याचं स्वातंत्र्य हवं होतं.

ती माझी निवड होती. मी प्रत्येकानं हाच मार्ग चोखाळावा असा सल्ला देणार नाही; परंतु मी व्यक्तीनं आपल्या मार्गाची निवड करावी असं नक्कीच सुचवतो. निवडीची ताकद असणं हेच स्वातंत्र्य असतं.

गुंतवणूकदारांच्या पाच पातळ्यांवर नजर टाकून नंतर निवड करावी, यासाठी मी तुम्हाला प्रोत्साहन देतो. प्रत्येक पातळीचे स्वतःचे फायदे आणि तोटे आहेत. तिचे स्वतःचे गुण-दोष आहेत. प्रत्येक पातळीला पैशाहूनही जास्त मूल्य आहे.

तुम्ही १, २ किंवा ३ क्रमांकाच्या पातळीची निवड केली तर त्या पातळ्यांवरच्या तुमच्या गुंतवणूकविषयक आयुष्याला पाठबळ देण्यासाठी पात्र असलेले अनेक लोक आणि संघटना आहेत.

चौथ्या आणि पाचव्या पातळीवर गुंतवणूक करण्याची इच्छा असलेल्या लोकांना शैक्षणिक खेळ, कार्यक्रम आणि प्रशिक्षक पुरवण्यासाठी सन १९९७मध्ये किमनं आणि मी *रिच डॅड कंपनीची* स्थापना केली.

गुंतवणुकीविषयीचा अंतिम शब्द

पैशांच्या जगात तुम्हाला वरचेवर 'आरओआय' म्हणजे 'रिटर्न ऑन इन्व्हेस्टमेंट' म्हणजेच 'गुंतवणुकीवरचा परतावा' अशी संज्ञा दिसेल. तुम्ही कोणाबरोबर बोलत आहात त्यानुसार आरओआय बदलत जाईल. उदाहरणार्थ, तुम्ही बँकरबरोबर बोलत असाल तर तो किंवा ती तुम्हाला सांगेल की, 'आम्ही तुमच्या पैशावर ३ टक्क्यांनी व्याज देतो.' अनेक लोकांना हे चांगलं वाटेल. तुम्ही आर्थिक नियोजनकर्त्याबरोबर बोलत असाल तर तो तुम्हाला असं म्हणेल की, 'तुमच्या गुंतवणुकीवर तुम्ही वार्षिक १० टक्क्यांनी परतावा मिळण्याची अपेक्षा ठेवू शकता.' अनेक लोकांच्या दृष्टीनं १० टक्के परतावा मिळणं ही गोष्ट अगदीच रोमहर्षक असते.

बहुतेक लोकांच्या दृष्टीनं आणि त्यातही ई व एस कप्प्यांतील लोकांच्या दृष्टीनं तुमचा परतावा जितका उच्च असेल तितकी जोखीमही जास्त असते म्हणून १० टक्के परतावा मान्य करणारी व्यक्ती आधीच असं ठरवून मोकळी होते की बँकेतील ३ टक्के परताव्याच्या तुलनेत या गुंतवणुकीत जास्त जोखीम असलीच पाहिजे आणि खरं तर ती असतेही.

यातली विरोधाभासाची गोष्ट अशी आहे की, बँकेकडून मिळणारा ३ टक्के परतावा आणि शेअर बाजारातून मिळणारा १० टक्के परतावा या दोहोंमध्येही मोठी जोखीम असते. बँकेतील पैशाला महागाई दरवाढीमुळे आणि पैसा छापणाऱ्या बँकांकडून लादल्या जाणाऱ्या उच्च करांमुळे जोखीम पत्करावी लागते. शेअर बाजारातील १० टक्के परताव्यातही जोखीम असते, कारण एचएफटीमुळे (हाय फ्रिक्वेन्सी ट्रेडिंगमुळे म्हणजेच उच्च वारंवारितेच्या ट्रेडिंगमुळे) शेअर बाजारात अस्थैर्य निर्माण होत राहतं. शिवाय नवखे लोक बाजारात विम्याशिवाय गुंतवणूक करतात हेही त्यांना पत्कराव्या लागणाऱ्या जोखमीमागचं एक कारण असतं.

माझ्या जगात आरओआय हे माहितीवरच्या परताव्याचं प्रतिनिधित्व (रिटर्न ऑन इन्फर्मेशन) करतं. याचा अर्थ माझ्याकडे जितकी जास्त माहिती असेल तितका मला जास्त परतावा मिळतो आणि माझी जोखीमही तितक्याच जास्त प्रमाणात कमी होते.

मी तुम्हाला इथे सावध करतो, कारण यानंतर मी जे सांगणार आहे ते तुम्हाला अविचारीपणाचं किंवा वेडगळ वाटू शकेल किंवा बिलकूलच खरं नाही असंही वाटू शकेल; पण मी तुम्हाला हमी देतो की मी जे सांगणार आहे ते अगदी पूर्ण सत्य आहे.

माझ्या जगात म्हणजे गुंतवणूकदाराच्या चौथ्या आणि पाचव्या पातळीवर कमी जोखमीची आणि अमर्याद परताव्याची अपेक्षा असते. अमर्याद परतावा याचा अर्थ काहीही न देता पैसा मिळवणं असा आहे. दुसऱ्या शब्दांत, गुंतवणुकीत आपला एकही पैसा न गुंतवता गुंतवणूकदारांना उत्पन्न मिळतं.

या आधीच्या भागात मी असं लिहिलं आहे की, मी १९७३मध्ये रिअल इस्टेटचा अभ्यासक्रम पूर्ण केला होता. त्यानंतर १००हून जास्त मालमत्ता बघितल्यानंतर मी मौईमध्ये लहान अपार्टमेंट खरेदी केलं होतं आणि त्यासाठी १०० टक्के वित्तपुरवठ्याचा वापर केला होता. याचा अर्थ माझा स्वतःचा एकही पैसा मी वापरला नव्हता. माझ्या खिशात मी मासिक २५ डॉलर्सचं उत्पन्न टाकत राहिलो होतो. हे २५ डॉलर्स हा माझ्या गुंतवणुकीवरचा अमर्याद परतावा होता, कारण मी शून्य डॉलरची गुंतवणूक केली होती. त्या भागातून मी पुढील विधानांची पुनरुक्ती करतो, 'खऱ्या आयुष्यातील माझ्या शिक्षणाला सुरुवात झाली होती. इतर लोकांचा पैसा वापरून पैसा निर्माण करण्याचं खऱ्या भांडवलदाराचं कौशल्य मी शिकत होतो.'

मासिक २५ डॉलर्स ही फार मोठी रक्कम नव्हती, हे मला माहिती आहे. तरीही माझ्यासाठी तो पैसा महत्त्वाचा नव्हता. तो विचार करण्यास शिकण्याचा मार्ग होता. तो माहितीवर प्रक्रिया करण्याचा आणि तिच्यातून फलित मिळवण्याचा मार्ग होता.

आज माझ्याकडे इतका भरपूर पैसा आहे, याच एक साधं कारण असं आहे की, मला वेगळ्या प्रकारचं शिक्षण मिळालं होतं आणि मला वेगळ्या प्रकारे विचार करण्यास प्रशिक्षित करण्यात आलं होतं. तुम्ही *रिच डॅड पुअर डॅड* वाचलं असेल तर मी पहिल्या प्रकरणाला द रिच डोन्ट वर्क फॉर मनी (श्रीमंत पैशांसाठी काम करत नाहीत) असं शीर्षक दिलं होतं ते तुम्हाला कदाचित आठवत असेल. ई आणि एस कप्प्यांतील लोकांना विवरणपत्राच्या वाचनाच्या संदर्भात अडचणी येतात, कारण त्यांच्यापैकी बहुतेक जण पैशासाठी काम करण्याकरिता शाळेत किंवा शैक्षणिक संस्थांमध्ये शिकायला जातात. ते इतर लोकांचा पैसा त्यांच्यासाठी कसा काम करतो ते शिकायला तिथे जात नाहीत.

किमनं आणि मी *रिच डॅड कंपनी* सुरू केली, त्या वेळी आम्ही गुंतवणूकदारांकडून २५०,००० डॉलर्स कर्ज घेतलं होतं. एकदा कंपनी स्थापन होऊन काम करू लागल्यावर आम्ही तो पैसा परत दिला. आज या व्यवसायानं कित्येक कोट्यवधी डॉलर्सचा परतावा दिला आहे. तो तिने फक्त किमला आणि मलाच दिलेला नाही, तर *रिच डॅड*शी संलग्न कंपन्यांना आणि व्यक्तींनाही दिला आहे. मी म्हटलं होतं त्याप्रमाणे भांडवलदार उदार असतात.

यातला माझा मुद्दा असा आहे की, ज्या क्षणी व्यक्तीला शून्यातून किंवा इतर लोकांच्या पैशातून किंवा बँकेच्या पैशातून पैसा कसा मिळवावा हे समजतं, त्या क्षणी ती दुसऱ्या जगात प्रवेश करते. ई आणि एस कप्प्यांतील कठोर परिश्रमाच्या, उच्च कर भरण्याच्या आणि गुंतवणुकींवरच्या कमी परताव्यांच्या जगाहून हे जग भिन्न असतं.

बचत करणं हुशारीचं असतं आणि शेअर बाजारातून १० टक्के परतावा मिळणं ही गोष्ट अतिशय उत्तम असते, असा बहुतेक लोकांचा विश्वास असतो, कारण त्यांच्याकडे आर्थिक शिक्षणाचा अभाव असतो.

तुमच्या गुंतवणुकीवरचा परतावा हा तुमचा उत्तम आरओआय नसतो, तर तुमच्या माहितीवरचा परतावा हा तुमचा उत्तम आरओआय असतो म्हणूनच आर्थिक शिक्षण गरजेचं असतं. विशेषतः यापुढे जगासमोर येणाऱ्या अनिश्चिततेच्या काळात तर ते जास्तच गरजेचं आहे.

'शिक्षण' या शब्दाविषयीची ही गोष्ट लक्षात ठेवा : 'शिक्षण आपल्याला माहितीचं अर्थपूर्णतेत रूपांतर करण्याची ताकद मिळवून देतं.' माहितीच्या युगात आपण आर्थिक माहितीच्या प्रवाहात अगदी नखशिखांत भिजून जातो, तरीही आर्थिक शिक्षण नसेल तर या माहितीचं रूपांतर आपल्या आयुष्यांसाठी उपयुक्त अर्थात आपण करू शकत नाही.

हे प्रकरण पूर्ण करताना मी असं म्हणतो की, आय कप्पा हा तुमच्या भविष्यासाठी सगळ्यात महत्त्वाचा कप्पा आहे. तुम्ही उदरनिर्वाहासाठी काय करता याने काहीही फरक पडत नाही, तुम्ही आय कप्प्यात किती चांगली कामगिरी करता त्यावरून तुमचं भवितव्य निश्चित होतं. दुसऱ्या शब्दांत तुम्ही ई किंवा एस कप्प्यात अत्यल्प पैसा मिळवला तरीही आय कप्प्यातील आर्थिक शिक्षण हे तुम्हाला स्वातंत्र्याकडे आणि आर्थिक सुरक्षिततेकडे नेणारं तुमचं तिकीट असतं.

बौद्ध नन असलेल्या माझ्या बहिणीचं उदाहरण घेऊ या. ती एस कप्प्यातून जवळजवळ शून्य कमाई करते, तरीही ती गुंतवणुकीच्या अभ्यासक्रमांना जाते. ती तिचं आर्थिक शिक्षण स्थिरपणानं वाढवत राहिली आहे. आज तिचं भवितव्य उज्ज्वल आहे, कारण तिने बँकेत पैशांची बचत करणं आणि म्युच्युअल फंड विकत घेणं थांबवून रिअल इस्टेटमध्ये आणि चांदीत गुंतवणूक करण्यास सुरुवात केली आहे. २००० ते २०१० या दहा वर्षांत तिने आय कप्प्यातून भरपूर पैसा कमावला. एस कप्प्यातील नन म्हणून ती इतका पैसा कधीही कमवू शकली नसती.

माझ्या बहिणीचा मला खूप अभिमान वाटतो. व्यवसायानं ती नन असेलही; पण म्हणून तिने गरीब ननच असलं पाहिजे असं नाही.

पुढे वाचण्याआधी...

आपण पुढे जाण्याआधी आपल्या समोर एक मोठा प्रश्न आ वासून उभा आहे.

१. तुम्ही कोणत्या पातळीवरचे गुंतवणूकदार आहात?

जर तुम्ही झपाट्यानं सधन बनण्याचा खरोखरच प्रामाणिकपणे विचार करत असाल, तर त्या पाच पातळ्या वाचा, पुनःपुन्हा वाचत राहा. दर वेळी मी त्या पातळ्या वाचल्या की, मी त्या सगळ्या पातळ्यांमध्ये थोड्या-थोड्या प्रमाणात असल्याचं माझ्या लक्षात येतं. फक्त माझी सामर्थ्यंच माझ्या लक्षात येत नाहीत, तर मला मागे खेचणाऱ्या माझ्या

दुर्बलता, स्वभावदोषही मला समजतात. तुमच्या सामर्थ्यांना जास्त बळकटी देणं आणि तुमचे स्वभावदोष दूर करणं हा महान आर्थिक संपत्तीकडे नेणारा मार्ग आहे. हे करण्यासाठी आपण परिपूर्ण असल्याचं ढोंग करत राहण्यापेक्षा आपल्यात असलेले स्वभावदोष ओळखणं हा यावरचा खरा उपाय आहे.

आपल्याला सर्वांनाच आपण उत्तम आहोत, असा विचार करायला आवडतं. माझ्या बहुतेक आयुष्यात मी पाचव्या पातळीवरचा भांडवलदार गुंतवणूकदार झाल्याचं स्वप्न बघत राहिलो होतो. माझ्या श्रीमंत वडिलांनी शेअरची निवड करणारा आणि रेसच्या घोड्यांवर पैसे लावणारा या दोघांमधील साम्य मला सांगितलेल्या क्षणापासूनच मला नेमकं काय होण्याची इच्छा होती ते मला समजलं होतं; पण या यादीतील वेगवेगळ्या पातळ्यांचा अभ्यास केल्यानंतर मला मागे खेचणारे माझ्या स्वभावातील दोष मला पाहता आले. चौथ्या पातळीपासूनच दबावाच्या काळात आपली कुरूप डोकी वर काढणारे हे स्वभावातील दोष मला दिसत होते. माझ्यातील जुगारी चांगला होता; पण तोही तितकासा चांगला नव्हता म्हणून किमच्या व माझ्या मित्रांच्या मार्गदर्शनाच्या आणि अतिरिक्त आर्थिक शिक्षणाच्या साहाय्यानं माझ्यातील हे स्वभावदोष मी दूर करू लागलो. माझ्या ताकदींमध्ये मी त्यांचं रूपांतर करण्यास सुरुवात केली. पाचव्या पातळीवरचा गुंतवणूकदार म्हणून माझा प्रभाव तत्काळ वाढला.

आज मी पाचव्या पातळीवरचा गुंतवणूकदार म्हणून काम करत असलो तरीही मी गुंतवणूकदारांच्या पाच पातळ्यांचं वाचन तसंच सुरू ठेवलं आहे. मी त्यांचं वाचन पुनःपुन्हा करतो आणि स्वतःमध्ये सुधारणा करण्यावरही काम करतो.

आता तुमच्यासाठी इथे दुसरा प्रश्न देत आहे :

२. *तुम्हाला गुंतवणूकदारांची कुठली पातळी हवी आहे किंवा नजीकच्या भविष्यात कुठल्या पातळीची गरज आहे?*

____

सूचना

पाचव्या पातळीवरचा गुंतवणूकदार होण्याचं उद्दिष्ट असलेल्या कोणीही पहिल्यांदा चौथ्या पातळीवरचा गुंतवणूकदार म्हणून आपली कौशल्यं विकसित केली पाहिजेत. चौथी पातळी गाळून तुम्ही पाचव्या पातळीवर एकदम उडी मारू शकत नाही. असं करण्याचा प्रयत्न करणारी कुठलीही व्यक्ती ही तिसऱ्या पातळीवरची गुंतवणूकदार म्हणजेच जुगारी असते!

तुमचं दुसऱ्या प्रश्नाचं उत्तरही पहिल्या प्रश्नाच्या तुमच्या उत्तरासारखंच असलं तर तुम्हाला हवं तिथे तुम्ही आहात. तुम्ही गुंतवणूकदार म्हणून जिथे आहात तिथे आनंदी असाल तर तुम्ही हे पुस्तक पुढे वाचण्याची फारशी गरज नाही. तुम्ही जिथे असता तिथे राहणं हा आयुष्यातील एक सगळ्यात मोठा आनंद असतो, नाही का? ठेविले अनंते तैसेचि राहावे. असं असेल तर तुमचं अभिनंदन!

मात्र जर तुम्हाला आर्थिकदृष्ट्या आणखी माहिती हवी असेल आणि तिची गरज वाटत असेल तर आर्थिक स्वातंत्र्य मिळवण्याच्या या प्रवासाविषयी तशीच रुची बाळगत पुढे जात राहा. हे पुस्तक पुढे वाचा. या पुस्तकातील उर्वरित प्रकरणांमध्ये मी बी आणि आय कप्प्यांतील व्यक्तीच्या गुणधर्मांवर प्रामुख्यानं लक्ष केंद्रित करणार आहे. या प्रकरणांमध्ये तुम्ही *कॅशफ्लो क्वाड्रंटच्या* डाव्या बाजूकडून उजव्या बाजूकडे सहजपणे आणि कमी जोखीम पत्करून कसं जाता येतं ते शिकणार आहात. डाव्या बाजूकडून उजव्या बाजूला जाण्याच्या या स्थानांतराच्या दरम्यान आपण अमूर्त संपत्तींवर लक्ष केंद्रित करणार आहोत. याच अमूर्त संपत्ती तुम्हाला उजव्या बाजूच्या मूर्त संपत्ती मिळवून देतील.

पुढे जाण्याआधी एक अखेरचा प्रश्न विचारतो :

३. *बेघर असण्यापासून लक्षाधीश होण्यापर्यंतचा प्रवास दहा वर्षांहून कमी काळात करण्यासाठी किम आणि मी कोणत्या पातळीचे गुंतवणूकदार असणं अत्यावश्यक होतं असं तुम्हाला वाटतं?*

याचं उत्तर तुम्हाला पुढच्या प्रकरणात मिळेल. आर्थिक स्वातंत्र्याकडे जाण्याच्या आमच्या वैयक्तिक प्रवासादरम्यान आम्हाला काही ना काही शिकवणारे अनुभव आले होते. पुढच्या प्रकरणात मी ते अनुभव तुम्हाला सांगणार आहे.

प्रकरण सहा

तुम्हाला डोळ्यांनी पैसा पाहता येत नाही

पैसा ही कल्पना असते आणि तुमच्या मनानं ती तुम्हाला जास्त स्पष्टपणे पाहता येते.

सन १९७४मध्ये उशिरा मी वायकिकीच्या सीमेवरच्या भागात एक लहानसं अपार्टमेंट खरेदी केलं होतं. मी गुंतवणूक केलेली ती पहिलीच मालमत्ता होती. सुरेख टू बेडरूम, वन बाथ युनिट असलेल्या त्या सर्वसामान्य इमारतीची किंमत ५८,००० डॉलर्स होती. ते भाड्यानं देण्यासाठीचं एक उत्तम युनिट होतं. शिवाय ते झटकन भाड्यानं जाईल हे मला माहिती होतं.

माझ्या श्रीमंत वडिलांच्या कार्यालयात मी गेलो आणि अतिशय उत्साहानं रोमहर्षित होऊन मी केलेला पहिला व्यवहार त्यांना दाखवला. त्यांनी कागदपत्रांवर नजर टाकली आणि मिनिटभराच्या आतच वर पाहून मला विचारलं, 'तुला या व्यवहारात मासिक किती पैसा खर्च करावा लागणार आहे?'

'मासिक सुमारे १०० डॉलर्स,' मी सांगितलं.

'मूर्खासारखा बोलू नकोस,' श्रीमंत वडील म्हणाले. 'मी आकडेवारी पाहिलेली नाही; पण तुझ्या लेखी कागदपत्रांवरून मी तुला आधीच सांगू शकतो की, तू याहूनही जास्त खर्च करणार आहेस. शिवाय ज्या गुंतवणुकीतून तुला पैसा गमवावा लागणार आहे हे माहिती आहे, अशी गुंतवणूक तू मुळातच का केली आहेस?'

'हे युनिट छान दिसत होतं आणि मला तो व्यवहार चांगला आहे असं वाटलं. फक्त थोडासा रंग केला की, ते युनिट अगदी नव्यासारखं चांगलं दिसू लागेल,' मी म्हणालो.

'जाणीवपूर्वक पैसा गमावण्याचं हे समर्थन होऊ शकत नाही,' श्रीमंत वडील उपरोधानं म्हणाले.

'दर महिन्याला पैसे गमवावे लागले तरी काळजी करण्याची गरज नाही, असं माझ्या रिअल इस्टेट एजंटनं सांगितलं. कारण काही वर्षांतच या युनिटची किंमत दुप्पट होईल असं त्याचं म्हणणं आहे. शिवाय सरकार मला गमवाव्या लागणाऱ्या पैशावर करसवलतही देईल. हा इतका चांगला व्यवहार असल्यामुळे मी लगेच खरेदी केली नाही तर दुसरं कोणीतरी ते खरेदी करेल अशी भीती मला वाटली,' मी म्हणालो.

श्रीमंत वडील उठून उभे राहिले आणि त्यांनी त्यांच्या कार्यालयाचा दरवाजा बंद केला. त्यांनी तसं केल्यावर माझ्या लक्षात आलं होतं की, मला आता ओरडा खावा लागणार होता आणि आता ते मला एक महत्त्वाचा धडा शिकवणार होते. त्याआधीही अशा प्रकारच्या शैक्षणिक सत्रांमधून मी गेलो होतो.

'मग तू मासिक किती पैसा गमावणार आहेस?' श्रीमंत वडिलांनी मला पुन्हा एकदा विचारलं.

'सुमारे १०० डॉलर्स,' मी हताश होत पुन्हा एकदा तेच उत्तर दिलं.

श्रीमंत वडिलांनी ती कागदपत्रं बारकाईनं पाहिल्यानंतर नकारार्थी मान हलवली. आता मला दिला जाणारा धडा सुरू होणार होता. त्याआधीच्या माझ्या २७ वर्षांत मी पैशाविषयी आणि गुंतवणुकीविषयी जे शिकलो होतो, त्याहून जास्त प्रमाणात मी त्या एका दिवसातच या गोष्टींविषयी शिकलो. मी पुढाकार घेऊन मालमत्तेत गुंतवणूक केली होती, याबद्दल श्रीमंत वडिलांना आनंद झाला होता; पण मी काही गंभीर चुका केल्या होत्या आणि त्यामुळे माझ्यासमोर आर्थिक अरिष्ट निर्माण होण्याची शक्यता होती. तरीही त्या एका गुंतवणुकीतून मी शिकलेल्या धड्यांनी मला पुढे अनेक वर्षं लक्षावधी डॉलर्स मिळवून दिले.

तुम्ही पैसा फक्त मनानं पाहू शकता

'तुझ्या डोळ्यांना जे दिसतं ते म्हणजे पैसा नसतो,' श्रीमंत वडील म्हणाले. 'रिअल इस्टेटचा एखादा तुकडा हा रिअल इस्टेटचा एखादा तुकडा किंवा भागच असतो. कंपनीचं स्टॉक सर्टिफिकेट हे कंपनीचं स्टॉक सर्टिफिकेटच असतं. तुम्हाला त्या गोष्टी पाहता येतात; पण महत्त्वाची गोष्ट तुम्हाला पाहता येत नाही. ती गोष्ट म्हणजे तो व्यवहार असतो. तो आर्थिक करार असतो. बाजारपेठ, व्यवस्थापन, जोखमीचे घटक, कॅशफ्लो, उद्योजकीय रचना, करविषयक कायदे आणि इतर हजारो गोष्टी यांचा विचार केल्यानंतरच ती गुंतवणूक चांगली आहे की नाही ते ठरवता येतं.'

त्यानंतर त्यांनी प्रश्नांची फैर झाडून त्या व्यवहाराच्या चिंधड्या उडवल्या. 'तू इतका उच्च व्याजदर का भरावा? या गुंतवणुकीवरचा तुझा परतावा किती असेल असं तुला वाटतं? तुझ्या दीर्घकालीन आर्थिक व्यूहरचनेत ही गुंतवणूक कशी काय चपखल बसते? तू कोणता 'व्हेकन्सी फॅक्टर' वापरत आहेस? तुझा 'कॅप रेट' काय आहे? त्या असोसिएशनच्या मूल्यमापनाचा इतिहास तू तपासला आहेस का? तिच्या व्यवस्थापनासाठी किती खर्च येईल त्याचा तू विचार केला आहेस का? दुरुस्तीच्या खर्चापोटी तुला किती टक्के दरानं हप्ता भरावा लागणार आहे? शहर प्रशासनानं त्या परिसरातील रस्ते खोदून,

दुरुस्त करून वाहतुकीची संरचना बदलली जाणार असल्याचं नुकतंच जाहीर केलं आहे हे तुला माहिती आहे का? तुझ्या इमारतीच्या अगदी समोरच एक मुख्य हमरस्ता तयार करण्यात येणार आहे. हा वर्षभर चालणारा प्रकल्प टाळण्यासाठी रहिवासी तिथून दुसरीकडे स्थलांतरित होत आहेत. तुला हे माहिती होतं का? आज बाजारपेठ वधारलेली आहे हे मला माहिती आहे; पण वधारण्याचा कल कशामुळे निर्माण झाला आहे हे तुला माहिती आहे का? तो व्यावसायिक अर्थकारणामुळे निर्माण झाला आहे की लोभीपणामुळे? हा कल किती काळापर्यंत असाच सुरू राहील असं तुला वाटतं? जर ही जागा भाड्यानं गेली नाही तर काय होईल? जर ती भाड्यानं गेलीच नाही तर किती काळापर्यंत तू ती जागा तुझ्या ताब्यात तशीच ठेवून व्याज भरत राहशील? तसं करून किती दिवस तू स्वतःला सुस्थितीत ठेवू शकशील? आणि पुन्हा एकदा मी तुला विचारतो की, पैसा गमावणं किंवा भरावा लागणं हा चांगला व्यवहार आहे असं तुझ्या डोक्यात आलंच कसं? मला याचीच खरी काळजी वाटत आहे.'

'तो व्यवहार चांगला असल्यासारखा दिसत होता.'

श्रीमंत वडिलांनी स्मित केलं. ते उठून उभे राहिले आणि त्यांनी माझ्याशी हस्तांदोलन केलं. ते म्हणाले, 'तू काहीतरी कृती केलीस याचा मला आनंद वाटतो. बहुतेक लोक विचार करतात; पण कृती कधीच करत नाहीत. तुम्ही काही केलं तरच तुम्ही चुका करता आणि चुकांमधूनच तुम्ही जास्तीत जास्त शिकता. लक्षात ठेव कुठलीही महत्त्वाची गोष्ट वर्गात बसून शिकता येत नाही. ती कृती करून, चुका करून आणि त्यानंतर त्या दुरुस्त करूनच शिकता येते. त्या वेळीच मनात सुज्ञपणा आणि विद्वत्ता निर्माण होते.'

मला थोडंसं बरं वाटलं आणि मी शिकण्यासाठी तयार झालो.

श्रीमंत वडिलांनी मला असं स्पष्ट करून सांगितलं की, 'लोक रिअल इस्टेटचा भाग किंवा स्टॉकचं नाव पाहतात आणि नेहमीच त्यांच्या डोळ्यांना जे दिसतं, ब्रोकर जे विकतो किंवा खळबळजनक टीप म्हणून सहकारी जे सांगतो त्यावरून निर्णय घेतात. ते नेहमीच तर्कशुद्ध विचारातून खरेदी करण्याऐवजी भावनिकतेतून खरेदी करतात.'

'म्हणूनच दहांपैकी नऊ गुंतवणूकदार पैसा कमवू शकत नाहीत,' श्रीमंत वडील म्हणाले. 'कदाचित ते पैसा गमावत नसतीलही; पण ते पैसा कमवतही नाहीत. ते काही प्रमाणात पैसा कमावतात आणि काही प्रमाणात तो गमावतात. कारण ते लोक नजरेला जे दिसतं आणि भावनेला जे भावतं त्यावरून गुंतवणूक करतात. ते आपल्या मनाला काय दिसतं याचा विचार करत नाहीत. अनेक लोक गुंतवणूक करतात, कारण त्यांना एकदम झपाट्यानं श्रीमंत व्हायचं असतं म्हणून गुंतवणूकदार होण्याऐवजी ते स्वप्नाळू, उतावळे, जुगारी आणि लबाड लोक होतात. अशा लोकांनी जग भरलेलं आहे म्हणून आता मी सांगतो तसा थोडा विचार करून बघ. तू नुकताच हा जो खरेदीचा, पैसा गमावण्याचा व्यवहार केला आहेस त्याचा आपण विचार करू या. या पराभूताच्या व्यवहाराला आपण कशा प्रकारे जेत्याच्या व्यवहारात बदलू शकू हे मी आता तुला शिकवणार आहे. तुझे डोळे जे बघू शकत नाहीत ते बघायला तुझ्या मनाला शिकवून मी हे करणार आहे.'

वाइटातून चांगल्याकडे

दुसऱ्या दिवशी सकाळी मी पुन्हा त्या रिअल इस्टेट एजंटकडे गेलो आणि मी तो व्यवहार नाकारला, त्यामुळे पुन्हा एकदा वाटाघाटी सुरू झाल्या. ती आनंददायी प्रक्रिया नव्हती; पण तिच्यातून मी भरपूर शिकलो.

तीन दिवसांनंतर मी श्रीमंत वडिलांकडे परत गेलो. त्या अपार्टमेंटची किंमत तीच राहिली होती आणि एजंटाला त्याचं पूर्ण कमिशनही मिळालं होतं, कारण त्याने त्यासाठी मोठीच मेहनत घेतली होती; पण किंमत तीच राहिली असली तरीही गुंतवणुकीच्या अटी मोठ्या प्रमाणात बदलल्या होत्या. व्याजदराविषयी, पैसे भरण्याच्या निकषांविषयी आणि हप्ते भरण्याच्या कालावधीविषयीच्या अटींमध्ये बदल केल्यामुळे आता पैसे गमावण्याऐवजी मला मासिक ८० डॉलर्सचा निव्वळ नफा होईल, याविषयी माझी खात्री पटली होती. यात अगदी व्यवस्थापन खर्च आणि घर रिकामं राहिलं तर भरावे लागणारे पैसे या खर्चांचाही समावेश होता. बाजारपेठ घसरली तर भाडं कमी करूनही मी पैसा मिळवू शकलो असतो. बाजारपेठ वधारली तर अर्थातच मी भाडं वाढवूही शकत होतो.

'तू मासिक १५० डॉलर्स गमावले असतेस असा माझा अंदाज होता,' श्रीमंत वडील म्हणाले. 'कदाचित त्याहूनही अधिक. तुझ्या वेतनाचा आणि खर्चांचा विचार करता जर तुला मासिक १५० डॉलर्स खर्च करावे लागले असते तर आणखी किती व्यवहार करणं तुला परवडलं असतं?'

'कदाचित एखादाच,' मी म्हणालो. 'बहुतेक महिन्यांमध्ये माझ्याकडे अतिरिक्त १५० डॉलर्स नसताताच. मी जर मूळचा व्यवहार केला असता तर अगदी करसवलत मिळाली असती तरीही दर महिन्यात मला खर्चाची हातमिळवणी करण्यासाठी आटापिटा करावा लागला असता. माझ्या गुंतवणुकीचा खर्च पेलण्यासाठी कदाचित मला आणखी एखादी नोकरीही करावी लागली असती.'

'आता मासिक ८० डॉलर्सचा कॅशफ्लो सुरू झाल्यानंतर तू असे आणखी किती व्यवहार करू शकतोस?' श्रीमंत वडिलांनी विचारलं.

मी स्मित केलं आणि म्हणालो, 'मी जितक्या व्यवहारांमध्ये हात घालीन, तितके सगळे.'

श्रीमंत वडिलांनी सहमती दर्शवत मान डोलावली. 'आता जा आणि शक्य तितके व्यवहार पार पाड.'

त्यानंतर काही वर्षांनी हवाईतील रिअल इस्टेटच्या किमती आभाळाला भिडल्या; पण आता माझ्या ताब्यातील फक्त एकाच मालमत्तेची किंमत वाढण्याऐवजी माझ्या ताब्यात आता किंमत वाढलेल्या सात मालमत्ता होत्या. थोड्या प्रमाणात का असेना; पण आर्थिक बुद्धिमत्ता असण्याची ही ताकद असते.

तुम्ही हे करू शकत नाही

ज्या वेळी माझ्या रिअल इस्टेट एजंटकडे माझी नवीन ऑफर मी परत केली होती, त्या वेळी तो एवढंच म्हणाला होता की, 'तुम्ही हे करू शकत नाही.'

मला जे हवं होतं ते आम्ही कसं करू शकत होतो, याचा विचार केला पाहिजे हे एजंटाला पटवून देण्यासाठीच मला सगळ्यात जास्त वेळ लागला. या एकाच गुंतवणुकीतून मी अनेक धडे शिकलो. ज्या वेळी एखादी व्यक्ती 'तुम्ही हे करू शकत नाही,' असं तुम्हाला म्हणते, त्या वेळी त्यांनी एक बोट तुमच्याकडे रोखलेलं असलं तरी तीन बोटं त्यांच्या स्वतःकडे रोखलेली असतात हे लक्षात घेतलं पाहिजे.

श्रीमंत वडिलांनी मला असं शिकवलं होतं की, 'तुम्ही हे करू शकत नाही,' याचा अर्थ तुम्ही ते करूच शकत नाही असा असलाच पाहिजे असं नाही. याचा अर्थ बहुतेक वेळा असं म्हणणारे लोक स्वतः ते करू शकत नाहीत असाच असतो.

याचं एक अभिजात उदाहरण अनेक वर्षांपूर्वीच घडलं होतं. त्या वेळी राईट बंधूंना लोकांनी सांगितलं होतं की, 'तुम्ही हे करू शकत नाही.' राईट बंधूंनी त्यांचं ऐकलं नाही, त्याबद्दल देवाचे आभारच मानले पाहिजेत.

रोज १.४ ट्रिलियन डॉलर्स किमतीचा पैसा घराच्या शोधात असतो

रोज ट्रिलियन डॉलर्सची या ग्रहावर इलेक्ट्रॉनिक पद्धतीनं उलाढाल होते. आज पूर्वी कधीही नव्हता, इतका पैसा निर्माण केला जात आहे आणि उपलब्ध आहे. यातली अडचण अशी आहे की, हा पैसा अदृश्य आहे. आज त्यापैकी बराचसा पैसा इलेक्ट्रॉनिक स्वरूपात आहे म्हणून ज्या वेळी लोक त्यांच्या डोळ्यांनी पैशाचा शोध घेतात, त्या वेळी त्यांना काहीही दिसत नाही. बहुतेक लोक एका वेतनचिठ्ठीपासून दुसरी वेतनचिठ्ठी मिळवण्यासाठी धडपडत राहतात आणि तरीही जगभर रोज १.४ ट्रिलियन डॉलर्स किमतीचा पैसा उडत राहतो आणि तो आपण कोणाला हवे आहोत याचा शोध घेत राहतो. आपली कोण काळजी घेईल, पोषण करेल आणि वाढवेल त्याचा तो शोध घेत असतो. तुम्हाला पैशाची काळजी कशी घ्यावी हे माहिती असेल तर तुमच्याकडे प्रचंड प्रमाणात पैसा येईल आणि अक्षरशः तुमच्यावर पैशाची उधळण होईल. लोक पैसा घेण्यासाठी तुमच्याकडे याचना करतील.

पण जर तुम्हाला पैशाची काळजी कशी घ्यावी हे माहिती नसेल तर पैसा तुमच्यापासून दूर जाईल. श्रीमंत वडिलांनी आर्थिक बुद्धिमत्तेची काय व्याख्या केली होती ते आठवतं का? त्यांनी म्हटलं होतं की : 'तुम्ही किती पैसा मिळवता हे महत्त्वाचं नसतं. तुम्ही किती पैसा राखता, त्यासाठी किती कठोर परिश्रम करता आणि तो तुम्ही किती पिढ्यांसाठी ठेवता हे महत्त्वाचं असतं.'

अंध व्यक्तीला अंध व्यक्ती रस्ता दाखवत आहे

'सर्वसामान्य व्यक्ती गुंतवणुकीसाठी ९५ टक्के डोळ्यांचा आणि फक्त पाच टक्के मनाचा वापर करते,' श्रीमंत वडील म्हणाले. 'तुम्हाला बी आणि आय कप्प्यांमधील व्यावसायिक व्हायचं असेल तर डोळ्यांनी फक्त ५ टक्के आणि मनानं ९५ टक्के पाहण्यास तुम्ही स्वतःला प्रशिक्षित केलंच पाहिजे,' जे लोक पैसा पाहण्यासाठी आपल्या मनांना प्रशिक्षित करतात त्यांच्याकडे इतर लोकांकडे नसलेली प्रचंड प्रमाणातील ताकद असते, याचं श्रीमंत वडील आणखी स्पष्टीकरण देत होते.

मी कोणाकडून आर्थिक सल्ला घ्यावा याविषयी ते ठाम होते. ते म्हणाले की, 'बहुतेक लोकांना आर्थिक ओढाताणीला तोंड द्यावं लागतं, आर्थिक संघर्ष करावा लागतो, कारण त्यांनी मानसिकदृष्ट्या पैशाविषयी अंध असलेल्या लोकांचा सल्ला घेतलेला असतो. अंध व्यक्तीच अंध व्यक्तीला रस्ता दाखवत असते, त्याविषयीची एक अभिजात कथा सांगितली जाते. तीच इथेही घडत असते. तुम्हाला पैसा तुमच्याकडे यावा असं वाटत असेल तर तुम्हाला त्याची काळजी कशी घ्यावी तेही माहिती असावंच लागतं. जर पैसा पहिल्यांदा तुमच्या डोक्यात आला नाही, तर तो तुमच्या हातातही राहणार नाही. तो तुमच्या हातात राहिला नाही तर पैसा आणि पैसा असलेले लोकही तुमच्यापासून दूर राहतील.

तुमच्या मेंदूला पैसा पाहण्यास प्रशिक्षित करा

मग तुमच्या मेंदूला पैसा पाहण्यास प्रशिक्षित करण्यातील पहिली पायरी काय आहे? याचं उत्तर सोपं आहे. आर्थिक साक्षरता हे ते उत्तर आहे. भांडवलशाहीचे शब्द आणि आकड्यांच्या यंत्रणा समजून घेण्याच्या क्षमतेपासून आर्थिक साक्षरतेची सुरुवात होते. तुम्हाला शब्द किंवा आकडे समजत नसतील तर तुम्हाला ती जणू काही परकी भाषा असल्यासारखं अवघड काम वाटेल आणि अनेक प्रकरणांमध्ये प्रत्येक कप्पा अशा परकी भाषेचंच प्रतिनिधित्व करत असल्यासारखं वाटेल.

तुम्ही *कॅशफ्लो क्वाड्रंटकडे* पाहिलं तर प्रत्येक कप्पा हा वेगळ्या देशासारखा असतो. प्रत्येक कप्पा समान शब्दांचा वापर करत नाही. जर तुम्हाला शब्द समजत नसले तर तुम्हाला आकडेही समजणार नाहीत.

उदाहरणार्थ, जर एखादा वैद्यकीय डॉक्टर असं म्हणत असेल की, 'तुमचं सिस्टोलिक १२० आणि डायस्टोलिक ८० आहे,' तर ही गोष्ट चांगली आहे की वाईट? तुमच्या आरोग्याविषयी तुम्हाला फक्त एवढीच गोष्ट जाणून घ्यायची असते का? याचं उत्तर अर्थातच 'नाही' असं असेल; पण ही सुरुवात असते.

ही गोष्ट म्हणजे 'माझ्या स्टॉकचा पी/ई १२ आहे आणि अपार्टमेंटचा कॅप रेट १२ आहे. मला माझ्या संपत्तीविषयी फक्त एवढंच माहिती असण्याची गरज आहे का?' असं विचारण्यासारखी असते. पुन्हा एकदा याही प्रश्नाचं उत्तर 'नाही' असंच असतं; पण ही फक्त एक सुरुवात असते. निदान आपण त्याच शब्दांत बोलण्यास आणि त्याच आकड्यांचा वापर करण्यास सुरुवात तरी केलेली असते. हीच आर्थिक साक्षरतेची सुरुवात असते आणि हाच आर्थिक बुद्धिमत्तेचा पायाही असतो. आर्थिक साक्षरतेची सुरुवात शब्दांना आणि आकड्यांना समजून घेण्यापासून होते.

डॉक्टर एस कप्प्यातून बोलत असतो आणि गुंतवणूकदार आय कप्प्यातील शब्दांत आणि आकड्यांत बोलत असतो. ते वेगवेगळ्या भाषा बोलत असतात.

ज्या वेळी एखादी व्यक्ती मला म्हणते की, 'पैसा कमवायला पैशांची गरज असते,' त्या वेळी मी ते अमान्य करतो. माझ्या मते, पैशापासून पैसा निर्माण करण्याची क्षमता ही शब्दांना आणि आकड्यांना समजून घेण्यापासून सुरू होते. माझे श्रीमंत वडील नेहमीच असं म्हणत की, 'जर पैसा पहिल्यांदा तुमच्या डोक्यात आला नाही, तर तो तुमच्या हातातही टिकत नाही.'

खरी जोखीम म्हणजे काय ते समजून घ्या

तुमच्या मेंदूला खरी जोखीम ओळखण्यास शिकवणं ही त्याला पैसा पाहायला लावण्यास प्रशिक्षित करण्याची दुसरी पायरी असते. 'गुंतवणूक करणं जोखमीचं असतं,' असं ज्या वेळी लोक मला सांगतात, त्या वेळी मी त्यांना फक्त एवढंच सांगतो की, 'गुंतवणूक करणं जोखमीचं नसतं. अशिक्षित असणं जोखमीचं असतं.'

गुंतवणूक करणं हे बरंचसं विमान चालवण्यासारखंच असतं. तुम्ही विमान चालवण्याच्या प्रशिक्षण संस्थेत जाऊन अनुभव मिळवण्यासाठी अनेक वर्षं घालवली तर विमान चालवणं ही गंमत असते आणि ती रोमहर्षक गोष्ट असते; पण तुम्ही त्या प्रशिक्षण संस्थेत कधीच गेला नसाल तर मी ते विमान दुसऱ्या एखाद्याला चालवायला देईन.

वाईट सल्ला धोकादायक असतो

श्रीमंत वडिलांचा असा ठाम विश्वास होता की, कोणताही आर्थिक सल्ला घेणं हे आर्थिक सल्ला न घेण्यापेक्षा जास्त चांगलं असतं. ते खुल्या मनाचे होते. ते आतिथ्यशील स्वभावाचे होते आणि अनेक लोकांचं म्हणणं ऐकून घेत होते. मात्र अखेरीस त्यांचे निर्णय घेण्यासाठी ते त्यांच्या स्वतःच्या आर्थिक बुद्धिमत्तेवर अवलंबून राहत होते. 'तुम्हाला काहीच माहिती नसेल तर कुठलाही सल्ला न घेण्यापेक्षा एखादा आर्थिक सल्ला घेणं जास्त चांगलं असतं; पण जर तुम्हाला वाईट सल्ला आणि चांगला सल्ला यातला फरक सांगता येत नसेल तर ते धोकादायक असतं. तीच खरी जोखीम असते,' असं श्रीमंत वडील म्हणत.

श्रीमंत वडिलांचा असा ठाम विश्वास होता की, बहुतेक लोकांना आर्थिक संघर्ष करावा लागतो, कारण पालकांनी मुलाला दिलेल्या आर्थिक माहितीच्या आधारावर ते काम करत राहतात आणि बहुतेक लोक आर्थिकदृष्ट्या सधन कुटुंबांमधून आलेले नसतात. ते

नेहमीच असं म्हणत की, 'वाईट आर्थिक सल्ला धोकादायक असतो आणि बहुतांश वाईट सल्ला हा घरातच दिला जातो. तो बोलण्यातून नव्हे, तर प्रत्यक्ष कृतीतून दिला जातो. मुलं शब्दांपेक्षाही उदाहरणातून जास्त शिकतात.'

तुमचे सल्लागारही तुमच्या इतकेच हुशार असतात

श्रीमंत वडिलांनी असं सांगितलं होतं की, 'तुमचे सल्लागारही फक्त तुमच्या इतकेच हुशार असतात. तुम्ही हुशार नसाल तर ते तुम्हाला फारसं काहीही सांगू शकत नाहीत. तुम्ही आर्थिकदृष्ट्या चांगले शिकलेले असाल तर सक्षम सल्लागार तुम्हाला अधिक सुजाण आर्थिक सल्ला देऊ शकतात. जर तुम्ही आर्थिकदृष्ट्या नवखे असाल तर ते अगदी नियमानुसार तुम्हाला फक्त सुरक्षित आर्थिक व्यूहरचनाच सांगतील. जर तुम्ही अननुभवी गुंतवणूकदार असलात तर ते तुम्हाला कमी जोखमीच्या, कमी उत्पन्न देणाऱ्या गुंतवणुकीच सांगतील. ते नेहमीच अननुभवी गुंतवणूकदाराला वैविध्यकरणाचा किंवा डायव्हर्सिफिकेशनचा सल्ला देतात. काही सल्लागारच तुम्हाला शिकवण्यासाठी वेळ काढतात, कारण त्यांच्यासाठी वेळ हा पैसा असतो म्हणून जर तुम्ही स्वतःला आर्थिकदृष्ट्या शिक्षित करण्याची जबाबदारी स्वतःच स्वीकारली आणि तुमच्या पैशाचं चांगलं व्यवस्थापन केलं तर सक्षम सल्लागार तुम्हाला आतापर्यंत फक्त थोड्याच लोकांना माहिती असलेल्या व्यूहरचना आणि गुंतवणुकी यांची माहिती देऊ शकेल; पण त्यासाठी तुम्ही पहिल्यांदा आर्थिक शिक्षण घेण्याचं तुमच्या वाट्याचं काम केलंच पाहिजे. नेहमीच एक गोष्ट लक्षात ठेवा, तुमचा सल्लागार फक्त तुमच्याएवढाच हुशार असू शकतो.'

तुमचा बँकर तुमच्याशी खोटं बोलत आहे का?

श्रीमंत वडील अनेक बँकर्सबरोबर व्यवहार करत होते. असे बँकर हा त्यांच्या आर्थिक टीमचा एक महत्त्वाचा भाग होता. त्यांच्याशी त्यांची घनिष्ट मैत्रीही होती आणि त्यांना त्यांच्या बँकर्सविषयी आदरही वाटत होता. त्यांना नेहमीच असं वाटत असे की, त्यांनी स्वतःचं हित स्वतःच जपलं पाहिजे आणि बँकर्सनी त्यांचं स्वतःचं हित जपलं पाहिजे.

सन १९७४मधील गुंतवणुकीच्या माझ्या अनुभवनानंतर मी त्यांना असं विचारलं होतं की : 'तुमचं घर ही मालमत्ता आहे, असं तुमचा बँकर तुम्हाला सांगतो त्या वेळी तो तुम्हाला खरं सांगत असतो का?'

बहुतेक लोक आर्थिकदृष्ट्या साक्षर नसतात आणि त्यांना पैशाचा खेळही माहिती नसतो, त्यामुळे त्यांचा विश्वास असलेल्या लोकांचं मत त्यांना विचारात घ्यावं लागतं आणि त्यांचा सल्लाही घ्यावा लागतो. तुम्ही आर्थिकदृष्ट्या साक्षर नसलात तर जो कोणी आर्थिकदृष्ट्या साक्षर आहे, असं तुम्हाला वाटतं त्याचा सल्ला तुम्हाला घ्यावा लागतो. अनेक लोक स्वतःच्या मतानुसार नव्हे, तर दुसऱ्या कोणाच्या तरी सूचनेवरून किंवा सल्ल्यावरूनच त्यांच्या स्वतःच्या पैशाची गुंतवणूक किंवा व्यवस्थापन करतात आणि हीच गोष्ट धोकादायक किंवा जोखमीची असते.

ते खोटं बोलत नाहीत...
पण ते फक्त तुम्हाला संपूर्ण सत्य सांगत नाहीत.

यातली वस्तुस्थिती अशी आहे की, घर ही मालमत्ता आहे असं बँकर्स सांगतात, त्या वेळी खरं तर ते तुमच्याशी खोटं बोलत नसतात. ते फक्त तुम्हाला संपूर्ण सत्य सांगत नाहीत. तुमचं घर ही मालमत्ता किंवा संपत्ती असतेच, फक्त ती कोणाची संपत्ती असते याविषयी ते तुम्हाला सांगत नाहीत. तुम्ही आर्थिक विवरणपत्र वाचलं तर तुमचं घर ही तुमची मालमत्ता किंवा संपत्ती नसल्याचं पाहणं तुम्हाला सोपं जाईल. ती बँकेची संपत्ती असते. ***रिच डॅड पुअर डॅडमध्ये*** माझ्या श्रीमंत वडिलांनी मालमत्तांच्या किंवा संपत्तीच्या आणि खर्चाच्या किंवा दायित्वाच्या केलेल्या व्याख्या लक्षात घ्या. त्यांनी म्हटलं होतं की, 'मालमत्ता किंवा संपत्ती माझ्या खिशात पैसा ठेवते. दायित्व माझ्या खिशातून पैसा काढून घेते.'

डाव्या बाजूच्या लोकांनी खरोखरच हा फरक समजून घेण्याची गरज असते. बहुतेक लोकांना सुरक्षित नोकरी, त्यांच्या मालकीचं आहे असं त्यांना वाटत असलेलं छानसं घर यांमुळे सुरक्षितपणा जाणवतो. त्यांना त्याचा अभिमान वाटतो आणि आपलं या सगळ्यावर नियंत्रण आहे असंही वाटतं. जोपर्यंत ते घराचे हप्ते फेडत राहतात तोपर्यंत कोणीही त्यांच्यापासून ते घर हिरावून घेत नाही.

पण उजव्या बाजूच्या लोकांना हा फरक समजून घेण्याची गरज वाटते. आर्थिकदृष्ट्या साक्षर आणि आर्थिकदृष्ट्या बुद्धिमान असल्यामुळे ते पैशाचं मोठं, व्यापक चित्र समजून घेण्यास सक्षम असतात. आर्थिकदृष्ट्या मुत्सद्दी, धोरणी लोकांना हे माहिती असतं की, कर्जाला मालमत्ता म्हणणं शक्य नसतं, तर तुमच्या ताळेबंदातील ते दायित्व किंवा देणं असतं. तुमच्या कर्जाला शहराच्या किंवा गावाच्या ताळेबंदात मालमत्ता म्हणून प्रत्यक्षात दाखवलं जातं. बँकेच्या ताळेबंदात त्याला मालमत्ता म्हणून दाखवलं जातं.

तुमचा ताळेबंद

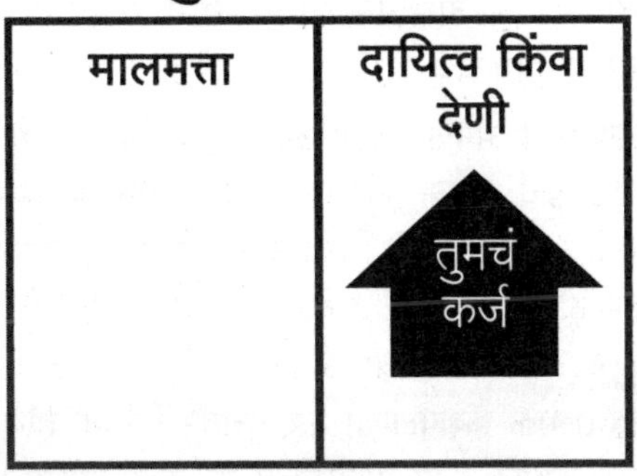

ज्या कोणी लेखापालनाचा अभ्यास केला असेल त्याला हे माहिती असतं की ताळेबंदाच्या दोन्ही बाजू समतोल असाव्याच लागतात; पण हा समतोल कुठे असतो? खऱ्या अर्थानं तुमचा ताळेबंद समतोल नसतो.

बँकेचा ताळेबंद

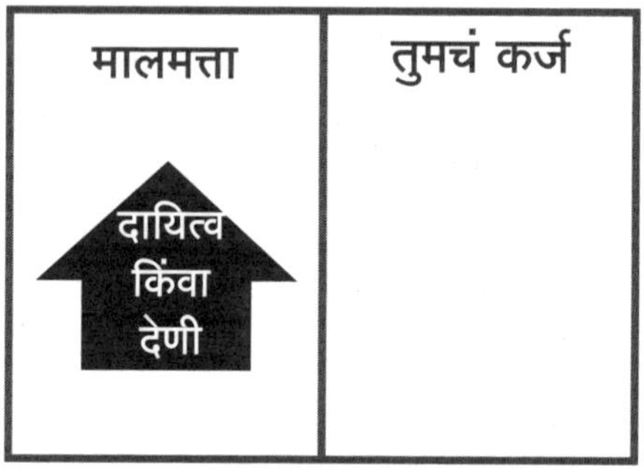

तुम्ही बँकेच्या ताळेबंदावर नजर टाकली तर आता तो समतोल असतो. आता त्याला अर्थ असतो. हे बी आणि आय कप्प्यांतून केलेलं लेखापालन असतं; परंतु पायाभूत लेखापालनात या प्रकारे शिकवलं जात नाही. लेखापालनात तुम्ही तुमच्या घराच्या मूल्याला मालमत्ता म्हणून आणि कर्जाला दायित्व म्हणून दाखवू शकता. याखेरीज तुमच्या घराची किंमत हे एक मत असतं आणि बाजारपेठेनुसार ते हेलकावत किंवा कमी-जास्त होत राहतं, तर कर्ज हे निश्चित देणं किंवा दायित्व असतं आणि त्याच्यावर बाजाराचा परिणाम होत नाही ही गोष्टही इथे लक्षात घेतली पाहिजे. बी आणि आय कप्प्यातील लोक, तुमच्या घराच्या किमतीचा विचार मालमत्ता म्हणून करत नाहीत, कारण ती कॅशफ्लोची निर्मिती करत नाही.

तुमचं कर्ज तुम्ही फेडून टाकलं तर काय होतं?

अनेक लोक मला विचारतात की, 'मी कर्ज फेडून टाकलं तर काय होईल? मग माझं घर ही माझी मालमत्ता असेल का?'

मी असं उत्तर देतो की, 'बहुतांश प्रकरणांमध्ये याचं उत्तर 'नाही' असंच असतं. तुम्ही कर्ज फेडलं तरीही ते तुमचं दायित्वच असतं.'

ही गोष्ट खरी असण्याची अनेक कारणं आहेत. त्यापैकी देखभाल आणि सर्वसामान्य निगा राखण्यासाठी येणारा खर्च हे एक कारण आहे. मालमत्ता ही कारसारखी असते. तुम्ही ती कर्ज न काढता घेतली असली तरीही तिला चालवण्यासाठी पैशांची गरज असते आणि एकदा तिची स्थिती ढासळू लागली की, प्रत्येक गोष्ट ढासळू लागते. बहुतांश प्रकरणांमध्ये लोक करपश्चात पैशांतून त्यांच्या घराची आणि कारची दुरुस्ती करण्यासाठी पैसा खर्च करतात. ज्या वेळी सकारात्मक कॅशफ्लोची मालमत्तेतून निर्मिती होते फक्त त्याच वेळी बी आणि आय कप्प्यांमधील व्यक्ती अशा मालमत्तेला तुमची मालमत्ता म्हणते.

अगदी कर्ज नसलेलं घरही तुमचं दायित्वच असण्याचं एक मुख्य कारण असं आहे की, तरीही ते तुमच्या मालकीचं नसतं. व्यवहार्यदृष्ट्या ते तुमच्या मालकीचं असलं तरीही प्रत्यक्षात सरकार त्याच्यावर कर लादतं. तुम्ही मालमत्ता कर भरणं थांबवलं की, तुमची मालमत्ता खरोखरची कोणाच्या मालकीची असते ते तुम्हाला समजतं.

यातूनच 'टॅक्स-लिन सर्टिफिकेट' येतात. याविषयी मी ***रिच डॅड पुअर डॅडमध्ये*** लिहिलं आहे. टॅक्स-लिन सर्टिफिकेट हा तुमच्या पैशांवर १६ टक्के व्याज मिळवण्याचा विलक्षण मार्ग असतो. जर घरमालकांनी त्यांचे मालमत्ता कर भरले नाहीत तर सरकार मालकांना भराव्या लागणाऱ्या करांवर १० ते ५० टक्के व्याज आकारतं. आता समजा, तुम्ही तुमच्यासाठी करभरणा करणाऱ्या कोणाकडे गेलात म्हणजेच तुम्ही कर न भरता तुमच्यासाठी माझ्यासारख्या इतर कोणीतरी कर भरला तर तुम्हाला मला तो कर अधिक त्यावरचं व्याज द्यावं लागतं. तुम्ही विशिष्ट कालावधीत मला ती रक्कम दिली नाही, तर फक्त तुमच्यासाठी भरलेल्या रकमेपोटी मी ते घर ताब्यात घेऊ शकतो. बहुतेक राज्यांमध्ये पुनर्भरण्यांमध्ये मालमत्ता करांना अगदी कर्जाच्या हप्त्याची फेड करण्याहूनही जास्त प्राधान्य दिलं जातं. अशा प्रकारे मी कर भरलेली घरं फक्त काही हजार डॉलर्समध्ये विकत घेण्याची संधी मला मिळाली होती.

रिअल इस्टेटची व्याख्या

पुन्हा एकदा सांगतो, तुम्हाला पैसा पाहायचा असेल तर तुम्ही तो मनानंच पाहिला पाहिजे, तुमच्या डोळ्यांनी नाही. तुमच्या मनाला प्रशिक्षित करण्यासाठी तुम्हाला शब्दांच्या आणि आकड्यांच्या किंवा संख्यांच्या यंत्रणांच्या व्याख्या माहिती असाव्याच लागतात.

आतापर्यंत तुम्हाला मालमत्ता किंवा संपत्ती आणि दायित्व यांमधील फरक समजला असेल. आता तुम्ही गहाणखत या अर्थानं वापरल्या जाणाऱ्या मॉर्टगेज या शब्दाची व्याख्या समजून घेतली पाहिजे. तो मृत्यूपर्यंतचा करार असतो. फायनान्स या शब्दाचा अर्थही तुम्ही समजून घेतला पाहिजे आणि त्याचा अर्थ दंड असा असतो. आता तुम्ही रिअल इस्टेट आणि डेरिव्हेटिव्हज या नावानं ओळखल्या जाणाऱ्या लोकप्रिय साधनांचं मूळ काय आहे ते शिकणार आहात. अनेक लोकांना असं वाटतं की, डेरिव्हेटिव्हज नवीन आहेत; पण खरं तर त्या युगानुयुगांपासून अस्तित्वात आहेत.

डेरिव्हेटिव्हची साधी व्याख्या अशी आहे : दुसऱ्या एखाद्या कशापासून येणारी एखादी गोष्ट. संत्र्याचा रस हे याचं उदाहरण आहे. संत्र्याचा रस हे संत्र्याचं डेरिव्हेटिव्ह आहे.

मी नेहमीच असा विचार करत असे की, रिअल इस्टेट याचा अर्थ रिअल म्हणजे खरा असा असावा किंवा एखादी मूर्त गोष्ट असा असावा. माझ्या श्रीमंत वडिलांनी मला असं स्पष्ट करून सांगितलं होतं की, हा शब्द ***रिअल*** या स्पॅनिश शब्दावरून आला आहे. रिअल या स्पॅनिश शब्दाचा अर्थ रॉयल किंवा राजेशाही स्वरूपाचं असा आहे. अल् कॅमिनो रिअल याचा अर्थ राजमार्ग असा आहे. रिअल इस्टेट याचा अर्थ राजेशाही मालमत्ता असा आहे.

सन १५००च्या सुमारास कृषियुग संपुष्टात येऊन औद्योगिक युगाला सुरुवात झाल्यावर जमीन आणि शेती ताब्यात असण्याच्या आधारावर सत्ता हाती असण्याचा संबंध संपुष्टात आला. सत्ताधीशांच्या असं लक्षात आलं की, शेतकऱ्यांना जमिनीची मालकी देणाऱ्या जमीन सुधारणा कायद्यांना प्रतिसाद म्हणून आपल्याला बदलावंच लागेल म्हणून राजांनी, सत्ताधीशांनी डेरिव्हेटिव्हजची निर्मिती केली. त्यात जमिनीच्या मालकीवर कर लादण्यात आला. मॉर्टगेज (साधा अर्थ – एखादी गोष्ट गहाण ठेवून घेतलेलं कर्ज) चुकतं करून सर्वसामान्य लोकांना त्यांच्या जमिनींवर मालकी मिळवता येत होती. कर आणि मॉर्टगेज ही

कर्जात राहण्यासाठी सरकार तुम्हाला करकपातीचा लाभ देतं, त्या वेळी त्यांना तुमच्या आर्थिक भवितव्याची काळजी वाटत असते म्हणून ते तसं करत नाही. सरकारला त्याच्या स्वतःच्या आर्थिक भवितव्याची काळजी असते म्हणून तुमचा बँकर, तुमचा लेखापाल, तुमचा वकील आणि तुमचे शिक्षक तुम्हाला असं सांगतात की, तुमचं घर ही मालमत्ता आहे, त्या वेळी ते फक्त ती कोणाची मालमत्ता आहे एवढंच काय ते तुम्हाला सांगत नाहीत.

बचतीविषयी काय? त्या मालमत्ता असतात का?

आता तुमच्या बचती या मात्र खरोखरच तुमच्या मालमत्ता असतात. ही यातली चांगली बातमी आहे; पण पुन्हा एकदा तुम्ही आर्थिक विवरणपत्रं वाचली तरच संपूर्ण चित्र तुमच्या लक्षात येईल. तुमच्या बचती या तुमच्या मालमत्ता असतात हे खरं असलं तरी तुम्ही तुमच्या बँकांच्या ताळेबंदावर नजर टाकली तर तुमच्या बचती तुमची दायित्वं असल्यासारखं दिसू लागेल. तुमच्या मालमत्तेच्या स्तंभात तुमच्या बचती आणि चेकबुक बॅलन्स पुढीलप्रमाणे दिसतात.

तुमचा ताळेबंद

मालमत्ता	दायित्व
तुमच्या बचती	
तुमचा चेकबुक बॅलन्स	

तुमच्या बँकेच्या ताळेबंदात पुढीलप्रमाणे तुमच्या बचती आणि चेकबुक बॅलन्स दाखवले जातात.

बँकांचा ताळेबंद

मालमत्ता	दायित्व
	तुमच्या बचती
	तुमचा चेकबुक बॅलन्स

मनात निर्माण होऊ शकते. त्यांना हे माहिती असतं आणि त्या अनुमानाच्या आधारावरच ते आपल्या योजना आखतात आणि त्यावरच अवलंबून राहतात.

उद्योगाची सरासरी

बँकिंग उद्योगात सरासरी सात वर्षं ही मॉर्टगेजची जीवन-अपेक्षा (लाइफ एक्सपेक्टन्सी) असल्याचं सर्वसामान्यपणे मानलं जातं. याचा अर्थ सर्वसामान्य माणूस दर सात वर्षांनी नवीन घर विकत घेईल किंवा पुन्हा कर्ज घेईल असं बँका मानतात. याचा अर्थ वर दिलेल्या उदाहरणात, त्यांचे मूळ ८०,००० डॉलर्स अधिक व्याजाचे ४३,२९१ डॉलर्स एवढी रक्कम दर सात वर्षांनी परत येण्याची त्यांची अपेक्षा असते.

म्हणूनच ते त्याला मॉर्टगेज असं म्हणतात. मॉर्टगेज हा शब्द मूळ मॉर्टिर या फ्रेंच शब्दावरून आला आहे. मॉर्टिर म्हणजे मृत्यूपर्यंतचा करार. यातलं सत्य असं आहे की बहुतेक लोक खडतर कष्ट करतात. वेतनवाढी मिळवतात आणि नवीन मॉर्टगेजसह नवीन घरांची खरेदी करतात. या सगळ्याहूनही महत्त्वाची गोष्ट म्हणजे सरकारही करदात्यांना करसवलत देऊन जास्त महागडी घरं खरेदी करण्यासाठी प्रोत्साहन देतं. कारण जास्त महागडी घरं याचा अर्थ सरकारला जास्त मालमत्ता कर मिळणं असा असतो.

दर वेळी टीव्ही पाहताना माझ्या नजरेला त्यावरच्या व्यापारी जाहिराती दिसतात. त्यात एखादा देखणा खेळाडू स्मित करतो आणि तुम्हाला क्रेडिट कार्ड कर्जापासून मुक्त होण्यासाठी त्याचं बिल-कन्सोलिडेशन कर्जात रूपांतरित करण्यास सांगतो. अशा प्रकारे तुम्ही त्या क्रेडिट कार्डाचं कर्ज एका झटक्यात फेडून टाकता आणि कमी व्याजदरानं नवीन कर्ज घेता. ते आर्थिकदृष्ट्या हुशारीचं का आहे तेही ते तुम्हाला सांगतात. ते सांगतात : 'बिल कन्सोलिडेशन कर्ज ही तुम्ही खेळत असलेली एक हुशारीची खेळी आहे, कारण तुमच्या घराच्या मॉर्टगेजवर तुम्ही भरत असलेल्या व्याजापोटी सरकार तुम्हाला करकपात देतं.'

प्रेक्षकांना आपल्या डोक्यात प्रकाश पडल्यासारखं वाटतं, ते फायनान्स कंपन्यांकडे धावत जातात. त्यांच्या घरांसाठी पुनर्कर्ज घेतात, त्यांच्या क्रेडिट कार्डांवरची कर्जं फेडून टाकतात आणि आपण हुशारीचं काम केलं असं त्यांना वाटतं.

काही आठवड्यांनंतर ते खरेदी करतात आणि नवीन ड्रेस पाहतात. मग गवत कापण्यासाठी नवीन यंत्र घेतात किंवा मुलांना नवीन सायकलीची गरज असल्याचं किंवा आता ते स्वतःच खूप थकून गेल्यामुळे त्यांना सुट्टीवर जाण्याची गरज असल्याचं त्यांना वाटतं. त्यांच्याकडे त्यांची बिलं भरण्यासाठी आता क्रेडिट कार्ड असतंच. त्यांची छोटीशी हृदयं उचंबळू लागतात, त्यांना वाटतं, 'ठीक आहे, आता हे सगळं आपल्याला मिळालंच पाहिजे. दर महिन्याला आपण थोडे थोडे पैसे फेडून टाकूच की!'

तर्कावर भावना मात करतात आणि लपवलेल्या ठिकाणातून क्रेडिट कार्ड बाहेर काढलं जातं. मी सांगितलं आहे त्याप्रमाणे, ज्या वेळी बँकर्स तुम्हाला तुमचं घर ही मालमत्ता आहे असं सांगतात, त्या वेळी ते खोटं बोलत नसतात. ते फक्त पूर्ण सत्य सांगत नाहीत.

डेरिव्हेटिव्हज आहेत, कारण त्यांना जमिनीपासून तयार करण्यात आलं आहे. तुमचा बँकर मॉर्टगेज हे डेरिव्हेटिव्ह आहे असं म्हणत नसेलही, तुमची जागा बँकेच्या साहाय्यानं सुरक्षित करण्यात आली आहे असं म्हणत असतील. शब्द वेगळे असतील; पण अर्थ तोच असतो. म्हणून एकदा जमिनीत नव्हे, तर जमिनीपासून येणाऱ्या डेरिव्हेटिव्हजमध्ये पैसा असल्याचं सत्ताधीशांच्या लक्षात आल्यावर त्यांनी वाढता व्यवसाय हाताळण्यासाठी बँकांची निर्मिती केली. आज अजूनही जमिनीला किंवा जागेला रिअल इस्टेट असं म्हटलं जात आहे, कारण तुम्ही तिच्यासाठी कितीही पैसा दिला तरीही ती कधीही तुमच्या मालकीची नसते. ती तरीही सत्ताधीशांच्याच मालकीची असते.

तुमचा व्याजदर काय आहे... खरंच की काय?

श्रीमंत वडिलांनी त्यांनी चुकत्या केलेल्या व्याजाच्या एकेका पैशासाठी भरपूर वाटाघाटी केल्या होत्या आणि जोरदार लढा दिला होता. त्यांनी मला असा प्रश्न विचारला होता की : 'तुला बँकर असं सांगतो की, तुझा व्याजदर वार्षिक ८ टक्के आहे, त्या वेळी तो खरोखर तेवढाच असतो का?' तुम्ही आकडे वाचायला शिकलात की, तो तेवढाच नसतो असं दिसतं. मलाही ते आढळून आलं.

असं समजा की, तुम्ही १००,००० डॉलर्सचं घर विकत घेतलं आहे. त्यासाठी तुम्ही २०,००० डॉलर्सचं डाऊन पेमेंट (सुरुवातीला द्यावी लागणारी रोख रक्कम) दिलं आणि उर्वरित ८०,००० डॉलर्सचं कर्ज बँकेकडून ८ टक्के व्याजदरानं, ३० वर्षांच्या मुदतीसाठी घेतलं.

पाच वर्षांत तुम्ही एकूण ३५,२२० डॉलर्स बँकेला चुकते कराल. यात ३१,३२३ डॉलर्स तुम्ही व्याजापोटी भराल आणि तुमचं कर्ज फक्त ३,९४४ डॉलर्सनी कमी झालेलं असेल.

तुम्ही ३० वर्षांसाठी कर्ज घेतलं असेल तर तुम्हाला एकूण मुद्दल आणि व्याज मिळून २११,३२३ डॉलर्स द्यावे लागतील. शिवाय तुम्ही सुरुवातीला ८०,००० डॉलर्स दिलेले असतील ते वेगळेच. याचा अर्थ तुम्हाला एकूण १३१,३२३ डॉलर्सचं व्याज फेडावंच लागेल.

याशिवाय यात तुमच्या मालमत्ता कराचा आणि कर्जावरच्या विम्याच्या रकमेचा समावेश नसतोच.

यात खरं तर आणखीही गंमत आहे. १३१,३२३ डॉलर्स ही रक्कम ८०,००० डॉलर्सच्या आठ टक्क्यांहून काहीशी जास्त असल्यासारखी वाटू शकते; पण एक प्रकारे यामुळे ३० वर्षांच्या काळात व्याजाच्या १६० टक्क्यांहून अधिक दरानं व्याज भरावं लागतं. मी आधीच म्हटलं होतं त्याप्रमाणे ते खोटं बोलत नाहीत. ते फक्त तुम्हाला पूर्ण सत्य सांगत नाहीत. जर तुम्हाला आकडे वाचता येत नसतील तर तुम्हाला खरोखरच हे कधीच समजणार नाही. जर तुमच्या घरात तुम्ही आनंदानं राहात असाल तर तुम्ही कधीच त्याची पर्वा करणार नाही; पण अर्थातच बँकिंग उद्योगाला माहिती असतं की काही वर्षांतच तुम्हाला नवीन घर घेण्याची इच्छा होणार असते. एक जास्त मोठं घर. लहान घर हे सुट्टी घालवण्यासाठी ठेवलं जातं किंवा तुमच्या कर्जतारणपत्राचं नूतनीकरण करून जास्त कर्ज घेण्याची इच्छा तुमच्या

तुमच्या बचती आणि चेकबुक बॅलन्स या गोष्टी बँकांची देणी का असतात? कारण त्यांना तुमच्या पैशांवर व्याज द्यावंच लागतं आणि त्यांना सुरक्षित ठेवण्यासाठीही त्यांना पैसा लागतो.

तुम्ही या काही आरेखनांचं आणि शब्दांचं महत्त्व समजून घेऊ शकलात, तुम्हाला त्यांचा अर्थ समजला, तर तुम्हाला बहुधा पैशाच्या खेळात डोळ्यांना काय दिसू शकत नाही ते जास्त चांगल्या प्रकारे समजू लागेल.

पैशाची बचत करण्यासाठी तुम्हाला करकपात का मिळत नाही?

तुमच्या लक्षात आलं असेल तर तुम्हाला घर खरेदीसाठी आणि कर्जात बुडण्यासाठी करकपात मिळते; पण तुम्हाला पैशाची बचत करण्यासाठी करकपात मिळत नाही. असं का होतं, याचा तुम्ही कधी विचार केला आहे का?

खरं तर मलाही याची खात्री नाही; पण मला असं वाटतं की, यामागचं मोठं कारण हेच असावं की तुमच्या बचती ही बँकांची दायित्वं किंवा देणी असतात. त्यांच्या बँकेवर तुमच्या पैशाचं दायित्व असताना, तुम्ही आणखी जास्त पैसा ठेवावा यासाठी तुम्हाला प्रोत्साहन देणारा कायदा करण्यास त्या सरकारला का बरं सांगतील?

तुमच्या बचतीची त्यांना गरज नसते

याशिवाय बँकांना खरोखरच तुमच्या बचतीच्या पैशांची गरज नसते. त्यांना जास्त मुदतठेवींची गरज नसते, कारण त्या किमान दहा पटींनी पैशात वाढ करू शकतात. तुम्ही बँकेत एक डॉलर ठेवला तर कायद्यानुसार बँक तुम्हाला १० डॉलर्सचं कर्ज देऊ शकते आणि मध्यवर्ती बँकेनं त्यांना घालून दिलेल्या मर्यादेनुसार ती तुम्हाला कदाचित आणखी जास्त कर्जही देऊ शकते. याचा अर्थ तुमचा एक डॉलर हा अचानकच १० डॉलर्स किंवा त्याहूनही मोठा होतो. हीच तर जादू आहे! माझ्या श्रीमंत वडिलांनी मला हे दाखवलं त्या वेळी मी या कल्पनेच्या प्रेमातच पडलो. त्याच वेळी मला हे समजलं होतं की, मला माझ्या मालकीची बँक हवी होती, बँकर होण्यासाठी शाळेत जायचं नव्हतं.

या सगळ्यावर कळस म्हणजे बँक त्या एका डॉलरवर एका डॉलरहून कमी व्याज देऊ शकते. चांगल्या आर्थिक काळात ती पाच टक्के व्याज देते आणि तुम्हाला ग्राहक म्हणून सुरक्षितपणा मिळाल्यासारखं वाटतं, कारण बँक तुमच्या पैशांवर तुम्हाला काहीतरी देत असते. बँका याकडे चांगला ग्राहक संपर्क म्हणून पाहतात, कारण तुम्ही त्यांच्याकडे बचत ठेवली तर तुम्ही त्यांच्याकडे येऊन कर्जही घेऊ शकता. तुम्ही असं करावं असं त्यांना वाटतं, कारण त्यामुळे त्या तुमच्या कर्जापोटी तुमच्यावर ९ टक्के किंवा त्याहूनही जास्त दरानं व्याज आकारू शकतात. तुम्हाला तुमच्या एक डॉलरवर एक डॉलरहून कमी व्याज मिळत असताना त्या एका डॉलरनं निर्माण केलेल्या १० डॉलर्सच्या कर्जावर बँकांना नऊ टक्के किंवा त्याहूनही जास्त टक्क्यांनी रक्कम मिळवता येते. अलीकडेच मला नवीन क्रेडिट कार्डाची एक ऑफर देण्यात आली होती. त्या कार्डावर ९ टक्के व्याजानं पैसे देण्याची जाहिरात करण्यात

आली होती; पण अतिशय बारीक अक्षरातील, समजण्यास कठीण असलेली छापील कायदेशीर सूचना समजल्यामुळे मला ते प्रत्यक्षात २३ टक्के दरानं पडत असल्याचं समजलं होतं. मी ते कर्ज टाळलं हे वेगळं सांगण्याची गरजच नाही.

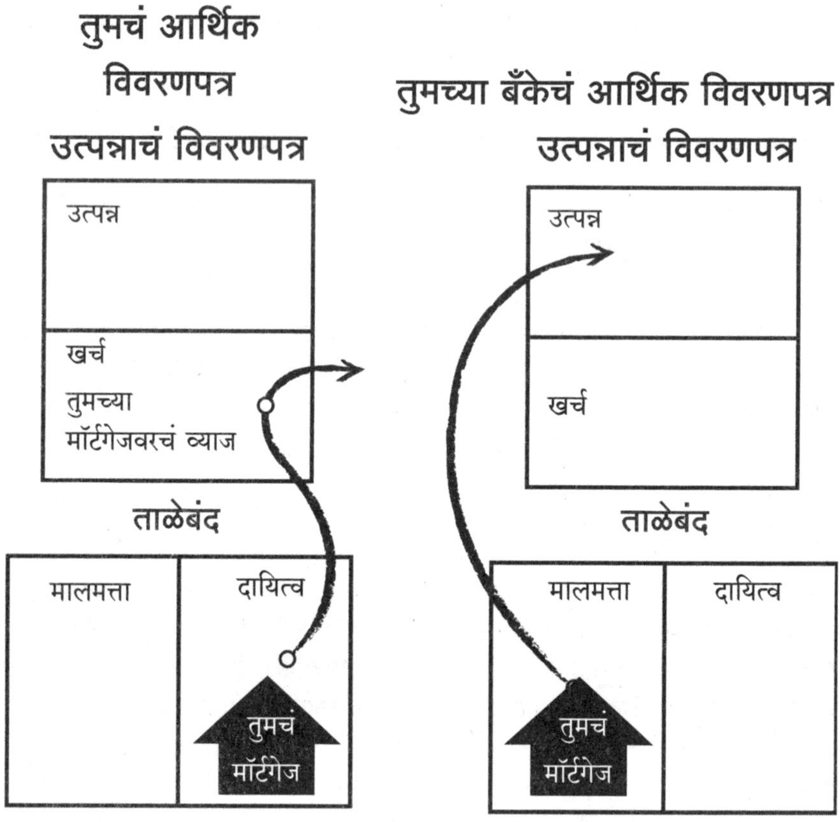

काहीही झालं तरी त्यांना तुमची बचत मिळतेच

बचतीवर ते करकपात देत नाहीत याचं आणखी याहूनही जास्त स्पष्ट कारण आहे. तुम्हाला आकडे वाचता आले आणि कोणत्या मार्गानं कॅशचा प्रवाह वाहत निघाला आहे ते पाहता आलं तर तुमच्या लक्षात येईल की, काहीही झालं तरी तुमची बचत त्यांना मिळतेच. तुमच्या मालमत्तेच्या स्तंभात तुम्ही बचत करू शकत असलेला पैसा तुमच्या दायित्वाच्या स्तंभातून मॉर्टगेजवरच्या व्याजाच्या स्वरूपात बाहेर पडतो आणि बँकेच्या मालमत्तेच्या स्तंभात तो जाऊन पोहोचतो. कॅशफ्लोची ही संरचना मागील आकृती दाखवल्याप्रमाणे दिसते.

म्हणूनच सरकारनं तुम्हाला बचतीपोटी करसवलत द्यावी याची त्यांना गरज वाटत नाही. त्यांना काहीही झालं तरी कर्जावरच्या व्याजापोटी जमा होणाऱ्या रकमेच्या स्वरूपात तुमच्या बचती मिळणारच असतात.

या यंत्रणेत राजकारणी लोक कधीच ढवळाढवळ करणार नाहीत किंवा व्यत्यय आणणार नाहीत कारण बँका, विमा कंपन्या, इमारतींचा उद्योग, ब्रोकरेज हाउसेस आणि तर काही उद्योग हे त्यांच्या निवडणूक प्रचारासाठी भरपूर पैसा देतात. राजकारण्यांना या खेळाचं नाव माहिती असतं.

या खेळाचं नाव

सन १९७४मध्ये माझे श्रीमंत वडील अस्वस्थ झाले होते, कारण माझ्या विरोधात एक खेळ खेळला जात होता आणि मला ते माहितीच नव्हतं. मी ती गुंतवणूक मालमत्ता विकत घेतली होती आणि मी हरू लागलो होतो, तरीही मला मी जिंकण्याच्या स्थितीत आहे असा विश्वास ठेवायला भाग पाडण्यात आलं होतं.

'तू या खेळात उतरलास याचा मला आनंद होतोय,' श्रीमंत वडील म्हणाले. 'पण हा खेळ काय आहे ते कोणीही तुला कधीच सांगितलेलं नाही. तू फक्त एका हरणाऱ्या टीमबरोबर फरफटत निघाला आहेस.'

त्यानंतर श्रीमंत वडिलांनी मला या खेळाची मूलभूत तत्त्वं स्पष्ट करून सांगितली. 'भांडवलशाहीच्या या खेळाचं नाव आहे : 'कोण कोणाचा खरोखरचा कर्जदार आहे?' ते म्हणाले.

मला एकदा हा खेळ समजल्यानंतर मी हा खेळ बिलकूल माहिती नसलेल्यांच्या तुलनेत खूपच चांगला खेळाडू होऊ शकेन असंही त्यांनी मला सांगितलं.

तुम्ही जितक्या जास्त लोकांचे कर्जदार असाल तितके तुम्ही जास्त गरीब असाल

'तुम्ही जितक्या जास्त लोकांचे ऋणको किंवा कर्जदार असाल तितके तुम्ही जास्त गरीब असाल,' माझे श्रीमंत वडील म्हणाले. 'जितके जास्त लोक तुमचे कर्जदार असतील तितके तुम्ही जास्त सधन असाल. हाच तो खेळ आहे.'

मी आधीच सांगितलं आहे, त्याप्रमाणे माझं मन खुलं ठेवण्यासाठी मी धडपडत होतो म्हणून मी शांत राहिलो आणि ते स्पष्ट करत असलेल्या गोष्टी ऐकू लागलो.

'आपण सगळेच जण कोणाचे ना कोणाचे कर्जदार असतोच. ज्या वेळी हे कर्ज प्रमाणाबाहेर वाढतं, त्याचा समतोल ढळतो त्या वेळी समस्या निर्माण होते. दुर्दैवानं, या खेळात या जगातील गरीब लोकांना भरपूर प्रमाणात इकडेतिकडे पळवलं जातं. ते कर्जात बुडतात आणि त्यापासून त्यांना काहीही मिळवता येत नाही. हीच गोष्ट गरीब देशांच्या बाबतीतही तितकीच लागू पडते. जग गरिबांकडून, दुर्बलांकडून आणि आर्थिक माहिती नसलेल्यांकडून फक्त घेत राहतं. तुमच्या डोक्यावर प्रचंड कर्ज असेल तर जग तुमच्याकडे असलेलं सारं काही काढून घेतं. त्यात तुमचा वेळ, तुमचं काम, तुमचं घर, तुमचं आयुष्य, तुमचा आत्मविश्वास या सगळ्यांचा समावेश असतो आणि तुम्ही घेऊ दिली तर ते अगदी तुमची आत्मप्रतिष्ठाही काढून घेतं. मी नियम तयार करत नाही; पण मला हा खेळ नक्कीच

माहिती आहे आणि मी तो चांगल्या प्रकारे खेळतो. तुला खेळायला शिकायचं असेल तर मी तुला हा खेळ स्पष्ट करून सांगेन. त्यानंतर तू या खेळावर प्रभुत्व मिळवलंस की तुला जे माहिती आहे त्याच्या साहाय्यानं काय करायचं हे तू ठरवू शकतोस.''

पैसा हे कर्ज असतं

श्रीमंत वडिलांनी मला पुढे असंही स्पष्ट करून सांगितलं की, अगदी आपलं चलनही इक्विटीचं (समभागाचं) साधन नाही, तर ते कर्जाचं साधन आहे. आपण वापरलेल्या प्रत्येक डॉलरला याआधी सोन्याचं किंवा चांदीचं पाठबळ होतं; पण आता हा एक आयओयू आहे आणि त्याच्या परतफेडीची हमी तो आयओयू लागू करणाऱ्या देशाचे करदाते देतात. पैसा या नावानं ओळखल्या जाणाऱ्या या आयओयूसाठी अमेरिकन करदाता काम करेल आणि त्याची परतफेड करेल असा जोपर्यंत उर्वरित जगाला विश्वास वाटत आहे तोपर्यंत जगाचा आपल्या डॉलरवर विश्वास असेल. जर पैशाचा हा प्रमुख घटक असलेला विश्वास अचानकच नाहीसा झाला तर पत्त्यांच्या बंगल्याप्रमाणे अर्थकारण कोसळेल.

जर्मन विमर सरकारच्या मार्क्स या चलनाचं उदाहरण घे. दुसऱ्या महायुद्धाच्या वेळी मार्क्स अक्षरशः कवडीमोल झाला होता. याविषयी एक कथाही सांगितली जाते. एक प्रौढ स्त्री ब्रेडचा एक तुकडा मिळवण्यासाठी अख्खी हातगाडी भरून मार्क्स घेऊन चालली होती. ती मागे वळवल्यानंतर कोणी तरी तिची गाडी पळवली आणि त्या मूल्यहीन पैशाचा ढिगारा रस्त्यावर सगळीकडे तसाच ओतून दिला आणि त्याने फक्त गाडी तेवढीच पळवून नेली.

म्हणूनच बहुतांश पैशाला आज 'फिॲट' पैसा असं म्हटलं जातं. याचा अर्थ या पैशाचं रूपांतर सोनं किंवा चांदी यांसारख्या एखाद्या मूर्त गोष्टीत करता येत नाही. पैशाला पाठबळ देत असलेल्या सरकारवर जोपर्यंत सरकारचा विश्वास असेल फक्त तोपर्यंतच हा पैसा चांगला ठरेल.

आज बरंचसं जागतिक अर्थकारण हे कर्जावर आणि विश्वासावर आधारित आहे. जोपर्यंत आपण सगळ्यांनी एकमेकांचे हात धरलेले आहेत आणि कोणीही रांगा मोडत नाही, तोपर्यंत सारं काही आलबेल असेल. असो, तर आलबेल या अर्थानं वापरला जाणारा फाईन हा शब्द मी 'फीलिंग इनसिक्युअर, न्यूरॉनिक अँड इमोशनल' (असुरक्षित, अतिसंवेदनक्षम आणि भावनाप्रधान झाल्यासारखं वाटणं) याचा समानार्थी शब्द म्हणून वापरतो.

कोण कोणाचा कर्जदार असतो?

पुन्हा एकदा सन १९७४कडे वळू या. त्या वेळी मी ते ५६,००० डॉलर्सचं लहान अपार्टमेंट कसं खरेदी करावं ते शिकत होतो. त्याच वेळी माझ्या श्रीमंत वडिलांनी मला व्यवहारांची रचना कशी करावी, याविषयीचा एक महत्त्वाचा धडा शिकवला होता.

'या खेळाचं नाव कोण कोणाचा कर्जदार आहे, असं आहे,' श्रीमंत वडील म्हणाले. 'एखादी व्यक्ती फक्त कर्जामुळे तुझ्याशी जोडली जाते. ही गोष्ट दहा मित्रांबरोबर रात्रीच्या जेवणासाठी तुम्ही जाता आणि तुम्ही फक्त स्वच्छतागृहात जाता आणि परत येता त्या वेळी तिथे बिल तुमची वाट पाहात असावं, अशी असते. त्या वेळी तुमचे सगळे दहाच्या दहा

मित्र तिथून निघून गेलेले असतात. तुला जर हा खेळ खेळायचा असेल तर तुला तो जास्त चांगल्या प्रकारे समजून घ्यावा लागेल. त्याचे नियम माहिती करून घे. त्या खेळाचीच भाषा बोल आणि तू कोणाबरोबर तो खेळ खेळत आहेस ते समजून घे. जर तुला हे जमलं नाही, तर तू हा खेळ खेळण्याऐवजी तो खेळच तुझ्याशी खेळेल.'

तो फक्त एक खेळ आहे

श्रीमंत वडिलांचं बोलणं ऐकून सुरुवातीला मला राग आला होता; पण मी त्यांचं म्हणणं काळजीपूर्वक ऐकून घेतलं आणि ते समजून घेण्याचे सर्वतोपरी प्रयत्नही केले. अखेरीस त्यांनी मला समजणाऱ्या संदर्भाच्या चौकटीत त्या खेळाला ठेवलं. 'तुला फुटबॉल खेळायला आवडतं. हो ना?' त्यांनी विचारलं.

मी मान डोलावली. 'मला तो खेळ आवडतो,' मी म्हटलं.

'ठीक आहे; पण पैसा हा माझा खेळ आहे,' श्रीमंत वडील म्हणाले. 'मला पैशाचा खेळ खेळायला आवडतं.'

'पण अनेक लोकांसाठी पैसा हा खेळ नसतो,' मी म्हणालो.

'अगदी बरोबर,' श्रीमंत वडील म्हणाले. 'बहुतेक लोकांसाठी पैसा ही जगण्यासाठी आवश्यक असलेली गोष्ट असते. बहुतेक लोकांवर पैशांचा खेळ रोजच लादला जातो आणि त्यांना तो खेळण्याचा तिटकारा वाटतो. दुर्दैवानं आपण जितके जास्त सुसंस्कृत झालो आहोत तितका पैसा हा आपल्या जीवनाचा जास्तीत जास्त मोठा भाग होत गेला आहे.'

श्रीमंत वडिलांनी *कॅशफ्लो क्वाड्रंटची* आकृती काढली.

'आता फक्त या आकृतीकडे टेनिस कोर्ट, फुटबॉलचं मैदान किंवा सॉकरचं मैदान म्हणून पाहा. जर तू पैशाचा खेळ खेळणार असशील तर तुला कोणत्या संघातून खेळायला आवडेल? 'ई'च्या, 'एस'च्या, 'बी'च्या की 'आय'च्या? किंवा मैदानाच्या कोणत्या बाजूनं तुला खेळ सुरू करायला आवडेल? उजव्या बाजूनं की डाव्या?'

मी झटकन उजव्या बाजूला निर्देश केला.

तुम्ही कर्ज आणि जोखीम पत्करली तर तुम्हाला लाभही मिळाला पाहिजे

'छान,' श्रीमंत वडील म्हणाले. 'म्हणूनच तुम्ही बाहेर जाऊन सहजपणे हा खेळ खेळू शकत नाही. एखाद्या विक्री एजंटानं पैसा गमावण्यासाठी तुम्हाला सरकार करकपात देईल आणि जागेचे दरही वधारतील असं सांगितलं तर त्यावर तुम्ही सहज विश्वास ठेवू शकत नाही. या दोन्ही चांगल्या गोष्टींमुळे ३० वर्षांसाठी मासिक १५० डॉलर्स गमावणं हा उत्तम व्यवहार असल्याचं त्यानं सांगितलं तर त्यावरही तुम्ही म्हणूनच विश्वास ठेवू शकत नाही. या मनोरचनेतून तुम्ही हा खेळ खेळूच शकत नाही. ही मतं खरीही असू शकतील; पण कॅशफ्लो क्वाड्रंटच्या उजव्या बाजूकडून खेळ खेळण्याचा हा मार्गच नाही. कुठली तरी व्यक्ती तुम्हाला कर्जात बुडायला सांगत आहे, जोखमी पत्करायला सांगत आहे आणि त्यासाठी पैसा भरायला सांगत आहे. डाव्या बाजूचे लोक असा विचार करतात की, ही चांगली कल्पना आहे; पण उजव्या बाजूचे लोक असा विचार करत नाहीत.'

माझा थोडासा थरकाप उडाला होता. 'याकडे मी ज्या पद्धतीनं बघतो तसं बघ,' श्रीमंत वडील म्हणाले. 'त्या लहान अपार्टमेंटसाठी ५६,००० डॉलर्स भरण्याची तुझी इच्छा आहे. तू कर्ज घेण्यासाठी सही करून सगळी जोखीम पत्करत आहेस. भाडेकरू भाडं म्हणून तिथे राहण्याची जी किंमत असेल त्याहून कमी पैसा देणार आहे. मग याचा अर्थ तू त्या व्यक्तीनं तिथे राहावं म्हणून त्याला अनुदान म्हणून वरची रक्कम भरत आहेस. यात तुला शहाणपणा आहे, तुझ्या दृष्टीनं काहीतरी अर्थ आहे असं वाटतं का?'

मी नकारार्थी मान हलवली.

'मी हा खेळ खेळतो त्याचा नियम असा असतो,' श्रीमंत वडील म्हणाले. 'जर तू कर्ज आणि जोखीम घेणार आहेस, तर पैसा तुलाच मिळाला पाहिजे. समजलं?'

मी मान डोलावली.

'पैसा मिळवणं हे व्यवहारज्ञान आहे,' श्रीमंत वडील म्हणाले. 'ते काही रॉकेट तयार करण्याचं शास्त्र नाही; पण दुर्दैवानं ज्या वेळी पैशाचा प्रश्न येतो, त्या वेळी व्यवहारज्ञान दुर्मीळ होतं. सरकार करसवलत देईल म्हणून बँकर तुम्हाला कर्ज घेण्यास सांगतो. मूलभूत आर्थिकदृष्ट्या त्याला काहीही अर्थ नसतो. नंतर रिअल इस्टेटचा एजंट तुम्हाला कागदपत्रांवर सह्या करायला सांगतो, कारण जरी तुम्हाला भराव्या लागणाऱ्या पैशापेक्षा भाडेकरूला कमी भाडं भरावं लागत असलं तरी त्याच्या मते त्या अपार्टमेंटची किंमत वधारणार असते. जर हे सगळं तुला योग्य आणि अर्थपूर्ण वाटत असेल तर तुझ्याकडे आणि माझ्याकडे एकाच प्रकारचं व्यवहारज्ञान नाही.'

मी फक्त तिथे उभा राहिलो होतो. त्यांनी सांगितलेली प्रत्येक गोष्ट मी ऐकली होती आणि मला जो चांगला व्यवहार आहे असं वाटलं होतं, त्याच्यामुळे मी खूपच हरखून गेलो होतो, अगदी रोमहर्षित झालो होतो हे मला मान्य करावंच लागलं, त्यामुळेच मी तार्किक विचार केला नव्हता आणि त्या व्यवहाराचं विश्लेषणही केलं नव्हतं. हा व्यवहार चांगला असल्यासारखं वाटत असल्यामुळे मी लोभापोटी आणि हरखून गेल्यामुळे भावनिक बनलो होतो. आकडे आणि शब्द मला जे सांगत होते, ते ऐकण्याच्या मनःस्थितीतही मी राहिलो नव्हतो.

त्या वेळीच श्रीमंत वडिलांनी ते नेहमीच वापरत असलेला एक महत्त्वाचा नियम मलाही सांगितला. ते म्हणाले, 'ज्या वेळी एखादी गोष्ट तू विकतोस तेव्हा नव्हे, तर ती खरेदी करतोस त्याच वेळी तू नफा कमावलेला असतो.'

श्रीमंत वडील ज्या दिवशी एखादं कर्ज घेत किंवा जोखीम पत्करत, त्या दिवसापासूनच ते कर्ज किंवा ती जोखीम त्यांच्यासाठी फायदेशीर ठरलीच पाहिजे, याची हमी त्यांना मिळालेली असे. अर्थकारण अतिशय वाईट झालं किंवा ते जास्त चांगलं झालं तरीही त्यांच्या दृष्टीनं तो व्यवहार फायदेशीरच ठरला पाहिजे, याची काळजी त्यांनी घेतलेली असे. त्यांनी कधीही करविषयक युक्त्यांच्या, पळवाटांच्या आधारावर कुठलीही गोष्ट खरेदी केली नाही किंवा भविष्यकालीन अंदाज सांगणाऱ्या स्फटिकगोलाच्या आधारानं केलेल्या भविष्यवाणीवरही त्यांनी कधी विश्वास ठेवला नाही. केलेला व्यवहार हा चांगल्या आणि वाईट अशा दोन्ही काळांमध्ये आर्थिकदृष्ट्या अनुकूल पद्धतीनं अर्थपूर्ण असलाच पाहिजे असंच त्यांचं म्हणणं होतं.

ते पैशाच्या खेळाकडे ज्या प्रकारे पाहत होते, त्या प्रकारे तो खेळ समजून घेण्यास मी सुरुवात केली. यात एक गोष्ट स्पष्ट होती. ती म्हणजे इतरांनी तुमचं कर्जदार असावं, असं पाहणं आणि तुम्ही कोणाचे कर्जदार होता त्याविषयी दक्ष असणं हा या खेळाचा महत्त्वाचा भाग होता. आजही माझ्या कानांत ते शब्द घुमत राहतात, 'जर तू धोका पत्करणार असलास आणि कर्ज घेणार असलास, तर त्यासाठी तुला लाभ मिळेल, तुझा फायदा होईल, याची खात्री करून घे.'

श्रीमंत वडिलांना कर्ज होतं; पण ज्या वेळी ते कर्ज घेत त्या वेळी अतिशय दक्षतेनं वागत. 'जर तू वैयक्तिकरीत्या कर्ज घेतलंस तर ते लहान असेल याची खात्री करून घे. जर तू मोठं कर्ज घेतलंस तर त्याची परतफेड दुसऱ्या कोणाकडून तरी करून घेतली जाईल याची खात्री करून घे.' त्यांनी पैशाच्या आणि कर्जाच्या खेळाकडे तुमच्या बाबतीत, इतरांच्या बाबतीत आणि इतर प्रत्येकाच्या बाबतीत खेळला जाणारा खेळ म्हणून बघितलं. तो एका व्यवसायाकडून दुसऱ्या व्यवसायाशी आणि एका देशाकडून दुसऱ्या देशाशी खेळला जातो. त्यांच्या दृष्टीनं तो फक्त एक खेळ होता. मात्र बहुतेक लोकांसाठी पैसा हा खेळ नसतो. तो उदरनिर्वाहासाठी आवश्यक असतो म्हणूनच कोणीही हा खेळ स्पष्ट करून सांगत नाही. तुमचं घर ही मालमत्ता आहे, असं सांगणाऱ्या बँकरवर त्यांचा अजूनही विश्वास असतो.

वस्तुस्थिती विरुद्ध मतं यांचं महत्त्व

श्रीमंत वडील त्यांचा धडा तसाच पुढे देत होते, 'तुला उजव्या बाजूला यशस्वी व्हायचं असेल तर तू वस्तुस्थिती आणि मतं यांच्यातील फरक समजून घेतलाच पाहिजे. डाव्या बाजूचे लोक ज्या प्रकारे अंधपणानं आर्थिक सल्ला स्वीकारतात तसा तू स्वीकारू शकणार नाहीस. तुला आकड्यांची माहिती असलीच पाहिजे. आकडे तुला वस्तुस्थिती सांगतील. तू आर्थिकदृष्ट्या तग धरून राहशील की नाही ही गोष्ट एखाद्या मित्राच्या किंवा सल्लागाराच्या शाब्दिक मतांवर नव्हे, तर वस्तुस्थितींवर अवलंबून असते.'

'मला हे समजलं नाही. एखादी गोष्ट वस्तुस्थिती असली किंवा मत असलं तर त्याने असा काय मोठा फरक पडणार आहे? यापैकी एखादी गोष्ट दुसऱ्या गोष्टीहून जास्त चांगली असते का?'

'नाही,' श्रीमंत वडिलांनी उत्तर दिलं. 'फक्त एखादी गोष्ट कधी वस्तुस्थिती असते आणि कधी मत असते हे समजून घे.'

मी अजूनही बुचकळ्यात पडलो होतो. माझ्या चेहऱ्यावर गोंधळल्याचे भाव होते.

'तुझ्या कुटुंबाच्या मालकीच्या घराची किंमत काय आहे?' श्रीमंत वडिलांनी विचारलं.

'अं... मला ती माहिती आहे,'' मी म्हणालो. 'माझे पालक ते विकण्याचा विचार करत आहेत, त्यामुळे एका रिअल इस्टेट एजंटानं त्याचं मूल्यमापन केलं होतं. त्याने त्याची किंमत ३६,००० डॉलर्स असेल असं सांगितलं आहे. याचा अर्थ माझ्या वडिलांकडची एकूण संपत्ती १६,००० डॉलर्सनं वाढेल, कारण त्यांनी पाच वर्षांपूर्वी त्यासाठी २०,००० डॉलर्सची रक्कम भरली होती.''

'मग हे मूल्यमापन आणि तुझ्या वडिलांकडची एकूण संपत्ती ही वस्तुस्थिती आहे की मत आहे?' श्रीमंत वडिलांनी विचारलं.

मी थोडा वेळ याचा विचार केला आणि ते मला काय सांगत होते ते माझ्या लक्षात आलं. 'ही दोन्ही मतं आहेत. बरोबर आहे ना?' मी विचारलं.

श्रीमंत वडिलांनी मान डोलावली. 'फारच छान. बहुतेक लोकांना आर्थिकदृष्ट्या संघर्ष करावा लागतो, कारण आर्थिक निर्णय घेताना वस्तुस्थितींऐवजी मतांचा वापर करण्यातच ते त्यांची आयुष्यं घालवतात. यामध्ये पुढील मतांसारख्या मतांचा समावेश असतो :

- 'तुमचं घर ही मालमत्ता असते.'
- 'रिअल इस्टेटची किंमत नेहमी वधारतच जाते.'
- 'ब्ल्यू चिप स्टॉक्समधील गुंतवणूक ही तुमची उत्तम गुंतवणूक असते.'
- 'पैसा मिळवण्यासाठी पैशाची गरज असते.'
- 'स्टॉकची कामगिरी ही नेहमीच रिअल इस्टेटच्या कामगिरीहून कितीतरी जास्त चांगली असते.'
- 'तुमच्या पोर्टफोलिओचं तुम्ही डायव्हर्सिफिकेशन केलं पाहिजे (त्यात वैविध्य आणलं पाहिजे).'
- 'श्रीमंत होण्यासाठी तुम्हाला अप्रामाणिकपणानं वागावंच लागतं.'
- 'गुंतवणूक जोखमीचीच असते.'
- 'सुरक्षित राहून काम करा किंवा गुंतवणूक क्षेत्रात खेळा.'

मी विचारांत गढून गेलो होतो. मी घरात असताना पैशाविषयी जे काही ऐकलं होतं ती मतं होती, वस्तुस्थिती नव्हत्या हे माझ्या हळूहळू लक्षात आलं होतं.

'सोनं ही मालमत्ता आहे का?' श्रीमंत वडिलांनी माझ्या दिवास्वप्नांतून मला जागं करत विचारलं.

'होय, अर्थातच,' मी उत्तरलो. 'हा खरा पैसा असतो आणि कठीण काळात तोच तुम्हाला मोठा आधार देतो.'

'असं बघ, तू पुनःपुन्हा तिथेच घुटमळत राहत आहेस,' श्रीमंत वडील स्मित करत म्हणाले. 'तू मालमत्तेविषयीच्या इतर कोणाच्या तरी मताची पुनरुक्ती करत आहेस. तू वस्तुस्थिती तपासून पाहत नाहीस.'

'माझ्या व्याख्येनुसार, तुम्ही विकता त्या वेळच्या किमतीपेक्षा तुम्ही सोनं खरेदी केलेल्या वेळची किंमत कमी असेल तरच सोनंसुद्धा तुमची मालमत्ता किंवा संपत्ती असते,' श्रीमंत वडील हळूहळू म्हणाले. 'दुसऱ्या शब्दांत, जर तुम्ही १०० डॉलर्सला सोनं खरेदी केलं असेल आणि ते २०० डॉलर्सला विकलं तर सोनं ही तुमची संपत्ती असते; पण जर तुम्ही प्रती औंस २०० डॉलर्सना सोनं खरेदी करून ते प्रती औंस १०० डॉलर्स किमतीनं विकलं तर तुम्ही केलेला व्यवहार म्हणजे तुमचं देणं किंवा दायित्व असतं. व्यवहाराचे प्रत्यक्ष आर्थिक आकडे तुम्हाला अखेरीस वस्तुस्थिती सांगतात. प्रत्यक्षात मालमत्ता किंवा दायित्व म्हणजे फक्त तुम्हीच असता, कारण सोन्याला संपत्ती किंवा दायित्व बनवणारे निर्णय फक्त तुम्हीच घेऊ शकता म्हणूनच आर्थिक शिक्षण इतकं महत्त्वाचं असतं. मी अनेकदा लोक अगदी चांगला व्यवसाय करत असल्याचं किंवा चांगली रिअल इस्टेट घेत असल्याचं पाहतो; पण काही दिवसांतच त्यांचे ते व्यवहार एक आर्थिक दुःस्वप्न बनून गेलेले असतात. अनेक लोक त्यांच्या वैयक्तिक आयुष्यातही हेच करतात. ते अत्यंत कष्टानं मिळवलेले पैसे घेऊन आयुष्यभराची आर्थिक देणी तयार करतात.'

मी आणखी गोंधळून गेलो होतो, मनातल्या मनात मला थोडंसं दुखावलं गेल्यासारखंही वाटत होतं. मला वाद घालावा असं वाटत होतं. श्रीमंत वडील माझ्या बुद्धीशी, मेंदूशी खेळत होते.

'अनेक लोकांची फरफट झाली आहे, कारण त्यांना वस्तुस्थिती माहिती नव्हत्या. कोणीतरी आपला सगळा पैसा गमावून बसलं अशा प्रकारच्या अगदी भयावह कथा मी रोजच ऐकतो. हे घडतं कारण त्यांनी मताला वस्तुस्थिती मानलेलं असतं. आर्थिक निर्णय घेताना मताचा वापर करणं ठीक असतं; पण तुम्हाला मत आणि वस्तुस्थिती यातील फरक माहिती असलाच पाहिजे. कोट्यवधी लोक पिढ्यान्‌पिढ्या एका पिढीकडून दुसऱ्या पिढीला सांगितल्या जाणाऱ्या मतांच्या आधारावर आयुष्यभराचे निर्णय घेतात. त्यानंतर तरीही आपल्याला आर्थिक संघर्ष का करावा लागत आहे, याचं त्यांना आश्चर्य वाटत राहतं.'

'ही कुठल्या प्रकारची मतं असतात?' मी विचारलं.

श्रीमंत वडील स्वतःशीच हसले आणि त्यांनी उत्तर दिलं, 'ठीक आहे. आपण सगळ्यांनीच ऐकलेली काही सर्वसामान्य मतं मी तुला सांगतो. ती अशी आहेत :

- 'तू त्याच्याशी लग्न करावंस. तो नक्कीच एक चांगला नवरा होऊ शकतो.'
- 'सुरक्षित नोकरी मिळव आणि आयुष्यभर ती करत राहा.'

- 'डॉक्टर खोऱ्यानं पैसा ओढतात.'
- 'त्यांच्याकडे मोठं घर आहे. ते श्रीमंत असलेच पाहिजेत.'
- 'त्याचे स्नायू कितीतरी मोठे आणि पिळदार आहेत. तो निरोगी असलाच पाहिजे.'
- 'ही चांगली कार आहे. एखादी लहानखुरी स्त्रीसुद्धा ती चालवू शकेल.'
- 'जगात प्रत्येकानं श्रीमंत होण्याइतका पैसा नाही.'
- 'पृथ्वी सपाट आहे.'
- 'माणूस कधीही उडू शकणार नाही.'
- 'तो त्याच्या बहिणीपेक्षा जास्त हुशार आहे.'
- 'बाँड्स हे स्टॉक्सपेक्षा जास्त सुरक्षित असतात.'
- 'चुका करणारे लोक मूर्ख असतात.'
- 'तो इतक्या कमी खर्चात कधीच प्रवास करू शकणार नाही.'
- 'ती कधीच माझ्याबरोबर बाहेर फिरायला येणार नाही.'
- 'गुंतवणूक करणं धोकादायक असतं.'
- 'मी कधीच श्रीमंत होणार नाही.'
- 'मी महाविद्यालयात गेलो नाही, त्यामुळे मी कधीच प्रगती करू शकणार नाही.'
- 'तुझ्या गुंतवणुकींमध्ये तू वैविध्य आणलं पाहिजेस.'
- 'तुझ्या गुंतवणुकींमध्ये तू वैविध्य आणू नयेस.'

श्रीमंत वडील पुढे सांगत राहिले आणि अखेरीस त्यांनी दिलेली मतांची उदाहरणं ऐकून मी कंटाळल्याचं त्यांच्या लक्षात आल्यावर ते थांबले.

'ठीक आहे. मी भरपूर ऐकलं. आता मला यातला मुद्दा सांगा,' मी म्हणालो.

'मला वाटत होतं की, तू मला कधीच थांबवणार नाहीस,' श्रीमंत वडील स्मित करत म्हणाले. 'यातला मुद्दा असा आहे की, बहुतेक लोकांची आयुष्यं ही वस्तुस्थितीपेक्षाही इतरांच्या मतांवर ठरतात. एखाद्या व्यक्तीचं आयुष्य बदलण्यासाठी त्यांनी पहिल्यांदा त्यांची मतं बदलण्याची आणि नंतर वस्तुस्थितींकडे पाहू लागण्याची गरज असते. जर तुला आर्थिक विवरणपत्रं वाचता आली तर तुला तुझ्या स्वतःच्या किंवा इतरांच्या मतांवरून व्यक्तीच्या किंवा कंपनीच्या आर्थिक यशाविषयीचे अंदाज बांधण्यापेक्षा वस्तुस्थिती पाहणं शक्य होईल. मी आधीच सांगितलं आहे, त्याप्रमाणे कुठलीही एक गोष्ट ही दुसरीपेक्षा जास्त चांगली नाही; पण आयुष्यात विशेषतः आर्थिकदृष्ट्या सफल होण्यासाठी तुला या दोहोंमधला फरक माहिती असलाच पाहिजे. जर एखादी गोष्ट वस्तुस्थिती असल्याचं तुला तपासून निश्चित करता आलं नाही तर ते मत असतं. ज्या वेळी व्यक्तीला आर्थिक विवरणपत्र वाचता येत नाही, त्या वेळी तिला आर्थिक अंधत्व येतं. तिला इतर कोणाच्या तरी मतांवर अवलंबून राहावं लागतं. वस्तुस्थिती म्हणून मतांचा वापर केला जातो, त्या वेळी आर्थिक अविवेकीपणा निर्माण होतो. तुला कॅशफ्लो क्वाड्रंटच्या उजव्या बाजूला राहण्याची इच्छा

असेल, तर तुला वस्तुस्थिती आणि मतं यांच्यातील फरक माहिती असलाच पाहिजे. या धड्याहून फक्त थोडेच इतर धडे जास्त महत्त्वाचे आहेत.'

मी त्यांचं बोलणं ऐकत तिथेच शांतपणे बसून राहिलो. ते जे बोलत होते, ते मी जास्तीत जास्त चांगल्या प्रकारे समजून घेण्याचा प्रयत्न करत होतो. तसं पाहता ती नक्कीच एक साधी संकल्पना होती, तरीही त्या क्षणी माझा मेंदू जे स्वीकारू शकत होता, त्याहून ती खूपच मोठी होती.

'तू कुठले परिश्रम दीर्घकाळापर्यंत करत राहिलं पाहिजे हे तुला माहिती आहे का?' श्रीमंत वडिलांनी विचारलं.

मी मान डोलावली.

तुमचा गृहपाठ करणं आणि कोणती विधानं ही मतं आहेत आणि कोणती विधानं ही वस्तुस्थिती आहेत हे शोधून काढणं हेच ते दीर्घकाळापर्यंत परिश्रम करत राहण्याचं काम होतं. ज्या वेळी पैशाचा प्रश्न येतो, त्या वेळी बहुतेक लोक दीर्घकाळ परिश्रम करण्याच्या बाबतीत एक तर आळशी असतात किंवा असे परिश्रम करावे लागू नयेत म्हणून जवळचे मार्ग (शॉर्टकट) शोधत राहतात. थोडक्यात, अत्यावश्यक परिश्रम पुरेशा प्रमाणात करत नाहीत. इतर काही लोकांना चुका करण्याची भीती वाटते, त्यामुळे ते फक्त कठोर परिश्रम करत राहतात; पण प्रत्यक्षात कुठलीच कृती करत नाहीत. नको इतके अतिपरिश्रम करत राहण्याला 'ॲनालिसीस पॅरालिसीस' असं म्हणतात. यातला मुद्दा असा आहे की, तुम्हाला वस्तुस्थिती आणि मतं यांची छाननी कशी करायची आणि नंतर निर्णय कसा घ्यायचा हे माहिती असावंच लागतं. मी आधी सांगितलं होतं, त्याप्रमाणे बहुतेक लोकांना आज आर्थिक अडचण येते, कारण त्यांनी खूपच शॉर्टकट घेतलेले असतात आणि वस्तुस्थितींच्या नव्हे, तर मतांच्या (ही मतं नेहमीच ई किंवा एस कप्प्यांतील लोकांची असतात) आधारावर आपल्या आयुष्यातील आर्थिक निर्णय घेतलेले असतात. तुम्हाला बी किंवा आय कप्प्यात जायचं असेल, तर तुम्हाला वस्तुस्थिती आणि मतं यांच्यातील फरकांची जाणीव असावीच लागते.'

मला श्रीमंत वडिलांनी दिलेला तो धडा त्या दिवशी पूर्णपणे समजला नव्हता; पण त्यानंतर पुढच्या काळात त्या धड्याचा मला मोठा उपयोग झाला. खरं तर या धड्यापेक्षा अगदीच थोड्या धड्यांचा मला जास्त चांगला उपयोग झाला, असं म्हणता येईल.

त्यानंतर काही वर्षांनी १९९०च्या सुरुवातीला श्रीमंत वडिलांनी शेअर बाजार प्रचंड प्रमाणात वधारत चालल्याचं पाहिलं. त्या वेळी त्यांनी फक्त एवढंच म्हटलं होतं की : 'ज्या वेळी उच्चवेतन मिळवणारे कर्मचारी किंवा मोठमोठ्या रकमांचे धनादेश (चेक) मिळवणारे स्वयंरोजगारित करापोटी भरपूर रकमा भरतात, कर्जाचे मोठे हप्ते फेडतात, त्यांच्या पोर्टफोलिओत फक्त कागदोपत्री मालमत्ता असतात आणि त्यानंतर हेच लोक गुंतवणूकविषयक सल्ला देऊ लागतात त्या वेळी हेच घडतं. या लोकांना वस्तुस्थिती माहिती आहेत, असं समजून कोट्यवधी लोक त्यांची मतं ग्राह्य धरून त्यांचं अनुसरण करू लागतात. मात्र अशा वेळी हे कोट्यवधी लोक लवकरच दुखावले जाण्याची शक्यता असते.'

वॉरन बफे हा अमेरिकेतील सर्वांत मोठा गुंतवणूकदार आहे. त्याने एकदा असं म्हटलं होतं की, 'तुम्ही पोकर खेळत असाल आणि वीस मिनिटांनंतर तुम्हाला 'पॅट्सी' (शब्दशः अर्थ – भोळी किंवा सहज गैरफायदा घेता येण्याजोगी दुर्बल व्यक्ती) कोण आहे हे माहिती नसेल तर तुम्हीच तो 'पॅट्सी' असता.'

लोकांना आर्थिकदृष्ट्या संघर्ष का करावा लागतो?

बहुतेक लोक शैक्षणिक संस्था सोडल्यापासून मरेपर्यंत कर्जात बुडालेले असतात हे तुम्हाला माहिती आहे का? हे अगदी खरं आहे. हे सर्वसामान्य मध्यमवर्गीय अमेरिकन व्यक्तीचं आर्थिक चित्र आहे.

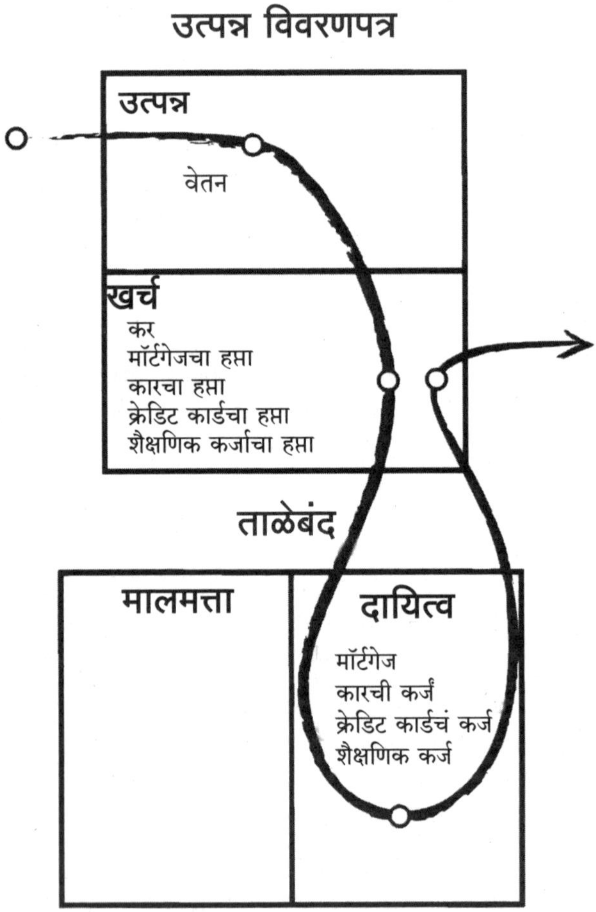

इतर कोणाचा तरी ताळेबंद

तुम्हाला जर हा खेळ समजला असेल तर तुमच्या हे लक्षात येईल की, ही देणी किंवा दायित्वं इतर कोणाच्या तरी ताळेबंदात मालमत्ता म्हणून दाखवली गेलेली असतात.

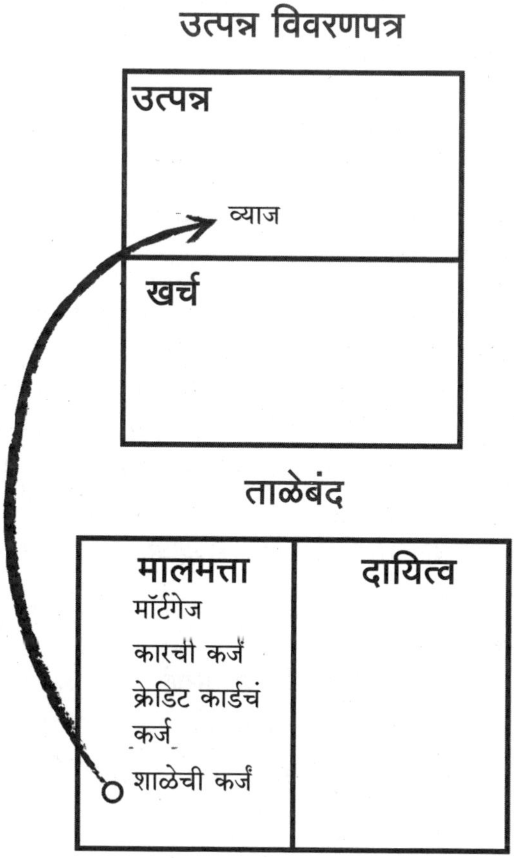

'कमी डाऊन पेमेंट आणि सुलभ मासिक हप्ते' किंवा 'काळजी करू नका. सरकार तुम्हाला या नुकसानीवर करकपात देईल,' असे शब्द तुम्ही केव्हाही ऐकले की कोणीतरी तुम्हाला या खेळात भाग घेण्यासाठी फशी पाडत आहे हे लक्षात ठेवा. तुम्हाला आर्थिकदृष्ट्या स्वतंत्र व्हायचं असेल तर तुम्हाला याहूनही जास्त हुशार व्हावं लागतं.

बहुतेक लोकांना कोणी तरी आपलं ऋणको असावं, कर्जदार असावं असं वाटत नाही. त्यांच्याकडे खऱ्या मालमत्ता (त्यांच्या खिशात पैसा टाकणाऱ्या) नसतात आणि ते नेहमीच इतर कोणाचे तरी कर्जदार किंवा ऋणको असतात म्हणूनच ते नोकरीतील सुरक्षिततेला चिकटून राहतात आणि आर्थिकदृष्ट्या संघर्ष करत राहतात. जर त्यांची नोकरी गेली तर ते क्षणार्धात दिवाळखोर होतील. खरं तर सर्वसामान्य अमेरिकन व्यक्ती दिवाळखोरीपासून फक्त तीन वेतनचिठ्ठ्यांच्या अंतरावर असते. ते जास्त चांगलं आयुष्य शोधतात आणि या

खेळात हरतात, कारण त्यांच्या विरोधात लबाडीनं पत्ते पिसले जातात, तरीही त्यांचं घर, कार, गोल्फ क्लब्ज, कपडे, सुट्ट्यांसाठीचं घर आणि इतर तत्सम गोष्टी म्हणजे त्यांच्या मालमत्ता आहेत असा ते विचार करतात. इतर कोणीतरी त्यांना सांगितलेल्या गोष्टीवर ते विश्वास ठेवतात, कारण सत्य काय आहे हे स्वतःच पाहण्यासाठी आर्थिक आकडे वाचता आले पाहिजेत आणि ते त्यांना येत नाही. बहुतेक लोक शैक्षणिक संस्थांमध्ये जातात आणि या खेळातील खेळाडू होण्यास शिकतात; पण त्यांना कोणीही या खेळाचे नियम स्पष्ट करून सांगत नाही. 'कोण कोणाचं कर्जदार आहे?' हे या खेळाचं नाव आहे हे त्यांना कोणीही सांगत नाही. त्यांना कोणीही हे सांगितलेलं नसल्यामुळेच ते इतर प्रत्येकाचे कर्जदार होत राहतात.

पैसा ही एक कल्पना आहे

आता तुम्हाला *कॅशफ्लो क्वाड्रंटची* मूलभूत तत्त्वं समजली असतील आणि पैसा ही प्रत्यक्षात एक कल्पना असून ती डोळ्यांऐवजी मनानं जास्त स्पष्टपणे पाहता येते हेही तुम्हाला समजलं असेल असं मला वाटतं. पैशाचा हा खेळ आणि तो कसा खेळायचा हे शिकणं हा आर्थिक स्वातंत्र्याच्या प्रवासातील महत्त्वाचा भाग आहे. *कॅशफ्लो क्वाड्रंटच्या* उजव्या बाजूकडे जाण्यासाठी तुम्ही कोण होण्याची गरज असते ही गोष्ट त्याहूनही महत्त्वाची आहे. तुमच्यातील उत्तम गोष्ट काढून घेणं यावर या पुस्तकाच्या दुसऱ्या भागात लक्ष केंद्रित करण्यात आलं आहे. याशिवाय पुढील सूत्राचं विश्लेषण करण्यावरही त्यात लक्ष एकवटण्यात आलं आहे. हे सूत्र आहे :

होणं किंवा बनणं
करणं
मिळवणं किंवा प्राप्त करणं

भाग दोन

तुमच्यातील उत्तम गोष्टी बाहेर काढणं

प्रकरण सात

तुम्ही जे कोणी असता ते होणं

तुम्हाला कोणते बदल घडवून आणावेच लागतात आणि त्या प्रक्रियेतून जात असताना तुम्ही कोण होता हाच खरा मुद्दा असतो.

माझ्या श्रीमंत वडिलांनी मला सांगितलं होतं की, 'बेघर असणं ही महत्त्वाची गोष्ट नसते, तर तुम्ही कोण असता ते महत्त्वाचं असत. जोरदार प्रयत्न करत राहा, मग तुम्ही कोणीतरी व्हाल. हे प्रयत्न करणं तुम्ही सोडून दिलं तरीही तुम्ही कोणीतरी बनाल; पण प्रयत्नांनंतर तुम्ही जी व्यक्ती बनाल ती ही व्यक्ती नसेल.'

तुम्ही ज्या बदलांतून जाता ते बदल

तुमच्यापैकी जे लोक नोकरीतील सुरक्षिततेपासून आर्थिक सुरक्षिततेकडे जाण्यावर गांभीर्यानं विचार करत असतील त्यांच्यासाठी मी फक्त शाब्दिक प्रोत्साहन देऊ शकतो. किमला आणि मला पुढे जाण्याचं धाडस प्राप्त होण्यासाठी आधी मला बेघर होऊन अतिशय बिकट परिस्थितीला तोंड द्यावं लागलं. तो आमचा मार्ग होता; पण तुमचाही तोच मार्ग असलाच पाहिजे, असं नक्कीच नाही. मी आधीच स्पष्ट केलं आहे, त्याप्रमाणे *कॅशफ्लो क्वाड्रंटच्या* उजव्या बाजूला जाण्यासाठी तुम्हाला पूल ओलांडावा लागतो आणि तो ओलांडण्यास तुम्हाला मदत करण्यासाठी तयार करण्यात आलेली यंत्रणा आधीपासूनच सज्ज आहे.

तुम्हाला ज्या अंतर्गत बदलांमधून जावंच लागेल ते बदल आणि त्या प्रक्रियेत तुम्ही कोण व्हाल हा यातला खरा मुद्दा आहे. काही लोकांसाठी ही प्रक्रिया सोपी असेल. इतरांसाठी हा प्रवास करणं अशक्य असेल.

पैसा हा अमली पदार्थ असतो

श्रीमंत वडील नेहमीच माईकला आणि मला सांगत की, 'पैसा हा अमली पदार्थ असतो.' आम्ही त्यांच्यासाठी काम करत असताना त्यांनी आम्हाला वेतन देणं नाकारलं होतं, त्यामागचं मुख्य कारण हेच होतं की, आम्हाला पैशासाठी काम करण्याचं व्यसन लागू नये, असं त्यांना वाटत होतं. 'तुम्हाला पैशाचं व्यसन लागलं तर हे व्यसन मोडणं कठीण असतं,' असं त्यांनी म्हटलं होतं.

मोठा झाल्यानंतर मी त्यांच्याकडे पैसे मागण्यासाठी कॅलिफोर्नियाहून त्यांना फोन केला होता, त्या वेळी त्यांनी काही वर्षांपूर्वी माझ्या बाबतीत जी संरचना तयार केली होती ती मोडण्यास ते तयार नव्हते. त्यांनी लहान मूल असताना आम्हाला पैसा दिला नव्हता आणि आता ते आम्हाला ती सवय लावण्याची सुरुवात करणार नव्हते. त्याऐवजी ते तसेच कडकपणानं वागत राहिले आणि त्यांनी मला पैशांसाठी काम करण्याच्या व्यसनापासून दूर राहण्याकरिता मार्गदर्शन केलं.

त्यांनी पैशाला अमली पदार्थ म्हटलं होतं, कारण पैसा असताना आनंदात राहणारे आणि पैसा नसल्यावर अस्वस्थ किंवा विषण्ण होणारे लोक त्यांनी पाहिले होते. हेरॉईनचं व्यसन लागलेले लोक ज्या वेळी तो मादक पदार्थ टोचून घेतात, त्या वेळी एकदम मनातल्या मनात हवेत तरंगू लागतात, खूश होतात आणि ज्या वेळी त्यांना ते मिळत नाही, त्या वेळी ते एकदम विषण्ण आणि हिंसक बनतात.

'पैसा आपल्याला त्याचं व्यसन जडवतो. त्याच्या या ताकदीपासून सावध राहा,' असं ते नेहमीच म्हणत असतं.

'एकदा पैसा मिळण्याची सवय लागली की, हे व्यसन तुम्हाला तो ज्या मार्गानं मिळतो त्या मार्गाशी चिकटून राहायला लावतं,' असंही ते म्हणत.

मी हीच गोष्ट वेगळ्या पद्धतीनं मांडतो. जर तुम्हाला कर्मचारी म्हणून पैसा मिळवण्याची सवय झाली तर तुम्हाला त्याच मार्गानं पैसा मिळवत राहण्याची सवय जडते. जर तुम्हाला स्वयंरोजगारित होऊन पैसा मिळवण्याची सवय झाली तर या प्रकारे पैसा मिळवण्याशी असलेला तुमचा संबंध तोडणं ही गोष्ट नेहमीच अवघड असते. जर तुम्हाला सरकारी अनुदान मिळवण्याची सवय जडली तर ही संचरना मोडणंही कठीण असतं.

'पैसा मिळवण्यासाठी तुम्ही जो मार्ग वापरता, त्याच्याविषयीचा तुमचा जिव्हाळा, त्याच्याविषयी तुम्हाला वाटणारी ओढ नाहीशी करणं हा डाव्या बाजूकडून उजव्या बाजूकडे जाण्यातील सगळ्यात कठीण भाग असतो,' असं श्रीमंत वडिलांनी सांगितलं होतं. 'याचा संबंध फक्त सवय मोडण्याशीच नसतो. यात तुम्हाला सवय नव्हे, तर खरं म्हणजे व्यसन मोडायचं असतं,' त्यांनी पुढे स्पष्ट केलं होतं.

म्हणूनच पैशासाठी माईकनं आणि मी कधीच काम करू नये, यावर त्यांनी भर दिला होता. त्याऐवजी पैसा संपादण्याचा मार्ग म्हणून आम्ही स्वतःच्या यंत्रणांची निर्मिती करावी असा आग्रह त्यांनी धरला होता.

विविध संरचना

किमला आणि मला बी आणि आय कप्प्यांमधून उत्पन्न कमवणारे लोक व्हायचं होतं; पण आमचे सगळे भूतकालीन संस्कार आम्हाला त्यापासून मागे खेचत होते. 'तुम्ही हे का करत आहात? तुम्ही फक्त नोकरी का मिळवत नाही?' असं आम्हाला आमचे मित्र विचारत होते, त्या वेळी ही गोष्ट आणखी कठीण बनत होती.

आमच्याच व्यक्तिमत्त्वातील एक भाग वेतनचिठ्ठीच्या सुरक्षित जगात जाण्याची इच्छा व्यक्त करत होता आणि त्या वेळी तर ही गोष्ट कर्मकठीण होत होती.

श्रीमंत वडिलांनी माईकला आणि मला असं स्पष्ट करून सांगितलं होतं की, पैशाचं जग ही एक मोठी यंत्रणा होती आणि आम्ही म्हणजे त्या यंत्रणेअंतर्गत विशिष्ट संरचनांमध्ये कसं काम करावं हे शिकणाऱ्या व्यक्ती होतो.

ई कप्प्यातील व्यक्ती यंत्रणेसाठी काम करते.

एस कप्प्यातील व्यक्ती ही यंत्रणा असते.

बी कप्प्यातील व्यक्ती यंत्रणेची निर्मिती करते, तिच्यावर मालकी किंवा नियंत्रण मिळवते.

आय कप्प्यातील व्यक्ती त्या यंत्रणेत पैसा गुंतवते.

पैशाचा प्रश्न आला की, आपण नैसर्गिकपणेच आकर्षित होऊन ज्या संरचनेकडे सरकतो तिच्याविषयी श्रीमंत वडील बोलत होते.

त्यांनी हे स्पष्ट करताना पुढे असं म्हटलं होतं, 'ज्या वेळी व्यक्तीला पैशाची गरज भासते, त्या वेळी ई कप्प्यातील व्यक्ती आपोआपच नोकरी शोधते, एस कप्प्यातली व्यक्ती एकट्यानंच काहीतरी करते. बी कप्प्यातील व्यक्ती यंत्रणा निर्माण करते किंवा ती विकत घेते आणि पैसा निर्माण करते. आय कप्प्यातील व्यक्ती जास्त पैसा निर्माण करणाऱ्या मालमत्तेत गुंतवणूक करण्याची संधी शोधते.'

संरचना बदलणं कठीण का असतं?

'आज जगण्यासाठी पैसा आवश्यक आहे म्हणूनच ही संरचना बदलणं कठीण आहे. कृषी युगात पैशाला इतकं महत्त्व नव्हतं, कारण पैसा न देताच जमिनीतून अन्न, निवारा, ऊब आणि पाणी मिळत होतं. औद्योगिक युगात एकदा आपण शहरांकडे धाव घेतल्यानंतर पैशानंच आयुष्याला महत्त्व येऊ लागलं. आज अगदी पाण्यासाठीसुद्धा पैसा द्यावा लागतो,' श्रीमंत वडिलांनी म्हटलं होतं.

त्यांनी ही गोष्ट स्पष्ट करताना पुढे असं म्हटलं होतं, 'ज्या वेळी तुम्ही एखाद्या कप्प्यातून – इथे आपण असं समजू या की, तो ई कप्पा आहे – तर ज्या वेळी तुम्ही ई कप्प्यातून बी कप्प्याकडे जाण्याचा प्रयत्न करता त्या वेळी तुमच्यातील एका भागाला ई कप्प्यात राहण्याचं व्यसन जडलेलं असतं किंवा बी कप्प्याकडे गेल्यानंतर आयुष्य संपुष्टात

येण्याची भीती वाटत असते. मग हा भाग लाथा झाडू लागतो आणि तुमच्याबरोबर लढू लागतो. बुडणारी व्यक्ती जशी हवेसाठी तडफडू लागते तसाच हा प्रकार असतो. उपाशी व्यक्ती जगण्यासाठी काहीही खाते तसा हा प्रकार असतो.'

'हे अंतर्गत युद्धच ही गोष्ट इतकी कठीण बनवतं. तुम्ही आता जे कोणी राहणार नसता ते आणि तुम्हाला जे कोणी व्हायचं असतं ते या दोन व्यक्तिमत्त्वांमधील हा संघर्ष असतो आणि हा संघर्षच या समस्येला कारणीभूत असतो,' श्रीमंत वडिलांनी मला फोनवरून स्पष्ट करून सांगितलं. त्यांनी पुढे असं सांगितलं, 'या युद्धात तुमच्यातील ज्या भागाला अजूनही सुरक्षितता हवी असते, तो स्वातंत्र्य मिळवण्याची इच्छा असलेल्या भागाशी लढत असतो. कोणत्या भागानं जिंकावं हे फक्त तुम्हीच ठरवू शकता. तुम्ही एक तर व्यवसायाची उभारणी करू शकता किंवा कायमच नोकरीचा शोध घेत राहण्यासाठी परत मागे वळू शकता.'

तुमच्या उत्कट इच्छेचा शोध घ्या

'तुला खरोखरच पुढे जायचं आहे का?' श्रीमंत वडिलांनी विचारलं.

'होय!' मी घाईघाईनं उत्तर दिलं.

'तू काय करण्यासाठी बाहेर पडला आहेस, त्याचा तुला विसर पडला आहे का? तुझ्या उत्कट इच्छेचा तुला विसर पडला आहे का आणि मुळातच या चमत्कारिक पेचप्रसंगात तू का अडकला आहेस ते तू विसरला आहेस का?' श्रीमंत वडिलांनी विचारलं.

'अं..,' मी एवढंच म्हटलं. मी किंचित दचकलो होतो. मी विसरलो होतो. मी त्या फोनच्या बुथवर तसाच विचार करत उभा राहिलो. मुळातच या सगळ्या गोंधळात मी कशामुळे अडकलो होतो हे आठवण्याचा प्रयत्न करत मी तसाच थबकून राहिलो.

'पण मला ते माहिती आहे,' श्रीमंत वडील गरजले. त्यांचा आवाज फोनवर घुमल्यासारखा येत होता. 'तुझं स्वप्न जिवंत ठेवण्याऐवजी तुला तुझ्या वैयक्तिक जगण्याची चिंता वाटत आहे. तुझ्या भीतीनं तुझ्या उत्कट इच्छेला दूर सारलं आहे. तुझ्या हृदयातील ज्योत तशीच प्रज्ज्वलित ठेवणं हा तसंच पुढे जाण्याचा उत्तम मार्ग आहे. तू जी गोष्ट करायची असं ठरवून बाहेर पडला आहेस ती गोष्ट नेहमीच लक्षात ठेव म्हणजे तुझा प्रवास सोपा होईल. स्वतःची जास्त काळजी करणं सुरू केलंस तर तुझी भीती तुझ्या आत्म्याला कमजोर करेल. भीतीतून नव्हे, उत्कट इच्छेतून व्यवसायाची उभारणी केली जाते. तू आता इथपर्यंत आला आहेस, तू तुझ्या ध्येयाच्या खूपच जवळ आहेस, तेव्हा आता मागे फिरू नकोस. तू काय करायचं असं ठरवून बाहेर पडला आहेस ते लक्षात ठेव. त्याची आठवण तुझ्या हृदयात जपून ठेव आणि ती ज्योत तशीच प्रज्ज्वलित ठेव. तू केव्हाही यातून बाहेर पडू शकतोस. मग आताच बाहेर पडायची घाई करण्याची काय गरज आहे?'

एवढं बोलून श्रीमंत वडिलांनी मला सदिच्छा दिल्या आणि फोन ठेवून दिला. त्यांचं म्हणणं बरोबर होतं. मी या प्रवासासाठी का बाहेर पडलो होतो, ते मी विसरून गेलो होतो. माझं स्वप्न मी हरवून बसलो होतो आणि माझ्या भीतीला माझ्या बुद्धीवर आणि हृदयावरही पकड मिळवू दिली होती. माझी उत्कट इच्छा मी विसरलो होतो. आता एक तर ती

इच्छा फलद्रूप करायची किंवा ती सोडून देऊन घरी परतायचं आणि तिच्याविषयी विसरून जायचं यापैकी कुठली तरी एक गोष्ट करण्याची वेळ आली होती. मी थोडा वेळ तिथेच उभा राहिलो आणि पुन्हा एकदा श्रीमंत वडिलांचे अखेरचे शब्द मला ऐकू येऊ लागले : 'तू केव्हाही यातून बाहेर पडू शकतोस. मग आताच बाहेर पडायची घाई करण्याची काय गरज आहे?' माझ्या मनासारख्या गोष्टी घडवून आणेपर्यंत यातून बाहेर पडण्याचा निर्णय लांबणीवर टाकावा असं मी ठरवलं.

मालकीची यंत्रणा असलेला शिक्षक होणं

माझ्या भीती आणि यशाचा अभाव या गोष्टी मला झोडपून काढत होत्या आणि त्यामुळे माझं स्वप्नं बाजूला सारलं गेलं होतं. वेगळ्या प्रकारची शैक्षणिक यंत्रणा उभारणं हे माझं स्वप्न होतं. ज्या लोकांना उद्योजक आणि गुंतवणूकदार व्हायचं होतं, त्यांच्यासाठी मला शैक्षणिक कार्यक्रम सुरू करायचा होता. मी तिथे उभा असताना माझं मन हायस्कूलच्या काळात मागे गेलं.

मी १५ वर्षांचा असताना माझ्या हायस्कूलच्या मार्गदर्शक समुपदेशकानं मला विचारलं होतं, 'तुला मोठा झाल्यावर कोण व्हायचं आहे? तुझ्या वडिलांप्रमाणेच तूही शिक्षक होणार आहेस का?'

माझ्या समुपदेशकाच्या नजरेला नजर भिडवत मी स्पष्टपणे, जोरदारपणे आणि निश्चयानं उत्तर दिलं होतं, 'मी कधीच शिक्षक होणार नाही. शिक्षक होणं ही गोष्ट नेहमीच मी करणार असलेल्या गोष्टींपैकी अखेरची गोष्ट असेल.'

मला शाळा फक्त आवडतच नव्हती असं नाही – मी शाळेचा अगदी तिरस्कार करत होतो. तिथे जबरदस्तीनं बसायला लावून मला बिलकूल रुची नसलेल्या विषयावरचं एखाद्याचं बोलणं महिनोन्‌महिने ऐकत राहायचं ही गोष्ट मला आवडत नव्हती. ज्या व्यक्तीविषयी माझ्या मनात स्वारस्य नव्हतं किंवा आदरही नव्हता, अशा व्यक्तीचं बोलणं ऐकायला मला आवडत नसे. मी चुळबुळ करत असे, बेचैन होत असे आणि वर्गात मागच्या बाजूला बसून काहीतरी खोड्या काढत असे किंवा सरळ सरळ दांडी मारत असे.

म्हणून माझ्या वडिलांच्या पावलावर पाऊल टाकून शिक्षक होण्याचा माझा विचार आहे का, असं माझ्या मार्गदर्शक समुपदेशकानं मला विचारल्यावर मी अतिशय संतप्त झालो होतो.

उत्कट इच्छा हे प्रेम आणि तिरस्कार यांचं मिश्रण असतं हे त्या वेळी मला बिलकूल माहिती नव्हतं. मला शिकायला आवडत होतं; पण शाळेचा तिटकारा वाटत होता. मला तिथे बसण्याचा आणि मला जे व्हायचं नव्हतं तेच होण्यासाठी माझ्यावर संस्कार करून घेण्याचा, मला वळण लावून घेण्याचा प्रचंड तिरस्कार वाटत होता आणि असं वाटणारा मी एकटाच नव्हतो.

शिक्षणाविषयीची लक्षणीय विधानं

विन्स्टन चर्चिल यांनी एकदा असं म्हटलं होतं की, 'वैयक्तिकरीत्या शिकण्यास मी नेहमीच तयार होतो; पण दुसऱ्यांकडून सतत शिकवलं जाणं मला आवडत नव्हतं.'

जॉन अपडाईक यानं असं म्हटलं होतं की, 'संस्थापकांनी त्यांच्या विद्वत्तेनुसार असं ठरवलं होतं की, मुलं ही त्यांच्या पालकांवर असलेला अस्वाभाविक ताण असतात म्हणून त्यांनी मुलांसाठी शाळा नावाचे तुरुंग तयार केले आणि त्यांना शिक्षण नावाच्या छळांनी सुसज्ज केलं.'

नॉर्मन डग्लसनं म्हटलं होतं की, 'शिक्षण ही राज्याकडून नियंत्रित करण्यात आलेल्या कंपनीची प्रतिध्वनी निर्मितीची उत्पादनं आहेत.'

एच. एल. मेन्केननं म्हटलं होतं की, 'मानवी अस्तित्वाच्या संपूर्ण विस्ताराचा विचार केला तर शालेय दिवस हे सगळ्यात आनंदी नसलेले किंवा दुःखाचे दिवस असतात. ते मंद, निर्बुद्ध प्रकारच्या कामांनी, नवीन आणि अप्रसन्न नियमांनी आणि व्यवहारज्ञानाच्या व सर्वसामान्य शिष्टाचाराच्या हिंस्र भंगांनी भरलेले असतात.'

गॅलिलिओनं असं म्हटलं होतं की, 'तुम्ही व्यक्तीला काहीही शिकवू शकत नाही. तुम्ही फक्त त्याला त्याच्या स्वतःमधील त्याचा शोध घेण्यास मदत करू शकता.'

मार्क ट्वेननं असं म्हटलं होतं की, 'शालेय शिक्षणाला मी कधीही माझ्या शिक्षणात ढवळाढवळ करू दिली नाही.'

अल्बर्ट आइन्स्टाईननं असं म्हटलं होतं की, 'एकूणच तिथे खूपच शिक्षण असतं. विशेषतः अमेरिकन शाळांमध्ये ते भरमसाट प्रमाणात असतं.'

उच्चशिक्षित वडिलांकडून मिळालेली देणगी

माझ्या उच्चशिक्षित; परंतु गरीब वडिलांनी मला ही विधानं सांगितली होती. त्या शालेय यंत्रणेतच त्यांची भरभराट झाली असली तरी त्यांनाही शालेय यंत्रणेविषयी तुच्छता वाटत होती. ते शिक्षक झाले होते, कारण ही यंत्रणा बदलणं हे त्यांचंही स्वप्न होतं; पण त्याऐवजी त्या यंत्रणेनं त्यांना चिरडून टाकलं. त्यांनी आपली उत्कट इच्छा तशीच राखली होती आणि यंत्रणेला बदलण्याचा प्रयत्न केला होता; पण त्यांनी भिंतीवर डोकं आपटून घेतलं होतं. या यंत्रणेत अनेक लोक पैसे मिळवत होते आणि तिच्यात बदल घडवण्याविषयी भरपूर चर्चा होत असली तरीही कोणालाही तिला बदलायचं नव्हतं.

माझा मार्गदर्शक समुपदेशक कदाचित मनकवडा असावा, कारण काही वर्षांनी मी खरोखरच माझ्या वडिलांच्या पावलांवर पाऊल टाकलं. मी त्याच यंत्रणेतून त्यांचं अनुकरण केलं नाही. मी त्यांची तीच उत्कट इच्छा घेतली आणि माझी स्वतःची यंत्रणा निर्माण केली.

मी आणि किम आर्थिक अडचणीत असल्याचं आणि आमची स्वतःची शैक्षणिक यंत्रणा उभारण्यासाठी संघर्ष करत असल्याचं माझ्या उच्चशिक्षित वडिलांना समजलं, त्या वेळी त्यांनी मला ही विधानं पाठवून दिली होती. ही विधानं लिहिलेल्या कागदावर त्यांनी घाईघाईत खरडल्यासारखं असं लिहिलं होतं की, 'असाच पुढे जात राहा. खूप खूप प्रेम, डॅड.'

अगदी त्या क्षणापर्यंत माझ्या उच्चशिक्षित वडिलांना त्या यंत्रणेविषयी किती तिरस्कार वाटत होता आणि त्या यंत्रणेनं तरुणांच्या बाबतीत काय केलं होतं ते मला माहिती नव्हतं;

पण त्यांच्या या प्रोत्साहनात्मक कृतीनंतर मला अनेक गोष्टींचा अर्थ गवसू लागला. ज्या उत्कट इच्छेमुळे मी हे करण्याकडे वळलो होतो, तीच उत्कट इच्छा त्यांच्याही मनात अनेक वर्षांपूर्वी निर्माण झाली होती. मी अगदी माझ्या वडिलांसारखाच होतो आणि मी नकळतपणे त्यांच्याकडून तो प्रकाशाचा वारसा घेतला होता. मुळात माझा पिंड शिक्षकाचाच होता. कदाचित म्हणूनच मला त्या यंत्रणेचा इतका तिटकारा वाटत होता.

आता मागे वळून पाहताना माझ्या लक्षात येतं की, मी दोन्ही वडिलांसारखा झालो. माझ्या श्रीमंत वडिलांकडून मी भांडवलदार होण्याची गुपितं शिकलो. माझ्या उच्चशिक्षित वडिलांकडून मी अध्यापनाच्या तळमळीचा, उत्कट इच्छेचा वारसा घेतला. या मिश्रणाच्या साहाय्यानं आता मी शैक्षणिक यंत्रणेविषयी काहीतरी करू शकत होतो. माझ्याकडे सध्याची यंत्रणा बदलण्याची क्षमता नव्हती किंवा इच्छाही नव्हती; पण माझ्याकडे माझी स्वतःची यंत्रणा उभारण्याचं ज्ञान होतं.

अनेक वर्षांच्या प्रशिक्षणाचं फळ मिळू लागलं

मी व्यवसायाची आणि व्यवसायाच्या यंत्रणेची निर्मिती करणारी व्यक्ती व्हावं, यासाठी माझ्या श्रीमंत वडिलांनी अनेक वर्षं माझ्यावर मेहनत घेतली होती. १९७७मध्ये मी सुरू केलेला व्यवसाय म्हणजे एक प्रकारचं उत्पादन तयार करणारी कंपनी होती. आमची कंपनी नायलॉन आणि वेल्क्रो सर्फर वॉलेट तयार करणाऱ्या सुरुवातीच्या काही कंपन्यांपैकी एक कंपनी होती. त्या पाठोपाठ आम्ही शू पॉकेट – या छोट्याशा वॉलेटची निर्मिती केली. तेही नायलॉन आणि वेल्क्रोनं तयार केलं होतं. ते धावण्याच्या शूजच्या लेसना जोडलेलं होतं. १९७८मध्ये जॉगिंगचं नवीन वेड पसरू लागलं होतं. धावपटूंना नेहमीच त्यांच्या चाव्या, पैसा आणि ओळखपत्रं ठेवण्यासाठी जागा हवी असे.

आम्हाला अगदी अभूतपूर्व म्हणावं असं यश मिळालं; पण लवकरच त्या उत्पादनाविषयीची आणि व्यवसायाविषयीची माझी उत्कट इच्छा नाहीशी झाली. माझ्या छोट्याशा कंपनीला परराष्ट्रातील कंपन्यांच्या स्पर्धेला तोंड द्यावं लागल्यावर लवकरच ती दणकून आपटली. तैवान, दक्षिण कोरिया आणि हाँगकाँग येथून माझ्या उत्पादनासारखीच उत्पादनं बोटींवर लादून पाठवली जाऊ लागली आणि त्यांनी पाहता पाहता आम्ही विकसित केलेली बाजारपेठ आमच्याकडून हिसकावून घेऊन स्वतः काबीज केली. त्यांच्या किमती इतक्या कमी होत्या की, त्यांच्याशी आम्ही स्पर्धा करूच शकत नव्हतो. आम्हाला ती उत्पादनं तयार करण्यासाठी जितका खर्च येत होता, त्याहूनही कमी किमतीत ते त्यांच्या उत्पादनांची किरकोळ विक्री करत होते.

आमच्या लहान कंपनीसमोर पेचप्रसंग निर्माण झाला. आमची मनःस्थिती द्विधा झाली होती. त्यांच्याशी लढा द्यावा की, त्यांना सहकार्य करावं ते आम्हाला समजत नव्हतं. आम्ही ते युद्ध जिंकू शकत नव्हतो, हे माझ्या पालकांच्या आणि माझ्या लक्षात आलं होतं. बाजारपेठांमध्ये अतिशय स्वस्त उत्पादनांचा महापूर निर्माण करणाऱ्या कंपन्या खूपच बळकट होत्या. आम्ही एकमेकांचं मत विचारात घेतलं आणि त्या कंपन्यांना सहकार्य करू लागलो.

यातली शोकांतिका अशी होती की, तग धरून राहण्यासाठी आम्हाला आमच्या विश्वासू आणि कष्टाळू कर्मचाऱ्यांपैकी बहुतेकांना निरोप द्यावा लागणार होता. यामुळे माझा हृदय पिळवटून निघालं.

कोरियातील आणि तैवानमधील ज्या फॅक्टऱ्यांशी आम्ही आमच्या उत्पादनासंदर्भात करार केला होता, त्यांच्या नवीन फॅक्टऱ्यांची तपासणी केल्यानंतर माझा आत्मा खरोखरच काहीसा खंगून गेला असावा असं मला वाटू लागलं. तिथल्या बालकामगारांना ज्या परिस्थितीत काम करावं लागत होतं त्या स्थिती क्रूरपणाच्या आणि अमानवी होत्या. सहसा आम्ही जेवढ्या जागेत एखाद्या कामगाराला काम करू दिलं असतं तिथे पाच-पाच कर्मचाऱ्यांना जवळजवळ एकावर एक अशा पद्धतीनं बसायला लावून अतिशय वाईट परिस्थितीत काम करायला भाग पाडलं जात होतं. ते अतिशय क्रौर्य होतं. माझी सदसद्विवेकबुद्धी त्या कामगारांच्या संदर्भात मला टोचणी लावू लागली. आता मला आम्ही घरी जायला लावलेल्या अमेरिकेतील कामगारांचीच नव्हे, तर परदेशांतील त्या नवीन कामगारांचीही मोठीच चिंता वाटू लागली.

आम्ही परदेशी स्पर्धेची आर्थिक समस्या सोडवली असली आणि भरपूर पैसा मिळवू लागलो असलो तरी आता माझं मन त्या व्यवसायात फारसं रमत नव्हतं. परिणामी, व्यवसायाला फटका बसू लागला. त्यातलं चैतन्य निघून गेलं, कारण माझ्यातील चैतन्यच निघून गेलं होतं. इतक्या कमी वेतनावर काम करणाऱ्या कामगारांचं शोषण होत असल्याचं बघून माझ्या मनातील श्रीमंत होण्याची इच्छा केव्हाच लोप पावली होती. लोकांना व्यवसायातील कर्मचारी होण्यापेक्षा व्यवसायांचे मालक होण्यास शिकवावं असा विचार मी करू लागलो. बत्तीसाव्या वर्षीच मी शिक्षक होण्यास सुरुवात केली होती; पण त्या वेळी माझ्या ते लक्षात आलं नव्हतं. व्यवसाय उतरणीला लागला होता. यंत्रणा नसल्यामुळे तो ढासळत चालला नव्हता, तर आता त्यात माझं मन किंवा उत्कट इच्छा उरली नव्हती म्हणून तो ढासळू लागला. किमनं आणि मी आमचा नवीन व्यवसाय सुरू करेपर्यंत आमची वॉलेट कंपनी अगदी रसातळाला गेली होती.

आगामी कर्मचारी कपात

सन १९८३मध्ये मला युनिव्हर्सिटी ऑफ हवाईमध्ये एमबीएच्या विद्यार्थ्यांसमोर भाषण देण्यासाठी बोलावण्यात आलं होतं. मी त्यांच्यासमोर माझे नोकरीतील सुरक्षिततेविषयीचे दृष्टिकोन मांडले. मी जे बोललो ते त्यांना आवडलं नव्हतं. मी त्यांना असं सांगितलं होतं की : 'येत्या काही वर्षांतच तुमच्यापैकी अनेकांना आपल्या नोकऱ्या गमवाव्या लागतील किंवा जास्तीत जास्त कमी पगारांवर नोकऱ्या करण्यास भाग पाडलं जाईल आणि तुम्हाला मिळणारी सुरक्षितताही कमी, कमी होत जाईल.'

माझ्या कामामुळे मला जगभर प्रवास करावा लागत होता, त्यामुळे स्वस्तातील श्रमशक्ती आणि तंत्रज्ञानातून मिळणाऱ्या नावीन्यपूर्ण कल्पना यांच्या संयुक्त ताकदीचा मी प्रत्यक्ष साक्षीदार होतो. आशिया, युरोप, रशिया किंवा दक्षिण अमेरिका येथील कामगार हे खरोखरच अमेरिकेतील कामगारांशी स्पर्धा करत होते. कर्मचाऱ्यांसाठी उच्च वेतन आणि

सुरक्षित नोकरी आणि मध्यस्थ व्यवस्थापक ही कल्पना यांचा काळ संपला होता हे मला माहिती होतं. मोठ्या कंपन्यांनाही फक्त जागतिक पातळीवर स्पर्धेत टिकून राहण्यासाठी लवकरच कर्मचाऱ्यांच्या संख्येत आणि त्यांना दिल्या जाणाऱ्या वेतनात कपात करावीच लागणार होती.

मला पुन्हा कधीही युनिव्हर्सिटी ऑफ हवाईमध्ये बोलावण्यात आलं नाही; पण त्यानंतर काही वर्षांनी 'कर्मचारीकपात' हा शब्द सर्वसामान्य बनला. दर वेळी एखादी मोठी कंपनी दुसऱ्या एखाद्या कंपनीत विलीन होते, त्या वेळी कर्मचाऱ्यांची संख्या गरजेहून जास्त होते आणि कर्मचारीकपात करणं अपरिहार्य व अटळ बनतं. दर वेळी मालकांना त्यांच्या भागधारकांना आनंदी ठेवायचं असतं, मग कर्मचारीकपात घडून येते. प्रत्येक कर्मचारीकपातीबरोबर मला सर्वोच्च स्थानी असलेले लोक जास्त, जास्त श्रीमंत झाल्याचं आणि तळातील लोकांना त्याची किंमत चुकती करावी लागल्याचं दिसतं.

त्याच दरम्यान, 'माझ्या मुलाला किंवा मुलीला मी चांगल्या शाळेत घालत आहे, त्यामुळे त्याला किंवा तिला चांगली, सुरक्षित नोकरी मिळेल,' असं कोणीतरी म्हणत असल्याचं माझ्या कानांवर आलं की मी कचरत असे, भीतीनं दबकून जात असे. नोकरीसाठी तयारी करून घेणं ही अल्प काळासाठी चांगली कल्पना असते; पण ती दीर्घकाळासाठी चांगली कल्पना ठरत नाही, असा विचार माझ्या मनात येत असे. हळूहळू पण निश्चितपणे मी शिक्षक बनत चाललो होतो.

तुमच्या उत्कट इच्छेभोवती यंत्रणेची उभारणी करा

त्या वेळी वालेटचं उत्पादन करणारी माझी कंपनी पुन्हा एकदा उभी राहिली होती आणि ती चांगलं काम करत होती, तरीही तिच्याविषयीची माझी उत्कट इच्छा संपुष्टात आली होती. श्रीमंत वडिलांनी माझ्या नैराश्याचा आढावा घेऊन म्हटलं होतं, 'शिकण्याचे दिवस संपले आहेत. आता तुझ्या अंतःकरणातील इच्छेभोवती यंत्रणा उभारण्याची वेळ आली आहे. तुझ्या उत्कट इच्छेभोवती यंत्रणा उभी कर. या उत्पादन कंपनीला सोडून दे आणि तुला ज्याची उभारणी केलीच पाहिजे हे तुला माहिती आहे, त्याची उभारणी कर. तू माझ्याकडून व्यवस्थित शिकला आहेस; पण अजूनही तू तुझ्या वडिलांचाच मुलगा आहेस. तू आणि तुझे वडील हे तुमच्या आत्म्यात अगदी सखोलपणे शिक्षकच आहात.'

किमनं आणि मी सगळ्या सामानाची बांधाबांध केली आणि तडक कॅलिफोर्निया गाठलं. तिथे आम्ही नवीन अध्यापन पद्धती शिकणार होतो. त्यांच्या साहाय्यानं त्या पद्धतींच्या भोवती आम्ही आमच्या नवीन व्यवसायाची उभारणी करणार होतो. आमचा व्यवसाय बंद करण्याच्या आधीच आमच्याकडचा पैसाही संपला होता आणि आम्ही रस्त्यावर आलो होतो. त्याच वेळी माझ्या श्रीमंत वडिलांना मी फोन केला होता. त्या वेळी माझी पत्नी माझ्या शेजारी उभी होती. मला स्वतःचाच राग आला होता आणि आमची उत्कट इच्छा पुन्हा प्रज्वलित झाली होती. या सगळ्याच्या साहाय्यानं आम्ही त्या सगळ्या गोंधळातून, विस्कटलेल्या परिस्थितीतून बाहेर पडलो.

आम्ही लवकरच पुन्हा एकदा कंपनीची उभारणी करू लागलो. ही आमची शैक्षणिक कंपनी होती. तिच्यात पारंपरिक शाळांमध्ये शिकवण्यासाठी वापरल्या जाणाऱ्या पद्धतींच्या बरोबर विरुद्ध असलेल्या अध्यापन पद्धती वापरल्या जाणार होत्या. विद्यार्थ्यांना स्तब्ध बसून राहण्यास सांगण्याऐवजी आम्ही त्यांना सक्रिय होण्यास प्रोत्साहन देत होतो. व्याख्यानाच्या माध्यमातून शिकवण्याऐवजी आम्ही खेळ खेळायला शिकवत होतो. विद्यार्थ्यांना कंटाळवाणं वाटू देण्याऐवजी आमच्या शिक्षकांनी गमतीजमती कराव्यात असा आग्रह आम्ही धरत होतो. शिक्षकांऐवजी आम्ही व्यवसायांमधील लोकांना बोलावलं होतं. ज्यांनी स्वतःच्या कंपन्या सुरू केल्या होत्या आणि जे आमची अध्यापनशैली वापरून शिकवू शकले असते अशा लोकांना आम्ही घेतलं होतं. विद्यार्थ्यांना ग्रेड देण्याऐवजी विद्यार्थीच शिक्षकांना ग्रेड देत होते. जर एखाद्या शिक्षकाला खराब ग्रेड मिळाली तर त्या शिक्षकाला एक तर दुसऱ्या प्रशिक्षण कार्यक्रमाला जावं लागत होतं किंवा त्याला कंपनी सोडून जावं लागत होतं.

तिथे वय, शैक्षणिक पार्श्वभूमी, लिंग आणि धार्मिक श्रद्धा हे निकष नव्हते. आम्हाला विद्यार्थ्यांकडे फक्त शिकण्याची आणि झपाट्यानं शिकण्याची प्रामाणिक इच्छा असावी एवढंच वाटत होतं. अखेरीस जे लेखापालन शिकण्यास एक वर्ष लागत होतं, ते आम्ही एका दिवसात शिकवू शकलो.

आम्ही प्रामुख्यानं प्रौढांना शिकवत असलो तरीही आमच्याकडे अनेक किशोरवयीन मुलंही शिकत होती आणि त्याबरोबरच आमच्या विद्यार्थ्यांमध्ये भरपूर वेतन मिळवणारे, उच्च विद्याविभूषित व्यावसायिक अधिकारीही होते. चाचण्यांमध्ये एकमेकांशी गुणांसाठी स्पर्धा करण्याऐवजी आम्ही त्यांना टीम म्हणून एकमेकांना सहकार्य करण्यास सांगत होतो. त्यानंतर आम्ही त्यांना एकाच परीक्षेत सहभागी झालेल्या वेगवेगळ्या टीममध्ये स्पर्धा घेण्यास सांगत होतो. ग्रेडसाठी आटापिटा करण्याऐवजी आम्ही पैशांच्या पैजा लावत होतो. जेता सगळे पैसे घेऊन जात होता. विद्यार्थ्यांमध्ये स्पर्धेत सहभागी होण्याची आणि त्या वेळी टीम म्हणून चांगली कामगिरी करण्याची इच्छा अतिशय प्रबळ होती. त्यासाठी शिक्षकांनी वर्गाला प्रेरणा देण्याची गरज पडत नव्हती. एकदा अध्ययन स्पर्धा सुरू झाली की, शिक्षक तिथून बाजूला होत होते. परीक्षेच्या वेळी शांतता राखण्याऐवजी तिथे आरोळ्या, आनंदी ललकाऱ्या, हास्य आणि अश्रू असत होते. लोकांना अध्ययनाविषयी उत्साह आणि रोमहर्षकता वाटत होती. त्यांना शिकण्याविषयी उत्सुकता, मजा वाटत होती आणि त्यांना आणखी शिकण्याची इच्छा होती.

आम्ही फक्त दोन विषय शिकवण्यावर लक्ष केंद्रित केलं होतं : उद्योजकता आणि गुंतवणूक – म्हणजेच बी आणि आय कप्पा. ज्या लोकांना आमच्या शैक्षणिक शैलीच्या धर्तीवर हे विषय शिकण्याची इच्छा होती त्यांनी गर्दी केली. आम्ही जाहिरात केली नव्हती. फक्त मौखिक जाहिरात झाली होती. लोक एकमेकांना सांगत होते. जे लोक या कार्यक्रमांना आले होते त्यांना नोकऱ्यांची निर्मिती करायची होती, त्यांना नोकऱ्या शोधायच्या नव्हत्या.

त्या रात्री फोनच्या बुथवर असताना मी माझं स्वप्न सोडून बाहेर पडायचं नाही, यासाठी मनाची तयारी केल्यानंतर गोष्टी पुढे सरकू लागल्या. पाच वर्षांहून कमी कालावधीत आमचा व्यवसाय कोट्यवधी डॉलर्सचा झाला होता आणि जगभर आमची ११ कार्यालयं

सुरू झाली होती. आम्ही नवीन शैक्षणिक यंत्रणा तयार केली होती आणि बाजारपेठेला ती आवडली होती. आमची उत्कट इच्छा साकार होत होती, कारण भीतीवर आणि जुन्या संस्कारांवर उत्कट इच्छेनं आणि चांगल्या यंत्रणेनं मात केली होती.

शिक्षक श्रीमंत असू शकतो

शिक्षकांना पुरेसा पैसा दिला जात नसल्याचं मी ज्या ज्या वेळी ऐकतो त्या त्या वेळी मला त्यांच्याविषयी वाईट वाटतं, सहानुभूती वाटते. त्यांनी शिक्षक होण्याकडे बी किंवा आय कप्प्यातील लोकांच्या दृष्टिकोनातून पाहण्याऐवजी ई कप्प्यातील लोकांच्या दृष्टिकोनातून पाहिलेलं असतं. लक्षात ठेवा, तुम्ही कुठल्याही कप्प्यातून तुम्हाला हवं ते होऊ शकता, अगदी कुठल्याही कप्प्यात राहून शिक्षकसुद्धा होऊ शकता.

आपल्याला हवं ते आपण होऊ शकतो

आपल्यापैकी बहुतेकांकडे सर्वच्या सर्व कप्प्यांमध्ये यशस्वी होण्याची क्षमता असते. फक्त हे सगळं आपल्याकडे यशस्वी होण्याचा किती दृढनिश्चय असतो त्यावर अवलंबून असतं. माझे श्रीमंत वडील म्हणत की, 'भीती नव्हे तर उत्कट इच्छा व्यवसायाची उभारणी करते.'

कप्पे बदलण्यात येणाऱ्या अडचणी या सहसा नेहमीच आपल्या पूर्वीच्या संस्कारांमध्ये असल्याचं आढळून येतं. प्रेरणा म्हणून प्रामुख्यानं भीतीचा वापर करून आपल्याला एखाद्या विशिष्ट पद्धतीनं विचार आणि कृती करायला लावणाऱ्या कुटुंबातून आपल्यापैकी अनेक जण आलेले असतात. उदाहरणार्थ, 'तुझा गृहपाठ तू पूर्ण केला आहेस का? तू गृहपाठ केला नाहीस तर तुला शाळेतून हाकलून दिलं जाईल आणि तुझे सगळे मित्र तुला हसतील.' 'तू सतत चेहरा वेडावाकडा करत राहिलास तर तुझा चेहरा कायमचाच तसा वाकडा होईल.' याशिवाय एक अगदी अभिजात विधान असतंच : 'तुला चांगल्या ग्रेड मिळाल्या नाहीत तर तुला सुरक्षित नोकरीचे लाभ मिळणार नाहीत.'

असो, आज अनेक लोकांना चांगल्या ग्रेड मिळाल्या आहेत; पण सध्या फक्त थोड्याच सुरक्षित नोकऱ्या आहेत आणि त्याहूनही कमी प्रमाणात निवृत्तिवेतनाचे लाभ मिळत आहेत. त्या चांगल्या ग्रेड मिळवलेल्या अनेक लोकांनी 'आपले स्वतःचे व्यवसाय' करण्याची गरज आहे, फक्त इतर कोणाचा तरी व्यवसाय करण्यासाठी नोकरीचा शोध घेत फिरण्याची गरज नाही.

डाव्या बाजूला असणं जोखमीचं असतं

माझे अनेक मित्र अजूनही नोकरीतील सुरक्षिततेच्या शोधात आहेत. यातली गमतीची गोष्ट अशी आहे की तंत्रज्ञान अतिशय झपाट्यानं पुढे चाललं आहे. नोकरीच्या बाजारपेठेत अद्ययावत राहण्यासाठी प्रत्येक व्यक्तीला सातत्यानं आधुनिक तंत्रज्ञानाचं प्रशिक्षण घेत राहावं लागणार आहे. तुम्ही जर काहीही झालं तर पुनर्शिक्षण घेणारच असाल तर मग तोच वेळ तुम्ही *कॅशफ्लो क्वाड्रंटच्या* उजव्या बाजूच्या कप्प्यांत जाण्यासाठी आवश्यक असलेली

कौशल्यं शिकण्यासाठी का देऊ नये? मी जगभर प्रवास करतो, त्या वेळी मला जे दिसतं ते लोकही पाहू शकले तर ते आणखी सुरक्षिततेचा शोध घेत राहणार नाहीत. सुरक्षितता हे एक मिथक आहे. काहीतरी नवीन शिका आणि या नवीन धाडसी जगाला तोंड द्या. त्याच्यापासून तोंड लपवून फिरत राहू नका.

स्वयंरोजगारित लोकांसाठी तर ही गोष्ट आणखी जोखमीची असते. ते आजारी पडले किंवा जखमी झाले तर त्याचा त्यांच्या उत्पन्नावर थेट परिणाम होतो. मोठेपणी मी माझ्याच वयाच्या जास्त स्वयंरोजगारित लोकांना भेटलो. ते अतिकष्टानं शारीरिकदृष्ट्या, मानसिकदृष्ट्या आणि भावनिकदृष्ट्या इतके थकलेले होते की, ते अक्षरशः करपून गेले होते. एखादी व्यक्ती जितक्या जास्त प्रमाणात थकून जाते, तितकी तिची सुरक्षितता कमी होत जाते आणि त्यांना अपघात होण्याची शक्यताही वाढत जाते.

उजव्या बाजूला असणं जास्त सुरक्षितपणाचं आहे

यातली विरोधाभासाची गोष्ट अशी आहे की, प्रत्यक्षात *कॅशफ्लो क्वाड्रंटच्या* उजव्या बाजूला आयुष्य जास्त सुरक्षित असतं. उदाहरणार्थ, तुमच्याकडे जास्तीत जास्त पैसा निर्माण करणारी आणि कमीत कमी श्रम लागणारी सुरक्षित यंत्रणा असेल तर तुम्हाला खरोखरच नोकरी करण्याची किंवा नोकरी गमावण्याची काळजी करण्याची गरजच उरणार नाही. तुमच्याकडे असलेल्या संसाधनांच्या तुलनेत कमी प्रतीच्या जीवनशैलीचं जिणं जगण्यापेक्षा तुमच्या संसाधनांचा विस्तार करण्याविषयी मी शिकवतो त्या वेळी मी याच तत्त्वाचा वापर करतो. खरं तर याचा अर्थ मी तुम्हाला अंथरुण बघून पाय पसरण्याऐवजी पाय पसरण्यासाठी अंथरुणाचा आकार वाढवण्यास शिकवत असतो आणि तेव्हा या तत्त्वाचा वापर करतो. तुमच्याकडच्या संसाधनांचा विचार करून कमी प्रतीच्या जीवनशैलीत जगण्यानं तुमची उमेद मरते आणि मी नेहमीच संसाधनांचा विस्तार करण्याचे मार्ग शोधतो, त्यामुळे मला आयुष्याकडून जे जे मिळू शकतं त्या सगळ्याचा मी आनंद घेऊ शकतो.

उच्च पातळीवरचे गुंतवणूकदार असलेल्या लोकांना शेअर बाजार वधारण्याची किंवा कोसळण्याची चिंता वाटत नाही, कारण काहीही झालं तरी त्यांच्या ज्ञानामुळे ते पैसा कमवू शकतात; पण पुढच्या ३० वर्षांत बाजार कोसळला आणि/किंवा मंदीची लाट आली तर अनेक बेबी बूमर्स धास्तावतील आणि निवृत्तीनंतरच्या आयुष्यासाठी त्यांनी बाजूला काढून ठेवलेल्या पैशातील बराचसा पैसा गमावून बसतील. जर ही गोष्ट त्यांच्या वृद्धावस्थेत घडली तर ते निवृत्त होण्याऐवजी त्यांना शक्य असेल तितका दीर्घकाळ काम करत राहतील.

व्यावसायिक गुंतवणूकदार आपल्या स्वतःच्या पैशाच्या साहाय्यानं अत्यल्प जोखीम पत्करतात आणि तरीही ते सर्वोच्च परतावे मिळवतात. ज्या लोकांना गुंतवणुकीविषयी अत्यल्प माहिती असते ते जोखमी पत्करतात आणि किमान परतावे मिळवतात. माझ्या दृष्टिकोनातून विचार केला तर *कॅशफ्लो क्वाड्रंटच्या* डाव्या बाजूलाच सगळी जोखीम असते.

डावी बाजू जास्त जोखमीची का असते?

'तुला आकडे वाचता येत नसतील तर तुला दुसऱ्या कोणाचं तरी मत स्वीकारावंच लागेल,' असं श्रीमंत वडील म्हणत असत. 'घर ही मालमत्ता आहे, हे त्यांच्या बँकरचं मत तुझे वडील घर विकत घेताना आंधळेपणानं स्वीकारतात.'

त्यांनी 'आंधळेपणानं' या शब्दावर दिलेला भर माईकच्या आणि माझ्याही लक्षात आला होता.

'डाव्या बाजूच्या बहुतेक लोकांना खरोखरच आर्थिक आकडे समजून घेण्यात चांगलं असण्याची गरज वाटत नाही; पण जर तुला उजव्या बाजूला यशस्वी व्हायचं असेल तर हे आकडेच तुझे डोळे बनतात. बहुतेक लोकांना ज्या गोष्टी दिसत नाहीत, त्या गोष्टी या आकड्यांमुळेच तुला दिसतात,' श्रीमंत वडील पुढे सांगत होते.

'म्हणजे सुपरमॅनच्या एक्स-रे नजरेसारखं?' माईकनं विचारलं.

श्रीमंत वडिलांनी हसत, हसत मान डोलावली. 'अगदी बरोबर,' ते म्हणाले. 'आकडे, आर्थिक यंत्रणा आणि व्यावसायिक यंत्रणा वाचता येण्याची क्षमता तुम्हाला सर्वसामान्य मर्त्य लोकांकडे नसलेली नजर मिळवून देते.' या आपल्याच वेडगळ वाक्यावरही ते जोरात हसले.

'आर्थिक नजर तुमची जोखीम कमी करते. आर्थिकदृष्ट्या अंध असल्यामुळे जोखीम वाढते; पण तुम्हाला उजव्या बाजूनं काम करण्याची इच्छा असेल तरच फक्त या नजरेची गरज असते. डाव्या बाजूचे लोक शब्दांचा विचार करतात. उजव्या बाजूला आणि विशेषतः आय कप्प्यात यशस्वी होण्यासाठी तुम्हाला आकड्यांचा विचार करावाच लागतो. प्रामुख्यानं शब्दांचाच विचार करत राहून गुंतवणूकदार म्हणून काम करण्याचा प्रयत्न करणं ही गोष्ट अतिशय जोखमीची-खरं तर धोकादायकच असते,' श्रीमंत वडील म्हणाले.

'डाव्या बाजूच्या कप्प्यांतील लोकांना आर्थिक आकड्यांविषयी काहीही माहिती करून घेण्याची गरज नसते, असं तुम्हाला म्हणायचं आहे का?' मी विचारलं.

'त्यांच्यापैकी बहुतेकांसाठी हेच बरोबर असतं,' श्रीमंत वडील म्हणाले. 'जोपर्यंत ई किंवा एस कप्प्यांच्या मर्यादांमध्ये अगदी काटेकोरपणे राहून काम करण्यात त्यांना समाधान वाटत असतं तोपर्यंत ते शाळेत जे आकडे शिकलेले असतात तितकी त्यांच्याविषयीची त्यांची समज पुरेशी असते; पण जर त्यांना उजव्या बाजूला तग धरून राहायचं असेल तर आर्थिक आकडे आणि यंत्रणा समजून घेणं ही गोष्ट महत्त्वाची असते. तुम्हाला लहान व्यवसायाची उभारणी करायची असेल तर तुम्हाला आकड्यांवर प्रभुत्व मिळवण्याची गरज नसते; पण तुम्हाला जगभर पसरलेला मोठा व्यवसाय उभारायचा असेल तर तुमच्यासाठी शब्द नव्हे, तर आकडेच सारं काही असतात म्हणूनच इतक्या मोठ्या कंपन्या या नेहमीच बीन काऊंटर्सद्वारे चालवल्या जातात.'

श्रीमंत वडील ते आम्हाला शिकवत असलेल्या धड्याविषयी आणखी सांगताना म्हणाले, 'तुम्हाला उजव्या बाजूला यशस्वी व्हायचं असेल तर पैशाचा प्रश्न येतो त्या वेळी तुम्हाला वस्तुस्थिती आणि मतं यांमधील फरकही माहिती असावाच लागतो. डाव्या बाजूच्या कप्प्यातील लोकांप्रमाणे तुम्हाला आंधळेपणानं लोकांचा सल्ला स्वीकारून चालत

नाही. तुम्हाला तुमचे आकडे माहिती असावेच लागतात. तुम्हाला वस्तुस्थितीही माहिती असाव्याच लागतात आणि आकडे तुम्हाला वस्तुस्थिती सांगतात.'

जोखीम पत्करण्याची किंमत कोण चुकती करतो?

'डावी बाजू जोखमीची आहेच, शिवाय त्या बाजूचे लोक ती जोखीम पत्करण्याची किंमतही चुकती करतात,' श्रीमंत वडील म्हणाले.

'म्हणजे काय? तुम्हाला नेमकं काय म्हणायचं आहे?' मी विचारलं. 'प्रत्येक जणच जोखीम पत्करतो त्या वेळी तिची किंमत चुकती करत नाही का?'

'नाही,' श्रीमंत वडील म्हणाले. 'उजव्या बाजूचे लोक अशी किंमत चुकती करत नाहीत.'

'म्हणजे डाव्या बाजूचे लोक जोखीम पत्करण्यासाठी पैशात किंमत चुकती करतात आणि उजव्या बाजूच्या लोकांना जोखीम पत्करण्यासाठी पैसे दिले जातात, असं तुम्हाला म्हणायचं आहे का?' मी विचारलं.

'अगदी बरोबर, मला नेमकं हेच म्हणायचं होतं,' श्रीमंत वडील स्मित करत म्हणाले. 'डावी बाजू आणि उजवी बाजू यांमधील हा सगळ्यात मोठा फरक आहे म्हणूनच डावी बाजू ही उजव्या बाजूच्या तुलनेत जास्त जोखमीची असते.'

'तुम्ही मला याचं एखादं उदाहरण द्याल का?' मी विचारलं.

'नक्कीच,' श्रीमंत वडील म्हणाले. 'तू कंपनीतील स्टॉकचे शेअर्स खरेदी केलेस तर आर्थिक जोखीम कोण पत्करतं, तू की ती कंपनी?'

'मला वाटतं, मीच पत्करेन,' मी म्हणालो. मी अजूनही गोंधळून गेलो होतो.

'आणि जर मी म्हणजे एक वैद्यकीय कंपनी असेन आणि मी तुझा आरोग्य विमा उतरवला आणि तुझ्या आरोग्याची जोखीम पत्करली तर मी तुला पैसे देईन का?'

'नाही,' मी म्हणालो, 'जर त्यांनी माझा विमा उतरवला आणि ती जोखीम पत्करली तर मी त्यासाठी पैसे देईन.'

'बरोबर आहे,' श्रीमंत वडील म्हणाले. 'तुमचा आरोग्यविमा किंवा अपघात विमा उतरवून वर तुम्हाला पैसे देणारी विमा कंपनी अजून तरी माझ्या पाहण्यात आलेली नाही; पण डाव्या बाजूला असलेले लोक नेमकं हेच करतात.'

'हे थोडंसं गोंधळात टाकणारं आहे,' माईक म्हणाला. 'मला अजूनही याचा अर्थ समजलेला नाही.'

श्रीमंत वडिलांनी स्मित केलं. ते म्हणाले, 'एकदा तुला उजवी बाजू जास्त चांगल्या प्रकारे समजली की, तुला दोन्ही बाजूंमधील फरक जास्त स्पष्टपणे दिसू लागतील. बहुतेक लोकांना या दोन्ही बाजूंमध्ये मुळात काही फरक असतो हेच माहिती नसतं. ते फक्त एवढंच मानतात की, प्रत्येक गोष्ट जोखमीची असते आणि ते प्रत्येक गोष्टीसाठी पैसे भरत राहतात; पण उजव्या बाजूला असं होत नाही. जसजशी वर्षं उलटतात, तसतसे तुमच्या अनुभवामुळे आणि

शिक्षणामुळे तुम्ही उजव्या बाजूला जास्त आरामशीरपणे काम करू लागता. तुमच्या दृष्टिकोनात आणि नजरेत सुधारणा होते. डाव्या बाजूचे लोक जे पाहू शकत नाहीत, ते पाहणं तुम्हाला शक्य होतं. मग जोखीम टाळण्यासाठी सुरक्षिततेचा शोध घेणं ही गोष्ट तुम्ही करत असलेली सगळ्यात जोखमीची गोष्ट का असते हे तुमच्या लक्षात येतं. तुमची स्वतःची आर्थिक नजर विकसित होते आणि तुम्हाला इतर लोकांची मतं स्वीकारण्याची गरज उरत नाही. आर्थिक वस्तुस्थिती आणि आर्थिक मतं यांमधील फरक तुम्हाला स्वतःलाच दिसू लागतो.'

तो एक चांगला दिवस होता. खरं तर माझ्या लक्षात राहिलेला तो एक जास्त चांगला धडा होता. तो महान धडा होता, कारण माझे डोळे जे पाहू शकत नव्हते, त्या गोष्टींविषयी त्या धड्यामुळे माझं मन खुलं होऊ लागलं.

आकडे जोखीम कमी करतात?

माझ्या श्रीमंत वडिलांनी ते धडे दिले नसते तर माझी उत्कट इच्छा मी पूर्ण करू शकलो असतो का आणि माझ्या स्वप्नातील शैक्षणिक यंत्रणा मी उभारू शकलो असतो का याविषयी माझ्या मनात शंका आहे. आर्थिक साक्षरतेवर आणि अचूकतेवर त्यांनी भर दिला नसता तर माझ्याकडच्या अत्यल्प पैशांच्या साहाय्यानं मी सुज्ञपणे गुंतवणूक करू शकलो नसतो आणि इतके उच्च परतावेही मिळवू शकलो नसतो, हे मला माहिती आहे. प्रकल्प जितका जास्त मोठा असेल आणि तुम्हाला जितक्या जास्त झपाट्यानं त्यात यशस्वी होण्याची इच्छा असेल, तितक्या जास्त प्रमाणात तुमच्याकडे अचूकता असण्याची गरज असते हे माझ्या कायमच लक्षात असतं. तुम्हाला मंद गतीनं श्रीमंत होण्याची इच्छा असेल तर तुमच्याकडे इतकी अचूकता असण्याची गरज नसते. तुम्हाला जितक्या जास्त जलद गतीनं श्रीमंत होण्याची इच्छा असेल, तितकी तुमच्याकडे आकड्यांविषयीची अचूकता असणं आवश्यकच असतं.

यातली चांगली बातमी अशी आहे की, तंत्रज्ञानातील प्रगतींमुळे आणि नवीन उत्पादनांमुळे तुमची स्वतःची यंत्रणा उभारण्यासाठी आवश्यक कौशल्यं शिकणं आज कितीतरी जास्त सोपं झालं आहे. यामुळे तुमच्या आर्थिक साक्षरतेचाही तुम्ही झपाट्यानं विकास करू शकता.

तुम्ही जलद जाऊ शकता; पण शॉर्टकट घेऊ नका

पुढील विधानं वाचा.

- 'कर कमी करण्यासाठी जास्त मोठं घर घ्या आणि कर्जात गळ्यापर्यंत बुडा, त्यामुळे तुम्हाला करातून सवलत मिळेल.'
- 'तुमच्या घरात तुमची सगळ्यात मोठी गुंतवणूक करा.'
- 'तुम्ही आताच खरेदी करा, कारण किमती नेहमीच वाढतच राहतात.'
- 'हळूहळू, मंद गतीनं श्रीमंत होत राहा.'

- 'तुमच्याकडच्या संसाधनांच्या तुलनेत कमी जीवनशैलीचं जीवन जगत राहा. अंथरूण बघूनच पाय पसरा.'

कॅशफ्लो क्वाड्रंटच्या उजव्या बाजूला आवश्यक असलेले विषय शिकण्यासाठी आणि त्यांचा अभ्यास करण्यासाठी जर तुम्ही वेळ काढला तर अशा विधानांना फारसा अर्थ उरणार नाही. डाव्या बाजूला असलेल्या एखाद्या व्यक्तीच्या दृष्टीनं ती अर्थपूर्ण असू शकतील; पण उजव्या बाजूला असलेल्या कोणाच्याही दृष्टीनं त्यांना अर्थ असणार नाही. तुम्हाला हवं ते तुम्ही करू शकता, तुम्हाला हव्या तितक्या जलद गतीनं तुम्ही पुढे जाऊ शकता. तुम्हाला हवा तितका पैसाही तुम्ही मिळवू शकता; पण त्यासाठी तुम्हाला किंमत चुकती करावी लागते. तुम्ही जलद गतीनं पुढे जाऊ शकता; पण त्यासाठी शॉर्टकट नाहीत ही गोष्ट लक्षात ठेवा.

हे पुस्तक उत्तरं देण्याविषयी नाही. हे पुस्तक आर्थिक आव्हानांकडे आणि उद्दिष्टांकडे वेगळ्या दृष्टिकोनातून पाहण्याविषयी आहे. कुठलाही एक दृष्टिकोन इतरांहून जास्त चांगला असतो, असंही नाही. फक्त एकाहून अधिक दृष्टिकोन बाळगणं ही गोष्ट जास्त हुशारीची असते हे मात्र तितकंच खरं!

पुढची प्रकरणं वाचत असताना तुम्ही कदाचित याच वेगळ्या दृष्टिकोनातून तुमच्या आर्थिक बाबींकडे, व्यवसायाकडे आणि आयुष्याकडेही पाहू लागाल.

प्रकरण आठ

मी श्रीमंत कसा होईन?

बाकीचे लोक करत असलेली गोष्टच तुम्ही केली तर अखेरीस इतर लोकांकडे जे असेल तेच तुमच्याकडेही असेल.

'तुम्ही श्रीमंत होण्याचं सूत्र कुठून शिकलात?' असं मला विचारल्यावर मी उत्तर देतो की, 'लहानपणी खेळलेल्या *मोनोपली* या खेळातून.'

काही लोकांना मी चेष्टा करत आहे असं वाटतं आणि मग ते मी त्यापुढचा विनोद कधी सांगतोय याची वाट पाहतात; पण हा विनोद नाही. *मोनोपलीमध्ये* श्रीमंत होण्याचं देण्यात आलेलं सूत्र साधं आहे आणि ते खऱ्या आयुष्यात व खेळातही उपयुक्त ठरतं.

चार हिरवी घरं... एक लाल हॉटेल

तुम्हाला आठवत असेल की, मोनोपली खेळताना, चार हिरवी घरं विकत घेणं आणि नंतर ती एका मोठ्या लाल हॉटेलासाठी विकून टाकणं हे श्रीमंत होण्याचं गुपित असतं. या खेळात यशस्वी होण्यासाठी एवढीच गोष्ट पुरेशी असते. किमनं आणि मी गुंतवणुकीच्या याच सूत्राचा खऱ्या आयुष्यात वापर केला आणि जास्त सधन होत गेलो. अखेरीस याच सूत्रामुळे आम्ही आर्थिकदृष्ट्या स्वतंत्रही झालो.

रिअल इस्टेटची बाजारपेठ खरोखरच वाईट होती, त्या वेळी माझ्याकडे असलेल्या मर्यादित पैशातून मी शक्य तितकी लहान घरं विकत घेतली. ज्या वेळी बाजारपेठेत सुधारणा झाली, त्या वेळी मी चार हिरवी घर देऊन एक मोठं लाल हॉटेल विकत घेतलं. आमच्या मोठ्या लाल हॉटेलमधून, अपार्टमेंट घरांमधून आणि छोट्या दुकानांच्या युनिट्मधून येत असलेल्या कॅशफ्लोमुळे आम्हाला हव्या असलेल्या जीवनशैलीनं जगण्यासाठी पैसा मिळू लागला, त्यामुळे आम्हाला त्यानंतर कधीच काम करावं लागलं नाही.

हीच गोष्ट हॅम्बर्गरनाही लागू पडते

तुम्हाला रिअल इस्टेट आवडत नसेल तर तुम्ही हॅम्बर्गर तयार करा, त्या हॅम्बर्गरभोवती व्यवसायाची उभारणी करा आणि त्याच्या फ्रँचायझी विका. काही वर्षांतच तुमच्याकडे येणाऱ्या वाढत्या कॅशफ्लोमुळे, तुम्ही जितका पैसा खर्चही करू शकणार नाही, इतका पैसा तुम्हाला मिळू लागेल.

प्रत्यक्षात असामान्य संपत्तीकडे नेणारा मार्ग इतका सोपा असतो. दुसऱ्या शब्दांत, या उच्च तंत्रज्ञानाच्या जगात महान संपत्तीची तत्त्वं मात्र तशीच साधी आणि सोप्या तंत्रज्ञानाची राहिलेली आहेत. मी याला फक्त साधं व्यवहारज्ञान म्हणेन; पण नेहमीच ज्या वेळी पैशाचा विषय येतो त्या वेळी सामान्यज्ञान किंवा व्यवहारज्ञान अतिशय दुर्मीळ होतं.

उदाहरणार्थ, पैसा गमावण्यासाठी आणि त्यांची आयुष्यं कर्जात बुडवण्यासाठी लोकांना करसवलत दिली जाणं याला माझ्या दृष्टीनं काहीही अर्थ नाही – किंवा प्रत्यक्षात तुमच्याकडून रोजच्या रोज रोख पैसा काढून घेत असलेल्या तुमच्या घराला तुमचं दायित्व किंवा देणं म्हणण्याऐवजी मालमत्ता किंवा संपत्ती म्हणणं ही गोष्टही मला अशीच निरर्थक वाटते – किंवा जे राष्ट्रीय सरकार कराच्या स्वरूपात गोळा करत असलेल्या पैशांहून जास्त पैसा खर्च करतं असं सरकार मला अर्थपूर्ण वाटत नाही – किंवा मुलांना चांगली नोकरी मिळावी म्हणून शाळेत शिकायला पाठवणं; पण त्या मुलाला पैशाविषयी काहीही न शिकवणं या गोष्टीतही काही अर्थ आहे, असं मला वाटत नाही.

श्रीमंत लोक करतात ते करणं सोपं असतं

श्रीमंत लोक जे करतात ते करणं सोपं असतं. अनेक श्रीमंत लोक शाळेच्या अभ्यासात चांगले नव्हते, याचं एक कारण असं आहे की, शाळेत जे करावं लागतं त्याहून श्रीमंत होण्यासाठी जे करावं लागतं तो भाग जास्त सोपा आहे. श्रीमंत होण्यासाठी तुम्हाला शाळेत जावं लागत नाही. श्रीमंत होण्यासाठी जे करावं लागतं ते नक्कीच रॉकेट बनवण्याचं शास्त्र शिकण्याइतकं अवघड नसतं.

थिंक अँड ग्रो रिच हे नेपोलिन हिलचं पुस्तक तुम्ही वाचावं असं मी तुम्हाला सुचवतो. ते एक अभिजात, सुंदर पुस्तक आहे. मी लहान असताना ते वाचलं होतं आणि त्या पुस्तकानं माझ्या आयुष्याला खूप मोठी दिशा दिली.

थिंक अँड ग्रो रिच असं याचं शीर्षक का आहे आणि वर्क हार्ड अँड ग्रो रिच किंवा गेट अ जॉब अँड ग्रो रिच असं याचं शीर्षक का नाही, त्यामागेही एक चांगलं कारण आहे. यातली वस्तुस्थिती अशी आहे की जे लोक भरमसाट कष्ट करतात, ते सरतेशेवटी श्रीमंत होत नाहीत. तुम्हाला श्रीमंत व्हायचं असेल तर तुम्हाला गर्दीबरोबर जाण्याऐवजी स्वतंत्रपणे विचार करावा लागेल. माझ्या मते, श्रीमंत लोक इतरांच्या तुलनेत वेगळ्या प्रकारे विचार करतात आणि हे विचार हीच त्यांच्याकडची मोठी संपत्ती असते. तुम्ही जर इतर प्रत्येक जण करत असलेली गोष्टच केली तर तुम्हालाही इतरांना अखेरीस जे मिळतं तेच मिळेल. बहुतेक लोक वर्षानुवर्षं खडतर कष्ट करतात, अन्याय्य कर भरतात आणि आयुष्यभर कर्जात बुडालेले असतात.

'*कॅशफ्लो क्वाड्रंटच्या* डाव्या बाजूकडून उजव्या बाजूकडे जाण्यासाठी मला काय करावं लागेल?' असं एखादी व्यक्ती मला विचारते त्या वेळी मी तिला असं उत्तर देतो की, 'बदल घडवून आणण्यासाठी तुम्हाला तुमच्या कामाच्या पद्धतीत बदल करण्याची गरज नसते. तुम्ही पहिल्यांदा तुमच्या विचारांत बदल घडवण्याची गरज असते.' दुसऱ्या शब्दांत, जे करण्याची गरज असते ते करण्यासाठी तुम्ही जे कोणी 'होणं' आवश्यक असतं, ते तुम्ही झालं पाहिजे.

चार हिरवी घरं खरेदी करून त्यांचं एका लाल हॉटेलमध्ये रूपांतर करणं सोपं असतं असा विचार करणारी व्यक्ती होण्याची तुमची इच्छा आहे का? की चार हिरवी घरं खरेदी करून त्यांचं एका लाल हॉटेलमध्ये रूपांतर करणं कठीण असतं असा विचार करणारी व्यक्ती होण्याची तुमची इच्छा आहे?

काही वर्षांपूर्वी मी उद्दिष्टं निश्चित करण्याविषयीच्या एका वर्गाला जात होतो. तो १९७०च्या दशकाचा मध्याचा काळ होता. उद्दिष्टं निश्चित करण्यासाठी मी १५० डॉलर्स आणि आठवडाअखेरीचे सुंदर शनिवार, रविवार खर्च करत होतो, यावर आता माझा खरोखरच विश्वास बसत नाही. त्याऐवजी मी सर्फिंगला जाऊ शकलो असतो; पण त्याऐवजी मी उद्दिष्टं कशी निश्चित करावी हे शिकवण्यासाठी कोणाला तरी पैसे देत होतो. मला अनेक वेळा मागे फिरण्याची इच्छा झाली; पण आयुष्यात जे काही मिळवण्याची माझी इच्छा होती, ते मिळवण्यासाठी त्या वर्गात शिकलेल्या गोष्टींची मला मदत झाली. त्या शिक्षिकेनं फळ्यावर पुढील तीन शब्द लिहिले होते.

होणं किंवा बनणं

करणं

मिळवणं किंवा प्राप्त करणं

त्यांनी हे स्पष्ट करताना असं म्हटलं होतं की, 'उद्दिष्टं ही या तीन शब्दांपैकी मिळवणं किंवा प्राप्त करणं याचा भाग असतात. छान शरीर किंवा आदर्श नातेसंबंध मिळवणं किंवा लाखो डॉलर्स कमावणं ही उद्दिष्टं असतात. बहुतेक लोकांनी त्यांची उद्दिष्टं शोधून काढली आणि आपल्याला काय हवं आहे ते शोधलं की, ते उद्दिष्ट साध्य करण्यासाठी त्यांना काय करावं लागणार आहे, त्याची ते यादी करू लागतात. ते उद्दिष्टं निश्चित करतात आणि नंतर कृती करण्यास सुरुवात करतात.'

आदर्श शरीर प्राप्त करण्याच्या उद्दिष्टाचा वापर करून त्या शिक्षिकेनं बहुतेक लोक त्याविषयी जो दृष्टिकोन बाळगतात त्याबद्दल सांगितलं. ती म्हणाली, 'बहुतेक लोकांना उत्तम शरीर हवं असेल तर ते लगेच आहारनियमन करतात आणि व्यायामशाळेत जाऊ लागतात. या गोष्टी काही आठवड्यांपर्यंत टिकतात आणि नंतर बहुतेक लोक पुन्हा आपल्या फ्रेंच फ्राईजच्या आणि पिझ्झाच्या पूर्वीच्या आहाराकडे वळतात. व्यायामशाळेत जाऊन व्यायाम करण्याऐवजी टीव्हीवर बेसबॉलचे सामने पाहू लागतात. 'होण्या'ऐवजी 'करण्या'चं हे उदाहरण आहे.'

'आहारनियमन करण्यावर काहीही अवलंबून नसतं. परिणामकारक आहारपद्धती आचरणात आणण्यासाठी तुम्ही कोण असता त्याला महत्त्व असतं. तरीही दर वर्षी कोट्यवधी लोक सडपातळ होण्यासाठी आदर्श आहाराचा शोध घेत राहतात. ते करण्यासाठी त्यांनी कोण असलंच पाहिजे किंवा झालं पाहिजे याऐवजी त्यांनी काय केलंच पाहिजे यावर ते लक्ष केंद्रित करतात. तुमचे विचार बदलले नाहीत तर फक्त आहारात बदल करून काहीच साध्य होणार नाही.'

त्यांनी गोल्फचं आणखी एक उदाहरण दिलं. त्या म्हणाल्या, 'आपल्याला आपल्या खेळात सुधारणा करता येईल, अशी आशा बाळगून अनेक लोक गोल्फ क्लबचा नवीन संच विकत घेतात. पहिल्यांदा त्यासाठी लागणारा दृष्टिकोन, मनोरचना आणि चांगल्या गोल्फ खेळाडूचे विचार, विश्वास स्वीकारण्याऐवजी ते हा संच घेतात; पण मुळातच खराब गोल्फ खेळणारा खेळाडू गोल्फ क्लबचा संच घेतल्यानंतर आणखी खराब खेळाडू होतो.'

त्यानंतर त्यांनी गुंतवणुकीवर चर्चा केली. त्या म्हणाल्या, 'अनेक लोकांना असं वाटतं की, स्टॉक्स किंवा म्युच्युअल फंड विकत घेण्यानं ते श्रीमंत होतील; परंतु फक्त स्टॉक्स, म्युच्युअल फंड, रिअल इस्टेट आणि बाँड्स विकत घेतल्यामुळे तुम्ही श्रीमंत होत नाही. व्यावसायिक गुंतवणूकदार करत असलेल्या गोष्टी फक्त केल्यामुळे तुम्हाला आर्थिक यशाची हमी मिळत नाही. ज्या व्यक्तीकडे हरणाऱ्या व्यक्तीची मानसिकता असते ती नेहमीच कुठलाही स्टॉक, बाँड, रिअल इस्टेट किंवा म्युच्युअल फंड घेतला तरी हरतच राहते.'

प्रणयातील आदर्श जोडीदाराला शोधणं हे लोकांचं एक सामाईक उद्दिष्ट असतं; पण आमच्या त्या शिक्षिकेच्या मते बहुतेक लोक याबाबतीत पूर्णपणे चुकीचं वागतात. 'मग ते सगळीकडे त्यांच्या स्वप्नातील जोडीदाराचा शोध घेऊ लागतात. आपण स्वतः योग्य व्यक्ती होण्यावर काम करण्याऐवजी ते योग्य व्यक्तीचा शोध घेत राहतात.'

अखेरीस ज्या वेळी त्यांना अशी परिपूर्ण, आदर्श व्यक्ती सापडते त्या वेळी ते स्वतःमध्ये बदल घडवण्याचा प्रयत्न करतात. त्या शिक्षिकेनं असं सुचवलं होतं की, याचं उत्तर तुमच्या आत, अंतरंगात सापडतं. वैवाहिक जीवनात सुधारणा करण्यासाठी तुम्हाला तुमच्या जोडीदारात बदल घडवून आणण्याची गरज नसते. त्याऐवजी स्वतःमध्ये पहिल्यांदा सुधारणा करणं जास्त चांगलं असतं. 'दुसऱ्या व्यक्तीवर काम करू नका. दुसऱ्या व्यक्तीविषयीच्या तुमच्या विचारांवर काम करा,' असं त्यांनी सांगितलं होतं.

त्या नातेसंबंधांविषयी बोलत होत्या, त्या वेळी माझं मन तोपर्यंत मला भेटलेल्या आणि जग बदलण्यासाठी बाहेर पडलेल्या पण कुठेच न पोहोचलेल्या अनेक व्यक्तींकडे वळलं होतं. त्यांना इतर प्रत्येकाला बदलायचं होतं; पण फक्त स्वतःला बदलायचं नव्हतं.

त्या पैशाविषयी बोलू लागल्यावर माझ्या दिवास्वप्नातून मी खडबडून जागा झालो. त्या म्हणत होत्या : 'ज्या वेळी पैशांचा प्रश्न येतो त्या वेळी अनेक लोक श्रीमंत व्यक्ती करत असलेल्या गोष्टी करण्याचा आणि श्रीमंतांनी मिळवलेल्या गोष्टी मिळवण्याचा प्रयत्न करतात. म्हणून श्रीमंत असल्यासारखं दिसण्यासाठी ते घर खरेदी करतात, त्यांच्या मुलांना श्रीमंतांची मुलं जात असलेल्या शाळांमध्ये पाठवतात. या सगळ्यामुळे या लोकांना आणखी कठोर परिश्रम करत राहावं लागतं आणि प्रत्यक्षात श्रीमंत लोक मात्र ही खडतर कष्ट करण्याची गोष्ट करत नसतात.'

खोलीत मागे बसून मी त्यांच्या बोलण्याला संमती दर्शवण्यासाठी मान डोलावत होतो. माझ्या श्रीमंत वडिलांनीही याच शब्दांचा वापर केला होता. ते नेहमीच असं म्हणत असत की, 'पैशासाठी कठोर परिश्रम करून श्रीमंतांसारख्या गोष्टी विकत घेणारे लोक श्रीमंत आहेत असं वाटू शकेल; पण बहुतेकांच्या बाबतीत प्रत्यक्षात असं घडत नाही. असं करण्यानं हे लोक फक्त थकून जातात. यालाच ते 'आपल्या शेजाऱ्यांची बरोबरी करणं' असं म्हणतात आणि तुम्ही लक्ष दिलं तर तुम्हाला असं आढळेल की, ही बरोबरी करण्याच्या नादात ते पार थकून गेलेले असतात.'

आठवडाअखेरीच्या त्या वर्गात माझ्या श्रीमंत वडिलांनी मला जे काही शिकवलं होतं, त्याचा जास्तीत जास्त अर्थ मला समजत गेला. अनेक वर्षं ते विनयशीलपणे, सर्वसामान्य माणसासारखे वागत होते आणि बिलं भरण्यासाठी भरपूर कष्ट करण्याऐवजी मालमत्ता संपादित करण्यासाठी त्यांनी भरपूर कष्ट केले होते. तुम्ही त्यांना रस्त्यावरून जाताना पाहिलं असतं तर तुम्हाला ते इतर चारचौघांसारखेच वाटले असते. ते महागडी कार नव्हे, तर पिकअप ट्रक चालवत होते. त्यानंतर एके दिवशी चाळिशीच्या उंबरठ्यावर असताना ते आर्थिक ऊर्जाकेंद्र म्हणून उदयास आले. त्यांनी अचानकच हवाईतील काही मोक्याच्या रिअल इस्टेट खरेदी केल्यानंतर ते एकदम लोकांच्या नजरेत भरले. वर्तमानपत्रात त्यांचं नाव झळकल्यानंतरच लोकांना समजलं की, या शांत, विनम्र, साध्या माणसाच्या मालकीचे अनेक व्यवसाय आहेत आणि त्याच्याकडे मोक्याच्या ठिकाणच्या अनेक रिअल इस्टेटही आहेत. ज्या वेळी ते बोलत त्या वेळी त्यांचे बँकर्स त्यांचं म्हणणं नेहमीच ऐकून घेत होते. ते राहत असलेलं साधं घरही फक्त थोड्याच लोकांनी कधीतरी पाहिलं होतं. ज्या वेळी त्यांच्याकडे भरपूर रोख पैसा आला आणि त्यांच्या मालमत्तांमधून कॅशफ्लो सुरू झाला, त्या वेळी त्यांनी त्यांच्या कुटुंबासाठी मोठं घर घेतलं. त्यांनी घरासाठी कर्ज घेतलं नव्हतं. रोख पैसा भरला होता.

उद्दिष्ट निश्चितीवरच्या त्या आठवडाअखेरीच्या वर्गानंतर माझ्या असं लक्षात आलं होतं की, अनेक लोक श्रीमंत जे करतात असं त्यांना वाटतं ते करतात आणि श्रीमंतांना जे मिळतं ते मिळवण्याचा प्रयत्न करतात. ते मोठी घरं खरेदी करतात आणि शेअर बाजारात गुंतवणूक करतात, कारण श्रीमंत लोक असंच करतात असं त्यांना वाटतं. तरीही माझे श्रीमंत वडील मला हेच सांगण्याचा प्रयत्न करत होते की, एवढं करूनही या लोकांकडे जर गरीब किंवा मध्यमवर्गीयांच्या कल्पना असल्या आणि ते फक्त श्रीमंत करत असलेल्या गोष्टी करत असले तर अखेरीस ते गरीब किंवा मध्यमवर्गीयच राहतात.

'होणं-करणं-मिळवणं' याचा अर्थ आता माझ्या लक्षात येत होता.

कॅशफ्लो क्वाड्रंट हा होण्याविषयी आहे, करण्याविषयी नाही

कॅशफ्लो क्वाड्रंटच्या डाव्या बाजूकडून उजव्या बाजूकडे जाणं ही गोष्ट असण्याविषयी किंवा होण्याविषयी जितकी आहे तितकी करण्याविषयी नाही. बी आणि आय कप्प्यातील लोक जे करतात, त्यामुळे फारसा फरक पडत नाही. ते कसा विचार करतात आणि त्यांच्या पिंडात, त्यांच्या अंतरंगात ते खरे कोण असतात त्याने सगळा फरक पडतो.

यातली चांगली बातमी अशी आहे की, तुमचे विचार बदलण्यासाठी फारसा पैसा लागत नाही. खरं तर ही गोष्ट फुकटही करता येते. यातली वाईट बातमी अशी आहे की काही वेळा तुमचे पैशांविषयीचे खोलवर रुजलेले, गाभ्याचे महत्त्वाचे विश्वास बदलणं कठीण असतं. हे विचार पिढ्यान्‌पिढ्या चालत आलेले असतात किंवा मित्रांकडून, कामातून आणि शाळेतून आलेले असतात; पण यावर उपाय आहे आणि हे पुस्तक मूलतः याविषयीचंच आहे.

आर्थिकदृष्ट्या स्वतंत्र होण्यासाठी काय केलं पाहिजे याविषयीचं हे पुस्तक नाही. तसंच कोणते स्टॉक खरेदी करावेत किंवा कोणता म्युच्युअल फंड सगळ्यात सुरक्षित आहे, हेही या पुस्तकात सांगण्यात आलेलं नाही. हे पुस्तक तुमच्या विचारांना बळकटी आणण्याविषयी (होणं) आहे, त्यामुळे तुम्ही आर्थिकदृष्ट्या स्वतंत्र होण्यास (मिळवणं) सक्षम बनाल.

सुरक्षितता हा ई कप्प्यातील लोकांचा महत्त्वाचा मुद्दा असतो

सर्वसामान्यपणे जे लोक ई कप्प्यात असतात ते मोठ्या प्रमाणात सुरक्षिततेला महत्त्व देतात. त्यांच्यासाठी सुरक्षिततेइतका पैसा महत्त्वाचा नसतो. ते आयुष्याच्या इतर क्षेत्रांविषयी जोखमी पत्करू शकतात; पण पैशाविषयी जोखीम पत्करू शकत नाहीत.

परिपूर्णता हा एस कप्प्यातील व्यक्तींचा मुद्दा असतो

हे सर्वसामान्यीकरण आहे; पण सध्या एस कप्प्यात असलेल्या आणि उजव्या बाजूला जाण्याचा प्रयत्न करत असलेल्या लोकांचं मी जे निरीक्षण केलं आहे, त्यावरून हे लोक सारं काही स्वतःच्या जीवावर करणारे लोक असतात. त्यांना सगळं एकट्यानं, स्वतःच करायला आवडतं, कारण त्या सगळ्या गोष्टी अतिशय अचूकतेनं झाल्याची खात्री करून घेणं ही त्यांची सगळ्यात मोठी गरज असते. त्यांच्या मनात असं असतं की, सगळ्या गोष्टी योग्य प्रकारे झाल्याची हमी मिळवणं हे फक्त प्रत्येक गोष्ट स्वतः केली तरच शक्य असतं.

एस कप्प्यातील अनेक लोकांसाठी सगळ्या गोष्टी त्यांच्या स्वतःच्या नियंत्रणात राखणं हा खरा मुद्दा असतो. त्यांना चुका करण्याचा तिरस्कार वाटतो; पण दुसऱ्या कोणीतरी चुका करत असेल आणि त्यामुळे ते स्वतः वाईट ठरत असतील तर या गोष्टीचा त्यांना त्याहूनही जास्त तिरस्कार वाटतो. यामुळेच ते एस कप्प्यातील विलक्षण उत्तम लोक बनतात आणि म्हणूनच तुम्ही त्यांना कामही देता. तुम्हाला तुमचा दंतरोगतज्ज्ञ परिपूर्ण असावा असं वाटतं. तुमचा मेंदूचा शल्यचिकित्सक परिपूर्ण असावा असं तुम्हाला वाटतं. तुमचा वकील परिपूर्ण असावा असं तुम्हाला वाटतं म्हणूनच तुम्ही त्यांना पैसे देता. तीच त्यांची ताकद असते; पण तीच त्यांची दुर्बलताही असते.

भावनिक बुद्धिमत्ता

माणूस असणं हाच मनुष्यप्राणी असण्याचा एक मोठा भाग आहे. माणूस असणं याचा अर्थ भावना असणं असा आहे. आपल्याला सगळ्यांनाच भीती, दुःख, राग, प्रेम, तिरस्कार, नैराश्य, आनंद, हर्ष आणि इतर भावना जाणवतात. या भावनांना आपण कशा प्रकारे हाताळतो, त्यावरून आपण वेगवेगळ्या प्रकारच्या व्यक्ती बनतो.

पैशाची जोखीम घेण्याचा प्रश्न येतो, त्या वेळी आपल्याला सगळ्यांनाच भीती वाटते, अगदी श्रीमंतांनाही ती वाटतेच. फक्त आपण या भीतीला कसं हाताळतो यात फरक असतो. अनेक लोकांच्या मनात भीतीच्या भावनेतून पुढील विचार निर्माण होतो : 'सुरक्षितपणे व्यवहार कर, जोखमी पत्करू नकोस.' इतर काहींच्या आणि विशेषतः उजव्या बाजूच्या कप्प्यातील लोकांच्या मनात असा विचार येतो की : 'हुशारीनं व्यवहार कर. जोखीम हाताळायला शिक.'

भावना तीच असते; पण विचार वेगवेगळे असतात. वेगवेगळं होणं – वेगवेगळं करणं – वेगवेगळं मिळवणं असतं.

पैसा गमावण्याची भीती

माझ्या मते, पैसा गमावण्याची भीती हेच मानवी आर्थिक संघर्षाचं सगळ्यात मोठं कारण आहे. या भीतीमुळेच लोक नेहमीच अतिशय सुरक्षितपणे काम करतात किंवा कामावर खूपच वैयक्तिक नियंत्रण ठेवतात. अन्यथा, त्यांना जे लोक तज्ज्ञ आहेत असं वाटतं, त्यांच्याकडे ते सरळ आपला पैसा सोपवून मोकळे होतात आणि त्यांना गरज असेल, त्या वेळी त्यांना तो पैसा मिळेल अशी आशा आणि प्रार्थना करत राहतात.

जर भीतीमुळे तुम्ही एखाद्या आर्थिक कप्प्यात कैद झाला असाल तर तुम्ही डॅनिअल गोलमनचं ***इमोशनल इंटेलिजन्स*** हे पुस्तक वाचावं असं मी तुम्हाला सुचवतो. शाळेत उत्तम कामगिरी करणारे लोक खऱ्या जगात नेहमीच चांगली कामगिरी का करत नाहीत हे कोडं, गोलमन त्याच्या या पुस्तकात सोडवतो. त्याचं यावरचं उत्तर असं आहे की, तुमचा भावनिक बुद्ध्यंक (आयक्यू) हा नेहमीच तुमच्या शैक्षणिक बुद्ध्यंकाहून जास्त शक्तिशाली असतो म्हणूनच जे लोक जोखमी घेतात, चुका करतात आणि त्याच्यातून तावून सुलाखून बाहेर

पडतात ते चुका न करण्यास आणि जोखमीला घाबरण्यास शिकलेल्या लोकांहून जास्त चांगल्या गोष्टी करतात. अनेक लोक फक्त उत्तीर्ण होऊन शाळेतून बाहेर पडतात, मात्र तरीही त्यांची जोखमी आणि त्यातही आर्थिक जोखमी पत्करण्यासाठी भावनिकदृष्ट्या तयारी झालेली नसते. अनेक लोक श्रीमंत नसतात त्याचं कारणही असं आहे की, चुकीबद्दल शिक्षा केली जात असलेल्या वातावरणात ते काम करत असतात. त्याऐवजी त्यांनी आर्थिकदृष्ट्या स्वतंत्र किंवा मुक्त होण्यासाठी चुका कशा कराव्यात आणि त्या कशा हाताळाव्यात हे शिकण्याची गरज असते.

जर पैसा गमावण्याच्या भीतीच्या दहशतीत लोक त्यांची आयुष्यं घालवत असतील, झुंड करत असलेल्या गोष्टींहून वेगळ्या प्रकारच्या गोष्टी करायला त्यांना भीती वाटत असेल तर असे लोक श्रीमंत होणं ही जवळजवळ अशक्य गोष्ट असते. मग ती गोष्ट चार हिरवी घरं विकत घेणं आणि एका मोठ्या लाल हॉटेलासाठी ती देऊन टाकणं यांसारखी अगदी सोपी असली तरी त्याने काहीही फरक पडत नाही.

भावनिक बुद्ध्यंक जास्त बळकट असतो

गोलमनचं पुस्तक वाचल्यानंतर माझ्या असं लक्षात आलं होतं की, आर्थिक बुद्ध्यंक हा ९० टक्के भावनिक बुद्ध्यंक असतो आणि त्यात फक्त १० टक्केच अर्थविषयक तांत्रिक माहिती असते. गोलमननं सोळाव्या शतकातील रॉटरडॅमच्या इरॅस्मस या मानवतावाद्याचा संदर्भ दिला आहे. इरॅस्मसनं तर्क आणि भावना यांच्यातील सातत्यपूर्ण तणावाविषयी उपहासगर्भ शैलीत लिहिलं आहे. त्याच्या लेखनात त्याने भावनिक मेंदू आणि तर्कनिष्ठ मेंदू यांच्या ताकदीची तुलना करण्यासाठी २४:१ या गुणोत्तराचा उपयोग केला आहे. दुसऱ्या शब्दांत, ज्या वेळी भावना सर्वोच्च पातळीवर असतात, त्या वेळी त्यांची ताकद तर्कनिष्ठ मेंदूच्या तुलनेत २४ पट अधिक असते. हे गुणोत्तर शास्त्रीयदृष्ट्या वैध आहे का ते मला माहिती नाही; पण भावनिक विचारांचा तर्कनिष्ठ विचारांवर किती प्रभाव असतो हे दाखवून देण्यासाठी ते उपयुक्त आहे.

२४:१

भावनिक मेंदू : तर्कनिष्ठ मेंदू

आपल्या तर्कनिष्ठ विचारांवर आपल्या भावनांनी मात केल्याच्या आयुष्यातील घटनांचा आपल्याला सर्वांनाच अनुभव असतो. आपल्यापैकी अनेकांना पुढील गोष्टींसारखा अनुभव कधी ना कधी आला असेल याची मला खात्री आहे.

- रागाच्या भरात काहीतरी बोलून जाणं आणि नंतर आपण ते बोललोच नसतो तर बरं झालं असतं असं वाटणं.
- आपल्यासाठी चांगलं नाही असं माहिती असतानाही एखाद्या व्यक्तीकडे आकर्षित होणं, तिच्यासोबत बाहेर जाणं आणि त्याहूनही वाईट गोष्ट म्हणजे तिच्याशी लग्न करणं.

- प्रिय व्यक्तीला गमवावं लागल्यामुळे रडणं किंवा एखाद्याला ओक्साबोक्शी रडताना पाहणं.
- आपण दुखावले गेल्यामुळे आपल्या प्रिय व्यक्तीला जाणीवपूर्वक दुखावण्याजोगं काहीतरी करणं.
- हृदयभंग होणं आणि त्यातून दीर्घकाळापर्यंत बाहेर न पडणं.
- खाणं, धूम्रपान, लैंगिक संबंध, खरेदी, मादक द्रव्यांचं सेवन यांसारखी व्यसनं.
- साप, उंचावरची ठिकाणं, बंद जागा, अंधार, अनोळखी व्यक्ती यांच्यासारख्या गोष्टींविषयीची आत्यंतिक भीती (फोबिया).

ही आणि इतर वर्तनं ही नेहमीच १०० टक्के भावनिकदृष्ट्या घडून येतात. व्यसनं किंवा फोबिया यांसारख्या प्रबळ गोष्टींच्या बाबतीत तर्कनिष्ठ विचारांचा भावनांवर अत्यल्प प्रभाव असतो.

सापांविषयीची आत्यंतिक भीती

मी वैमानिक प्रशिक्षण संस्थेत शिकत असताना तिथल्या माझ्या एका मित्राला सापांविषयी आत्यंतिक भीती वाटत होती. विमान खाली पाडलं गेलं आणि ते जंगलात कोसळलं तर तिथे कसा तग धरून राहावं हे शिकवताना शिक्षकानं बागेतील एका निरुपद्रवी सापाला बाहेर काढलं. अशा वेळी त्याला कसं खावं हे ते आम्हाला दाखवत होते. माझा मित्र हा चांगला सज्ञान, प्रौढ पुरुष होता; पण तो साप पाहून त्याने चटकन उडी मारली आणि तो किंचाळत त्या खोलीतून धावत बाहेर गेला. त्याला स्वतःवर नियंत्रण ठेवता आलं नाही. त्याची सापाविषयीची आत्यंतिक भीतीच फक्त प्रबळ नव्हती, तर साप खाण्याची कल्पनाही सहन करणं त्याच्या आवाक्याबाहेरचं होतं.

पैशाविषयीची आत्यंतिक भीती

पैशाची जोखीम पत्करण्याचा प्रश्न येतो, त्या वेळी अनेक लोकांना मी असंच करताना पाहिलं आहे. गुंतवणुकीविषयीच्या गोष्टी समजून घेण्याऐवजी ते उडी मारतात, किंचाळतात आणि खोलीतून धावत बाहेर जातात.

पैशामुळे अनेक आत्यंतिक भीतीच्या सखोल भावनांना चिथावणी मिळते. तुमच्या मनात अशा आत्यंतिक भीती असतात. माझ्याही मनात अशा आत्यंतिक भीती आहेत. का? कारण तुम्हाला आवडो किंवा न आवडो, पैसा हा भावनिक विषय असतो. तो भावनिक विषय असल्यामुळे अनेक लोक पैशाविषयी तर्कनिष्ठ विचार करू शकत नाहीत. पैसा हा भावनिक विषय आहे असं तुम्हाला वाटत नसेल तर फक्त शेअर बाजाराचं निरीक्षण करा. बहुतेक बाजारांमध्ये कसलंच तर्कशास्त्र नसतं. फक्त लोभाच्या आणि भीतीच्या भावना असतात. एखाद्या व्यक्तीला नवीन कारमध्ये बसताना पाहा. तो तिच्या आतल्या भागाच्या लेदरचा वास घेतो. सगळ्या विक्रेत्यांना ग्राहकांच्या कानात फक्त एवढेच जादुई

शब्द उच्चारावे लागतात की, 'कमी डाऊन पेमेंट, सुलभ मासिक हप्ते.' मग सगळं तर्कशास्त्र केव्हाच वाऱ्याबरोबर कुठल्या कुठे उडून जातं.

भावनिक विचार तर्कनिष्ठ वाटतात

मूलभूत भावनिक विचारांविषयीची समस्या अशी असते की, ते तर्कनिष्ठ वाटतात. ई कप्प्यातील एखाद्या व्यक्तीला भीती वाटते, त्या वेळी तिच्या मनातील तर्कनिष्ठ विचार असा असतो : सुरक्षितपणे व्यवहार किंवा काम कर. जोखीम पत्करू नकोस.' या कप्प्यातील एखादी व्यक्ती बिलकूल तर्कनिष्ठ नसते.

एस कप्प्यातील लोकांसमोर ज्या वेळी चांगलं काम करण्यासाठी एखाद्या व्यक्तीवर विश्वास ठेवण्याचा प्रश्न येतो, त्या वेळी त्यांचा तर्कनिष्ठ विचार असा असू शकतो : 'त्यापेक्षा मी सरळ स्वतःच हे काम करून टाकेन.'

म्हणूनच एस प्रकारचे कित्येक व्यवसाय हे नेहमीच कौटुंबिक व्यवसाय असतात. तिथे विश्वासाला जास्त मोठा अर्थ असतो. त्यांच्यासाठी रक्त हे नेहमीच पाण्यापेक्षा जास्त घट्ट असतं, असं म्हटलं जातं. थोडक्यात, त्यांचा बाहेरच्या लोकांपेक्षा रक्ताच्या नात्यांवर जास्त विश्वास असतो.

वेगवेगळे कप्पे, वेगवेगळे तर्क, वेगवेगळे विचार, वेगवेगळ्या कृती, वेगवेगळं 'मिळवणं', भावना मात्र एकच.

मला तसं वाटत नाही

तुम्ही तर्कनिष्ठपणे विचार करण्याऐवजी भावनिकतेतून विचार करता आहात का हे जाणून घेण्याचा एक मार्ग असा असतो की, ज्या वेळी तुम्ही संभाषणात 'वाटतं किंवा वाटत नाही' हा शब्द वापरता, त्या वेळी तुम्ही भावनिकतेतून विचार करत असता. उदाहरणार्थ, आपल्या भावनांबरोबर वाहून जाणारे अनेक लोक पुढे दिलेल्या वाक्यासारखं काहीतरी बोलतात : 'आज मला व्यायाम करावा असं वाटत नाही.' तर्कनिष्ठपणे विचार करता खरं तर त्यांना आपण व्यायाम केला पाहिजे हे माहिती असतं.

आर्थिकदृष्ट्या संघर्ष करणाऱ्या अनेक लोकांना त्यांना कसं वाटतं, त्यावर नियंत्रण ठेवता येत नाही किंवा त्यांच्या भावनांना ते त्यांच्या विचारांवर मात करू देतात. असे लोक पुढीलप्रमाणे काहीतरी म्हणत असल्याचं मी ऐकतो :

- 'मला गुंतवणुकीविषयी काही शिकावं असं वाटत नाही. ते खूपच त्रासदायक आहे.'
- 'गुंतवणूक ही गोष्ट माझ्यासाठी चांगली आहे असं मला वाटत नाही.'
- 'माझ्या मित्रांना माझ्या व्यवसायाविषयी काही सांगावं असं मला वाटत नाही.'
- 'मला नाकारलं जाण्याच्या भीतीचा तिरस्कार वाटतो.'

पालक किंवा मूल

हे विचार तर्कनिष्ठपणातून येत नाहीत, तर ते भावनेतून निर्माण झालेले असतात. मानसशास्त्रात याला 'पालक आणि मूल यांच्यातील युद्ध', असं म्हटलं जातं. पालक नेहमीच 'केलं पाहिजे' किंवा 'झालं पाहिजे' अशा शब्दांत बोलतो. पालक असं काहीसं म्हणतो की, 'तू गृहपाठ केला पाहिजेस.' मूल 'वाटण्या'विषयी बोलतं आणि पालकांना उत्तर देतं की, 'पण मला तो करावा असं वाटत नाही.'

आर्थिकदृष्ट्या विचार करता तुमच्यातील पालक मूकपणे असं म्हणेल की, 'तू पैशाची आणखी बचत केली पाहिजेस.' पण तुमच्यातील मूल उत्तर देईल की, 'पण मला खरोखरच सुट्टीवर जावंसं वाटतंय. माझ्या क्रेडिट कार्डच्या साहाय्यानं माझ्या सुट्टीचा खर्च मी करेन.'

तुम्ही प्रौढ कधी असता?

डाव्या बाजूकडून उजव्या बाजूकडे जात असताना आपण प्रौढ होण्याची गरज असते. आपल्या अंतर्गत संभाषणाकडे आपण जागरूकतेनं पाहणं आणि त्यावर देखरेख ठेवणं या गोष्टी हा या प्रक्रियेचा महत्त्वाचा भाग असतो. नेहमीच एक गोष्ट लक्षात ठेवा की, जी गोष्ट एका कप्प्यात तर्कनिष्ठ असल्यासारखी वाटते ती दुसऱ्या कप्प्यातही अर्थपूर्ण वाटलीच पाहिजे असं नसतं.

आत्मसंवाद

आर्थिक सुरक्षिततेपासून आर्थिक स्वातंत्र्याकडे जाणं ही मूलतः तुमच्या विचारांत बदल घडवण्याची प्रक्रिया असते. कोणते विचार भावनांवर आधारित आहेत आणि कोणते विचार तर्कावर आधारित आहेत हे शक्य तितक्या उत्तम प्रकारे माहिती करून घेणं ही एक प्रक्रिया असते. तुम्ही तुमच्या भावनांवर नियंत्रण राखू शकलात आणि जी गोष्ट तर्कनिष्ठ आहे हे तुम्हाला माहिती आहे ती करू शकलात, तर तुम्ही हा प्रवास करण्याची चांगली शक्यता असते. बाह्य प्रभावांकडे दुर्लक्ष करा. तुमचं तुमच्याशी होत असलेलं संभाषण म्हणजेच तुमचा आत्मसंवाद हेच सगळ्यात जास्त महत्त्वाचं संभाषण असतं.

किम आणि मी काही काळ बेघर होतो आणि आर्थिकदृष्ट्या अस्थिर होतो, त्या वेळी आमच्या भावनांवर आमचं नियंत्रण उरलं नव्हतं. अनेक वेळा आम्हाला जी गोष्ट तर्कनिष्ठ वाटत असे ते संभाषण पूर्णपणे भावनिक स्वरूपाचं असे. आमचे मित्र जे सांगत होते तेच आमच्या भावना आम्हाला सांगत होत्या, 'सुरक्षितपणे वागा. सुरक्षित नोकरी मिळवा, आयुष्याचा आनंद उपभोगा.'

पण तर्कनिष्ठपणे विचार करता आमच्या दृष्टीनं सुरक्षिततेपेक्षाही आर्थिक स्वातंत्र्याला जास्त महत्त्व होतं, यावर आम्हा दोघांचंही एकमत होतं. आर्थिक स्वातंत्र्य मिळवताना आम्हाला सुरक्षितताही मिळू शकेल आणि या दोन्ही गोष्टी आम्हाला नोकरी कधीच देणार नाही हे आम्हाला माहिती होतं. आमच्या मनात भावनिकतेमुळे निर्माण झालेले विचार ही

एकमेव गोष्टच आमच्या मार्गातील अडचण होती. हे विचार तर्कनिष्ठ असल्यासारखे वाटत होते; पण दीर्घकाळाचा विचार करता ते निरर्थक होते. यातली चांगली बातमी अशी आहे की, एकदा आम्ही *कॅशफ्लो क्वाड्रंटच्या* दुसऱ्या बाजूला जाण्यात यश मिळवल्यानंतर जुन्या विचारांनी आमच्या मनात सारखं किंचाळत राहणं बंद केलं आणि नवीन विचारच आमची वस्तुस्थिती झाले.

आज ज्या वेळी एखादी व्यक्ती असं म्हणते की : 'मी जोखमी पत्करू शकत नाही. मला माझ्या कुटुंबाचा विचार करावा लागेल. मला सुरक्षित नोकरी मिळवावीच लागेल,' त्या वेळी मला त्या भावना समजतात. काही वेळा अशी व्यक्ती असंही म्हणते की, 'पैसा मिळवण्यासाठी पैशाची गरज असते. म्हणूनच मी गुंतवणूक करू शकत नाही.' किंवा 'मी हे स्वतःच्या जीवावर करेन.' मी या भावनाही समजून घेऊ शकतो.

मला त्यांच्या विचारांची जाण आहे, कारण माझ्या स्वतःच्या मनातही असे विचार आले होते; पण *कॅशफ्लो क्वाड्रंटकडे* पाहिल्यावर आणि बी व आय कप्प्यांमधून आर्थिक स्वातंत्र्य मिळवल्यानंतर मी खरोखरच असं म्हणू शकतो की, आर्थिक स्वातंत्र्य मिळवण्याचा विचार करणं हा जास्त शांततामय आणि सुरक्षित मार्ग आहे.

ई आणि बी कप्प्यांतील फरक

मूलभूत भावनिक मूल्यांमुळे दृष्टिकोनातील फरक निर्माण होतात. व्यवसायांचे मालक आणि कर्मचारी यांच्यातील संवादामधील संघर्ष हा नेहमीच भावनिक मूल्यांमधील फरकांमुळे निर्माण होतो. ई आणि बी कप्प्यांमधील लोकांमध्ये नेहमीच संघर्ष निर्माण होतो, कारण एकाला जास्त वेतन हवं असतं आणि दुसऱ्याला जास्त काम हवं असतं म्हणूनच आपल्या कानांवर नेहमीच पुढील वाक्यासारखं एखादं वाक्य येतं की, 'मी खूपच काम करतो आणि मला त्या मानानं खूप कमी वेतन दिलं जातं.'

दुसऱ्या बाजूकडून आपल्याला नेहमीच पुढील म्हणणं ऐकू येतं की : 'त्यांना आणखी पैसे न देता जास्त कठोर परिश्रम करण्यास आणि जास्त निष्ठेनं काम करण्यास प्रवृत्त करण्यासाठी मी काय करू शकेन?'

बी आणि आय कप्प्यांतील फरक

व्यवसायांचे मालक आणि व्यवसायांचे गुंतवणूकदार यांच्यातही सातत्यानं तणाव असतो. व्यवसायात गुंतवणूक केलेल्या या लोकांना शेअरहोल्डर किंवा भागधारक असं म्हटलं जातं. एकाला जास्त भांडवल हवं असतं आणि दुसऱ्याला जास्त लाभांश हवा असतो.

शेअरहोल्डर्सच्या बैठकीतील संभाषण सर्वसामान्यपणे असं असतं :

कंपनीचे व्यवस्थापक : 'आम्हाला खासगी विमानांची गरज आहे, ती मिळाली तर आपले अधिकारी बैठकांसाठी जास्त जलद गतीनं जाऊ शकतील.'

गुंतवणूकदार : 'आपल्याला कमी अधिकाऱ्यांची गरज आहे. मग त्यांना खासगी विमानांची गरज भासणार नाही.'

एस आणि बी कप्प्यांतील फरक

व्यवसायांच्या व्यवहारांमध्ये मी नेहमीच एस कप्प्यातील एखाद्या बुद्धिमान व्यक्तीला पाहतो. ती वकिलासारखी एखादी व्यक्ती असते. तिने व्यवसायात बी कप्प्यातील व्यक्तीसाठी म्हणजेच व्यवसायाच्या मालकासाठी कोट्यवधी डॉलर्सचा व्यवहार केलेला असतो. ज्या वेळी हा व्यवहार पूर्ण होतो, त्या वेळी ती व्यक्ती मूकपणे संतप्त बनते, कारण बी कप्प्यातील त्या व्यवसायाच्या मालकानं कोट्यवधी डॉलर्स कमावलेले असतात आणि एस कप्प्यातील त्या व्यक्तीला फक्त ठरलेल्या ताशी दरानं वेतन मिळालेलं असतं.

त्यांचे शब्द कसे असतात ते पुढे पाहू या :

एस कप्प्यातील तो वकील असं काहीसं म्हणतो की : 'आम्ही सगळं काम केलं आणि त्याने सगळे पैसे मिळवले.'

बी कप्प्यातील व्यवसायाचा मालक असं म्हणतो की, 'केवढं हे भरमसाट बिल! या लोकांनी आमच्यावर नेमक्या किती तासांचं बिल आकारलंय? एवढ्या पैशांत तर आम्ही त्यांची संपूर्ण लॉ फर्म विकत घेऊ शकलो असतो.'

ई आणि आयमधील फरक

गुंतवणूकदाराला रिअल इस्टेट खरेदी करण्यासाठी कर्ज देणाऱ्या बँक व्यवस्थापकाचं उदाहरण हे याचं दुसरं उदाहरण आहे. गुंतवणूकदार लाखो करमुक्त डॉलर्स कमावतो आणि बँकरला फक्त वेतनचिठ्ठी मिळते आणि तिच्यावरही भारंभार कर आकारलेला असतो.

ई कप्प्यातील बँकेचा व्यवस्थापक असं म्हणू शकतो की, 'मी या माणसाला कर्ज दिलं आणि त्याने मला साधं 'थँक यू'ही म्हटलं नाही. आम्ही त्याच्यासाठी किती कष्ट घेतले ते बहुतेक त्याच्या गावीच नसावं.'

आय कप्प्यातील गुंतवणूकदार असं म्हणू शकतो की, 'अरे बाप रे, हे लोक केवढे चोखंदळ आहेत! या एवढ्याशा कर्जासाठी आम्हाला त्यांनी किती कागदपत्रांवर काम करायला लावलंय, बघा.'

भावनिकदृष्ट्या अस्थिर वैवाहिक जीवन

मी आजपर्यंतच्या आयुष्यात भावनिकदृष्ट्या अतिशय अस्थिर वैवाहिक जीवन असलेलं एक जोडपं पाहिलं होतं. त्यातली पत्नी ही ई कप्प्यातील कट्टर व्यक्ती होती. आर्थिक सुरक्षिततेसाठी नोकरी आवश्यक असल्याचा तिचा ठाम विश्वास होता. पती स्वतः आय कप्प्यातील उत्तुंग व्यक्ती असल्याची बढाई मारत होता. त्याला असं वाटत होतं की, तो जणू काही भविष्यातील वॉरन बफेच होता; पण प्रत्यक्षात तो एस कप्प्यातील व्यक्ती होता. व्यवसायानं तो कमिशन मिळवणारा फक्त एक विक्रेता होता आणि अंतःकरणातून अगदी टोकाचा जुगारी होता. तो त्याला झटपट श्रीमंत होण्यास मदत करणाऱ्या गुंतवणुकीच्या शोधात होता. त्याचे सगळे कान नवीन स्टॉकच्या ऑफरिंगकडे, अतिशय उच्च परताव्यांची

हमी देणाऱ्या परकी गुंतवणूक योजनांकडे किंवा ज्या व्यवहारांवर तो ऑप्शन लावू शकेल अशा रिअल इस्टेटींच्या व्यवहारांकडे लागलेले असत. हे जोडपं अजूनही एकत्र राहत आहे; पण ते का एकत्र राहत आहे ते मला खरोखरच माहिती नाही. ते दोघेही एकमेकांना सतत राग येण्याजोगं वागतात. एका व्यक्तीचा उत्कर्ष जोखीम पत्करल्यामुळे होतो, तर दुसरीला जोखीम पत्करण्याचा तिरस्कार वाटतो. वेगवेगळे कप्पे. वेगवेगळी मूलभूत मूल्यं.

तुम्ही विवाहित असलात किंवा प्राथमिक नातेसंबंधात असलात तर...

तुम्ही विवाहित असलात किंवा प्राथमिक नातेसंबंधात असलात तरीही तुमचं बहुतेक उत्पन्न ज्या कप्प्यातून येतं त्या कप्प्याभोवती गोल करा. तुमचा जोडीदार किंवा भागीदार ज्या कप्प्यातून उत्पन्न मिळवतो त्या कप्प्याभोवती गोल करा.

मी तुम्हाला असं करायला सांगितलं आहे की, कारण जर एक भागीदार किंवा जोडीदार कोणत्या कप्प्यातून आला आहे, ते दुसऱ्याला माहिती नसेल तर त्यांच्यात संभाषण घडणं कठीण असतं.

श्रीमंत आणि सुशिक्षित यांच्यातील युद्ध

आणखी एक अनुच्चारित रणभूमी असते. सुशिक्षित आणि श्रीमंत यांच्यातील दृष्टिकोनाच्या फरकातून हे युद्ध घडतं.

वेगवेगळ्या कप्प्यांमधील बदलांवर मी अनेक वर्षं संशोधन करत आहे. त्यात 'आम्ही एवढे शिकलेले आहोत आणि हे तथाकथित कमी शिकलेले लोक भरमसाट पैसा कमावत आहेत,' असा अनेकदा बँकर, वकील, लेखापाल आणि त्यांच्यासारख्या इतर लोकांचा तक्रारीचा सूर मी ऐकतो. सुशिक्षित लोक आणि श्रीमंत यांच्यातील लढ्याचं हे मूळ कारण असतं. बी आणि आय कप्प्यांमधील लोक अशिक्षित असतात असं नसतं, कारण त्यांच्यापैकी अनेक जण उच्चशिक्षित असतात. फक्त बी आणि आय कप्प्यातील लोक शाळांमध्ये किंवा शैक्षणिक संस्थांमध्ये शिक्षणात बुद्धिमान म्हणून झळकलेली मुलं नसतात.

तुमच्यापैकी ज्यांनी ***रिच डॅड, पुअर डॅड*** हे माझं पुस्तक वाचलं असेल त्यांना सुशिक्षित आणि श्रीमंत यांच्यातील हा लढा माहिती असेल. माझ्या उच्चशिक्षित; पण गरीब वडिलांना त्यांनी स्टॅनफोर्ड आणि युनिव्हर्सिटी ऑफ शिकागो यांसारख्या प्रतिष्ठित शैक्षणिक संस्थांमध्ये प्रगत अभ्यास करण्यात अनेक वर्षं व्यतीत केल्याबद्दल अतिशय अभिमान वाटत होता. माझ्या श्रीमंत वडिलांना त्यांच्या वडिलांचा मृत्यू झाल्यानंतर कौटुंबिक व्यवसाय चालवण्यासाठी शाळा सोडून द्यावी लागली होती, त्यामुळे त्यांनी हायस्कूलचं शिक्षणही पूर्ण केलं नव्हतं, तरीही त्यांनी प्रचंड संपत्ती कमावली होती.

मी मोठा झाल्यावर माझ्यावर माझ्या श्रीमंत पण न शिकलेल्या वडिलांचा जास्त प्रभाव असल्याचं पाहिल्यावर अनेक वेळा माझे उच्चशिक्षित वडील आयुष्यातील त्यांच्या दर्जाचं समर्थन करू लागत.

मी सोळा वर्षांचा असताना एके दिवशी त्यांनी मला विचारलं होतं, 'माझ्याकडे प्रतिष्ठित शिक्षण संस्थांमधील प्रगत पदव्या आहेत. माईकच्या वडिलांकडे काय आहे?'

मी क्षणभर थबकलो आणि शांतपणे उत्तर दिलं, 'पैसा आणि मोकळा वेळ.'

मानसिक बदलाहून अधिक काही

आधी सांगितल्याप्रमाणे बी आणि आय कप्प्यांत यशस्वी होण्यासाठी फक्त शैक्षणिक किंवा तांत्रिक ज्ञानापेक्षाही अधिक काहीतरी लागतं. त्यासाठी नेहमीच मूलभूत भावनिक विचारांमध्ये, भावनांमध्ये, विश्वासांमध्ये आणि दृष्टिकोनात बदल करावा लागतो. लक्षात ठेवा :

होणं किंवा बनणं

करणं

मिळवणं किंवा प्राप्त करणं

श्रीमंत लोक जे करतात ते तुलनेत साधं असतं. इथे 'होणं' ही गोष्ट वेगळी असते. श्रीमंत लोकांच्या विचारांत फरक असतो आणि त्यातही अगदी नेमकेपणानं सांगायचं झालं, तर त्यांच्या आत्मसंवादात फरक असतो म्हणूनच श्रीमंत वडील मला नेहमीच पुढील वाक्यं बोलण्यापासून रोखत असत. ती वाक्यं अशी होती.

- मला हे परवडू शकत नाही.
- मी हे करू शकत नाही.
- सुरक्षितपणानं काम करा.
- पैसा गमावू नका.
- तुला अपयश आलं आणि त्यातून तू कधीच बाहेर पडू शकला नाहीस तर?

त्यांनी या विधानांवर बंदी घातली होती, कारण शब्द ही प्रभावी साधनं असतात, यावर त्यांचा खरोखरच विश्वास होता. व्यक्ती जे म्हणते आणि जसा विचार करते ते शब्द आणि विचार खरे ठरतात.

श्रीमंत वडिलांचा असा ठाम विश्वास होता की, आपण स्वतःशीच जे बोलतो तेच आपलं वास्तव होतं म्हणूनच मलाही अशी शंका येते की, जे लोक आर्थिकदृष्ट्या संघर्ष करतात, त्यांच्या भावनाही नेहमीच त्यांच्याशी संभाषण करत असाव्यात आणि त्यांच्या आयुष्यावर नियंत्रण ठेवत असाव्यात. जोपर्यंत एखादी व्यक्ती भावनांमुळे निर्माण झालेल्या या विचारांवर नियंत्रण ठेवण्यास शिकत नाही, तोपर्यंत त्यांचे शब्दच सत्यात उतरत राहतात. ते शब्द असे असतात :

- मी कधीच श्रीमंत होऊ शकणार नाही.
- ही कल्पना काम करणार नाही.
- ही गोष्ट माझ्या परिस्थितीचा विचार करता, खूपच महागडी आहे.

हे जर भावनिकतेवर आधारित विचार असतील, तर ते प्रभावी असतील. यातली चांगली बातमी अशी आहे की, नवीन मित्रांच्या, नवीन कल्पनांच्या पाठबळावर आणि थोडासा वेळ काढून या विचारांना बदलणं शक्य असतं.

ज्या लोकांना आपल्या गमावण्याच्या, हरण्याच्या भीतीवर नियंत्रण राखणं शक्य होत नाही, त्यांनी स्वतःच्या जीवावर कधीच गुंतवणूक करू नये. त्यांनी खरोखरच त्यांच्या गुंतवणुकीचं काम व्यावसायिक लोकांवर सोपवावं आणि त्यात ढवळाढवळ करू नये.

मी अनेक व्यावसायिक लोकांना भेटलो आहे. इतर लोकांचा पैसा गुंतवताना ते हे काम अगदी निर्धास्तपणे करतात आणि भरमसाट पैसा मिळवू शकतात; पण ज्या वेळी आपल्या स्वतःच्या पैशाची जोखीम पत्करण्याची वेळ येते, त्या वेळी त्यांच्या मनातील पैसा गमावण्याची भीती इतकी प्रबळ होते की, अखेरीस ते त्यांचा पैसा गमावून बसतात. त्यांच्या तर्कबुद्धीपेक्षाही त्यांच्या भावना विचार करण्याचं काम करतात.

काही लोक आपला पैसा गुंतवू शकतात आणि सातत्यानं जिंकतात; पण इतरांनी त्यांचा पैसा गुंतवायला सांगितलं की, त्यांचं मनःस्वास्थ्य हरवतं आणि ते पैसा गमावतात.

पैसा मिळवणं आणि गमावणं हा भावनिक विषय आहे म्हणून माझ्या श्रीमंत वडिलांनी मला भावना हाताळण्याचं गुपित सांगितलं होतं. श्रीमंत वडील नेहमीच असं म्हणत की, 'गुंतवणूकदार किंवा व्यवसायाचा मालक म्हणून यशस्वी व्हायचं असेल तर तुम्ही जिंकण्याविषयी किंवा हरण्याविषयी भावनिकदृष्ट्या उदासीन किंवा निष्क्रिय व्हावं लागतं. जिंकणं आणि हरणं हे फक्त खेळाचे भाग असतात.'

सुरक्षित नोकरी सोडणं

माईक या माझ्या मित्राकडे त्याच्या मालकीची यंत्रणा होती. त्याच्या वडिलांनी तिची उभारणी केली होती. मी तितका सुदैवी नव्हतो. मला माहिती होतं की, मी एखाद्या दिवशी घरट्यातील माझा आरामशीरपणा आणि सुरक्षितपणा सोडून देऊन माझी स्वतःची यंत्रणा उभी करण्यास सुरुवात करेन.

सन १९७८मध्ये मी झेरॉक्स कंपनीतील पूर्ण वेळ सुरक्षित नोकरीचा राजीनामा दिला आणि सुरक्षिततेच्या जाळ्याबाहेरच्या कठोर जगात पाऊल टाकलं. माझ्या डोक्यातील गोंधळाचा आणि संशयाचा कर्कश, मोठा आवाज मला ऐकू येत होता. राजीनामापत्रावर सही करताना मी भीतीनं हादरून गेलो होतो, मला जवळजवळ हाता-पायातील त्राण गेल्यासारखं वाटत होतं. माझी अखेरची वेतनचिठ्ठी मी घेतली आणि दरवाजातून बाहेर पडलो. माझ्या मनात आत्मविनाशक विचारांचा आणि भावनांचा वाद्यवृंद सुरू झाला होता. मी स्वतःविषयीच इतके वाईट विचार करत होतो आणि दूषणं देत होतो की मला इतर काहीही ऐकू येत नव्हतं. एका अर्थी मला इतरांचं म्हणणं ऐकू येत नव्हतं ते चांगलंही होतं, कारण मी ज्यांच्याबरोबर काम केलं होतं ते म्हणत होते की, 'तो नक्कीच परत येईल. त्याला हे जमणार नाही.'

यातली खरी समस्या अशी होती की, मी स्वतःही मला हेच सांगत होतो. आत्मशंकेच्या त्या भावनिक विचारांनी मला अनेक वर्षं झपाटून टाकलं होतं. किम

आणि मी बी आणि आय कप्प्यांमध्ये यशस्वी होईपर्यंत ते मला तसेच झपाटत राहिले होते. आज अजूनही कधीमधी ते शब्द मला ऐकू येतात; पण आता त्यांच्याकडे कमी अधिकारवाणी आहे.

माझ्या आत्मशंकेच्या विचारांवर मात करण्याच्या त्या प्रक्रियेत मला प्रोत्साहन देणारे इतर विचार आणि विधानं तयार करण्यास मी शिकलो. त्यांच्यामध्ये पुढील विचारांचा आणि विधानांचा समावेश होता : 'शांत राहा. स्पष्ट विचार कर. मन खुलं ठेव. तसाच पुढे जात राहा. तुझ्या आधी या प्रक्रियेतून गेलेल्या कोणाकडून तरी मार्गदर्शन घे. तुझ्यासाठी उत्तम गोष्टीच घडून याव्यात, असं वाटणाऱ्या त्या उच्च शक्तीवर विश्वास ठेव.

माझ्यातील एका भागाला भीती वाटत होती आणि त्याची घाबरगुंडी उडाली होती; पण तरीही माझ्या अंतर्यामी असे प्रोत्साहनपर विचार तयार करण्यास मी शिकलो.

मी पहिल्यांदाच बाहेर पडलो होतो, त्या वेळी मी यशस्वी होण्याची शक्यता फारच कमी होती हे मला माहिती होतं; पण विश्वास, श्रद्धा आणि धाडस याविषयीच्या सकारात्मक भावना आणि चांगले मित्र यांमुळे मी पुढे गेलो. मला जोखीम पत्करावी लागणारच आहे हे मला माहिती होतं. या जोखमीतून काही चुकाही घडतील हेही मला माहिती होतं; पण या चुकांतून मी शहाणपणाकडे आणि ज्ञानाकडे जाणार होतो आणि त्या वेळी या दोन्ही गोष्टींचा माझ्याकडे अभाव होता. माझ्या दृष्टीनं माझ्या भीतीला जिंकू देणं हे माझं अपयश ठरलं असतं म्हणून थोड्याफार खात्रीसह तसाच पुढे जात राहण्याची माझी इच्छा होती. 'अपयश हा यशाच्या प्रक्रियेचा एक भाग असतो,' ही कल्पना माझ्या श्रीमंत वडिलांनी माझ्या मनावर बिंबवली होती.

अंतर्गत प्रवास

एका कप्प्यातून त्या पुढच्या दुसऱ्या कप्प्यात जाणं हा माझा मार्ग होता. तो मूलभूत विश्वासांच्या आणि तांत्रिक कौशल्यांच्या एका संचातून विश्वासांच्या आणि तांत्रिक कौशल्याच्या नवीन संचात जाण्याचा प्रवास होता. ही प्रक्रिया बरीचशी सायकल चालवायला शिकण्यासारखीच असते. पहिल्यांदा अनेक वेळा तुम्ही पडता. अनेक वेळा ही गोष्ट निराशाजनक आणि लाजिरवाणी असते, विशेषतः जर तुमचे मित्र तुमच्याकडे पाहत असतील तर ही निराशा आणि शरमिंदेपणा जास्त वाढतो; पण थोड्या वेळानं पडणं थांबतं आणि तुम्ही सहजपणे, आपोआप सायकल चालवू लागता. तुम्ही पुन्हा खाली पडलात तर त्यात तुम्हाला फारसं काही वाटत नाही, कारण तुम्हाला आता तुम्ही वर उठून पुन्हा सायकल चालवू शकता हे माहिती असतं. नोकरीतील सुरक्षिततेच्या भावनिक मनोरचनेतून आर्थिक स्वातंत्र्याच्या भावनिक मनोरचनेत जाण्याची प्रक्रिया नेमकी अशीच असते. एकदा किमनं आणि मी ही मनोरचना ओलांडल्यानंतर आम्हाला पडण्याची कमी भीती वाटू लागली, कारण आम्हाला पुन्हा उठून उभं राहण्याच्या आमच्या क्षमतेविषयी आत्मविश्वास होता.

वैयक्तिकदृष्ट्या मला पुढं जात राहण्यासाठी दोन विधानांचा जास्त उपयोग झाला. एक विधान म्हणजे माझ्या श्रीमंत वडिलांचा सल्ला होता. मी अगदी हे सारं सोडून देण्याच्या

आणि तिथून परतण्याच्या उंबरठ्यावर पोहोचलो होतो, त्या वेळचे त्यांचे ते शब्द होते. त्यांनी म्हटलं होतं, 'तू केव्हाही सोडून बाहेर पडू शकतोस. मग आता लगेच सोडून देण्याची घाई कशाला करतोस?'

या विधानानं माझ्यातील उत्साह, चैतन्यशीलता वाढवली आणि माझ्या भावनांना शांत केलं. मी आधीच अर्धा रस्ता पार केला होता, मग आता पुन्हा मागे कशाला वळायचं याची या शब्दांनी मला आठवण करून दिली होती. मागे जाण्याचं अंतर पुढे जाण्याच्या अंतराएवढंच होतं. हे म्हणजे कोलंबसानं अटलांटिक महासागरात पुढे जाण्याचे प्रयत्न अर्ध्यावरच सोडून देऊन परतण्यासारखं होतं.

काही वेळा एखादी गोष्ट सोडून देणं ही उत्तम चाल असते आणि कधी बाहेर पडायचं, याचं ज्ञान असणं ही महत्त्वाची गोष्ट असते. अनेकदा जो प्रकल्प यशस्वी होण्याची बिलकूल शक्यता नसते, तोच पुढे नेण्याचा हटवादीपणानं प्रयत्न करणारे लोकही मला भेटतात. प्रकल्प किंवा हाती घेतलेली गोष्ट कधी सोडून द्यायची आणि कधी तसंच पुढे जात राहायचं हे समजण्यात अडचण असणं ही जोखमी पत्करणाऱ्या लोकांच्या बाबतीतील नेहमीचीच समस्या असते. ही समस्या हाताळण्यासाठी, याआधी हा टप्पा यशस्वीपणे ओलांडलेल्या मार्गदर्शकांना शोधणं हा एक मार्ग असतो. जी व्यक्ती आधीच पलीकडे पोहोचलेली असते ती तुम्हाला उत्तम सल्ला देऊ शकते; पण फक्त पुस्तकं वाचून हा टप्पा ओलांडण्याविषयी सल्ला देणाऱ्या आणि पैसा घेऊन या विषयावर व्याख्यानं देणाऱ्या व्यक्तीचा सल्ला घेताना दक्षता बाळगा.

मला नेहमीच पुढे जात राहण्यास प्रोत्साहन मिळालेलं दुसरं विधान असं होतं :

'दिग्गज नेहमीच अडखळतात आणि पडतात
पण किड्यांच्या बाबतीत हे होत नाही, कारण
ते फक्त जमिनीत बिळं तयार करतात आणि सरपटत, रांगत पुढे जातात.'

चांगलं शिक्षण नसल्यामुळे किंवा कष्टाळू नसल्यामुळे अनेक लोक आर्थिकदृष्ट्या संघर्ष करत नाहीत. त्यांना हरण्याची भीती वाटते हे त्यामागचं खरं कारण असतं. त्यांच्या हरण्याच्या भीतीनं त्यांना रोखलं तर ते आधीच हरलेले असतात.

हरणारे लोक जिंकणाऱ्या घोड्याला सोडून देतात आणि हरणाऱ्या घोड्यावर स्वार होतात

हरण्याची भीती लोकांवर इतका परिणाम करते की, ते विचित्र प्रकारे वागतात. २० डॉलर्सनं खरेदी केलेला स्टॉक ३० डॉलर्सपर्यंत पोहोचला की, विकून टाकणाऱ्या लोकांना मी पाहिलं आहे, कारण त्यांना जितका लाभ मिळालेला असतो तो गमावण्याची भीती वाटते. त्यानंतर तोच स्टॉक १०० डॉलर्सपर्यंत पोहोचल्याचं, खाली घसरल्याचं आणि पुन्हा १०० डॉलर्सपर्यंत पोहोचल्याचं त्यांना दिसतं.

जेते हरणाऱ्या घोड्याला सोडून देतात आणि जिंकणाऱ्या घोड्यावर स्वार होतात

जेते याच गोष्टी नेमक्या विरुद्ध प्रकारे करतात. ज्या क्षणी त्यांना आपण हरू लागल्याचं समजतं म्हणजेच ज्या क्षणी त्यांच्या स्टॉकची किंमत वधारण्याऐवजी घसरू लागल्याचं त्यांना समजतं, त्या क्षणी ते नेहमीच विक्री करून टाकतात आणि त्यांचं नुकसान पत्करतात. आपलं नुकसान झाल्याचं सांगण्यास बहुतेकांना लाज वाटत नाही, कारण हरणं हा जिंकण्याच्या प्रक्रियेचा एक भाग आहे हे जेत्यांना माहिती असतं. त्यानंतर त्यांना ज्या वेळी जिंकणारा घोडा आढळतो, त्या वेळी ते त्याच्यावर स्वार होतात आणि त्याच्यासोबत तो जितका दूरवर जातो तितक्या दूरवर जातात. ज्या क्षणी घोड्यावरून मोफत फेरफटका मारण्याची वेळ संपल्याचं त्यांच्या लक्षात येतं आणि स्टॉकची किंमत कळसाला पोहोचल्याचं त्यांच्या लक्षात येतं, त्या क्षणी ते तो स्टॉक विकून टाकतात.

हरण्याकडे आणि जिंकण्याकडे उदासीनपणे पाहणं ही महान गुंतवणूकदार होण्याची गुरूकिल्ली आहे. मग तुमच्या मनात भीती, लोभ यांसारखे भावनिक विचार निर्माण होत नाहीत आणि तुमच्या वतीनं तेच विचार करत नाहीत.

हरणारे लोक आयुष्यात तेच काम करत राहतात

ज्या लोकांना हरण्याची भीती वाटते ते लोक खऱ्या आयुष्यातही तेच करत राहतात. आपल्याला सर्वांनाच पुढील प्रकारचे लोक माहिती असतात :

- प्रेम नसलेल्या वैवाहिक जीवनात राहणारे लोक.
- प्रगतीची शक्यता संपुष्टात आलेल्या नोकरीत राहणारे लोक.
- कधीही वापरत नसलेल्या जुन्या कपड्यांना आणि वस्तूंना चिकटून राहणारे लोक.
- आपल्याला काहीच भवितव्य नसलेल्या गावांमध्ये राहणारे लोक.
- पाय मागे ओढणाऱ्या लोकांची मैत्री स्वीकारून राहणारे लोक.

भावनिक बुद्धिमत्तेला नियंत्रित करणं शक्य असतं

आर्थिक बुद्धिमत्ता ही भावनिक बुद्धिमत्तेशी अत्यंत जवळून जोडली गेलेली असते. माझ्या मते, बहुतेक लोकांना आर्थिक दुःखं झेलावी लागतात, कारण त्यांच्या भावनांचं त्यांच्या विचारांवर नियंत्रण असतं. माणूस म्हणून आपल्या सर्वांकडे त्याच भावना असतात. आपण जे करतो आणि आपल्याला आयुष्यात जे मिळतं यातले फरक हे फक्त आपण या भावनांना कसं हाताळतो यावर अवलंबून असतात.

उदाहरणार्थ, भीतीची भावना आपल्यापैकी बहुतेकांना भ्याड बनवू शकते; परंतु त्याच वेळी इतर काही लोकांना ती धाडसी होण्यासाठी प्रोत्साहित करते. दुर्दैवानं, पैशाचा प्रश्न येतो, त्या वेळी समाजातील बहुतेक लोकांवर आर्थिकदृष्ट्या भ्याड होण्याचेच संस्कार झालेले असतात. ज्या वेळी पैसा गमावण्याची भीती पुढे येते, त्या वेळी बहुतेक लोकांच्या मनात आपोआपच पुढील विचारांचा जप सुरू होतो :

- 'स्वातंत्र्या'पेक्षा 'सुरक्षितता' महत्त्वाची असते.
- 'जोखीम हाताळायला शिकण्या'पेक्षा 'जोखीम टाळली पाहिजे.'
- 'हुशारीनं काम करण्या'पेक्षा 'सुरक्षितपणे काम केलं पाहिजे.'
- 'मला हे कसं परवडू शकेल?'पेक्षा 'मला हे परवडू शकत नाही.'
- 'याचं दीर्घकालीन मूल्य काय असेल?' पेक्षा 'हे खूपच महागडं आहे.'
- 'एखाद्या गोष्टीवर लक्ष एकवटण्या'पेक्षा 'वैविध्यकरण' केलं पाहिजे.
- 'मी काय विचार करतो?' यापेक्षा 'माझे मित्र काय विचार करतील?'

जोखीम घेण्याची बुद्धिमत्ता

जोखीम घेण्याचं आणि विशेषतः आर्थिक जोखीम पत्करण्याचं एक शास्त्र आहे. पैशाचं आणि जोखमीचं व्यवस्थापन याविषयीच्या मी वाचलेल्या पुस्तकांपैकी ***ट्रेडिंग फॉर ए लिव्हिंग*** हे डॉ. अलेक्झांडर एल्डर यांचं पुस्तक उत्तम आहे. व्यावसायिकपणे स्टॉकचं ट्रेडिंग आणि ऑप्शन करणाऱ्यांसाठी हे पुस्तक लिहिलं गेलं असलं तरीही जोखीम पत्करण्याची बुद्धिमत्ता आणि जोखमीचं व्यवस्थापन या गोष्टी पैसा, पैशाचं व्यवस्थापन, वैयक्तिक मानसशास्त्र आणि गुंतवणूक या सगळ्या गोष्टींना ते लिखाण लागू पडतं.

बी कप्प्यातील अनेक यशस्वी व्यावसायिक नेहमीच आय कप्प्यात यशस्वी होत नाहीत, त्याचं एक कारण असं असतं की, त्यांना निव्वळ पैशाची जोखीम घेण्यामागचं मानसशास्त्र पूर्णपणे समजलेलं नसतं. व्यवसायाच्या यंत्रणांचा आणि लोकांचा संबंध असतो त्या वेळी जोखीम पत्करणं म्हणजे काय हे बी कप्प्यातील लोकांना समजत असलं तरीही 'पैसाच पैसा मिळवत' असलेल्या यंत्रणेत हे ज्ञान पूर्णपणे जसंच्या तसं उपयुक्त ठरत नाही.

ही गोष्ट तांत्रिकतेपेक्षाही जास्त भावनिकच असते

सारांशानं असं सांगता येईल की, डावीकडच्या बाजूच्या कप्प्यांतून उजव्या बाजूच्या कप्प्यांकडे जाणं ही गोष्ट तांत्रिक असण्यापेक्षा जास्त प्रमाणात भावनिकच असते. ज्या लोकांना त्यांच्या भावनिक विचारांवर नियंत्रण राखता येत नसेल त्यांना मी हा प्रवास करण्याचा सल्ला देत नाही.

डाव्या बाजूला असलेल्या लोकांना उजव्या बाजूच्या गोष्टी इतक्या जोखमीच्या वाटतात, कारण त्यांच्या विचारांवर नेहमीच भीतीच्या भावनेचा पगडा बसतो. डाव्या

बाजूकडच्या लोकांना 'सुरक्षितपणे काम करण्याचा' विचार तर्कनिष्ठ वाटतो; पण प्रत्यक्षात तो तसा तर्कनिष्ठ नसतो. तो भावनिक विचार असतो. हे भावनिक विचारच लोकांना एखाद्या कप्प्यात जखडून ठेवतात.

समीकरणाच्या उजव्या बाजूचे लोक जे करतात, ती कठीण गोष्ट नसते. कमी किमतीला चार हिरवी घरं विकत घेणं आणि बाजार वधारण्याची वाट बघून ती विकणं आणि नंतर मोठं लाल हॉटेल विकत घेणं इतकी ही गोष्ट सोपी असते, असं मी म्हणतो, त्या वेळी मी ते अतिशय प्रामाणिकपणानंच सांगत असतो.

कॅशफ्लो क्वाड्रंटच्या उजव्या बाजूला असलेल्या लोकांसाठी आयुष्य हा खरोखरच *मोनोपलीचा* खेळ असतो. अर्थातच तिथे जिंकणं आणि हरणं या दोन्ही गोष्टी असतातच; पण त्या म्हणजे फक्त खेळाचा एक भाग असतो. जिंकणं आणि हरणं हा आयुष्याचाही एक भाग आहे. उजव्या बाजूला यशस्वी होण्यासाठी हा खेळ आवडणारी व्यक्ती 'होणं' महत्त्वाचं असतं. स्टार ॲथलीट हे नेहमीच जितक्या वेळा जिंकतात, त्याहून जास्त वेळा हरतात आणि तरीही त्यांना तो खेळ आवडतो. डोनाल्ड ट्रम्प दिवाळखोरीजवळ पोहोचले होते आणि नंतर ते पुन्हा संघर्ष करून परत आले. त्यांनी हरल्यामुळे हा खेळ सोडून दिला नाही. हरल्यामुळे ते फक्त जास्त हुशार झाले आणि जास्त दृढनिश्चयी बनले. अनेक सधन, भरपूर संपत्ती असलेले लोक श्रीमंत होण्याआधी दिवाळखोरीच्या जवळ पोहोचले होते. हा खेळाचा एक भाग आहे.

जर व्यक्तीच्या भावना त्याच्यासाठी विचार करू लागल्या, तर ते भावनिक विचार नेहमीच व्यक्तीला इतर काहीही पाहू देत नाहीत. त्याबाबतीत त्यांना हे विचार अंध बनवतात. या उत्स्फूर्तपणे निर्माण झालेल्या भावनिक विचारांमुळे लोक विचार करण्याऐवजी प्रतिक्रिया व्यक्त करतात. या भावनिक विचारांमुळेच वेगवेगळ्या कप्प्यांतील लोक एकमेकांशी वादविवाद करतात. समान भावनिक दृष्टिकोन नसल्यामुळे हे वाद निर्माण होतात. या भावनिक प्रतिक्रियेमुळेच *कॅशफ्लो क्वाड्रंटच्या* उजव्या बाजूला नेहमीच जोखीममुक्त आणि सुलभ गोष्टी कशा असतात ते लोक पाहू शकत नाहीत. त्यांची नजर त्या संदर्भात अंध होते.

ज्या लोकांना अशा प्रकारे डावी बाजू ओलांडून उजव्या बाजूला जायचं असेल, त्या सर्वांनी त्यांच्याकडे दीर्घकालीन सकारात्मक पाठिंबा देणारा मदतगट असल्याची आणि तुम्हाला मार्गदर्शन करण्यासाठी तज्ज्ञ मार्गदर्शक असल्याची खात्री करून घ्यावी, असं मी तुम्हाला सुचवतो. किम आणि मी ज्या संघर्षातून गेलो, तो संघर्ष आम्हाला करावाच लागणार होता आणि तो इतका आटापिटा करण्याच्या पात्रतेचाही होता. आम्ही काय केलं यापेक्षा या प्रक्रियेत आम्ही कोण झालो ही गोष्ट आमच्या दृष्टीनं डावी बाजू ओलांडून उजव्या बाजूकडे जाण्याच्या बाबतीतील महत्त्वाची गोष्ट होती. माझ्या दृष्टीनं ही गोष्ट अमूल्य आहे.

प्रकरण नऊ

बँकर नव्हे, बँक व्हा

श्रीमंत व्यक्ती पैसा निर्माण करतात.

होणं–करणं–मिळवणं या सूत्राच्या होणं या भागावर मी लक्ष केंद्रित करतो, कारण योग्य मनोरचना आणि दृष्टिकोन असल्याखेरीज आजच्या काळात होणाऱ्या मोठ्या आर्थिक बदलांना तोंड देण्यासाठी तुमची तयारी होऊ शकणार नाही. *कॅशफ्लो क्वाड्रंटच्या* उजव्या बाजूची कौशल्यं आणि मनोरचना असलेली व्यक्ती होणं महत्त्वाचं आहे. तुम्ही तशी व्यक्ती झाल्यानंतर तुम्हाला या बदलांमधून निर्माण होणाऱ्या संधी ओळखता येतील आणि तुम्ही त्या पत्करून काहीतरी करण्यासाठी सज्ज असाल. यातूनच तुम्ही आर्थिक यशाकडे जाल.

मला आठवतं की, सन १९८६मध्ये उशिरा माझ्या श्रीमंत वडिलांनी मला फोन केला होता. 'तू रिअल इस्टेटच्या बाजारात आहेस की शेअर बाजारात?' त्यांनी विचारलं.

'यांपैकी एकाही बाजारात नाही,' मी उत्तर दिलं. 'मी फक्त माझ्या व्यवसायाची उभारणी करण्यात गुंतवणूक करत आहे,' मी उत्तर दिलं. 'छान,' ते म्हणाले. 'सगळ्या बाजारांच्या बाहेरच राहा. तुझ्या व्यवसायाची उभारणी करत राहा. आता लवकरच एखादी मोठी घडामोड घडण्याची शक्यता आहे.'

त्या वर्षी अमेरिकन काँग्रेसनं १९८६चा टॅक्स रिफॉर्म ॲक्ट (कर सुधारणा कायदा) संमत केला. उत्पन्न वाचवण्यासाठी लोक कायद्यातील ज्या पळवाटांवर अवलंबून होते, त्यांच्यापैकी अनेक पळवाटा काँग्रेसनं अवघ्या ४३ दिवसांत बंद करून टाकल्या होत्या. आपल्या उत्पन्नातून निष्क्रिय नुकसान कमी करून कर वाचवणाऱ्या लोकांच्या बाबतीत अचानकच असं झालं की, त्यांच्या जवळ निष्क्रिय नुकसान तर होतचं पण सरकारनं करात सवलत देणं बंद केलं होतं. अमेरिकाभर सर्वत्र रिअल इस्टेटच्या किमती झपाट्यानं खाली आल्या. त्या जवळजवळ ७० टक्क्यांनी उतरल्या. अचानकच मालमत्तेचे दर तिच्यासाठी घेतलेल्या कर्जाच्या रकमेपेक्षाही खूपच कमी झाले. रिअल इस्टेटच्या बाजारपेठेत घबराट

आणि धास्ती पसरली. बँका, बचती आणि कर्जं या गोष्टी अस्थिर बनल्या आणि त्यांच्यापैकी अनेक गोष्टी अपयशी ठरू लागल्या. लोकांना बँकांमधून त्यांचे पैसे मिळेनासे झाले आणि नंतर १९८७च्या ऑक्टोबरमध्ये वॉल स्ट्रीट कोसळलं. जग आर्थिक अरिष्टात सापडलं.

मूलतः ई आणि एस कप्प्यांतील उच्च उत्पन्न असलेले लोक अवलंबून असलेल्या करविषयक अनेक पळवाटा १९८६च्या टॅक्स रिफॉर्म ॲक्टनं दूर केल्या होत्या. या लोकांपैकी अनेकांनी ई आणि एस कप्प्यांमधून मिळणाऱ्या त्यांच्या उत्पन्नाच्या नुकसानींची भरपाई करून घेण्यासाठी रिअल इस्टेट मालमत्तांमध्ये किंवा मर्यादित भागीदारीमध्ये गुंतवणूक केली होती. कोसळलेला बाजार आणि मंदी यांचा बी आणि आय कप्प्यांतील लोकांवरही परिणाम झाला असला तरी त्यांच्या कर टाळण्याच्या अनेक यंत्रणा तशाच अखंड राहिल्या होत्या.

या कालावधीत ई कप्प्यातील लोक 'कर्मचारी कपात' हा नवीन शब्द शिकले. त्यांच्या लवकरच असं लक्षात आलं की, ज्या वेळी मोठ्या कर्मचारी कपातीची घोषणा केली जाते, त्या वेळी कर्मचारी कपात जाहीर करणाऱ्या कंपनीच्या स्टॉकच्या शेअरच्या किमती वधारतात. मात्र दुर्दैवानं, असं का होतं हे त्यांच्यापैकी अनेकांना समजलं नव्हतं. एस कप्प्यातील अनेक जणही व्यवसायातील घट, विम्याचे उच्चतर दर आणि रिअल इस्टेट आणि शेअर बाजारातील नुकसानी यांमुळे निर्माण झालेल्या मंदीशी जुळवून घेण्यासाठी झगडत होते. परिणामी, *कॅशफ्लो क्वाड्रंटच्या* डाव्या बाजूला असलेल्या व्यक्तींना आर्थिक झळ बसली होती आणि १९८६च्या टॅक्स रिफॉर्म ॲक्टचा थेट परिणाम म्हणून त्यांच्यापैकी अनेकांना आर्थिक त्रस्तता सहन करावी लागली होती, असं मला वाटतं.

संपत्तीचं हस्तांतरण

डाव्या बाजूच्या कप्प्यांतील लोकांना त्रास होत असताना बी आणि आय या उजवीकडच्या कप्प्यांतील अनेक लोक मात्र श्रीमंत होत होते. काही लोकांकडून पैसा काढून घेऊन इतरांना तो देणाऱ्या सरकारचे आभारच मानले पाहिजेत, नाही का (?)

जे लोक फक्त पैसा गमावण्यासाठी रिअल इस्टेट खरेदी करत होते, त्यांच्याकडून गुंतवणूक करण्याची कर पळवाटांची सगळी कारणं करसंहिता बदलून काढून घेण्यात आली होती. त्यांच्यापैकी अनेक जण हे गलेलठ्ठ वेतनाचं उत्पन्न मिळवणारे कर्मचारी किंवा डॉक्टर, वकील, लेखापाल आणि लघू व्यवसायांचे मालक यांच्यासारखे व्यावसायिक होते. या काळाच्या आधी त्यांच्याकडे बरंचसं करपात्र उत्पन्न होतं आणि त्यांच्या सल्लागारांनी त्यांना पैसा 'गमावण्या'साठी रिअल इस्टेट विकत घेण्याचा सल्ला दिला होता, तरीही अतिरिक्त पैसा उरला असलाच तर तो शेअर बाजारात गुंतवण्याचा सल्ला त्यांना देण्यात आला होता. सरकारनं टॅक्स रिफॉर्म ॲक्ट करून सगळ्या पळवाटा बंद करून टाकल्यावर संपत्तीचं एक प्रचंड मोठं हस्तांतरण सुरू झालं. माझ्या मते, ई आणि एस कप्प्यांतील लोकांकडून मोठ्या प्रमाणात संपत्ती काढून घेण्यात आली आणि बी व आय कप्प्यांतील लोकांना पेनीच्या बदल्यात डॉलर या स्वरूपात ती हस्तांतरित करण्यात आली.

ज्या वेळी बचती आणि कर्जं (संघटनांनी वाईट कर्जं दिली होती) या योजना अपयशी ठरल्या, त्या वेळी मुदतठेवींच्या स्वरूपातील कोट्यवधी डॉलर्सची जोखीम निर्माण झाली. तो पैसा परत करावाच लागणार होता. मग बचतींचं आणि कर्जफेड न केल्याबद्दल रिअल इस्टेटचा कब्जा घेतल्यामुळे झालेलं कोट्यवधी डॉलर्सचं नुकसान परत करण्यास कोण उरलं होतं? बरोबर, अर्थातच करदाते. ज्या लोकांना आधीच मोठ्या प्रमाणात त्रास झाला होता, त्याच लोकांना या नुकसानाची झळही सोसावी लागणार होती.

तुमच्यापैकी काही जणांना रिव्होल्युशन ट्रस्ट कॉर्पोरेशन किंवा सर्वसामान्यपणे आरटीसी या नावानं ओळखली जाणारी सरकारी एजन्सी आठवत असेल. आरटीसी ही एजन्सीच रिअल इस्टेटचं क्षेत्र कोसळल्यानंतर कर्जफेड न झाल्यामुळे मालमत्तांवर कब्जा करण्यास आणि ज्या लोकांना ही परिस्थिती कशी हाताळावी हे माहिती होतं, त्यांच्याकडे या मालमत्ता हस्तांतरित करण्यास जबाबदार होती. माझ्यासाठी आणि माझ्या अनेक मित्रांसाठी हा जणू काही आर्थिक स्वर्गातून मिळालेला आशीर्वादच होता.

पैसा हा मनानं पाहायचा असतो, डोळ्यांनी नाही हे लक्षात ठेवा. त्या कालावधीत भावनांचा महापूर आला होता आणि नजर अंधुक झाली होती. लोक त्यांना जे पाहण्याचं प्रशिक्षण मिळालं होतं तेच पाहत होते. *कॅशफ्लो क्वाड्रंटच्या* डाव्या बाजूला असलेल्या लोकांच्या बाबतीत तीन गोष्टी घडल्या होत्या :

१. सगळीकडे घबराट आणि धास्ती पसरली होती. ज्या वेळी भावना शीगेला पोहोचलेल्या असतात, त्या वेळी नेहमीच आर्थिक बुद्धिमत्ता नाहीशी होते. लोकांना त्यांच्या नोकऱ्यांची, मालमत्तांच्या कोसळलेल्या किमतींची, शेअर बाजार कोसळल्याची आणि व्यवसायांवरच्या सर्वसामान्य मंदीची इतकी चिंता वाटत होती की, त्यांच्यासमोरच्या प्रचंड मोठ्या संधी पाहण्यात त्यांना अपयश आलं. त्यांच्या भावनिक विचारांनी त्यांना अंध बनवलं होतं. पुढे जाऊन, मार्गातील झुडपं तोडण्याऐवजी (अडथळे पार करण्याऐवजी) बहुतेक लोक गुहांमध्ये जाऊन लपून बसले.

२. त्यांच्याकडे बी आणि आय कप्प्यात राहण्यासाठी आवश्यक असलेल्या कौशल्यांचा अभाव होता. ज्याप्रमाणे एखाद्या डॉक्टरकडे अनेक वर्षांच्या शिक्षणातून आणि कामावरच्या प्रशिक्षणातून मिळवलेली आणि विकसित केलेली तांत्रिक कौशल्यं असावीच लागतात, त्याप्रमाणेच बी आणि आय कप्प्यांतील लोकांकडे अतिशय खास तांत्रिक कौशल्यं असावीच लागतात. या कौशल्यांमध्ये आर्थिक साक्षरता, कर्जाची पुनर्रचना कशी करावी, आपल्याला मिळालेल्या प्रस्तावाची रचना कशी करावी, भांडवलाची उभारणी कशी करावी, तुमच्या बाजारपेठेला समजून घेणं आणि इतर शिकण्याजोगी कौशल्यं यांचा समावेश असतो.

   असं समजा की, आरटीसी असं काहीसं सांगत होती की, 'आमच्याकडे विक्रीसाठी बँकरची पेटी आहे आणि त्या पेटीत एरवी दोन कोटी डॉलर्सची असलेली मालमत्ता आम्ही आज तुम्हाला ४० लाख डॉलर्सना विकणार आहोत.' मात्र ई आणि एक कप्प्यांतील बहुतेकांना आर्थिक स्वर्गातून लाभलेली ही देणगी विकत घेण्यासाठी

४० लाख डॉलर्स कुठून आणावेत, कसे उभे करावेत हे माहिती नव्हतं. शिवाय वाईट व्यवहार आणि चांगले व्यवहार कसे ओळखावेत हेही त्यांना माहिती नव्हतं.

३. त्यांच्याकडे रोखीनं पैसा पुरवणाऱ्या यंत्राचा अभाव होता. या काळात बहुतेक लोकांना फक्त उदरनिर्वाहासाठी भरपूर कष्ट करावे लागले. बी कप्प्यातून काम केल्यामुळे मी फक्त थोडे जास्त शारीरिक कष्ट केल्यानंतर माझा व्यवसाय चांगलाच विस्तारला. १९९०पर्यंत माझा व्यवसाय वधारला होता आणि तो चांगला चालला होता आणि वाढतही चालला होता. या काळात माझा व्यवसाय स्टार्ट अपपासून जगभरात ११ कार्यालयं उघडण्यापर्यंत विस्तारला. त्याचा जितका जास्त विस्तार झाला, तितकं मला कमी-कमी शारीरिक काम करावं लागत होतं आणि माझ्याकडे जास्त पैसा येत होता. व्यवसायाच्या यंत्रणेतील यंत्रणा आणि लोक खडतर कष्ट करत होते. अतिरिक्त पैसा आणि मोकळा वेळ मिळाल्यावर किमला आणि मला इतर व्यवहार शोधण्यावर आणि त्यांच्याकडे लक्ष देण्यावर भरपूर वेळ खर्च करता येऊ लागला. खरं तर त्या वेळी असे अनेक व्यवहार होते.

तो उत्तम काळ होता... तो अतिशय वाईट काळ होता

'एखाद्याच्या आयुष्यात काय घडतं ते महत्त्वाचं नसतं, तो त्या घटनेतून काय अर्थ काढतो ते महत्त्वाचं असतं,' असं म्हटलं जातं.

काही लोकांसाठी १९८६ ते १९९६ हा कालखंड त्यांच्या आयुष्यातील सगळ्यात वाईट कालखंड होता. इतरांसाठी तो उत्तम काळ होता. १९८६मध्ये माझ्या श्रीमंत वडिलांचा मला फोन आला होता, त्या वेळी माझ्यासमोर या आर्थिक बदलामुळे विलक्षण सुंदर संधी आल्याचं मी ओळखलं होतं. त्या वेळी माझ्या हातात भरपूर अतिरिक्त रोख रक्कम नसली तरीही बी आणि आय कप्प्यांतील माझ्या कौशल्यांचा वापर करून मी मालमत्तांची निर्मिती करू शकत होतो. या प्रकरणात नंतर मी कशा प्रकारे मालमत्ता निर्माण केल्या आणि त्यामुळे मला आर्थिकदृष्ट्या स्वतंत्र होण्यास मदत झाली ते मी तपशीलवार सांगणार आहे.

तुमच्या मार्गात तुमच्यासमोर जे बदल येतात, त्यांना योग्य प्रकारे प्रतिसाद देण्याइतपत लवचीक असणं हा यशस्वी आणि आनंदी आयुष्य जगण्याचा गुरूमंत्र आहे. दुर्दैवानं, बहुतेक लोकांना झपाट्यानं झालेले मोठे आर्थिक बदल हाताळण्याची माहिती नसते. असे बदल घडले आहेत आणि सतत घडत राहणार आहेत. मात्र बहुतेक लोक सहसा आशावादी असतात आणि त्यांच्याकडे विसरून जाण्याची क्षमता असते. त्यानंतर १० ते १२ वर्षांनी ते हे सगळं विसरून गेले होते आणि त्यानंतर पुन्हा एकदा बदल झाला.

इतिहासाची पुनरावृत्ती होते

लोक आज १९८६च्या टॅक्स रिफॉर्म ॲक्टविषयी बऱ्यापैकी विसरून गेले आहेत. ई आणि एस कप्प्यातील लोक पूर्वीपेक्षाही जास्त कष्टानं काम करत आहेत. का? कारण त्यांच्या करविषयक पळवाटा त्यांच्याकडून काढून घेण्यात आल्या आहेत.

त्यांनी जे गमावलं आहे ते परत मिळवण्यासाठी त्यांनी खूप कष्टानं काम केलं आहे, त्यामुळे त्यांचं उत्पन्न वधारलं आहे आणि कराचं खातं पुन्हा एकदा विद्वत्तेचे तेच जुने शब्द कुजबुजत्या आवाजात उच्चारू लागलं आहे : 'जा, जास्त मोठं घर विकत घे. तुझ्या कर्जावरचं व्याज हा तुझा करकपातीचा मोठा मार्ग आहे. शिवाय तुझं घर ही मालमत्ता आहे आणि तिच्यातच तुझी जास्तीत जास्त गुंतवणूक असली पाहिजे.' म्हणून ते 'सुलभ मासिक हप्त्यां'कडे पाहतात आणि जास्त कर्जात बुडून जातात.

माझ्या मते, संपत्तीचं खूप मोठं हस्तांतरण घडत आहे आणि ते आपण अपेक्षा केली असती, त्याहून खूपच वेगळ्या प्रकारे घडत आहे म्हणूनच माझ्या श्रीमंत वडिलांनी मला आर्थिक इतिहासावरची पुस्तकं वाचायला लावली होती. अर्थकारणं बदलतात; पण इतिहासाची पुनरावृत्ती होते.

पैसाही आतापर्यंत नेहमीच तो जसा वाहत राहिला आहे, त्याप्रमाणे *कॅशफ्लो क्वाड्रंटच्या* डाव्या बाजूकडून उजव्या बाजूकडे वाहत राहतो. अनेक लोक कर्जात पूर्ण बुडालेले असतात, तरीही त्यांच्या निवृत्तीनंतरच्या योजनांच्या माध्यमातून ते शेअर बाजारात पैसा ओतत राहतात. ज्या वेळी डाव्या बाजूचे अखेरीस सावध झालेले लोक आपल्या भीतीवर मात करून शेअर बाजारात नुकतेच कुठे प्रवेश करत असतात, त्या वेळी उजव्या बाजूच्या बी आणि आय कप्प्यातील लोक बाजारात सर्वोच्च स्थानी पोहोचलेले असतात. एखादी मोठी बातमी तयार होण्याजोगी घटना घडते, शेअर बाजार कोसळतो आणि नंतर ज्या वेळी धूळ खाली बसते, त्या वेळी गुंतवणूकदार पुन्हा बाजाराकडे परततात. त्यांनी नुकतीच ज्याची विक्री केलेली असते, त्याची ते पुन्हा खरेदी करतात. पुन्हा एकदा *कॅशफ्लो क्वाड्रंटच्या* डाव्या बाजूकडून उजव्या बाजूकडे संपत्तीचं मोठं हस्तांतरण घडून येतं.

ज्यांनी पैसा गमावलेला असतो त्यांचे भावनिक व्रण भरून येण्यासाठी अनेक वर्षांचा कालावधी जावा लागतो – पण त्या जखमा भरतात. दुसरा एखादा बाजार त्याच्या सर्वोच्च स्थानापर्यंत पोहोचलेला असतो त्या वेळी हे घडून येतं.

त्याच दरम्यान लोक न्यू यॉर्क यँकीचा महान बेसबॉल खेळाडू योगी बेर्राच्या विधानाचा संदर्भ देऊ लागतात. त्याने म्हटलं होतं, 'पुन्हा एकदा सगळीकडे पूर्वानुभवाचा पुनःप्रत्यय येत आहे.'

हा कट आहे का?

नेहमीच विशेषतः ई आणि एस कप्प्यांतील लोकांना मी असं बोलताना ऐकतो की, बँकांवर नियंत्रण असलेल्या काही अतिश्रीमंत कुटुंबांनी एक प्रकारचा जागतिक कट आखलेला आहे. हे कटविषयक सिद्धान्त वर्षानुवर्षं सांगितले जात आहेत.

खरोखरच असा काही कट आहे का? मला माहिती नाही. असा काही कट असू शकतो का? काहीही शक्य आहे. मला माहिती आहे की, काही प्रभावी कुटुंबं आहेत आणि ती प्रचंड प्रमाणात एकूण पैशावर नियंत्रण राखून आहेत; परंतु फक्त एखादा गट जगाला नियंत्रित करतो का? मी याकडे एका बाजूला एक प्रकारची मनोरचना असलेला समूह आणि

दुसऱ्या बाजूला वेगळ्या प्रकारची मनोरचना असलेला समूह असणं या प्रकारे पाहतो. ते सगळे मिळून पैशाचा हा एक मोठा खेळ खेळत आहेत; पण प्रत्येक कप्पा हा वेगवेगळ्या दृष्टिकोनातून चालवला जातो आणि त्याच्या नियमांचे संचही वेगवेगळे आहेत.

यातली मोठी समस्या अशी आहे की, डाव्या बाजूच्या लोकांना उजव्या बाजूचे लोक काय करत आहेत ते पाहणं शक्य होत नाही; परंतु उजव्या बाजूच्या लोकांना डाव्या बाजूचे लोक काय करत आहेत ते अगदी नेमकेपणानं माहिती असतं.

चेटकिणीची शिकार

उजव्या बाजूच्या लोकांना काय माहिती आहे ते शोधून काढण्याऐवजी ई आणि एस कप्प्यांतील लोक नेहमीच सामुदायिकपणे चेटकिणीच्या शिकारीवर निघतात. जेमतेम काही शतकांपूर्वी ज्या वेळी प्लेगची साथ पसरत असे किंवा समाजात कुठली तरी वाईट गोष्ट घडत असे, त्या वेळी गावातील लोक अशा प्रकारे चेटकिणीच्या सामुदायिक शिकारीवर जात. त्यांना त्यांच्या शोषणाबद्दल कोणाला तरी दूषणं देण्याची गरज भासत असे. त्यांना कोणाच्या तरी माथी दोषारोप मारण्याची गरज भासत असे.

असो, अगदी आजही चेटकिणीच्या अशा सामुदायिक शिकारी सुरू आहेत. अनेक लोकांना त्यांच्या आर्थिक समस्यांसाठी एखाद्यावर दोषारोप करायचा असतो. खरं म्हणजे पैशाविषयीच्या माहितीचा अभाव असणं हे नेहमीच त्यांच्या आर्थिक संघर्षाचं कारण असतं; पण हे मान्य करण्याऐवजी आपल्या समस्यांसाठी ते श्रीमंतांना दूषणं देतात.

नायक खलनायक बनतात

दर काही वर्षांनी एक नवीन आर्थिक गुरू समोर येतो आणि त्याच्याकडे संपत्ती मिळवण्याचं एखादं नवीन जादुई सूत्र असल्यासारखं वाटू लागतं. १९७०च्या दशकाच्या अखेरच्या काळात हंट बंधूंनी चांदीच्या बाजारपेठेला आपल्या ताब्यात ठेवण्याचा प्रयत्न केला होता. जगानं सुरुवातीला त्यांच्या बुद्धिमत्तेची प्रशंसा केली; पण नंतर एका रात्रीत गुन्हेगार म्हणून त्यांचा शोध घेऊन त्यांना पकडण्यात आलं. कारण, त्यांचा सल्ला घेतल्यामुळे अनेक लोकांना त्यांचे पैसे गमवावे लागले होते. १९८०च्या दशकाच्या अखेरच्या काळात मायकेल मिल्केन हा जंक-बाँड किंग म्हणून ओळखला जात होता. एकेकाळी तो आर्थिक बुद्धिवंत होता; पण बाजार कोसळल्यानंतर त्याला शोधून काढण्यात आलं आणि त्याची रवानगी तुरुंगात करण्यात आली. व्यक्ती बदलतात, इतिहासाची पुनरावृत्ती होते.

आज आपल्याकडे गुंतवणूकविषयक नवीन बुद्धिवंत आहेत. ते टीव्हीवर, इंटरनेटवर, आर्थिक प्रकाशनांमध्ये असे सगळीकडे दिसतात. काहींना वलयांकित प्रतिष्ठा लाभली आहे. वॉरन बफेला जवळजवळ देवाच्या जवळचा दर्जा देण्यात आला आहे. तो एखादी गोष्ट विकत घेतो, त्या वेळी प्रत्येक जण घाईघाईनं तिकडे वळतो आणि त्याने खरेदी केलेल्या स्टॉकच खरेदी करतो. ज्या वेळी वॉरन बफे एखादा स्टॉक विकतो, त्या वेळी किमती पडतात. पैसा त्याच्याकडे मुक्तपणे वाहत राहतो. नजीकच्या भविष्यात बाजारात जर मोठं

करेक्शन झालं तर आजचे नायक हे उद्याचे तिरस्कृत खलनायक होतील का? अर्थात काळच याचं उत्तर देईल.

अर्थकारणाच्या वरच्या दिशेला निघालेल्या प्रत्येक चक्रात काही नायक असतात आणि प्रत्येक घसरणीच्या काळात खलनायक असतात. सहसा नेहमी या दोन्हीही व्यक्ती एकच असतात. लोकांना नेहमीच जिवंत जाळण्यासाठी चेटकिणी हव्या असतात किंवा आपल्या स्वतःच्या आर्थिक आंधळेपणाचा दोषारोप करण्याकरिता कट हवे असतात. इतिहास स्वतःची पुनरावृत्ती करतो आणि पुन्हा एकदा संपत्तीचं मोठं हस्तांतरण घडून येतं. ज्या वेळी हे घडतं, त्या वेळी तुम्हाला हस्तांतरणाच्या कोणत्या बाजूला असावं, असं वाटतं : डाव्या बाजूला की उजव्या बाजूला?

माझ्या मते, आपण एका मोठ्या जागतिक खेळात आहोत, आकाशातील आभासी कॅसिनोमध्ये आहोत, याची जाणीव करून घेण्यात लोक अपयशी होतात. त्यांना आतापर्यंत कोणीही हे सांगितलेलं नाही की या खेळात महत्त्वाचे खेळाडू आहेत. या खेळाला 'कोण कोणाचं कर्जदार आहे?' असं म्हणतात.

बँक व्हा, बँकर नको

मी पंचविशीत असताना माझ्या डोक्यात असा प्रकाश पडला होता की, या खेळाचं नाव बँक होणं असं होतं; पण त्याचा अर्थ बँकर म्हणून नोकरी मिळवणं असा नव्हता. त्या वेळी माझं प्रगत शिक्षण लवकरच सुरू होणार होतं. त्याच दरम्यान माझ्या श्रीमंत वडिलांनी मला 'मॉर्टगेज (एखादी गोष्ट तारण ठेवून कर्ज घेणं),' 'रिअल इस्टेट' आणि 'अर्थपुरवठा' यांसारख्या शब्दांवर नजर टाकण्यास लावलं होतं. माझे डोळे जे पाहू शकत नव्हते ते पाहण्यासाठी माझ्या मनाला मी प्रशिक्षित करणं सुरू केलं होतं.

श्रीमंत वडिलांनी मला हा खेळ समजून घेण्यास प्रोत्साहन दिलं. त्यानंतर ज्या वेळी मी तो खेळ शिकलो, त्या वेळी मला जे सापडलं होतं, त्याच्या साहाय्यानं मला हवं ते मी करू शकत होतो. मी यात स्वारस्य असलेल्या प्रत्येकाला माझ्याकडे असलेलं ज्ञान देण्याचं ठरवलं.

श्रीमंत वडिलांनी मला भांडवलशाहीच्या महान नेत्यांची पुस्तकंही वाचायला लावली. त्यांच्यामध्ये जॉन डी. रॉकफेलर, जे. पी. मॉर्गन आणि हेन्री फोर्ड यांच्यासारख्या नेत्यांचा समावेश होता. ***द वर्ल्डली फिलॉसॉफर्स*** हे रॉबर्ट हिलब्रोनरचं पुस्तक हे मी वाचलेल्या पुस्तकांपैकी एक अतिशय महत्त्वाचं पुस्तक होतं. बी आणि आय बाजूच्या कप्प्यांतून काम करण्याची इच्छा असलेल्या लोकांनी हे पुस्तक जरूर वाचलंच पाहिजे, कारण ते ***द वेल्थ ऑफ नेशन्स*** हे पुस्तक लिहिणाऱ्या ॲडाम स्मिथपासून सुरुवात करून अनेक अत्यंत महान सार्वकालिक अर्थतज्ज्ञांचा मागोवा घेतं. आपल्या काही अतिशय महत्त्वाच्या तत्त्वज्ञांच्या, तत्त्वचिंतकांच्या मनात डोकावणं ही अतिशय आकर्षक, थरारक गोष्ट असते. या लोकांनी आधुनिक भांडवलशाहीच्या इतिहासादरम्यान, तिच्यात झालेल्या उत्क्रांतीचा, टप्प्या-टप्प्यानं झालेल्या प्रगतीचा अन्वयार्थ लावला आहे. माझ्या मते, तुम्हाला बी आणि आय कप्प्यांमधील नेता व्हायचं असेल, तर आर्थिक इतिहासाचं ऐतिहासिक दर्शन घेणं,

त्याच्यावर नजर टाकणं ही गोष्ट आपल्या इतिहासाला आणि भवितव्याला समजून घेण्याच्या दृष्टीनं महत्त्वाची असते.

वर्ल्ड ली फिलॉसॉफर्सनंतर तुम्ही जी. एडवर्ड ग्रिफिनचं ***द क्रिचर फ्रॉम जेकिल आयलंड,*** पॉल झेन पिझरचं ***अनलिमिटेड वेल्थ,*** जेम्स डेल डेव्हिडसनचं ***द सॉव्हरिन इंडिव्हिज्युअल,*** रॉबर्ट प्रिचरचं ***द क्रेस्ट ऑफ द वेव्ह*** आणि हॅरी डेंट्चं ***द ग्रेट डिप्रेशन अहेड*** ही पुस्तकं वाचावीत असं मी तुम्हाला सुचवेन. हेलब्रोनर्सचं पुस्तक तुम्हाला आपण आर्थिकदृष्ट्या कुठून आलो आहोत, याविषयीची अंतर्दृष्टी देतं, तर इतर लेखक तुम्हाला आपण कुठे चाललो आहोत, त्याविषयीचा दृष्टिकोन देतात. त्यांचे परस्परविरोधी दृष्टिकोन महत्त्वाचे आहेत. त्यांच्या या दृष्टिकोनांनी मला माझे डोळे जे पाहत नव्हते, ते पाहण्यास शिकवलं. अशा प्रकारची पुस्तकं वाचल्यामुळे मला अर्थकारणातील चढ-उतारांविषयीच्या, चक्रांविषयीच्या, प्रवाहांविषयीच्या अंतर्दृष्टी मिळाल्या. या सगळ्यांपैकी सगळ्यात मोठे बदल सध्या अगदी जवळ आले आहेत, ही या सगळ्या पुस्तकांमधील सामाईक मध्यवर्ती कल्पना आहे.

बँक कशी चालवावी?

सन १९८६नंतर, टॅक्स रिफॉर्म ॲक्टची कायदा म्हणून अंमलबजावणी सुरू झाल्यानंतर सगळीकडे संधीच संधी होत्या. रिअल इस्टेट, स्टॉक्स आणि व्यवसाय या सगळ्या गोष्टी कमी किमतीला उपलब्ध होत्या. डाव्या बाजूच्या अनेक लोकांसाठी ही वाताहत करणारी दुर्दैवी गोष्ट असली तरीही माझ्या दृष्टीनं ही विलक्षण गोष्ट होती, कारण बी आणि आय कप्प्यांतील व्यक्ती म्हणून माझ्या सभोवताली असलेल्या या संधींचा फायदा घेण्यासाठी माझ्या कौशल्याचा मी उपयोग करू शकत होतो. लोभी होऊन चांगला व्यवहार असल्यासारख्या प्रत्येक गोष्टीच्या मागे लागण्याऐवजी मी रिअल इस्टेटवर लक्ष केंद्रित करायचं असं ठरवलं. रिअल इस्टेटच का? त्याची पाच कारणं पुढे दिली आहेत :

१. किंमत

रिअल इस्टेटच्या किमती इतक्या कमी होत्या की, त्यामुळे बहुतेक मालमत्तांचे गहाणखतांचे हप्ते हे त्यांच्यातून मिळणाऱ्या भाड्यापेक्षा कमी होते. या मालमत्तांना आर्थिकदृष्ट्या खूपच मोठा अर्थ होता म्हणजेच त्यांच्यात जोखीम कमी होती. हे म्हणजे प्रत्येक मालावर ५० टक्के सवलत असताना एखाद्या किरकोळ खरेदीच्या दुकानात खरेदीसाठी जाण्यासारखं होतं.

२. वित्तपुरवठा

बँकांनी मला रिअल इस्टेटवर कर्ज दिलं असतं; पण स्टॉक्सवर दिलं नसतं. बाजारात मंदी असतानाच मला शक्य तितकी खरेदी करायची असल्यामुळे मी रिअल इस्टेट विकत घेतल्या, त्यामुळे माझ्याजवळ असलेल्या रोख पैशांत बँकांकडून मिळालेल्या अर्थपुरवठ्याची भर टाकून मी जास्तीत जास्त रिअल इस्टेट विकत घेऊ शकलो असतो.

उदाहरणार्थ, असं समजा की माझ्याकडे गुंतवणुकीसाठी माझ्याकडच्या बचतीत १०,००० डॉलर्स होते. जर गला स्टॉक खरेदी करायचे असते तर मी मार्जिनवर ते खरेदी करू शकलो असतो आणि एकूण किमतीच्या फक्त काही भाग रक्कम देऊ शकलो असतो. त्यानंतर ब्रोकर कंपनीनं मला उर्वरित रक्कम कर्जाऊ दिली असती; पण बाजारातील घसरणीची जोखीम पत्करण्याइतका मी आर्थिकदृष्ट्या भक्कम नव्हतो.

रिअल इस्टेटमध्ये माझे १०,००० डॉलर्स होते आणि त्याखेरीज ९० टक्के कर्ज मी घेऊ शकलो असतो, त्यामुळे मी १००,००० डॉलर्सची मालमत्ता खरेदी करू शकलो असतो.

आता जर दोन्ही बाजार १० टक्क्यांनी वधारले असते तर मला स्टॉक्समध्ये १,००० डॉलर्सची आणि रिअल इस्टेटमध्ये १०,००० डॉलर्सची कमाई झाली असती.

३. कर

मला स्टॉकवर १० लाख डॉलर्सचा नफा झाला असता, तर माझ्या नफ्यावर मला सुमारे ३० टक्के भांडवली लाभ कर भरावा लागला असता; पण रिअल इस्टेटमध्ये १ लाख डॉलर्सचा नफा मी करमुक्त राखून पुढच्या रिअल इस्टेटच्या व्यवहारात गुंतवू शकलो असतो. याहूनही महत्त्वाची गोष्ट म्हणजे याहूनही जास्त करलाभांसाठी मी त्या मालमत्तेवर घसारा घेऊ शकलो असतो.

महत्त्वाची टीप : माझ्या दृष्टीनं गुंतवणूक करण्यासाठी करलाभाखेरीज ती गुंतवणूक आर्थिकदृष्ट्याही अर्थपूर्ण असलीच पाहिजे. कारण कुठलाही करलाभ त्या गुंतवणुकीला आणखी आकर्षक करतो इतकंच.

४. कॅशफ्लो

रिअल इस्टेटच्या किमती उतरल्या असल्या तरी घरांची भाडी चढीच होती, ती उतरली नव्हती, त्यामुळे माझ्या खिशात भरपूर पैसा आला. गहाणखताचे हप्ते भरले गेले आणि सगळ्यात महत्त्वाची गोष्ट म्हणजे रिअल इस्टेटच्या किमती वधारेपर्यंत थांबून राहणंही मला शक्य झालं, कारण माझ्या हाताशी तितका वेळ होता. ज्या वेळी किमती चढल्या त्या वेळी मला ती रिअल इस्टेट विकून टाकता आली. मी खूप मोठं कर्ज घेतलं असलं तरीही मला त्याचा बिलकूल त्रास झाला नाही, कारण कर्जफेडीच्या तुलनेत भाडी खूपच मोठी होती.

५. बँक होण्याची संधी

रिअल इस्टेटमुळे मला स्वतःलाच बँक बनण्याची संधी मिळाली. माझी ती १९७४पासूनची इच्छा होती.

श्रीमंत पैशाची निर्मिती करतात

रिच डॅड, पुअर डॅड या पुस्तकात मी श्रीमंत कशा प्रकारे पैसा मिळवतात, खरं म्हणजे त्याची निर्मिती करतात आणि नेहमीच बँकरची भूमिका पार पाडतात, त्याविषयी लिहिलं आहे. पुढे एक साधं उदाहरण देत आहे. कोणीही त्याचं अनुकरण करू शकेल.

असं समजा, की मला एक १,००,००० डॉलर्स किंमत असलेलं घर आढळलं आणि मला तो व्यवहार करणं शक्य झालं. मी घासाघीस करून फक्त ८०,००० डॉलर्सला तो व्यवहार निश्चित केला. त्यानंतर १०,००० डॉलर्सचं डाऊन पेमेंट (सुरुवातीला भरावी लागणारी रक्कम) दिलं आणि ७०,००० डॉलर्सचं गहाणखत केलं. अर्थातच त्या गहाणखताला मी जबाबदार असेन.

त्यानंतर मी एक जाहिरात दिली आणि त्यात ते घर १,००,००० डॉलर्सला म्हणजे त्याच्या मूळ किमतीत विक्रीसाठी उपलब्ध असल्याचं म्हटलं. या जाहिरातीत मी पुढील जादुई शब्द वापरले : विक्रीसाठी घर उपलब्ध, मालकाला निकड, कमी डाऊन पेमेंट, सुलभ मासिक हप्ते.

असं समजा की, फोन सतत वेड्यासारखा वाजत राहिला. ज्याला इंग्रजीत 'रॅप' असं म्हटलं जातं, त्या प्रकारे घर विकलं गेलं किंवा लीज-पर्चेस कंत्राटावर ते विकलं गेलं. साध्या शब्दांत मी १,००,००० डॉलर्स आयओयूला ते घर विकलं. आता हा व्यवहार पुढीलप्रमाणे दिसेल :

माझा ताळेबंद

मालमत्ता	दायित्व
१,००,००० आयओयू	७०,००० डॉलर्सचं गहाणखत

खरेदीदाराचा ताळेबंद

मालमत्ता	दायित्व
	१,००,००० डॉलर्स आयओयू

त्यानंतर या व्यवहाराच्या हप्त्यांची हाताळणी करणाऱ्या टायटल अँड एस्क्रो कार्यालयात नोंदणी केली जाईल. जर त्या व्यक्तीनं १,००,००० डॉलर्सचं कर्ज थकवलं तर मी सरळ जप्ती आणून ती मालमत्ता 'कमी डाऊन पेमेंटस, सुलभ मासिक हप्ते' हवे असलेल्या दुसऱ्या व्यक्तीला विकू शकेन. या अटींवर घर विकत घेण्यासाठी लोक रांगा लावतात.

याचा परिणाम असा होतो की, माझ्या मालमत्तेच्या स्तंभात मी ३०,००० डॉलर्स पैसा कमावलेला असतो आणि त्यावर मला व्याज मिळतं. ज्याप्रमाणे आपण देत असलेल्या कर्जावर बँक व्याज घेते त्याप्रमाणेच मी हे केलेलं असतं.

मी बँक म्हणून काम करायला सुरुवात केली होती आणि मला ते आवडलंही होतं. श्रीमंत वडील काय म्हणत होते ते लक्षात ठेवा. 'तुम्ही ज्या वेळी कर्ज घेता, त्या वेळी सावध राहा. तुम्ही वैयक्तिकरीत्या कर्ज घ्याल, त्या वेळी ते अल्प असेल याची खात्री करून घ्या. तुम्ही मोठं कर्ज घेतलं तर त्यासाठी दुसरं कोणीतरी हप्ते फेडत असल्याची खात्री करून घ्या.'

बी आणि आय कप्प्यांतील लोकांच्या भाषेत मी जोखीम दुसऱ्यावर टाकली होती किंवा दुसऱ्या खरेदीदाराच्या स्वरूपात माझ्या जोखमीला कुंपण घालून टाकलं होतं. वित्तउभारणीच्या जगातील हा खेळ आहे.

जगभर सर्वत्र अशा प्रकारचे व्यवहार होत असतात, तरीही मी जिथे जातो तिथे लोक माझ्याकडे येतात आणि माझ्यासमोर तेच जादुई शब्द उच्चारतात, 'तुम्ही इथे हे करू शकत नाही.'

मी वर वर्णन केलं आहे अगदी तंतोतंत याच प्रकारे मोठ्या व्यापारी इमारतींची खरेदी आणि विक्रीही केली जाते हे बहुतेक लहान गुंतवणूकदारांच्या लक्षात येत नाही. काही वेळा ते बँकांच्यामार्फत व्यवहार करतात; पण अनेकदा ते त्यांच्याकडे जात नाहीत.

हे बचत न करताच, ३०,००० डॉलर्सची बचत करण्यासारखं आहे

सरकार पैशाची बचत करण्यासाठी लोकांना करलाभ का देत नाही, याविषयी मी आधीच लिहिलं आहे. असो, तर बचती ही बँकांची दायित्वं म्हणजेच देणी असल्यामुळे कधी तरी बँका सरकारला असं करण्यास सांगतील काय याविषयी माझ्या मनात शंका आहे.

अमेरिकेत बचतीवर कमी दरानं व्याज दिलं जातं, कारण बँकांना तुमच्या पैशाची गरज नसते किंवा तुमच्या बचती चांगल्या प्रकारे वाढणं हीसुद्धा त्यांची गरज नसते म्हणून वर दिलेलं उदाहरण हे बँक म्हणून तुम्ही भूमिका पार पाडण्याचा एक मार्ग आहे. शिवाय फारसे कष्ट न करता तुमच्या बचतीत वाढ करण्याचाही हा एक मार्ग आहे.

३०,००० डॉलर्सपासून मिळणारा कॅशफ्लो पुढे दाखवण्यात आला आहे.

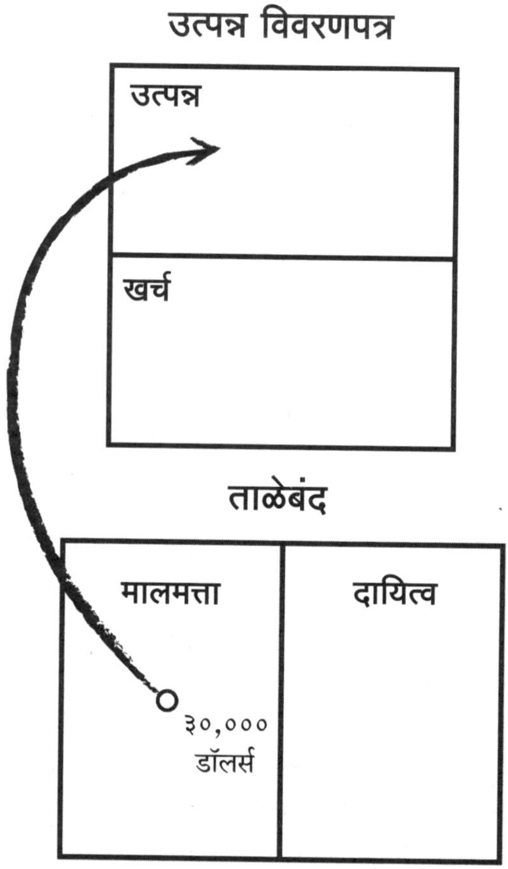

या आकृतीसंदर्भात अनेक रोचक गोष्टी आहेत :

१. माझ्या ३०,००० डॉलर्ससाठीचा व्याजदर मी ठरवतो. सहसा नेहमीच तो १० टक्के असतो. बहुतेक बँका तुम्हाला तुमच्या आजच्या बचतीवर ५ टक्क्यांहून कमी व्याज देतात म्हणून माझी १०,००० डॉलर्सची रक्कम मी डाऊन पेमेंट म्हणून वापरली असली तरीही मला त्यावर मिळणारं व्याज हे केव्हाही बँका मला जितकं व्याज देतील त्याहून जास्त असेल. अर्थातच मी नेहमीच डाऊन पेमेंट म्हणूनही स्वतःची रक्कम न वापरण्याचाच प्रयत्न करतो.

२. हे आधी अस्तित्वात नसलेल्या २०,००० डॉलर्सची निर्मिती करण्यासारखंच आहे (३०,००० डॉलर्स - १०,००० डॉलर्सचं डाऊन पेमेंट). ज्याप्रमाणे बँक संपत्ती निर्माण करते आणि नंतर तिच्यावर व्याजदर आकारते तसंच हे आहे.

३. हे २०,००० डॉलर्स निर्माण करण्यात आले आहेत आणि ते करमुक्त आहेत. ई कप्प्यातील सर्वसामान्य व्यक्तीला २०,००० डॉलर्स बाजूला काढायचे असतील तर त्यासाठी जवळजवळ ४०,००० डॉलर्स वेतन मिळत असलं पाहिजे. कर्मचारी म्हणून मिळवलेलं उत्पन्न हे ५०-५० प्रमाणातलं उत्पन्न असतं म्हणजेच कर

आकारून त्या माध्यमातून सरकार कर्मचाऱ्याचं ५० टक्के उत्पन्न घेतं. करापोटी भरलं गेलेलं उत्पन्न कधीही, साधं तुमच्या नजरेलाही पडत नाही.

४. आता मालमत्ता कर, देखभाल खर्च आणि व्यवस्थापन शुल्क वगैरे सगळ्या खर्चाची जबाबदारी ते घर विकत घेणाऱ्यावर असते.

५. यात आणखीही काहीतरी आहे. बी आणि आय कप्प्यांतून काम करताना, पैशाची निर्मिती करण्यासाठी फक्त बँकेची भूमिका पार पाडून अशा अनेक सर्जनशील गोष्टी करता येतात.

अशा प्रकारचा व्यवहार पूर्ण करण्यासाठी एखाद्या आठवड्यापासून एखाद्या महिन्यापर्यंतचा कालावधी लागू शकतो. यातला प्रश्न असा आहे : बहुतेक लोकांना ४०,००० डॉलर्स वेतन असेल तर कर आणि इतर खर्च बाजूला काढल्यानंतर २०,००० डॉलर्सची बचत करण्यासाठी किती काळ लागेल?

उत्पन्नाच्या प्रवाहाला सुरक्षाकवच मिळतं

श्रीमंत लोक उद्योग-व्यवसाय का सुरू करतात याचा ***रिच डॅड, पुअर डॅडमध्ये*** मी संक्षिप्त आढावा घेतला आहे.

१. **संपत्तीचं संरक्षण**

   तुम्ही श्रीमंत असाल तर तुम्ही मिळवलेल्या गोष्टी लोक तुमच्याकडून अगदी न्यायालयीन प्रक्रियेमार्फत कायदेशीर लढा देऊनही काढून घेण्याचा प्रयत्न करतात; पण श्रीमंत व्यक्तींच्या मालकीच्या गोष्टी कधीही त्यांच्या नावावर नसतात. त्यांच्या मालमत्ता या विश्वस्त संस्थांमध्ये (ट्रस्टमध्ये) आणि उद्योग व्यवसायांमध्ये असतात आणि अशा प्रकारे त्यांचं संरक्षण केलं जातं.

२. **उत्पन्नाचं संरक्षण**

   सहसा सरकार जे उत्पन्न तुमच्याकडून घेऊ शकतं, अशा उत्पन्नाचा प्रवाह मालमत्तांमधून तुमच्या स्वतःच्या उद्योगाकडे किंवा व्यवसायाकडे वळवून त्याला संरक्षित करता येतं.

   यातलं कठोर वास्तव असं आहे की, कर्मचाऱ्यांसाठी हा क्रम पुढीलप्रमाणे असतो.

कमावणं

⬇

कर भरणं

⬇

खर्च करणं

कर्मचारी म्हणून तुमच्या कमाईवर कर आकारला जातो आणि तुमच्या हातात वेतनचिठ्ठी पडण्याच्याही आधीच त्याच्यावरचे कर कापून घेतले जातात म्हणून जर कर्मचाऱ्याला वार्षिक ३०,००० डॉलर्सचं वेतन दिलं जात असेल, तर सरकारनं त्याच्यातून कर कापून घेतल्यामुळे ते खरं तर १५,००० डॉलर्सवर आलेलं असतं. या १५,००० डॉलर्समधून तुम्हाला तुमच्या गहाणखताच्या कर्जाचे हप्ते आणि इतर सगळे दैनंदिन खर्च भागवावे लागतात.

तुमचा उत्पन्नाचा प्रवाह तुम्ही पहिल्यांदा उद्योग-व्यवसायाकडे वळवला तर तुमची संरचना पुढीलप्रमाणे दिसते.

कमावणं

⬇

खर्च करणं

⬇

कर भरणं

३०,००० डॉलर्सचा उत्पन्नाचा प्रवाह उद्योग-व्यवसायाकडे वळवल्यामुळे, त्या उत्पन्नाला सरकारनं हात लावण्याच्या आधीच तुम्ही त्यातलं बरंचसं उत्पन्न खर्च करून टाकलेलं असतं. तुमच्या मालकीचा उद्योग-व्यवसाय असेल तर त्याचे नियम तुम्हीच तयार करता. अर्थातच ते कर संहितेच्या चौकटीत बसणारे असले पाहिजेत.

उदाहरणार्थ, तुम्ही नियम तयार केले तर तुमच्या कंपनीसाठी तुम्ही उपनियमही तयार करू शकता. त्यात मुलांची देखभाल हा तुमच्या कर्मचारी पॅकेजचा भाग असेल असं तुम्ही लिहू शकता. कंपनी करपूर्व डॉलरमधून मुलांच्या देखभालीसाठी मासिक ४०० डॉलर्सचा खर्च देऊ शकते. तुम्ही जर हा खर्च करपश्चात डॉलरमधून केला तर तुम्हाला त्याच मुलाच्या देखभालीसाठी जवळजवळ मासिक ८०० डॉलर्सची कमाई करावी लागेल. ही यादी लांबलचक आहे आणि गरजाही नेमक्या असतात. त्यांच्यासाठी मालक खर्च म्हणून नोंद करू शकतो, कर्मचारी ती करू शकत नाही. विशिष्ट प्रवासखर्चही करपूर्व डॉलरमधून करणं शक्य असतं. अर्थातच तो प्रवास तुम्ही व्यवसाय चालवण्यासाठीच केला होता, अशी तुम्हाला नोंद करून तसं दाखवावं लागतं. यात संचालकांच्या बैठकीचा आणि त्यासाठी झालेल्या प्रवासखर्चाचा समावेश करता येतो. यात तुम्ही नियमांचं पालन करत आहात याची मात्र तुम्हाला खात्री करून घ्यावी लागते. अगदी मालकांच्या आणि कर्मचाऱ्यांच्या निवृत्तिवेतन योजनाही अनेक बाबतीत वेगवेगळ्या आहेत. हे सगळं सांगितल्यानंतर हे सगळे खर्च कपातयोग्य बनवण्यासाठी तुम्हाला आवश्यक नियमांचं पालन करावंच लागतं, हे मला अगदी भर देऊन सांगायचं आहे. करसंहितेनं परवानगी दिलेल्या कायदेशीर कपातींचा लाभ घेण्यावर माझा विश्वास आहे; पण मी कुठल्याही परिस्थितीत कायदेभंग करण्यास, नियम मोडण्यास सुचवत नाही.

पुन्हा एकदा सांगतो, अशा काही तरतुदींचा लाभ घेण्यासाठी तुम्ही कोणत्या कप्प्यातून तुमचं उत्पन्न मिळवत आहात हे महत्त्वाचं असतं. तुमचं सगळं उत्पन्न हे एखाद्या कंपनीचा कर्मचारी म्हणून तुम्हाला मिळत असेल आणि ती कंपनी तुमच्या मालकीची किंवा नियंत्रणाखाली नसेल तर तुमच्यासाठी उत्पन्नाचं किंवा संपत्तीचं अल्प संरक्षण उपलब्ध असेल.

म्हणूनच मी तुम्हाला असं सुचवतो की, जर तुम्ही कर्मचारी असाल तर तुमची नोकरी तशीच सुरू ठेवा; पण बी किंवा आय कप्प्यांमध्ये वेळ व्यतीत करण्यास सुरुवात करा. अधिक जलद गतीनं स्वातंत्र्याकडे जाणारा तुमचा मार्ग याच दोन कप्प्यांतून जातो. आर्थिकदृष्ट्या जास्त संरक्षित झाल्यासारखं वाटावं म्हणून एकाहून जास्त कप्प्यांतून काम केलं पाहिजे, हे यातलं गुपित आहे.

मोफत जमीन

अगदी अलीकडेच, मला आणि किमला शहरातील गजबजाटापासून दूर असलेली एखादी मालमत्ता हवी होती. आम्हाला उंच ओक वृक्ष असलेली आणि त्यामधून खळाळत्या पाण्याचा ओढा वाहत असलेली काही एकर जमीन हवी होती. शिवाय खासगीपणाही हवा होता.

आम्हाला ७५,००० डॉलर्सला २० एकर जमीन मिळत असल्याचं आढळलं. आम्ही १० टक्के डाऊन पेमेंट द्यावं आणि उर्वरित रक्कम १० टक्के व्याजावर घ्यावी अशी विक्रेत्याची इच्छा होती. हा एक चांगला व्यवहार होता. यातली समस्या अशी होती की, श्रीमंत वडिलांनी मला शिकवलेल्या एका नियमाचा यात भंग होत होता. त्यांनी मला असं सांगितलं होतं की : 'तू कर्ज घेताना अतिशय दक्ष राहा. तू जर वैयक्तिकरीत्या कर्ज घेत असशील, तर असं कर्ज अल्प असेल याची खात्री करून घे आणि जर तू मोठं कर्ज घेत असशील तर त्याचे हप्ते दुसरं कोणीतरी भरत असेल याची खात्री करून घे.'

आम्ही ती ७५,००० डॉलर्सची जमीन सोडून दिली आणि नंतर जास्त अर्थपूर्ण मालमत्ता पाहू लागलो. माझ्या दृष्टीनं ७५,००० डॉलर्सचं कर्ज हे खूप मोठं कर्ज होतं, कारण त्यामुळे आमचा कॅशफ्लो पुढील आकृतीत दाखवल्याप्रमाणे दिसला असता.

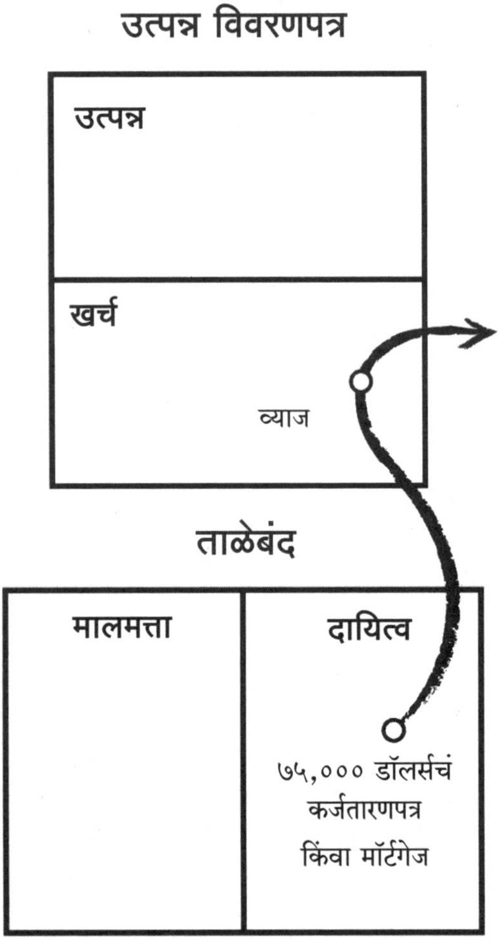

शिवाय श्रीमंत वडिलांचा आणखी एक नियमही लक्षात ठेवा. 'जर तुम्ही कर्ज घेत असाल आणि जोखीम पत्करत असाल तर त्यासाठी तुम्हाला पैसाही मिळालाच पाहिजे.' असो, या व्यवहारात मी कर्ज आणि जोखीम या दोन्ही गोष्टी पत्करणार होतो आणि त्यासाठी हप्तेही मीच भरणार होतो.

त्यानंतर सुमारे महिन्यानंतर आम्हाला ११५,००० डॉलर्सना एक जमीन मिळाली. ती आणखी सुंदर होती. त्या जागेत ८७ एकरांत उंच ओक वृक्ष होते आणि तिच्यातून ओढाही वाहत होता. शिवाय त्याच्यावर एक घर होतं. माझ्या अटी मान्य असतील तर मी विक्रेत्याला संपूर्ण किंमत देईन, असं मी सांगितलं. त्याने माझ्या अटी मान्य केल्या. ही दीर्घ कथा संक्षिप्तपणे सांगायची झाली तर आम्ही घराच्या डागडुजीवर काही डॉलर्स खर्च केले आणि ते घर आणि ३० एकरांची जमीन २,१५,००० डॉलर्सला विकली. या वेळीही 'कमी डाऊन पेमेंट, सुलभ मासिक हप्ते' हीच कल्पना आम्ही वापरली होती. आमच्यासाठी आम्ही ५७ एकर जागा ठेवून घेतली होती.

माझ्या ताळेबंदात हा व्यवहार पुढीलप्रमाणे दिसत होता.

ताळेबंद

मालमत्ता	दायित्व
२,१५,००० डॉलर्स	१,१५,००० डॉलर्स

नवीन मालक रोमहर्षित झाला होता, कारण ते घर सुंदर होतं आणि त्याला ते जवळजवळ काहीच डाऊन पेमेंट न देता विकत घेता आलं होतं. शिवाय त्याने ते त्याच्या कंपनीच्या माध्यमातून कर्मचाऱ्यांचं विश्रांतिस्थान म्हणून खरेदी केलं होतं, त्यामुळे त्याला खरेदीची किंमत, घसारा म्हणून दाखवता येणार होती. शिवाय देखभाल खर्चाची आणि व्याजाच्या हप्त्यांचीही वजावट करता येणार होती. काही वर्षांनंतर त्याने त्याच्या कंपनीचे काही स्टॉक विकून मला कर्जाची रक्कम देऊन टाकली आणि त्या बदल्यात माझं कर्ज मी फेडून टाकलं. आता कर्ज संपलं होतं.

या व्यवहारात मला १,००,००० डॉलर्सचा नफा मिळाला होता. त्याच्यातून जागेच्या आणि घराच्या लाभावरचे कर मला भरता आले.

परिणामी, माझ्या डोक्यावर कर्ज उरलं नव्हतं. शिवाय मला करपश्चात १५,००० डॉलर्सचा नफा झाला होता आणि माझ्याकडे ५७ एकरची सुंदर जमीनही होती. हे म्हणजे तुम्हाला हव्या असलेल्या गोष्टीसाठी तुम्हाला ती गोष्ट देऊन वर पैसा देण्यात आल्यासारखं होतं.

आज या एका व्यवहाराच्या संदर्भात माझा ताळेबंद पुढीलप्रमाणे दिसतो :

ताळेबंद

मालमत्ता	दायित्व
५७ एकरची जमीन १५,००० डॉलर्स रोख रक्कम	

आयपीओ

इनिशियल पब्लिक ऑफरिंग (आयपीओ) किंवा लोकांना शेअर्स देऊ करण्याच्या माध्यमातून खासगी कंपनीला सार्वजनिक बनवणं ही गोष्ट आधीच्या भागात स्पष्ट करण्यात आलेल्या व्यवहाराच्या त्याच तत्त्वांवर आधारित आहे. यातले शब्द, बाजारपेठ आणि खेळाडू वेगवेगळे असतात, मात्र तरीही मूलभूत अधोरेखित तत्त्वं तीच, एकच असतात. माझी संघटना सार्वजनिक क्षेत्रात जाण्यासाठी कंपनी स्थापन करते, त्या वेळी आम्ही जरी बाजारातील योग्य मूल्याविषयीच्या अचूक मतावर आधारित मूल्य तयार करण्याचा प्रयत्न करत असलो तरी नेहमीच आम्ही ते मूल्य शून्यातून तयार केलेलं असतं. आम्ही कंपनीचे शेअर्स सार्वजनिक बाजारपेठेत नेतो आणि एका व्यक्तीला समभाग (इक्विटी) विकण्याऐवजी कंपनीचे शेअर्स म्हणून हजारो लोकांना तो विकला जातो.

अनुभवाची किंमत

आय कप्प्यातून काम करण्याआधी मी लोकांना बी कप्प्यातून काम सुरू करण्यास सुचवतो. तुम्ही रिअल इस्टेटमध्ये, व्यवसायात, स्टॉक्समध्ये किंवा बाँड्समध्ये अशी कुठल्याही पर्यायात गुंतवणूक केली तरीही एक चांगला गुंतवणूकदार होण्यासाठी तुमच्याकडे मूलभूत व्यापक, सर्वसमावेशक व्यावसायिक बुद्धी आणि व्यवहारज्ञान असावं लागतं. काही लोकांकडेच असं व्यापक, सर्वसमावेशक व्यवहारज्ञान असतं; पण अनेक लोकांकडे ते नसतं. शाळा आपल्याला अतिशय उच्च दर्जाचे तज्ज्ञ व्हायला शिकवतात; पण व्यापक, सर्वसमावेशक प्रशिक्षण देत नाहीत.

जे लोक बी कप्प्यातून आय कप्प्यात जाण्याचा विचार करत असतील, त्यांनी लहान गुंतवणुकीपासून सुरुवात करावी आणि ती गुंतवणूक योग्य प्रकारे करता यावी, यासाठी आपल्याला लागेल तितका वेळ घ्यावा. तुमचा आत्मविश्वास आणि अनुभव वाढत गेला की, मग त्याहून मोठे व्यवहार करा. लक्षात ठेवा, ८०,००० डॉलर्सचा व्यवहार आणि ८००,००० डॉलर्सचा व्यवहार यात व्यवहार म्हणून तत्त्वतः काहीच फरक नसतो. एखादा मोठा व्यवहार आणि एखाद्या अनेक डॉलर्स किमतीच्या सार्वजनिक ऑफरिंगचा व्यवहार करण्याची प्रक्रिया आणि लहान व्यवहार करण्याची प्रक्रिया अगदी एकसारखी असते. फक्त मोठ्या व्यवहारांमध्ये जास्त लोक असतात, त्या व्यवहाराच्या किमतीच्या आकड्यांवर जास्त शून्यं असतात आणि त्यात जास्त गंमत असते.

व्यक्तीला एकदा अनुभव आला आणि चांगला नावलौकिक मिळाला की, जास्तीत जास्त मोठ्या गुंतवणुकी करण्यासाठी कमीत कमी पैसा लागतो. अनेक वेळा भरपूर पैसा मिळवण्यासाठी बिलकूल एकाही पैशाची गरज नसते. का? कारण अनुभव हा पैशापेक्षाही जास्त महत्त्वाचा असतो.

ही गोष्ट साधी आणि सोपी असते

सैद्धान्तिकदृष्ट्या विचार करता, *कॅशफ्लो क्वाड्रंटच्या* उजव्या बाजूचे आकडे आणि व्यवहार साधे असतात. मग या संदर्भात आपण स्टॉक्सचा, बाँड्सचा, रिअल इस्टेटचा

किंवा व्यवसायाचा यांपैकी कुठल्याही गोष्टीचा विचार केला तरी त्याने फरक पडत नाही. आर्थिकदृष्ट्या संपन्न असणं याचा साधा अर्थ वेगळ्या प्रकारे विचार करण्यास समर्थ असणं असा आहे. वेगळ्या कप्प्यातून विचार करण्यास सक्षम असणं आणि वेगळ्या प्रकारे गोष्टी करण्याचं धाडस असणं असा याचा अर्थ असतो. माझ्या मते, अशा प्रकारचा विचार नव्यानंच करू लागलेल्या व्यक्तीच्या बाबतीत, सगळ्या गोष्टी पार पाडण्याच्या दृष्टीनं एक सगळ्यात कठीण गोष्ट असते. ती म्हणजे त्याला अनेक लोक सांगत असतात की : 'तू हे करू शकत नाहीस.' यावर मात करणं ही ती सगळ्यात कठीण गोष्ट असते.

तुम्ही अशा प्रकारच्या मर्यादित विचारसरणीवर मात करू शकलात आणि तुम्हाला 'होय, मला ते कसं करायचं असतं ते माहिती आहे. तुला ते शिकवायला मला आनंदच होईल,' असं सांगणारे लोक तुम्ही शोधू शकलात, तर तुमचं आयुष्य जास्त सोपं बनतं.

कायदे

या प्रकरणाची सुरुवात मी १९८६च्या टॅक्स रिफॉर्म ॲक्टपासून केली होती. कायद्यातील तो एक लक्षणीय बदल असला तरी तो अखेरचा बदल नव्हता. काही नियम आणि कायदे किती प्रभावी ठरू शकतात, याचं एक उदाहरण म्हणून मी या कायद्याचा उपयोग करतो. एखाद्या व्यक्तीला बी किंवा आय कप्प्यात यशस्वी व्हायचं असेल तर त्याला किंवा तिला बाजारपेठेतील शक्तींची आणि त्या शक्तींवर परिणाम करू शकणाऱ्या कायद्यातील बदलांची जाणीव असली पाहिजे.

आज अमेरिकेत हजारो पानांचे करविषयक कायदे आहेत. ही गोष्ट फक्त एकट्या आयआरएसच्या बाबतीतील आहे. याखेरीज फेडरल कायदे हे १२ लाखांहून अधिक पानांचे आहेत. सर्वसामान्य वाचकाला यू. एस. आयआरएस संहिता वाचायला २३,००० वर्षांचा कालावधी लागेल. दर वर्षी आणखी जास्त कायदे तयार केले जातात, रद्द केले जातात किंवा त्यांच्यात दुरुस्ती केली जाते. या दुरुस्त्या लक्षात ठेवायच्या म्हटल्या तर तेच एक पूर्ण वेळाचं काम होऊन बसेल.

दर वेळी कोणीतरी मला सांगतं की, 'ही गोष्ट कायदेविरोधी आहे,' मी उत्तरादाखल त्यांना विचारतो की, त्यांनी अमेरिकेतील संहितेची प्रत्येक ओळन्‌ओळ वाचलेली आहे का?' त्यांनी याचं उत्तर होय असं दिलं तर मी सरळ मागे वळून हळूहळू दरवाजाच्या दिशेनं जाऊ लागतो. आपल्याला प्रत्येक कायदा माहिती आहे, असा विचार करणाऱ्या एखाद्या व्यक्तीकडे मी पुन्हा ढुंकूनही पाहत नाही.

उजव्या बाजूला यशस्वी होण्यासाठी तुमच्या डोळ्यांनी फक्त ५ टक्के पाहण्याची आणि मनानं मात्र ९५ टक्के पाहण्याची गरज असते. कायदे आणि बाजारपेठेतील शक्ती समजून घेणं ही गोष्ट आर्थिक यशासाठी महत्त्वाची असते. कायदे आणि बाजारपेठा बदलतात त्या वेळी संपत्तीचं मोठं हस्तांतरण घडून येतं म्हणून तुम्हाला प्रतिकूल असलेल्या पद्धतीनं नव्हे, तर अनुकूल पद्धतीनं या बदलांनी काम करावं, असं तुम्हाला वाटत असेल तर त्यांच्याकडे लक्ष देणं महत्त्वाचं असतं.

सरकारला तुमच्या पैशाची गरज असते

माझा कर भरण्यावर विश्वास आहे. मला माहिती आहे की, प्रशासन उत्तम प्रकारे चालवण्यासाठी आणि नागरी जीवन चांगलं चालावं म्हणून आवश्यक असलेल्या अनेक महत्त्वाच्या सेवा सरकार पुरवतं; पण माझ्या मते, दुर्दैवानं, सरकार खूपच मोठं आणि गैरव्यवस्थापन असलेलं आहे आणि त्याला ज्या आश्वासनांची पूर्तता करणं शक्य होणार नाही, अशी अनेक आश्वासनं त्याने दिली आहेत; पण हा आज कामकाज करत असलेल्या राजकारण्यांचा आणि सत्ताधाऱ्यांचा दोष नाही. आपल्याला तोंड द्यावं लागत असलेल्या बहुतेक समस्या या त्यांच्या आधी कामकाज केलेल्या लोकांनी – त्यांच्या पूर्वसुरींनी करून ठेवल्या आहेत. दुर्दैवानं, सत्ताधाऱ्यांना त्यांची सत्ता टिकवायची असेल तर लोकांना हे सत्य सांगून चालणार नाही. त्यांनी ते सांगितलं तर त्यांची सत्ता उलथवली जाईल. कित्येक लोक अजूनही त्यांचे आर्थिक आणि वैद्यकीय प्रश्न सोडवण्यासाठी सरकारवर अवलंबून आहेत आणि सरकार मात्र हे प्रश्न सोडवू शकत नाहीत.

दरम्यानच्या काळात, अगदी राजकारण्यांनी करवाढ न करण्याची वचनं दिली तरी सरकार कर वाढवतच राहील म्हणूनच काँग्रेसनं १९८६चा टॅक्स रिफॉर्म ॲक्ट संमत केला. त्यांना जास्त कर गोळा करण्यासाठी कायद्यातील पळवाटा बंद करायच्या होत्या. अनेक पाश्चात्त्य देशांच्या सरकारांना त्यांनी खूप वर्षांपूर्वी दिलेल्या वचनांचा, आश्वासनांचा भंग करायचा नसेल, तर करांमध्ये वाढ करावीच लागेल. मेडिकेअर, सोशल सिक्युरिटी आणि फेडरल सरकारच्या कोट्यवधी कर्मचाऱ्यांना निवृत्तिवेतन देणं या संदर्भात पूर्वीच्या सरकारांनी ही आश्वासनं दिली होती.

तूट वाढत गेली की, निवृत्तिवेतन निधी (अमेरिकेतील ४०१ (के) किंवा इतर अनेक देशांमधील सुपरॲन्युएशन फंड आक्रसू लागतील, कारण असे फंड बाजारातील चढ-उतारांवर अवलंबून आहेत. बेबी बूमर्सच्या आदेशानुसार त्यांना त्यांचे पैसे परत देता यावेत यासाठी म्युच्युअल फंड त्यांचे स्टॉक्स विकून टाकतील. बेबी बूमर्सना हे पैसे त्यांच्या निवृत्तीनंतरच्या जीवनाचा खर्च भागवण्यासाठी हवे असतील. बेबी बूमर्सनी या म्युच्युअल फंडांकडून मिळवलेल्या लाभावर अचानकच मोठ्या प्रमाणात भांडवली लाभ कर लादले जातील. बेबी बूमर्सनी हे पैसे काढून घेतले, तर त्या पैशांना करपात्र ठरवलं जाईल. हे अतिरेकी मूल्याचे स्टॉक विकल्यानंतर भांडवली लाभ मिळालेला असेल. हे फंड हा लाभ सदस्यांपर्यंत पोहोचवतील. रोख पैशांऐवजी अनेक बेबी बूमर्सच्या हातात कधीच न पडलेल्या भांडवली लाभावरच्या करांची बिलं आता त्यांच्या हातात पडतील. लक्षात ठेवा, कर गोळा करणाऱ्याच्या हातात नेहमीच पहिल्यांदा पैसा पडतो.

हळूहळू कोट्यवधी गरीब बेबी बूमर्सचं आरोग्य ढासळू लागेल, कारण इतिहासावर नजर टाकली तर सधन, संपन्न लोकांच्या तुलनेत जास्त गरीब लोकांचं आरोग्य नेहमीच खराब असल्याचं दिसून येतं. मेडिकेअरचं दिवाळं निघालेलं असेल आणि जास्त सरकारी पाठबळ मिळावं, याविषयीची ओरड अमेरिकेतील सगळ्या शहरांमध्ये झपाट्यानं पसरेल.

यातच भरीस भर म्हणून प्रचंड मोठी जीडीपी असलेल्या चीनचं अमेरिकेला ग्रहण लागलेलं असेल. शिवाय यातच भारतासारख्या देशांकडे लेखापालन, माहिती तंत्रज्ञान आणि

टेलीसेल्स यांसारख्या सेवा सोपवण्याचीही भर टाका. यावरून वेतनं आणखी खाली येतील किंवा जागतिक बाजारपेठेतील झपाट्यानं बदलणारं आपलं स्थान टिकवून ठेवायचं असेल तर आपल्याला आपल्या उत्पादनांत प्रचंड वाढ करावी लागेल, हे स्पष्ट आहे.

सन १९८९मध्ये बर्लिनची भिंत पाडली गेली. आधी सांगितल्याप्रमाणे माझ्या मते ही घटना १४९२मध्ये कोलंबस आशियाचा शोध घेता घेता अमेरिकेत धडकला होता, तितकीच महत्त्वाची आहे. काही वर्तुळांमध्ये १४९२ हे वर्ष म्हणजे जवळजवळ ५०० वर्षं टिकून राहिलेल्या औद्योगिक युगाची सुरुवात होती. या युगाचा १९८९मध्ये अंत झाला. त्यानंतर नियम बदलले.

इतिहास मार्गदर्शक असतो

माझ्या श्रीमंत वडिलांनी मला खेळ शिकायलाही प्रोत्साहन दिलं होतं. मी तो चांगल्या प्रकारे शिकल्यानंतर मला जे माहिती होतं त्याच्या साहाय्यानं मला हवं असलेलं काहीही करणं शक्य होऊ लागलं. अनेक लोकांना आर्थिकदृष्ट्या त्यांची कशी काळजी घेतली पाहिजे हे माहिती असण्याची गरज आहे. त्यांनी आपल्या उदरनिर्वाहासाठी सरकारवर किंवा कंपनीवर अवलंबून राहू नये, यासाठी मी लिहितो आणि शिकवतोही.

आर्थिक मार्गावरून आपल्यापर्यंत - आपल्या दिशेनं नेमकं काय येत आहे ते मला दिसत आहे. ते चुकीचं ठरावं अशीच माझी इच्छा आहे. माझी अशी इच्छा आहे की, सरकारला कदाचित लोकांची काळजी घेण्याचं त्यांचं आश्वासन पाळता यावं, त्यांनी अशीच करवाढ करत राहावं आणि असेच जास्तीत जास्त कर्जात बुडत जावं. शेअर बाजारानं सतत वधारत राहावं आणि कधीच घसरू नये. रिअल इस्टेटच्या किमती सातत्यानं चढ्याच राहाव्यात आणि तुमचं घर हीच तुमची उत्तम गुंतवणूक असावी. मला असंही वाटतं की, कोट्यवधी लोकांना किमान वेतन मिळवूनही आनंदात राहणं शक्य व्हावं आणि त्यांच्या कुटुंबाला त्यांना चांगलं आयुष्य देता यावं. हे सगळं घडू शकेल का? खरं सांगायचं तर असं होईल, असं मला अजिबात वाटत नाही. इतिहासाकडून काही मार्गदर्शन मिळत असेल तर मला नक्कीच असं होईल असं वाटत नाही.

ऐतिहासिकदृष्ट्या विचार करता जर लोक ७५ वर्षांपर्यंत जगले, तर त्यांच्या आयुष्याच्या काळात त्यांना दोन मंदींना आणि एका जोरदार आर्थिक घसरणीला तोंड द्यावं लागतं. बेबी बूमर्स म्हणून आपण तीन मंदींच्या काळातून गेलो आहोत आणि आता आपण आणखी एका मंदीच्या कालखंडात शिरत आहोत का हा प्रश्न काहींना पडला आहे. कदाचित आता एकही मंदीची लाट येणार नाही, असं आपल्याला वाटू शकतं; पण इतिहास असं सांगतो की ती येईलच. 'तुमच्या शेजाऱ्याची नोकरी गेली तर ती मंदी असते, तुमची नोकरी गेली तर ते नैराश्य असतं,' असं म्हटलं जातं.

माझ्या श्रीमंत वडिलांनी मला मोठ्या भांडवलदारांची आणि अर्थतज्ज्ञांची पुस्तकं वाचायला लावली त्याचं कारण हेच होतं. महासागराच्या लाटांना वारा आणि सूर्याची उष्णता यांच्यामुळे गती मिळते; पण त्याऐवजी आर्थिक बाजारपेठ मात्र लोभ आणि भीती

या दोन मानवी बाजारपेठांनी गतिमान होते. बाजारातील घसरणी या भूतकाळात जमा झाल्या आहेत, असं मला अजिबात वाटत नाही, कारण आपल्या मनात सततच लोभ आणि भीती या भावना आहेत. ज्या वेळी लोभ आणि भीती या भावना एकमेकींवर आदळतात, त्या वेळी लोक वाईट पद्धतीनं पैसा गमावतात. त्यानंतर नैराश्य ही पुढची मानवी भावना समोर येते. नैराश्य हे क्रोध आणि दुःख यांनी बनलेलं असतं. राग हा स्वतःच्या स्वत्वाविषयी असतो आणि नुकसानीमुळे दुःख होतं. आर्थिक घसरणी ही मानवी नैराश्यं असतात. लोक पैसा गमावतात आणि नैराश्यग्रस्त होतात.

अगदी ज्या वेळी अर्थकारण उत्तम प्रकारे आकाराला येईल, त्या वेळीही कोट्यवधी लोक नैराश्याच्या विविध अवस्थांमध्ये असतील. त्यांच्याकडे नोकरी असू शकेल; पण त्यांना मनात खोलवर कुठेतरी हे माहिती असेल की, त्यांची आर्थिकदृष्ट्या प्रगती होत नाही. ते स्वतःवर चिडलेले असतील आणि वेळ वाया गेल्याबद्दल दुःखी असतील; पण त्या वेळी 'सुरक्षित नोकरी शोधा आणि भविष्याची काळजी करू नका,' या औद्योगिक युगातील कल्पनेत ते अडकलेले आहेत, याची त्यांना पुसटशीही कल्पना नसेल.

मोठा बदल याचा अर्थ संधी

आपण प्रचंड बदलाच्या आणि संधीच्या युगात प्रवेश करत आहोत. काही लोकांसाठी हा उत्तम काळ असेल. इतरांसाठी तो अतिशय वाईट काळ असेल.

राष्ट्राध्यक्ष जॉन केनेडींनी एकदा असं म्हटलं होतं की, 'लवकरच खूप मोठा बदल घडणार आहे.' केनेडी हे *कॅशफ्लो क्वाड्रंटच्या* उजव्या बाजूकडून आले होते. १९६०च्या दशकात त्यांनी जुन्या काळाच्या चरकात अडकून पडलेल्या लोकांची जीवनमानं उंचावण्यासाठी अगदी तळमळीनं प्रयत्न केले, तरीही दुर्दैवानं त्यापुढच्या काही दशकांनंतर आजही कोट्यवधी लोक जुन्या काळात अडकून पडले आहेत. जुन्या पिढ्यांकडून चालत आलेल्या कल्पनाच ते आजही वापरत आहेत. 'शाळेत जा, त्यामुळे तुम्हाला चांगली सुरक्षित नोकरी मिळू शकेल,' यांसारख्या या कल्पना आहेत. आजच्या काळात पूर्वी कधीही नव्हतं इतकं शिक्षणाला जास्त महत्त्व आलं आहे, त्यामुळे आपल्याला आपण फक्त नोकरी शोधावी आणि सरकारनं किंवा कंपनीनं नोकरी संपल्यानंतर आपल्या उदरनिर्वाहाची काळजी घ्यावी, असा विचार करून चालणार नाही. त्याऐवजी त्याच्याही पुढे जाऊन लोकांना आणखी थोडं शिकवण्याची गरज आहे. ही औद्योगिक युगातील कल्पना आहे आणि आपण यापुढे त्या जगात जगत नाही.

हा देश न्याय्य नसल्यामुळे असं करणं न्याय्य आहे, असं कोणीही म्हटलेलं नाही. आपला देश स्वतंत्र, मुक्त आहे. इथे जास्त कष्ट करणाऱ्या लोकांचं प्रमाणही भरपूर आहे, इथे जास्त हुशार लोक राहतात. त्यांच्याकडे यशाची जास्त महत्त्वाकांक्षा आहे. इथे जास्त बुद्धिमान लोक आहेत किंवा इतरांच्या तुलनेत जास्त चांगलं आयुष्य जगण्याची त्यांच्याकडे जास्त इच्छा आहे. सुदैवानं, आपल्याकडे दृढनिश्चय असेल तर अमेरिकेत आपण खुशाल आपल्या महत्त्वाकांक्षा साध्य करण्याचे प्रयत्न करू शकतो, तरीही दर वेळी आपल्यापेक्षा

एखाद्यानं जास्त चांगली गोष्ट केली तर काही लोक ती गोष्ट अन्याय्य आहे असं म्हणतात. आपण अधिक न्याय्यपणे वागलं पाहिजे, असा विचार करणारे हेच लोक श्रीमंतांनी गरिबांबरोबर श्रीमंती वाटून घेतली, संपत्ती वाटून घेतली तर ती गोष्ट जास्त न्याय्य आहे असं मानतात. असो; पण कोणीही ही गोष्ट न्याय्य आहे असं म्हणणार नाही. आपण सगळ्या गोष्टी जितक्या न्याय्य करू तितक्या त्या कमी मुक्त बनत जातील.

ज्या वेळी एखादी व्यक्ती मला आपल्याकडे आर्थिक भेदाभेद किंवा विषमता आहे असं म्हणते किंवा 'ग्लास सिलिंग' (एखाद्या गटाच्या प्रगतीत जाणीवपूर्वक अडथळे आणून विषमता तयार केली जाते) आहे, असं म्हणते त्या वेळी मी तिच्याशी सहमत होतो. अशा प्रकारच्या गोष्टी अस्तित्वात आहेत हे मला माहिती आहे. मला वैयक्तिकरीत्या कुठल्याही प्रकारच्या भेदभावाचा, विषमतेचा तिरस्कार वाटतो. शिवाय मी जपानी वंशाचा असल्यामुळे या भेदभावाचा मी प्रत्यक्ष अनुभवही घेतला आहे. ई आणि एस कप्प्यांमध्ये विषमता किंवा भेदभाव असतोच. विशेषतः कंपन्यांमध्ये तो असतोच. तुमचं दिसणं, तुमचं शिक्षण, तुमच्या त्वचेचा रंग (तुमचा वर्ण) आणि तुमचं लिंग या सगळ्या गोष्टींना डाव्या बाजूच्या कप्प्यांमध्ये महत्त्व असतं; पण उजव्या बाजूच्या कप्प्यांमध्ये याला फारसं महत्त्व नसतं. तिथे सौंदर्य, प्रामाणिकपणा, औचित्य आणि सुरक्षितता यांना फारसं महत्त्व नसतं. तिथे फक्त स्वातंत्र्याविषयीचं आणि खेळाविषयीचं प्रेम असतं. तुम्हाला उजव्या बाजूच्या कप्प्यांतून खेळ खेळायचा असेल तर खेळाडू तुमचं स्वागत करतील. तुम्ही खेळलात आणि जिंकलात तरी ते ठीक असतं. ते तुम्हाला जास्त जवळ करतील आणि तुम्हाला तुमच्या गुपितांविषयीही जास्त प्रमाणात विचारतील. तुम्ही खेळलात आणि हरलात तरीही तितक्याच आनंदानं ते तुमचा पैसा काढूनही घेतील; पण तुमच्या अपयशासाठी दुसऱ्या कोणाविषयी तक्रार करू नका किंवा कोणावर दोषारोप करू नका, तेही तसं करणार नाहीत. उजव्या बाजूच्या कप्प्यांतून खेळल्या जाणाऱ्या खेळाची ही पद्धतच नसते. तिथला खेळ न्यायीपणासाठी किंवा औचित्यासाठी खेळला जात नाही. न्यायी असणं हे या खेळाचं नावच नाही.

सरकार बी आणि आय कप्प्यांना मोकाट का सोडून देतं?

प्रत्यक्षात सरकारं बी आणि आय कप्प्यांना मोकाट सोडून देत नाहीत. फक्त बी आणि आय कप्प्यातील लोकांकडे सुटका करून घेण्याचे आणि संपत्ती लपवण्याचे जास्त मार्ग असतात. ***रिच डॅड पुअर डॅडमध्ये*** मी उद्योग-व्यवसायांच्या ताकदीविषयी लिहिलं आहे. श्रीमंत लोक त्यांच्याकडे बरीचशी संपत्ती ठेवून घेतात, कारण ते उद्योग-व्यवसाय किंवा कंपनी म्हणून काम करतात, ते व्यक्ती म्हणून काम करत नाहीत. व्यक्तीला एका देशातून दुसऱ्या देशात जाण्यासाठी पारपत्राची (पासपोर्टची) गरज असते. कंपनीला त्याची गरज नसते. उद्योग-व्यवसाय जगभर मुक्तपणे प्रवास करतात आणि नेहमीच मुक्तपणे काम करतात. व्यक्तीला सरकारकडे नोंदणी करावी लागते आणि अमेरिकेत काम करण्यासाठी त्यांच्याकडे ग्रीन कार्ड असावं लागतं. उद्योग-व्यवसायाला त्याची गरज नसते.

सरकारला उद्योग-व्यवसायांकडून जास्त पैसा घेण्याची इच्छा असली तरी त्यांना हे माहिती असतं की, जर त्यांनी जुलमी कर कायदे संमत केले तर उद्योग व्यवसाय त्यांच्या देशाला रामराम ठोकतील आणि आपला पैसा आणि नोकऱ्या घेऊन दुसरा देश गाठतील. औद्योगिक युगात लोक ऑफशोअरला (करविषयक अधिक सवलती देणाऱ्या परदेशाला) देश असंच म्हणत असत. श्रीमंत लोक नेहमीच त्यांच्या पैशाला चांगुलपणानं वागवलं जाणाऱ्या करविषयक ठिकाणांच्या शोधात राहतात.

आज ऑफशोअर हा देश नसतो. ते सायबरस्पेस असतं. पैसा ही एक अदृश्य कल्पना असल्यामुळे ती अदृश्य इलेक्ट्रॉनिक जगात लपून राहू शकते. जर याविषयी आधीच काही केलं गेलं नाही तर लवकरच लोक त्यांचे बँकेचे व्यवहार हे अवकाशात मुक्तपणे भ्रमण करत असलेल्या आणि कुठल्याही कायद्यापासून मुक्त असलेल्या 'जिओ-सिंक्रोनस' उपग्रहावरून करतील. कदाचित, ते श्रीमंत लोकांच्या दृष्टीनं जास्त अनुकूल कायदे असलेल्या देशांमधून काम करू लागतील.

रिच डॅड, पुअर डॅडमध्ये मी असं लिहिलं होतं की, कोलंबसानं श्रीमंत लोकांनी भरलेल्या नवीन जगाचा शोध लावल्यानंतर औद्योगिक युगाच्या सुरुवातीला उद्योग-व्यवसाय लोकप्रिय झाले होते. दर वेळी श्रीमंतांनी एखादं जहाज समुद्रात सोडलं की त्यांनी धोका पत्करलेला असे, कारण जर ते जहाज परतलं नाही, तर त्यावरच्या मरण पावलेल्या खलाशांच्या कुटुंबांचे कर्जदार होण्याची त्यांची इच्छा नसे. म्हणून मग कायदेशीर संरक्षणासाठी आणि या मोहिमेत गुंतवलेला पैसा गमावण्याची जोखीम मर्यादित करण्यासाठी कंपन्यांची स्थापना करण्यात येऊ लागली.

ज्या ज्या वेळी मी जगभर प्रवास करतो, त्या त्या वेळी मी ज्यांच्याशी व्यवहार करतो ते लोक प्रामुख्यानं त्यांच्या स्वतःच्या उद्योग-व्यवसायाचे कर्मचारी असतात. सैद्धान्तिकदृष्ट्या विचार करता, त्यांच्या मालकीचं काहीही नसतं आणि खरं तर ते खासगी नागरिक म्हणूनही अस्तित्वात नसतात. ते त्यांच्या श्रीमंत उद्योग-व्यवसायांचे अधिकारी म्हणून तिथे अस्तित्वात असतात; पण खासगी नागरिक म्हणून कुठलीच गोष्ट त्यांच्या मालकीची नसते. तरीही 'माझ्या देशात तुम्ही हे करू शकत नाही. ते कायद्याच्या विरोधात आहे,' असं सांगणारे लोक मी जगात कुठेही गेलो तरी मला भेटतात.

पाश्चात्त्य जगातील बहुतेक देशांचे कायदे सारखेच आहेत, हे बहुतेक लोकांच्या लक्षात येत नाही. वेगवेगळे शब्द वापरले गेले असले तरीही तत्त्वतः ते कायदे बऱ्याच प्रमाणात सारखेच आहेत.

शक्य असेल तर निदान आपल्या स्वतःच्या उद्योग-व्यवसायाचा कर्मचारी होण्याचा तरी विचार तुम्ही करावा, असं मी तुम्हाला सुचवतो. विशेषतः भरपूर उत्पन्न मिळवणाऱ्या एस आणि बी कप्प्यांमधील लोकांना मी हे सांगतो. या लोकांच्या मालकीच्या फ्रँचायझी असल्या किंवा नेटवर्क मार्केटिंगमधून त्यांना उत्पन्न मिळत असलं तरी मी त्यांना हा सल्ला देतो. तुमच्या विशिष्ट परिस्थितीचा विचार करून तुम्ही ज्या यंत्रणेची उत्तम अंमलबजावणी करू शकाल, तिची निवड आणि अंमलबजावणी करण्यासाठी सक्षम आर्थिक सल्लागाराचा सल्ला घ्या.

दोन प्रकारचे कायदे असतात

वरवर पाहता असं दिसतं की, श्रीमंतांसाठी आणि इतर सर्वांसाठी वेगवेगळे कायदे असतात; पण प्रत्यक्षात या दोघांसाठीही सारखेच कायदे असतात. फक्त यात एकच फरक असतो. श्रीमंत लोक कायद्यांचा वापर त्यांच्या फायद्यासाठी करून घेतात, तर गरीब आणि मध्यमवर्गीय लोक कायद्यांचा असा वापर करून घेत नाहीत. हाच मूलभूत फरक असतो.

तुम्ही हुशार, कायद्याचं पालन करणारे आणि कायदेशीररीत्या भरपूर पैसा मिळवणारे सल्लागार मिळवा, असं मी तुम्हाला अगदी ठासून सांगतो. तुमचा कायदेशीर सल्लागार ही तुम्हाला कायद्यात होणारा आगामी बदल सांगणारी सूचना यंत्रणा असते. ज्या वेळी कायदे बदलतात, त्या वेळी संपत्तीही एकाच्या हातातून दुसऱ्याच्या हातात जाते.

दोन निवडी

निवडींचं स्वातंत्र्य असणं हा मुक्त समाजात राहण्याचा एक फायदा असतो. माझ्या मते, सुरक्षिततेची निवड आणि स्वातंत्र्याची निवड या दोन मुख्य निवडी कराव्या लागतात. तुम्ही सुरक्षिततेची निवड केली तर तुम्हाला अतिरिक्त करांच्या आणि व्याजाच्या हप्त्यांच्या शिक्षेच्या स्वरूपात मोठी किंमत चुकती करावी लागते. तुम्ही स्वातंत्र्याची निवड केली तर तुम्हाला हा संपूर्ण खेळ शिकावा लागतो आणि तो सुज्ञपणे खेळावा लागतो. तुम्हाला कोणत्या कप्प्यातून हा खेळ खेळायचा आहे, याची निवड तुम्हीच करायची असते.

या पुस्तकाच्या पहिल्या भागात मी *कॅशफ्लो क्वाड्रंटच्या* तपशिलांच्या व्याख्या सांगितल्या होत्या आणि ते स्पष्ट केले होते. दुसऱ्या भागात मी *कॅशफ्लो क्वाड्रंटच्या* उजव्या बाजूच्या बी आणि आय कप्प्यांमधील लोकांसारख्या मनोरचना आणि दृष्टिकोन विकसित करण्यावर लक्ष केंद्रित केलं आहे. सध्या तुम्ही कुठल्या कप्प्यात आहात आणि तुम्हाला कुठे जायचं आहे हे आतापर्यंत तुम्हाला समजलं असेल. *कॅशफ्लो क्वाड्रंटच्या* उजव्या बाजूकडून काम करण्याच्या मानसिक प्रक्रियेचं आणि मनोरचनेचंही तुम्हाला जास्त चांगल्या प्रकारे आकलन झालं असेल.

मी तुम्हाला डाव्या बाजूकडून उजव्या बाजूला जाण्याचे मार्ग दाखवले आहेत आणि आता अधिक नेमकेपणानं वागण्याची वेळ आली आहे. अखेरच्या विभागात मी तुम्हाला आर्थिक द्रुतगती मार्ग (फास्ट ट्रॅक) शोधण्याच्या सात पायऱ्या दाखवणार आहे. बी आणि आय कप्प्यांकडे जाण्यासाठी या पायऱ्या आवश्यक आहेत असं मला वाटतं.

व्यवसायांची उभारणी करा आणि रिअल इस्टेट विकत घ्या

सन १९४३मध्ये अमेरिकेनं काम करत असलेल्या सगळ्या अमेरिकन कर्मचाऱ्यांवर पगारपत्रक कपातीच्या माध्यमातून कर लादण्यास सुरुवात केली. दुसऱ्या शब्दांत, ई कप्प्यातील लोकांना पगार मिळण्याआधीच सरकारला पैसे मिळत होते. ई कप्प्यात असलेल्या कुठल्याही व्यक्तीला सरकारच्या तावडीतून फक्त अल्प प्रमाणात सुटका करून घेता येत होती म्हणजेच सोळाव्या

दुरुस्तीतील अपेक्षेप्रमाणे फक्त श्रीमंतांवर कर लादण्याऐवजी ई आणि एस कप्प्यांतील प्रत्येक कर्मचाऱ्यावर कर लादला जाऊ लागला. मग ते श्रीमंत असोत वा गरीब. आज अमेरिकेत एकूण उत्पन्नावर लादल्या जाणाऱ्या कराची टक्केवारी बघितली तर श्रीमंतांच्या किंवा मध्यमवर्गीयांच्या तुलनेत सगळ्यात कमी पगारदार लोक सगळ्यात जास्त कर भरतात.

सन १९८६मध्ये टॅक्स रिफॉर्म ॲक्ट हा एस कप्प्यातील भरपूर उत्पन्न मिळवणाऱ्या व्यावसायिकांच्या मागे हात धुऊन लागला होता. या कायद्यानं अगदी नेमकेपणानं डॉक्टर, वकील, वास्तुविशारद, दंतरोगतज्ज्ञ, अभियंते आणि इतर व्यावसायिकांना लक्ष्य बनवलं होतं. बी आणि आय कप्प्यांतील श्रीमंत आपल्या उत्पन्नाचं संरक्षण करू शकत होते, त्याप्रमाणे या व्यावसायिकांसाठी आपल्या उत्पन्नाचं संरक्षण करणं अशक्य नसलं तरी अतिशय अवघड करून टाकण्यात आलं होतं.

या व्यावसायिकांना सी उद्योग व्यवसायांऐवजी आपले व्यवसाय एस उद्योग-व्यवसाय म्हणून करण्यास भाग पाडण्यात आलं. त्यांनी तसं केलं नाही तर त्यांना कराचा भुर्दंड भरावा लागणार होता. श्रीमंतांना ही शिक्षा भोगावी लागत नव्हती. या उच्च व्यावसायिकांचं उत्पन्न हे एस कप्प्यात गेलं आणि त्याच्यावर शक्य तितका सर्वोच्च वैयक्तिक करदर आकारला गेला. त्यांच्याकडे सी व्यवसायांना परवानगी असलेल्या कपातींच्या माध्यमातून त्यांच्या उत्पन्नाचं संरक्षण करण्याची संधी नव्हती. त्याच वेळी कायद्यात आणखी बदल करण्यात आला आणि एस कप्प्यांतील व्यवसायांसाठी कॅलेंडर वर्षअखेर लागू करण्यात आली. यामुळेही सर्व उत्पन्नावर सर्वोच्च दरानं करआकारणी लादली गेली.

माझ्या सीपीएशी मी बदलांविषयी चर्चा केली, त्या वेळी त्याने मला अशी आठवण करून दिली की, नव्यानं स्वयंरोजगार सुरू केलेल्या लोकांना सर्वसामान्यपणे त्यांच्या पहिल्या वर्षअखेरीच्या वेळी सगळ्यात मोठा धक्का बसेल. कारण त्या वेळी त्यांना समजेल की, ते भरत असलेला सगळ्यात मोठा कर हा स्वयंरोजगार कर असेल. हा कर त्यांनी ई कप्प्यातील कर्मचारी म्हणून जेवढा कर भरला असेल त्याच्या दुप्पट असेल. संबंधित व्यक्तीनं एखादी 'इटेमाईझ्ड' कपात किंवा वैयक्तिक सवलत यांची कपात करण्याआधीच्या संपूर्ण उत्पन्नावर हा कर आकारला जाईल. स्वयंरोजगारित व्यक्तीकडे करपात्र उत्पन्न नसण्याची शक्यता आहे. तरीही त्याला स्वयंरोजगार कर भरावाच लागेल. दुसरीकडे उद्योग-व्यवसायांना स्वयंरोजगार कर भरावा लागत नाही.

सन १९८६च्या टॅक्स रिफॉर्म ॲक्टनं ई आणि एस कप्प्यांतील कर्मचाऱ्यांना अगदी प्रभावीपणे रिअल इस्टेटच्या क्षेत्रातून बाहेर काढलं आणि त्यांना स्टॉक्स व म्युच्युअल फंड यांसारख्या कागदोपत्राच्या स्वरूपातील मालमत्तांच्या क्षेत्राकडे ढकललं. एकदा कर्मचारीकपात सुरू झाल्यानंतर कोट्यवधी लोकांना आपल्या नोकऱ्यांविषयी कमी सुरक्षितता वाटू लागली. त्यांच्या निवृत्तीनंतरच्या जीवनाची सुरक्षितताही त्यांना कमी झाल्यासारखं वाटू लागलं, कारण कागदोपत्रांच्या स्वरूपातील संपत्ती किंवा मालमत्ता ही शेअर बाजारातील चढ-उतारांवर अवलंबून होती.

अमेरिकेतील लहान समूह बँका बंद करणं आणि सगळा बँकिंग व्यवहार मोठ्या राष्ट्रीय बँकांकडे हस्तांतरित करणं हा सन १९८६चा टॅक्स रिफॉर्म ॲक्टचा उद्देश असल्यासारखं

दिसतं. अमेरिकेला जर्मनी आणि जपान येथील मोठ्या बँकांशी स्पर्धा करता यावी, यासाठी हे करण्यात आलं असावं असा माझा संशय आहे. जर हाच उद्देश असेल तर तो सफल झाला. आज अमेरिकेतील बँकिंग व्यवसाय हा कमी प्रमाणात वैयक्तिक स्वरूपाचा आहे आणि निव्वळ आकड्यांच्या साहाय्यानं तो सुरू आहे म्हणजेच तुम्हाला तिथे वैयक्तिकरीत्या ओळखलं जात नाही, तर आकड्यांच्या स्वरूपात ओळखलं जातं. याचा एकूण परिणाम असा झाला की विशिष्ट वर्गातील लोकांना गृहकर्ज मिळवण्याकरिता पात्र होणं जास्त कठीण झालं. आता या बँकांमध्ये तुम्हाला वैयक्तिकरीत्या ओळखणाऱ्या लहान गावातील बँकरऐवजी, आपल्याकडच्या व्यक्तिनिरपेक्ष अर्हतेच्या गरजा पूर्ण होत नसल्या तर तुमचं नाव सरळ बाजूला काढून फेकून देणारा मध्यवर्ती संगणक तुम्हाला भेटतो.

सन १९८६च्या टॅक्स रिफॉर्म अ‍ॅक्टनंतर श्रीमंत तसेच जास्त पैसे मिळवत, कमी काम करत आणि कमी कर भरत राहिले. श्रीमंत वडिलांनी मला बऱ्याच वर्षांपूर्वी दिलेलं सूत्र वापरून ते त्यांना मिळणाऱ्या मोठ्या मालमत्ता संरक्षणाचा आनंद उपभोगत राहिले. श्रीमंत वडिलांनी दिलेलं ते सूत्र असं होतं : 'व्यवसायाची उभारणी कर आणि रिअल इस्टेट विकत घे.' सी उद्योगांच्या माध्यमातून भरपूर पैसा कमावणं आणि रिअल इस्टेटच्या माध्यमातून त्या उत्पन्नाचं संरक्षण करणं ही त्यामागची कल्पना होती. ज्या वेळी कोट्यवधी अमेरिकन काम करत होते, अधिकाधिक कर भरत होते आणि नंतर म्युच्युअल फंडांमध्ये दर महिन्याला अब्जावधी डॉलर्स ओतत होते, त्या वेळी श्रीमंत लोक शांतपणे सी उद्योग-व्यवसायांमधील त्यांचे शेअर्स विकत होते, त्यामुळे ते जास्त श्रीमंत होत होते आणि नंतर रिअल इस्टेटमध्ये गुंतवणूक करून कोट्यवधी डॉलर्स कमवत होते. सी उद्योगाचा शेअर असेल तर त्यामुळे कंपनीची मालकी पत्करण्याची जोखीमही संबंधित व्यक्तीला घ्यावी लागते. सी उद्योगाची मालकी असणं आणि रिअल इस्टेटमध्ये गुंतवणूक करणं यांमधील फायदे मात्र स्टॉकचा शेअर असेल तर शेअरहोल्डरला मिळत नाहीत.

मग श्रीमंत वडिलांनी सी उद्योगधंद्यांमध्ये व्यवसायाची उभारणी करून नंतर रिअल इस्टेट खरेदी करण्याचा सल्ला का दिला होता? कारण अशा प्रकारे काम करणाऱ्या लोकांना करविषयक कायदे काही मोबदला देतात; पण तो विषय या पुस्तकाच्या कक्षेबाहेरचा आहे. फक्त मॅकडोनाल्ड्सचा संस्थापक असलेल्या रे क्रॉकसारख्या अत्यंत श्रीमंत लोकांचे शब्द लक्षात ठेवा. त्याने म्हटलं होतं, 'हॅम्बर्गर्स विकणं हा माझा व्यवसाय नाही. रिअल इस्टेटचे व्यवहार करणं हा माझा व्यवसाय आहे.' किंवा श्रीमंत वडिलांचे माझ्या डोक्यात सतत घुमत राहणारे शब्द लक्षात ठेवा. त्यांनी सांगितलं होतं की, 'व्यवसायाची उभारणी कर आणि रिअल इस्टेट विकत घे.'

दुसऱ्या शब्दांत करविषयक कायद्यांचा संपूर्ण लाभ घेण्यासाठी मला *कॅशफ्लो क्वाड्रंटच्या* उजव्या बाजूच्या कप्प्यांतून माझ्या नशिबाचा वेध घेण्याची गरज होती.

सन १९९०मध्ये राष्ट्राध्यक्ष जॉर्ज एच. डब्ल्यू. बुश यांनी, 'माझं बोलणं लक्षात ठेवा. यापुढे कुठलेही नवीन कर आकारले जाणार नाहीत,' असं आश्वासन दिलं होतं. मात्र १९९२मध्ये राष्ट्राध्यक्ष बिल क्लिंटन यांनी अलीकडच्या इतिहासातील सर्वांत मोठी करवाढ करणाऱ्या कायद्यावर स्वाक्षरी केली. एकविसाव्या शतकात करवाढ सातत्यानं केली जात

आहे. पुन्हा एकदा, या करवाढींचा परिणाम हा ई आणि एस कप्प्यांतील लोकांवरच होत आहे; पण बी आणि आय कप्प्यांतील लोकांवर याचे फारसे परिणाम होत नाहीत.

आपण माहितीच्या युगात जसजसे जास्तीत जास्त पुढे चाललो आहोत, तसतशी आपण सगळ्यांनीच विविध कप्प्यांतून सतत माहिती गोळा करत राहण्याची गरज निर्माण होत चालली आहे. माहितीच्या युगात दर्जेदार माहिती ही आपली सर्वांत महत्त्वाची संपत्ती आहे. एरिक हॉफरनं एकदा असं म्हटलं होतं की,

'बदलत्या काळात शिकणाऱ्या लोकांना जग मिळतं. मात्र तोपर्यंत शिकलेले लोक त्यानंतर पूर्वीचं जग अस्तित्वात नसताना, बदललेल्या नवीन जगाला हाताळण्यासाठी सुंदररीत्या सुसज्ज झालेले असतात.'

लक्षात ठेवा

प्रत्येकाची आर्थिक परिस्थिती वेगवेगळी असते म्हणूनच मी पुढील गोष्टींची शिफारस करतो.

१. तुम्हाला शक्य असेल तितका उत्तम व्यावसायिक आणि आर्थिक सल्ला घ्या. उदाहरणार्थ, सी उद्योगधंदा अनेक वेळा चांगल्या प्रकारे काम करत असला तरीही ती कायमच, सार्वकालिक उत्तम व्यवस्था नाही. कधी कधी *कॅशफ्लो क्वाड्रंटच्या* अगदी उजव्या बाजूलाही एस उद्योग-व्यवसाय योग्य ठरू शकतो.

२. ज्याप्रमाणे डाव्या आणि उजव्या बाजूनं पैसा कमावणाऱ्या लोकांकडे वेगवेगळे सल्लागार असतात, त्याप्रमाणेच श्रीमंत, गरीब आणि मध्यमवर्गीय लोकांकडे वेगवेगळे सल्लागार असतात. तुम्हाला जिथे जाण्याची इच्छा आहे, तिथे आधीच पोहोचलेल्या लोकांचा सल्ला मिळवण्याचा विचार करा.

३. कर कमी करण्याच्या कारणांसाठी कधीही व्यवसाय किंवा गुंतवणूक करू नका. करसवलत हा सरकारला हव्या असलेल्या गोष्टी केल्याबद्दल मिळणारा अतिरिक्त बोनस असतो. तो बोनसच असू द्या, त्याला कारण बनवू नका.

तुम्ही अमेरिकेचे नागरिक नसलात तरीही तुमच्यासाठी मी हाच सल्ला देईन. आमचे कायदे कदाचित वेगळे असू शकतील, तरीही सक्षम सल्ला मिळवण्याची तत्त्वं तीच राहतात. उजव्या बाजूकडचे लोक जगभर सर्वत्र अतिशय एकसारख्या, समान पद्धतीनं काम करतात.

विभाग तीन

बी आणि आय कप्प्यांमध्ये यशस्वी कसं व्हावं?

प्रकरण दहा

छोटी पावलं टाका

तुम्हाला धावण्याआधी चालता आलं पाहिजे.

'हजारो मैलांच्या प्रवासाची सुरुवात एका पावलानं होते,' ही म्हण आपल्यापैकी बहुतेकांनी ऐकलेली असते. त्याऐवजी मी असं म्हणेन की, 'हजारो मैलांचा प्रवास हा एका छोट्या पावलानं सुरू होतो.'

मी यावर भर देतो, कारण अनेक लोक छोटी पावलं उचलून सुरुवात करण्याऐवजी एकदम मोठी झेप घेण्याचा प्रयत्न करत असल्याचं मी पाहतो. अगदी जाडजूड, बेढब असलेले लोक अचानकच २० पाऊंड वजन कमी करण्याचं ठरवत असल्याचं आपण पाहतो. मग ते क्रॅश डाएटनं सुरुवात करतात. दोन-दोन तास व्यायामशाळेत जातात आणि नंतर पुन्हा १० मैल धावतात. ही गोष्ट जास्तीत जास्त आठवडाभर टिकू शकते. या काळात ते काही पाऊंड वजन कमी करतात आणि नंतर वेदना झाल्यामुळे, कंटाळल्यामुळे आणि भुकेमुळे त्यांची इच्छाशक्ती मरून जाते आणि निश्चय संपुष्टात येतो. तिसऱ्या आठवड्यापर्यंत त्यांच्या अतिखाण्याच्या, व्यायाम टाळण्याच्या आणि टेलीव्हिजन बघत बसण्याच्या सवयी पुन्हा सुरू झालेल्या असतात.

मोठी झेप घेण्याऐवजी मी अशी जोरदार शिफारस करतो की, तुम्ही हळूहळू लहान पावलं टाकत पुढे चला. दीर्घकालीन आर्थिक यश हे तुम्ही किती जोरदार झेप घेतली त्यावरून मोजलं जात नाही, तर तुम्ही किती पावलं टाकली, किती वर्षं टिकून राहिलात आणि तुम्ही कोणत्या दिशेनं निघाला आहात यावरून मोजलं जातं. कोणत्याही प्रयत्नात यशस्वी होण्याचं हेच सूत्र असतं. पैशाचा प्रश्न येतो, त्या वेळी मी माझ्यासह अनेक लोकांना अत्यल्प पैशातून, खूप थोड्या गोष्टीमधून खूप मोठी गोष्ट मिळवण्याचा प्रयत्न करताना पाहतो आणि मग नंतर ते सगळं कोलमडतं आणि संपुष्टात येतं. तुम्ही स्वतःसाठीच खोदून ठेवलेल्या आर्थिक खड्ड्यातून बाहेर पडण्यासाठी तुम्ही पहिल्यांदा छोटी पावलं टाकत शिडीपर्यंत पोहोचण्याची गरज असते.

तुम्ही हत्तीला कसं काय खाऊ शकता?

पुस्तकाच्या या भागात मी *कॅशफ्लो क्वाड्रंटच्या* उजव्या भागाकडे जाण्यास तुम्हाला मार्गदर्शन करणाऱ्या सात पावलांचं वर्णन करणार आहे. माझ्या श्रीमंत वडिलांच्या साहाय्यानं मी नऊ वर्षांचा असल्यापासून या सात पावलांवर काम केलं, कृती केली आणि जिवंत असेपर्यंत मी याच सात पावलांचं अनुसरण करत राहणार आहे.

काही लोकांना ही पावलं त्यांची दमणूक करणारी वाटतात. तुम्ही जर एकाच आठवड्यात सगळी पावलं उचलण्याचा प्रयत्न केला, तर ती तशी असतातही म्हणूनच कृपया, छोटी पावलं उचला.

'रोमची उभारणी एकाच दिवसात झाली नव्हती,' असं म्हटलं जातं ते आपण सर्वांनीच ऐकलेलं असतं. मला किती शिकणं भाग आहे या भावनेनं मी दडपून जातो, त्या वेळी मी स्वतःशीच असं म्हणतो की, 'तू हत्तीला कसा काय खाऊ शकशील?' आणि याचं उत्तर आहे, 'एका वेळी एक घास खाऊन!' तुम्हालाही मी हेच सुचवतो. तुम्हाला जर *कॅशफ्लो क्वाड्रंटच्या* डाव्या बाजूकडून म्हणजेच ई किंवा एस कप्प्यांकडून उजव्या बाजूच्या बी किंवा आय कप्प्यांकडे जाण्यासाठी किती भरपूर शिकावं लागेल असं वाटून दडपून गेल्यासारखं वाटत असेल तर तुम्हीही हेच करा. कृपा करून स्वतःशी ममत्वानं, दयाळूपणानं वागा आणि हे स्थित्यंतर फक्त मानसिक स्थित्यंतराहूनही अधिक काहीतरी आहे हे समजून घ्या. यात भावनिक अध्ययनाचाही समावेश असतो. तुम्ही सहा महिने ते एक वर्षापर्यंत छोटी-छोटी पावलं टाकत राहिलात, तर तुम्ही चालण्यास सज्ज व्हाल आणि नंतर धावू शकाल. तुम्हाला धावता येण्याआधी चालता तर आलं पाहिजे! मी याच मार्गाची शिफारस करतो. तुम्हाला हा मार्ग आवडला नाही, तर झपाट्यानं आणि सुलभतेनं श्रीमंत होण्यासाठी लाखो लोक जे करतात तेच तुम्हीही करा. लॉटरीचं तिकीट विकत घेणं हा तो उपाय आहे. कोणास ठाऊक, कदाचित तो तुमचा सुदैवी दिवस असूही शकेल!

कृतीनं निष्क्रियतेवर मात करता येते

माझ्या दृष्टीनं ई आणि एस कप्प्यांमधील लोकांना बी आणि आय कप्प्यांच्या बाजूला जाण्यात अडचण येते, त्यामागे असलेल्या कारणांपैकी एक महत्त्वाचं कारण असं आहे की, त्यांना चुका करण्याची खूपच भीती वाटते. ते नेहमीच असं म्हणतात की, 'मला अपयशाची भीती वाटते,' किंवा 'मला आणखी माहितीची गरज आहे,' किंवा 'तुम्ही आणखी एखादं पुस्तक सुचवू शकता का?' त्यांची भीती किंवा स्वतःविषयी त्यांना येणारी शंका यामुळे ते त्यांच्या त्याच कप्प्यात अडकून पडतात. प्रत्येक पावलाविषयी वाचून आणि अखेरीला देण्यात आलेल्या 'कृती करा' या भागातील कृती पायऱ्या पूर्ण करून तुम्ही बी आणि आय बाजूच्या दिशेनं जात राहाल. फक्त या सात पायऱ्या पार केल्यामुळे तुमच्यासमोर शक्यतांचं आणि बदलाचं एक संपूर्ण नवीन जग खुलं होईल. नंतर फक्त छोटी पावलं टाकत राहा.

'जस्ट डू इट' असं नायकीचं एक यथार्थ घोषवाक्य आहे. दुर्दैवानं, आपल्या शाळा असं सांगत राहतात की, 'चुका करू नका.' कृती करण्याची इच्छा असलेले कोट्यवधी

उच्चशिक्षित लोक चुका करण्याच्या भीतीमुळे गलितगात्र होतात. शिक्षक म्हणून काम करताना मी एक अतिशय महत्त्वाचा धडा शिकलो आहे. खऱ्या शिक्षणासाठी मानसिक, भावनिक आणि शारीरिक शिक्षणाची गरज असते हा तो धडा आहे म्हणूनच कृती नेहमीच निष्क्रियतेवर मात करते. तुम्ही कृती केली आणि तुमची चूक झाली तर तुम्ही मानसिकदृष्ट्या, भावनिकदृष्ट्या किंवा शारीरिकदृष्ट्या निदान काहीतरी शिकलेले असता. जी व्यक्ती सातत्यानं योग्य उत्तराचा शोध घेत राहते, ती 'ॲनालिसीस पॅरालिसीस' या आजारानं पछाडली जाते. अनेक सुशिक्षित लोकांना या आजारानं पछाडल्याचं दिसून येतं. अखेरीस आपण चुकांमधूनच शिकत असतो. शिकण्याचा तोच मार्ग असतो. पडून आणि पुन्हा उठून उभं राहूनच आपण चालायला आणि सायकल चालवायला शिकतो. कृती करण्यास घाबरणारे लोक भीतीपोटी चुका करतात. मग ते मानसिकदृष्ट्या कितीही हुशार असले तरी नेहमीच भावनिकदृष्ट्या आणि शारीरिकदृष्ट्या (प्रत्यक्ष कृती करण्याच्या दृष्टीनं) अपंगच असतात.

गरिबीत जन्मलेले लोक अखेरीस सधन कसे बनतात, याचा शोध घेण्यासाठी काही वर्षांपूर्वी जगभरच्या श्रीमंतांचा आणि गरिबांचा अभ्यास करण्यात आला होता. या अभ्यासातून असं दिसून आलं की, हे लोक कुठेही राहत असले तरी त्यांच्याकडे तीन गुणधर्म असतात :

१. त्यांच्याकडे दूरदृष्टी आणि दीर्घकालीन योजना असते.
२. तात्कालिक, क्षणिक आनंद मिळवण्याचा मोह दूर सारण्यावर त्यांचा विश्वास असतो.
३. त्यांना अनुकूल ठरण्याजोग्या पद्धतीनं चक्रवाढीच्या शक्तीचा ते वापर करून घेतात.

या अभ्यासातून त्यांना असं आढळलं की, या लोकांनी दीर्घकाळाचा विचार आणि नियोजन केलं होतं. आपण आपलं स्वप्न किंवा दृष्टिकोन तसाच बाळगला तर आपल्याला अखेरीस आर्थिक यश मिळेलच हे त्यांना माहिती होतं. दीर्घकालीन यश मिळवण्यासाठी अल्पकालीन त्याग करण्याची त्यांची इच्छा होती आणि हाच दीर्घकालीन समाधानाचा पाया असतो.

चक्रवाढीच्या शक्तीनं पैसे कसे अनेक पटीत वाढतात हे पाहून अल्बर्ट आइन्स्टाईन चकित झाला होता. चक्रवाढ पद्धतीनं पैसे वाढवत जाणं हा एक अतिशय चकित करणारा शोध आहे असं त्याचं म्हणणं होतं.

या अभ्यासानं या चक्रवाढीच्या पद्धतीला पैशांच्या चक्रवाढीच्या पलीकडे नेलं आणि त्यांना असं आढळलं की, प्रत्येक छोट्या पावलाबरोबर मिळालेलं ज्ञान आणि अध्ययन हे वर्षानुवर्षांच्या काळात चक्रवाढीनं वाढत जातं. जे लोक बिलकूलच पाऊल उचलत नाहीत, त्यांच्याकडे चक्रवाढ पद्धतीनं वाढत जाणाऱ्या ज्ञानाच्या आणि अनुभवाच्या व्यापक संग्रहाच्या तरफेची शक्ती नसते.

सधन लोक कशामुळे गरीब होतात हेही या अभ्यासातून शोधण्यात आलं. आपल्याकडची प्रचंड संपत्ती फक्त तीन पिढ्यांमध्येच गमावून बसलेली अनेक श्रीमंत

कुटुंबही आहेत. या लोकांकडे पुढील गुणधर्म असतात, असं या अभ्यासातून आढळून आलं यात आश्चर्य वाटण्याजोगं काहीच नाही.

१. त्यांच्याकडे अल्पकालीन दृष्टी असते.

२. त्यांना तात्कालिक, क्षणिक आनंद मिळवण्याची इच्छा असते.

३. चक्रवाढीच्या शक्तीचा ते गैरवापर करतात.

आज मला काही लोक भेटतात आणि त्यांना तत्काळ जास्त पैसे कसे मिळवता येतील हे मी सांगत नसल्यामुळे ते निराश होतात. दीर्घकालीन विचार करत बसण्याची कल्पना त्यांना आवडत नाही. अनेक लोकांना तातडीनं अल्पकालीन उत्तरं हवी असतात आणि त्यांचा ते अगदी तळमळीनं शोध घेतात. क्षणिक समाधान मिळवण्याच्या त्यांच्या अनियंत्रित इच्छेमुळे त्यांच्या डोक्यावर ग्राहक कर्ज असतं आणि त्यांच्याकडे गुंतवणुकीचा अभाव असतो. त्यामुळेच त्यांना लगेच उत्तरं हवी असतात. 'खावं, प्यावं आणि मौज करावी,' ही त्यांची कल्पना असते. यामुळे चक्रवाढीच्या ताकदीचा गैरवापर होतो आणि त्यातून दीर्घकालीन संपत्तीऐवजी ते दीर्घकालीन कर्जाकडे जातात.

त्यांना झटपट उत्तर हवं असतं. प्रचंड संपत्ती किंवा मालमत्ता मिळवण्यासाठी काय केलं पाहिजे, हे मी त्यांना सांगावं असं त्यांना वाटतं; पण त्यासाठी आपण पहिल्यांदा काय 'झालं' पाहिजे, हे त्यांनी समजून घेतलंच पाहिजे.

दुसऱ्या शब्दांत अनेक लोक झटपट श्रीमंत होण्याच्या तत्त्वज्ञानानं झपाटून गेलेले असतात. मी त्यांना सुदैव चिंततो. कारण त्यांना अशा सदिच्छेचीच खरी गरज असते.

एक खळबळजनक टीप

आपल्यापैकी बहुतेकांनी असं ऐकलेलं असतं की, जे लोक त्यांची उद्दिष्टं लिहून काढतात त्यांची उद्दिष्टं साध्य होण्याची जास्त शक्यता असते. मी उद्दिष्ट निश्चिततेच्या अनेक चर्चासत्रांना आणि प्रशिक्षण शिबिरांना गेलो आहे. तिथे मी ही संकल्पना अनेकदा ऐकली आहे आणि गेली अनेक वर्षं मी तिच्यावर विचार करत आहे. दीर्घकालीन मोठी स्वप्नं आणि इच्छा असणं ही अतिशय चांगली गोष्ट असली तरीही ती स्वप्नं सत्यात उतरवण्याची प्रक्रिया ही अनेक छोट्या पावलांनी बनलेली असते. खूप काही मिळवणारी व्यक्ती होण्याचा प्रयत्न करण्याऐवजी कमी गोष्टी मिळवणारी व्यक्ती होण्याचा प्रयत्न करा. लहान पावलं टाकण्यात समाधानी राहा, कारण प्रत्येक पाऊल तुम्हाला तुमच्या मोठ्या उद्दिष्टांकडे आणि स्वप्नांकडे घेऊन जातं.

अगदी आटापिटा करून, स्वतःची दमछाक करून खूप काही मिळवण्याची इच्छा ठेवण्याऐवजी अगदी आजही कमी मिळवण्याची मनोरचना बाळगून मला जास्त गोष्टी मिळत असल्याचं मी पाहतो. मी लहान कामगिरीचं उद्दिष्ट निश्चित केल्याचं एक उदाहरण सांगतो. आठवड्याला दोन श्राव्य टेप ऐकण्याचं उद्दिष्ट मी लिहून काढलं होतं. मी त्याच एक-दोन टेप एक-दोनदा ऐकत असे किंवा चांगल्या असतील तर त्याहूनही जास्त वेळा ऐकत असे; पण तरीही माझं आठवड्याचं उद्दिष्ट पूर्ण करण्याकडे मी चाललेला असे.

किमनं आणि मी वर्षभरात बी आणि आय कप्प्यांतील विषयांवरच्या किमान दोन चर्चासत्रांना जाण्याचं उद्दिष्ट लिहून काढलं होतं. बी आणि आय कप्प्यांमधील विषयांमध्ये तज्ज्ञ असलेल्या लोकांबरोबर आम्ही सुट्ट्या घालवण्यासाठी जात होतो. आम्ही त्यांच्याबरोबर खेळताना, विश्रांती घेताना आणि बाहेर जेवताना खूप काही शिकलो. अतिशय कमी ताण घेऊन आम्ही खूपच जास्त मिळवलं. कमी प्रमाणात गोष्टी मिळवण्याचे आणि तरीही मोठ्या, धाडसी स्वप्नांच्या दिशेनं पुढे जात राहण्याचे हे मार्ग आहेत.

मोठं उद्दिष्ट निश्चित करणं आणि पहिल्यांदा छोटी पावलं टाकून पद्धतशीरपणे ते साध्य करणं ही कुठलीही गुंतवणूक करण्याची गुरूकिल्ली आहे. तुमचं शिक्षण आणि अनुभव वाढला की, हळूहळू तुमच्या गुंतवणुकीचा आकार तुम्ही वाढवला पाहिजे. तुम्ही सहज करता येण्याजोग्या गोष्टीतून बाहेर पडून, स्वतःला जास्त कष्ट करायला लावलं पाहिजे. म्हणजेच तुम्ही तुमच्या सुखद क्षेत्रातून (कम्फर्ट झोनमधून) बाहेर पडलं पाहिजे - पण ही गोष्ट तुम्ही हळूहळूच केली पाहिजे. किमनं आणि मी हेच केलं. तुम्हाला अखेरीस आर्थिक स्वातंत्र्याच्या तुमच्या मोठ्या उद्दिष्टाकडे नेणारी लहान उद्दिष्टं ठेवण्यात काहीही चुकीचं नाही. उत्तम शरीरयष्टी प्राप्त करण्याच्या उद्दिष्टाच्या बाबतीतही हीच गोष्ट लागू पडते. मी एका कडक प्रशिक्षकाबरोबर व्यायाम करतो. तो मला दिवसाला किंवा आठवड्याला लहान उद्दिष्टं साध्य करण्यास भाग पाडतो. माझ्या क्षमतेत सुधारणा झाली की, त्यांच्यामुळे माझ्या व्यायामाच्या तीव्रतेत वाढ होते आणि या दोन्ही गोष्टींमुळे माझं मोठं उद्दिष्ट साध्य करण्यापर्यंत मी पोहोचतो.

म्हणून मोठी स्वप्नं बघा आणि रोज थोड्या-थोड्या प्रमाणात ती साध्य करण्याच्या दिशेनं चालू लागा. मी तुम्हाला साध्य करण्याजोगी दैनंदिन उद्दिष्टं निश्चित करावीत असं सुचवतो. ज्या वेळी ती साध्य होतात, त्या वेळी स्वतःला सकारात्मक प्रतिसाद द्या. त्यामुळे तुम्ही तुमच्या उद्दिष्टपूर्तीच्या मार्गावर - म्हणजेच ***कॅशफ्लो क्वाड्रंटच्या*** डाव्या बाजूकडून उजव्या बाजूपर्यंत पोहोचण्याच्या मार्गावर राहाल.

तुम्हाला श्रीमंत व्हायचं असेल, तर तुम्हाला तुमचे नियम बदलावेच लागतील

'नियम बदलले आहेत,' असं मी म्हणत असल्याचं नेहमीच सांगितलं जातं. ते खरंही आहे. ज्या वेळी लोक हे शब्द ऐकतात, त्या वेळी ते संमतिदर्शक माना डोलावतात आणि म्हणतात, 'होय, नियम बदलले आहेत. सध्या पूर्वीसारखी कुठलीच गोष्ट उरलेली नाही.' पण तरीही ते नंतर पुन्हा त्याच जुन्या गोष्टी करू लागतात.

औद्योगिक युगातील आर्थिक विवरणपत्रं

तुमचं आर्थिक जीवन कशा प्रकारे नीटनेटकं, शिस्तबद्ध करावं हे मी शिकवतो, त्या वेळी मी विद्यार्थ्यांना वैयक्तिक आर्थिक विवरणपत्र भरण्यास सांगून माझ्या अध्यापनाची सुरुवात करतो. तो नेहमीच आयुष्य बदलवून टाकणारा अनुभव असतो. आर्थिक विवरणपत्रं ही बरीचशी क्ष किरणांसारखी असतात. इतर कुठलंच साहाय्य न मिळालेले तुमचे डोळे जे पाहू शकत नाहीत, ते तुम्हाला या गोष्टीमुळे पाहणं शक्य होतं. आपापली विवरणपत्रं भरून

झाल्यानंतर कोणाला आर्थिक कर्करोग झाला आहे आणि कोण आर्थिकदृष्ट्या निरोगी आहे ते पाहणं शक्य होतं. जवळजवळ नेहमीच आर्थिक कर्करोग झालेले लोक हे औद्योगिक युगात जगत असलेले लोक असतात.

मी असं का म्हणतो? कारण औद्योगिक युगात लोक उद्याचा विचार करत नव्हते. तुम्ही भरपूर कष्ट केले तर तुमचा मालक किंवा सरकार तुमच्या उद्यांची काळजी घेईल, असं मानलं जात होतं म्हणूनच माझ्या इतक्या मित्रांनी आणि कुटुंबीयांनी मला सतत सरकारी नोकरी किंवा उत्तम निवृत्तिवेतन योजना असलेली नोकरी शोधायला सांगितलं होतं. हा सल्ला औद्योगिक युगातील होता आणि त्याच्यातून हक्काची मानसिकता दिसून येत होती. नियम बदलले असले तरीही अनेक लोकांनी आपले आर्थिक नियम बदललेले नाहीत. ते अद्यापही उद्याचं नियोजन करण्याची गरज नसल्यासारखे वागत आहेत. मी वैयक्तिक आर्थिक विवरणपत्र वाचतो, त्या वेळी त्यांचा 'उद्या' कसा असू शकेल हे सहजपणे पाहू शकतो.

तुमचा 'उद्या' कसा दिसेल?

साध्या शब्दांत सांगायचं, तर वैयक्तिक आर्थिक विवरणपत्रामध्ये मी पुढील गोष्टी शोधतो.

उत्पन्न विवरणपत्र

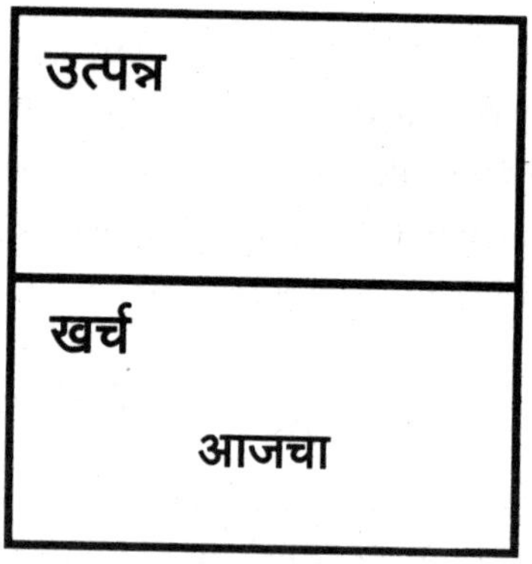

ताळेबंद

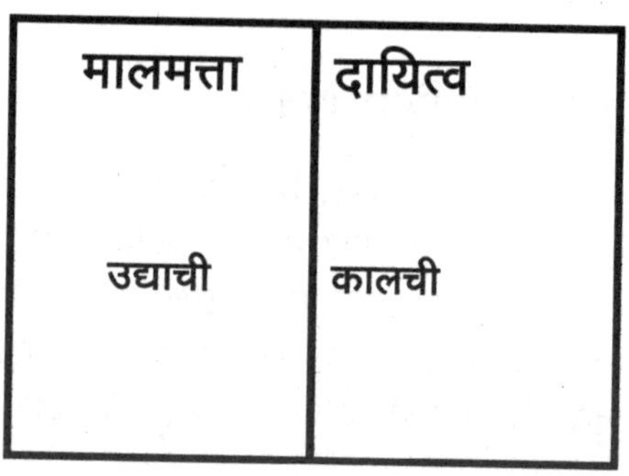

कॅशफ्लोची निर्मिती करणाऱ्या मालमत्ता किंवा संपत्ती नसलेल्या लोकांचे 'उद्या' हे संघर्षांनी आणि तणावांनी भरलेले असू शकतात. मालमत्ता किंवा संपत्ती नसलेले लोक मला आढळतात, त्या वेळी ते सहसा त्यांची बिलं भरण्याकरिता वेतनचिठ्ठी मिळवण्यासाठी खडतर कष्ट करत असतात. तुम्ही बहुतेक लोकांच्या खर्चाच्या स्तंभात पाहिलं तर कर आणि दीर्घकालीन दायित्वांसाठीच्या कर्जसेवा यांवर त्यांचे दोन मोठे मासिक खर्च होत असल्याचं दिसतं.

खर्चाची किंवा व्यय विवरणपत्रं पुढीलप्रमाणे दिसतात :

उत्पन्न विवरणपत्र

उत्पन्न
खर्च **कर (सुमारे ५०%)** **कर्ज (सुमारे ३५ %)** **उदरनिर्वाहाचा खर्च**

दुसऱ्या शब्दांत, सरकार आणि बँक यांना ते स्वतःच्याही आधी पैसा देतात. जे लोक त्यांच्या कॅशफ्लोवर नियंत्रण ठेवू शकत नाहीत, त्यांना सर्वसामान्यपणे आर्थिक भवितव्य नसतं आणि आगामी काही वर्षांतच ते गंभीर आर्थिक संकटात सापडणार असतात.

का? कारण फक्त ई कप्प्यातून काम करत राहिलेल्या व्यक्तीला करांपासून आणि कर्जापासून अल्प संरक्षण मिळतं. अगदी एस कप्प्यातील लोकही या दोन आर्थिक कर्करोगांविषयी काहीतरी करू शकतात.

तुम्हाला जर याचा अर्थ समजत नसेल तर तुम्ही ***रिच डॅड पुअर डॅड*** वाचाव असं मी तुम्हाला सुचवेन, त्यामुळे हे आणि यापुढची प्रकरणं समजून घेणं तुम्हाला सोपं जाईल.

कॅशफ्लोच्या तीन संरचना

रिच डॅड पुअर डॅडमध्ये सांगितल्याप्रमाणे कॅशफ्लोच्या तीन संरचना असतात. : श्रीमंतांसाठी एक, गरिबांसाठी एक आणि एक मध्यमवर्गीयांसाठी.

गरिबांसाठीची कॅशफ्लो संरचना पुढीलप्रमाणे असते :

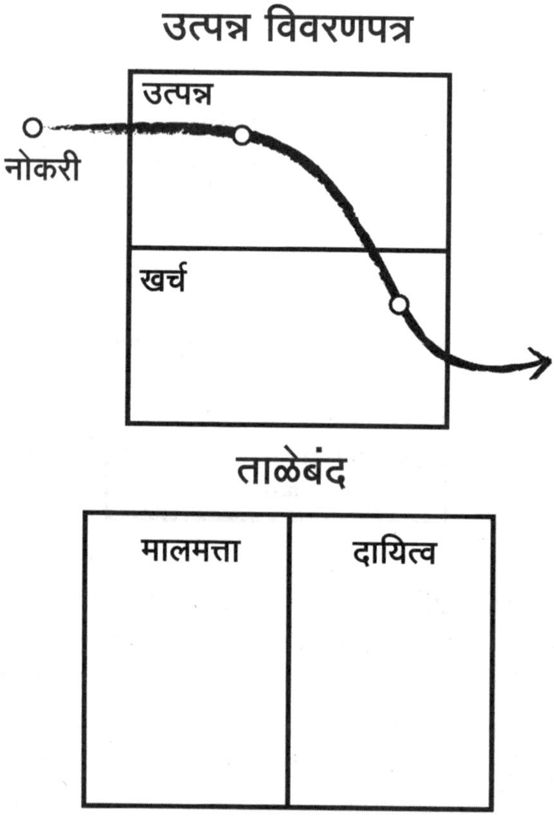

मध्यमवर्गीयांसाठीची कॅशफ्लो संरचना पुढीलप्रमाणे असते

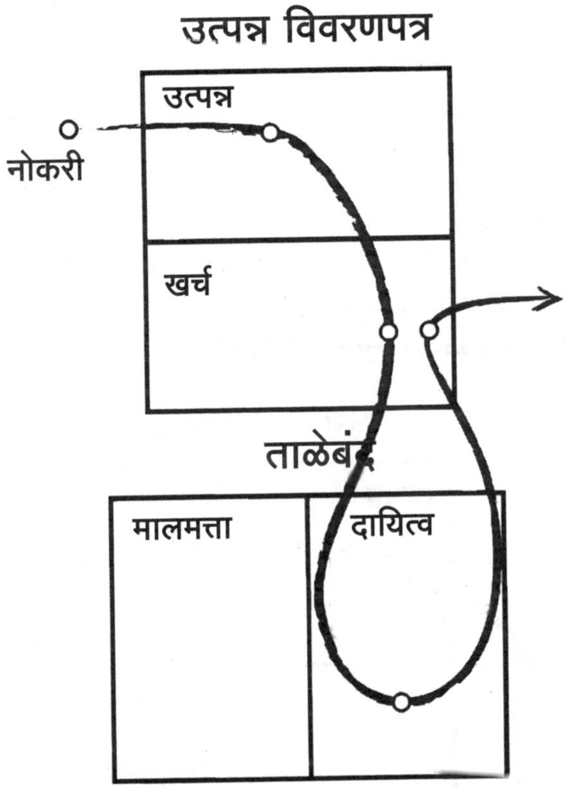

कॅशफ्लोच्या या संरचनेला आपला समाज नेमकी आणि हुशारीची संरचना म्हणतो. काहीही झालं तरी ज्या लोकांकडे ही संरचना असते, त्यांच्याकडे सहसा गलेलठ्ठ पगाराच्या नोकऱ्या, चांगली घरं, कार आणि क्रेडिट कार्ड असतात म्हणूनच श्रीमंत वडील त्यांना 'कर्मचारी वर्गाचं स्वप्न' असं म्हणत.

ज्या वेळी प्रौढ लोक माझा *कॅशफ्लो* बोर्ड गेम खेळतात, त्या वेळी त्यांना सहसा मानसिकदृष्ट्या संघर्ष करावा लागतो. का? कारण त्यांची नुकतीच आर्थिक साक्षरतेशी ओळख होत असते. याचा अर्थ ते पैशाचे आकडे आणि शब्द समजून घेत असतात.

हा खेळ खेळण्यासाठी बरेच तास लागतात. तो दीर्घ आहे म्हणून एवढा वेळ लागत नाही, तर खेळाडू पूर्णपणे नवीन विषय शिकत असल्यामुळे त्यांना एवढा वेळ लागतो. हे जवळजवळ एखादी परकी भाषा शिकण्यासारखं असतं; पण यातली चांगली बातमी अशी आहे की, ही नवीन साक्षरता झटपट शिकणं शक्य असतं आणि नंतर हा खेळ वेग घेतो. लोक जितके वरचेवर हा खेळ खेळू लागतात, तितके ते जास्त हुशार होतात आणि त्यांना या प्रक्रियेत मजा येऊ लागते.

आणखीही एक गोष्ट घडते. ते आर्थिकदृष्ट्या साक्षर झाल्यामुळे नवीन उत्तरं शोधू लागतात. हा खेळ खेळणं हा त्यांच्या वैयक्तिक आर्थिक आरोग्याला जागृत करणारा इशारा असतो. समाजाला ते सधन असल्यासारखं वाटत असलं तरी आपण आर्थिक अडचणीत

असल्याचं अनेकांच्या लक्षात येऊ लागतं. मध्यमवर्गीय कॅशफ्लो संरचना औद्योगिक युगात चांगल्या प्रकारे काम करत होती; पण माहितीच्या युगात ती आपत्तिजनक ठरू शकते.

एकदा यशस्वीपणे कॅशफ्लो गेम शिकल्यानंतर आणि समजून घेतल्यानंतर अनेक लोक नवीन उत्तरं शोधण्याची सुरुवात करतात. हा खेळ खेळल्यामुळे त्यांच्या वैयक्तिक आर्थिक आरोग्याविषयीचा सावधगिरीचा इशारा त्यांना मिळतो. हृदयविकाराचा सौम्य झटका हा जसा व्यक्तीच्या शारीरिक आरोग्याविषयीचा सावधगिरीचा इशारा असतो तसंच हे असतं.

कॅशफ्लो गेम अनेक वेळा खेळल्यानंतर काही लोक त्यांची विचारांची संरचना बदलतात आणि श्रीमंतांसारखा विचार करू लागतात.

श्रीमंतांची कॅशफ्लो संरचना पुढीलप्रमाणे असते :

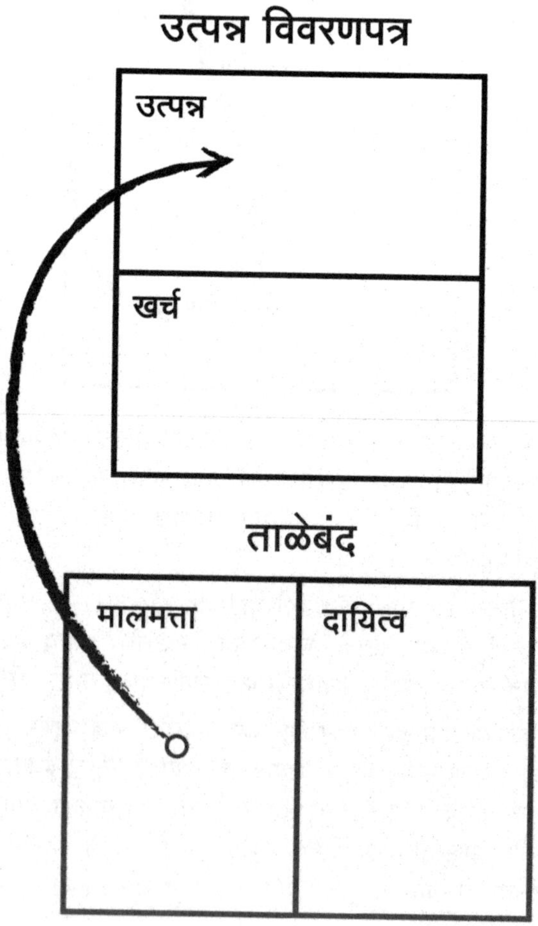

लहान मुलं म्हणून आमच्याकडे ही विचार संरचना असावी असं श्रीमंत वडिलांना वाटत होतं म्हणूनच ते आमच्याकडून सतत वेतनचिठ्ठी काढून घेत आणि आम्हाला वेतनवाढ देण्यास

नकार देत. आम्हाला गलेलठ्ठ नोकरीच्या कल्पनेचं व्यसन कधीच लागू नये, असं त्यांना वाटत होतं. आम्ही फक्त भांडवली लाभ, लाभांश, भाड्याचं उत्पन्न आणि व्यवसायातून व रॉयल्टीपोटी मिळणारं अवशिष्ट उत्पन्न या संदर्भातच विचार करावा, तशाच प्रकारची विचारांची संरचना विकसित करावी, असं त्यांना वाटत होतं.

माहितीच्या युगात यशस्वी होण्याची इच्छा असलेले लोक जितक्या लवकर आर्थिक आणि भावनिक बुद्धिमत्तेचा विकास करतील तितक्या लवकर त्यांना आर्थिकदृष्ट्या जास्त सुरक्षित झाल्यासारखं वाटेल. त्याबरोबरच त्यांना तितक्या लवकर आर्थिक स्वातंत्र्यही मिळेल. नोकरीची सुरक्षितता कमी, कमी होत चाललेल्या जगात ही कॅशफ्लोची संरचना माझ्या दृष्टीनं खूपच अर्थपूर्ण आहे. ही संरचना प्राप्त करण्यासाठी व्यक्तीनं ई आणि एस कप्प्यांमधून नव्हे, तर बी आणि आय कप्प्यांमधून जगाकडे पाहण्याची गरज असेल.

मी याला माहितीच्या युगातील आर्थिक विवरणपत्र असंही म्हणतो, कारण यातील उत्पन्न हे खडतर कष्टांतून नव्हे, तर पूर्णपणे माहितीच्या साहाय्यानं मिळवण्यात आलं आहे. माहितीच्या युगात कठोर परिश्रमाची कल्पना ही कृषी युगातील आणि औद्योगिक युगातील कठोर परिश्रमाच्या कल्पनेहून भिन्न आहे. माहितीच्या युगात जे लोक जास्त शारीरिक श्रम करतील त्यांना कमी पैसा मिळेल. ही गोष्ट आज आधीच खरी ठरलेली आहे आणि अगदी इतिहासातही ती खरीच ठरल्याचं दिसतं.

तरीही आज ज्या वेळी लोक म्हणतात की, 'कठोर परिश्रमानं काम करू नका, हुशारीनं काम करा,' त्या वेळी ई किंवा एस कप्प्यांमधून हुशारीनं काम करा, असा त्यांच्या म्हणण्याचा अर्थ नसतो. त्यांना प्रत्यक्षात असं म्हणायचं असतं की, बी आणि आय कप्प्यांतून हुशारीनं काम करा. ही माहितीच्या युगातील विचारसरणी आहे म्हणूनच आर्थिक आणि भावनिक बुद्धिमत्ता आज महत्त्वाच्या आहेत आणि भविष्यात त्या आणखी महत्त्वाच्या ठरतील.

मग याचं उत्तर काय आहे?

अर्थातच माझं उत्तर स्पष्ट आहे. श्रीमंत व्यक्तीप्रमाणे विचार करण्यासाठी स्वतःला पुनर्शिक्षित करणं हे याचं उत्तर आहे. दुसऱ्या शब्दांत बी आणि आय कप्प्यांतून विचार करा आणि जगाकडे पाहा. मात्र पुन्हा शाळेत किंवा शैक्षणिक संस्थेत परत जाणं आणि काही अभ्यासक्रम पूर्ण करणं असा हा सोपा उपाय नाही. बी आणि आय कप्प्यांमध्ये यशस्वी होण्यासाठी आर्थिक बुद्धिमत्ता, यंत्रणांविषयीची बुद्धिमत्ता आणि भावनिक बुद्धिमत्ता यांची गरज आहे. या गोष्टी शाळेत शिकता येणं शक्य नाही.

या बुद्धिमत्ता शिकणं कठीण आहे, कारण बहुतेक प्रौढांना 'कठोर परिश्रम करणं आणि खर्च करणं' या जीवनपद्धतीनं जगण्याची सवय झालेली आहे. ज्या वेळी त्यांना आर्थिक चिंता जाणवते, त्या वेळी ते घाईघाईनं कामावर जातात आणि आणखी परिश्रमानं काम करतात. ते घरी परतल्यानंतर शेअर बाजारातील चढ-उतारांविषयी ऐकतात. त्यांची चिंता वाढते, त्यामुळे ते नवीन घराच्या किंवा कारच्या खरेदीला बाहेर पडतात किंवा चिंता

टाळण्यासाठी सरळ गोल्फ खेळायला निघून जातात. यातली समस्या अशी असते की, ही चिंता सोमवारी सकाळी पुन्हा परतते.

श्रीमंत व्यक्तीप्रमाणे विचार करण्यास तुम्ही कशी सुरुवात करावी?

लोक मला नेहमीच असं विचारतात की, मी श्रीमंत व्यक्तीप्रमाणे विचार करण्यास कशी सुरुवात करावी? मी नेहमीच त्यांना लहान गोष्टींनी सुरुवात करायला आणि त्याविषयीच्या शिक्षणाचा शोध घ्यायला सांगतो. झटपट बाहेर पडून गुंतवणूक करण्यावर झडप घातल्याप्रमाणे लगेच गुंतवणूक करण्यापेक्षा पहिल्यांदा हे करणं आवश्यक असतं. श्रीमंत व्यक्तीसारखा विचार करण्यास स्वतःला शिकवण्याविषयी आणि पुनर्प्रशिक्षित करण्याविषयी ते गंभीर असतील तर मी त्यांना *कॅशफ्लो* बोर्ड गेम खेळायला सुचवतो.

आर्थिक बुद्धिमत्ता शिकवण्यासाठी मी हा खेळ तयार केला आहे. हा खेळ लोकांना गरीब किंवा मध्यमवर्गीय व्यक्तीसारखा विचार करण्याऐवजी श्रीमंतासारखा विचार करण्यासाठी आवश्यक असलेलं मानसिक, शारीरिक आणि भावनिक प्रशिक्षण देतो. माझ्या श्रीमंत वडिलांनी वेतनचिठ्ठीचा किंवा मोठ्या घराचा विचार करणं महत्त्वाचं नसतं तर कॅश निर्माण करणाऱ्या मालमत्ता गोळा करण्याचा विचार करणं महत्त्वाचं असतं असं म्हटलं होतं. हा खेळ लोकांना कॅश निर्माण करणाऱ्या मालमत्ता गोळा करण्याचा विचार करायलाच शिकवतो.

पैशामुळे नव्हे, कॅशफ्लोमुळे चिंता दूर होते

आर्थिक संघर्ष आणि गरिबी या खरोखरच आर्थिक चिंता निर्माण करणाऱ्या समस्या आहेत. या मानसिक आणि भावनिक चक्राकार मार्गात लोक अडकून पडतात. मी याला जिवघेणी शर्यत किंवा स्पर्धा (रॅट रेस) म्हणतो. जोपर्यंत या चक्राकार मार्गाचे मानसिक आणि भावनिक फासे मोडले जात नाहीत, तोपर्यंत ही संरचना अखंड राहते.

एका बँकरच्या आर्थिक संघर्षाची अशी संरचना मोडण्यासाठी मी त्याच्याबरोबर काम केलं. मी नक्कीच कोणी उपचार करणारा चिकित्सक नाही, तरीही माझ्या कुटुंबानं माझ्या मनावर बिंबवलेल्या आर्थिक सवयी मोडण्याचा अनुभव माझ्याकडे होता.

तो बँकर चांगला पैसा कमावत होता; पण तरीही तो नेहमीच कुठल्या ना कुठल्या आर्थिक संकटात आणि अर्थातच विवंचनेत सापडत होता. त्याचं सुंदर कुटुंब होतं. त्याच्याकडे तीन कार होत्या, एक मोठं घर होतं आणि सुट्टी घालवण्यासाठीही एक घर होतं. जगाच्या दृष्टीनं तो एक आर्थिकदृष्ट्या सधन, संपन्न बँकर होता; पण त्याच्या आर्थिक विवरणपत्रावर मी नजर टाकली, त्या वेळी त्याला आर्थिक कर्करोग झाल्याचं मला आढळलं. त्याने त्याचे मार्ग बदलले नसते तर लवकरच हा कर्करोग गंभीर बनला असता.

तो आणि त्याची पत्नी पहिल्यांदा कॅशफ्लो गेम खेळले, त्या वेळी तो जवळजवळ अनिर्बंधपणे संघर्ष करत आणि अस्वस्थपणे चुळबुळ करत राहिला. त्याचं मन भरकटलं होतं आणि त्याला त्या खेळाचं आकलनच होत नव्हतं. चार तास खेळल्यानंतरही तो

त्यात तसाच अडकून पडला होता. इतर प्रत्येकानं तो खेळ पूर्ण केला होता; पण तो मात्र खेळाच्या ज्या भागाला मी रॅट रेस म्हणतो त्या भागातच अडकून पडला होता.

आम्ही तो खेळ बाजूला ठेवल्यानंतर मी त्याला त्याचं काय चाललं होतं ते विचारलं. त्याने फक्त एवढंच उत्तर दिलं की, तो खेळ खूपच कठीण, अत्यंत मंद गतीचा आणि अतिशय कंटाळवाणा होता. खेळ सुरू होण्यापूर्वी मी त्याला कशाची आठवण करून दिली होती, ते मी त्याला सांगितलं. मी त्याला असं सांगितलं होतं की : खेळांमधून वर्तन प्रतिबिंबित होतं. दुसऱ्या शब्दांत, खेळ हा आरशासारखा असतो आणि तो तुम्हाला तुमचं प्रतिबिंब पाहण्याची मुभा देतो.

या विधानामुळे तो चिडला म्हणून मी माघार घेतली. त्याऐवजी त्याला अजूनही त्याचं आर्थिक जीवन शिस्तबद्ध आणि सुरळीत करण्याची बांधिलकी पत्करण्याची इच्छा आहे का असं मी त्याला विचारलं. त्याने त्याची अजूनही तशी ठाम इच्छा असल्याचं सांगितलं. त्याच्या पत्नीला तो खेळ आवडला होता. त्याची आर्थिक जीवन सुधारण्याची जबरदस्त इच्छा असल्याचं दिसलं, त्यामुळे मी ज्या गुंतवणूक गटाला प्रशिक्षण देत होतो, त्या गटाबरोबर तो खेळ खेळण्यास त्याला आणि त्याच्या पत्नीला बोलावलं.

एका आठवड्यानंतर तो मोठ्या नाखुशीनं तिथे आला. या वेळी खेळायला सुरुवात केल्यावर त्याच्या डोक्यात थोडा फार प्रकाश पडू लागला. त्याला त्यातला लेखापालनाचा भाग सोपा वाटला म्हणजे याचा अर्थ तो स्वाभाविकपणेच आकड्यांच्या बाबतीत शिस्तबद्धपणे काम करत होता. या खेळाच्या दृष्टीनं ती महत्त्वाची गोष्ट होती; पण आता त्याला व्यवसायाचं आणि गुंतवणुकीचं जगही समजू लागलं होतं. अखेरीस त्याला त्याच्या मनानं त्याच्या स्वतःच्या जीवनाच्या संरचना पाहता आल्या. त्याच्या आयुष्यात आर्थिक संघर्ष आणि तणाव निर्माण होण्यास तो कसा कारणीभूत होत होता हे त्याच्या लक्षात आलं. चार तासांनंतर या वेळीही त्याला तो खेळ संपवता आला नव्हता; पण तो शिकू लागला होता. त्याने या वेळीही खेळ सोडून दिला होता; पण त्यानंतर तो स्वतःहूनच परत आला.

तिसऱ्या बैठकीच्या वेळी तो एक नवीन व्यक्ती झाल्यासारखा दिसत होता. आता त्याचं त्या खेळावर नियंत्रण होतं. लेखापालनावर आणि गुंतवणुकांवरही त्याने नियंत्रण मिळवलं होतं. त्याचा आत्मविश्वास वाढला होता आणि या वेळी त्याने यशस्वीपणे रॅट रेसमधून स्वतःची सुटका करून घेतली. त्यानंतर तो फास्ट ट्रॅकवर पोहोचला होता. तो तिथून निघाला आणि त्याने तो खेळ खरेदी केला. 'मी हा खेळ माझ्या मुलांना शिकवणार आहे,' असं त्याने मला सांगितलं.

चौथ्या बैठकीच्या वेळी त्याने मला त्याचा वैयक्तिक खर्च कमी झाल्याचं सांगितलं. त्याने खर्चाच्या सवयी बदलल्या होत्या आणि तो जास्त काळजीपूर्वक क्रेडिट कार्डाचा वापर करू लागला होता. गुंतवणूक करण्यात आणि त्याच्या मालमत्तेच्या स्तंभाची उभारणी करण्यात तो जास्त रुची घेत होता. त्याची विचार प्रक्रिया योग्य मार्गावर आली होती आणि तो माहितीच्या युगात विचार करण्यास योग्य बनला होता.

पाचव्या बैठकीच्या वेळी तो *कॅशफ्लो २०२* खेळला. हा खेळ *कॅशफ्लो १०१*वर प्रभुत्व मिळवणारे लोक खेळतात. तो जलद गतीचा आणि जोखमीचा खेळ खेळण्यास आता

तो तयार झाला होता आणि उत्सुकही दिसत होता. खरोखरच बी आणि आय कप्प्यांत असलेले लोक हा खेळ खेळतात. यातली चांगली बातमी अशी होती की, त्याने त्याच्या आर्थिक भवितव्यावर नियंत्रण मिळवलं होतं. पहिल्यांदा कॅशफ्लो गेम खेळल्यानंतर त्याने तो जास्त सोपा करावा, असं मला सांगितलं होतं; पण आता हा खेळ खेळणारी व्यक्ती म्हणजे जणू कोणी वेगळीच व्यक्ती होती. त्यानंतर काही आठवड्यांनी जास्त सोप्या गोष्टी शोधण्याऐवजी तो सक्रियपणे जास्त मोठी आव्हानं शोधत होता आणि त्याच्या आर्थिक भवितव्याविषयी आशावादी झाला होता.

या खेळाच्या पुनःपुन्हा शिकण्याच्या प्रक्रियेच्या ताकदीच्या माध्यमातून त्याने फक्त मानसिकदृष्ट्याच नव्हे, तर भावनिकदृष्ट्याही स्वतःला पुनर्शिक्षित केलं होतं. माझ्या मते, खेळ ही श्रेष्ठ अध्ययन साधनं असतात, कारण खेळ शिकणाऱ्याला खेळताना मौज वाटण्याचा आनंद घेतानाच खेळात पूर्णपणे गुंतून जावं लागतं. खेळ खेळण्यात व्यक्ती मानसिकदृष्ट्या, भावनिकदृष्ट्या आणि शारीरिकदृष्ट्याही गुंतून जाते.

तुमचा द्रुतगतीचा आर्थिक मार्ग शोधण्याची सात पावलं

प्रकरण अकरा

पहिलं पाऊल : ही स्वतःच्या व्यवसायाकडे लक्ष देण्याची वेळ आहे

स्वतःच्या व्यवसायाकडे लक्ष न देता आपल्याला दुसऱ्याच कोणाच्या तरी व्यवसायाकडे लक्ष देण्याची सवय असते.

तुम्ही भरपूर कष्ट करूनही स्वतःला सोडून इतर लोकांना श्रीमंत करत आहात का? आयुष्यात कामाला लवकर सुरुवात करून बहुतेक लोक इतर लोकांच्या व्यवसायाकडेच लक्ष देतात आणि इतर लोकांनाच श्रीमंत करतात. ही गोष्ट पुढील सल्ल्यांमधील शब्दांसारख्या शब्दांनी सुरू होते...

- 'शाळेत जा आणि चांगल्या ग्रेड मिळव म्हणजे तुला चांगल्या पगाराची आणि उत्तम लाभ देणारी सुरक्षित नोकरी मिळेल.'
- 'भरपूर कष्ट कर, मग तुला तुझ्या स्वप्नातील घर विकत घेता येईल. काहीही झालं तरी तुझं घर ही संपत्ती, मालमत्ता असते आणि ती तुझी सगळ्यात महत्त्वाची गुंतवणूकही असते.'
- 'मोठं गहाणखत करणं चांगलं असतं, कारण गुंतवणुकीच्या हप्त्यांपोटी भराव्या लागणाऱ्या रकमेमुळे सरकारकडून करात सवलत मिळते.'
- 'आता खरेदी करा आणि नंतर पैसे द्या' किंवा 'कमी डाऊन पेमेंट आणि सुलभ मासिक हप्ते' किंवा 'आत या आणि पैसे वाचवा.'

जे लोक आंधळेपणानं या सल्ल्यांमधील शब्दांचं अनुसरण करतात ते नेहमीच पुढील लोक होतात.

१. आपल्या वरिष्ठांना आणि मालकांना श्रीमंत करणारे कर्मचारी.

२. बँकांना आणि पैसे कर्जाऊ देणाऱ्या लोकांना श्रीमंत करणारे कर्जदार.

३. सरकारला श्रीमंत करणारे करदाते.

४. इतर व्यवसायांना श्रीमंत करणारे ग्राहक.

आपला आर्थिक द्रुतगतीचा मार्ग शोधण्याऐवजी हे लोक इतर प्रत्येकाला त्यांचा आर्थिक द्रुतगतीचा मार्ग शोधून देण्यासाठी मदत करत राहतात. आपला स्वतःचा व्यवसाय करण्याऐवजी ते आयुष्यभर इतर सगळ्यांचा व्यवसाय करून देत राहतात.

पुढील आर्थिक विवरणपत्रावर नजर टाकल्यावर तुम्हाला आपल्याला बालपणापासूनच इतर प्रत्येकाच्या व्यवसायाकडे लक्ष देण्याची आणि आपल्या स्वतःच्या व्यवसायाकडे दुर्लक्ष करण्याची सवय कशी लावण्यात आलेली असते ते समजेल.

उत्पन्न विवरणपत्र

उत्पन्न
तुमच्या वरिष्ठाचा व्यवसाय तुम्ही करत राहता.
खर्च
करांच्या माध्यमातून तुम्ही सरकारचा व्यवसाय करून देता. इतर प्रत्येक खर्चाच्या माध्यमातून तुम्ही इतर व्यक्तींच्या व्यवसायाला भरपूर हातभार लावता.

ताळेबंद

मालमत्ता	दायित्व
हा तुमचा व्यवसाय असतो.	तुम्ही तुमच्या बँकरच्या व्यवसायाला मदत करता.

कृती करा

अनेक लोकांची आर्थिक विवरणपत्रं ही त्यांना फारशी चांगली चित्रं दाखवत नाहीत, त्याचं फक्त एकच कारण असतं. ते म्हणजे आपल्या स्वतःच्या व्यवसायाकडे लक्ष देण्याऐवजी ते इतर सगळ्यांच्या उद्योगांकडे, व्यवसायांकडे लक्ष देत राहिलेले असतात आणि त्यांनी स्वतःची फसगत करून घेतलेली असते. हे सगळं बदलण्यासाठी मी पुढील कृती पायऱ्या पार पाडण्यास सुचवतो.

१. **तुमचं स्वतःचं आर्थिक विवरणपत्र स्वतः भरा.**

   तुम्हाला जिकडे जाण्याची इच्छा असेल, तिकडे जाण्यासाठी तुम्हाला तुम्ही सध्या कुठे आहात ते माहिती असण्याची गरज असते. तुमच्या आयुष्यावर तुम्हाला नियंत्रण मिळवायचं असेल तर त्याची ही पहिली पायरी आहे. तुमच्या स्वतःच्या व्यवसायाकडे लक्ष देण्यात तुम्ही जास्त वेळ घालवला पाहिजे. पुढे देण्यात आलेलं नमुना विवरणपत्र पाहा. तेच *कॅशफ्लोमध्ये* वापरलं जातं.

२. **आर्थिक उद्दिष्टं निश्चित करा.**

   तुम्हाला पाच वर्षांनी कुठे पोहोचायचं आहे, त्याविषयीची आर्थिक उद्दिष्टं निश्चित करा, तसंच एका वर्षात तुम्हाला कुठे पोहोचायचं आहे त्याचं त्याहून लहान, अल्पकालीन आर्थिक उद्दिष्ट तयार करा. व्यवहार्य आणि साध्य करण्याजोगी उद्दिष्टं निश्चित करा.

अ. माझी पाच वर्षांची आर्थिक उद्दिष्टं अशी आहेत :

१) माझ्या मालमत्तांपासून मला मासिक डॉलरचा कॅशफ्लो वाढवण्याची इच्छा आहे (म्हणजेच निष्क्रिय उत्पन्न – तुम्हाला ज्यासाठी काम करावं लागत नाही असं हे उत्पन्न असतं).

२) माझ्या मालमत्तेच्या स्तंभामध्ये मला गुंतवणुकीचे पुढील पर्याय हवे आहेत (उदा. रिअल इस्टेट, स्टॉक्स, व्यवसाय, कमोडिटीज).

____

ब. माझी एक वर्षाची आर्थिक उद्दिष्टं अशी आहेत :

१) मला माझं कर्ज ______________ डॉलर्सनी कमी करायचं आहे.

२) माझ्या मालमत्तांपासून मला मासिक ______________ डॉलर्सनी कॅशफ्लोमध्ये वाढ करण्याची इच्छा आहे.

क. माझ्या पाच वर्षांच्या उद्दिष्टांचा वापर करून माझं आर्थिक विवरणपत्र मी पुन्हा पूर्ण भरेन. आजपासून पाच वर्षांनंतर ते कसं दिसेल ते त्यावरून स्पष्ट होईल.

आता आज तुम्ही आर्थिकदृष्ट्या कुठे आहात ते तुम्हाला माहिती आहे आणि तुमची आर्थिक उद्दिष्टंही तुम्ही निश्चित केली आहेत. तुमची उद्दिष्टं साध्य करणं शक्य व्हावं, यासाठी तुमच्या कॅशफ्लोवर तुम्ही नियंत्रण ठेवण्याची गरज आहे.

Profession ____________________ **Player** ____________________

Goal : To get out of the Rat Race and onto the Fast Track by building up your Passive Income to be greater than your Total Expenses

INCOME STATEMENT

Income	
Description	Cash Flow
Salary :	
Interest /Dividends :	
Real Estate/Businesses	

Auditor

______________ Person on your right

Passive Income = $ ______________
(Cash Flow from)
(Interest/Dividends +
Real Estate/Business)

Total Income $ ______________

Expenses	
Taxes :	
Home Mortgage Payment	
School Loan Payment	
Car Loan Payment	
Credit Card Payment	
Retail Payment	
Other Expenses	
Child Expenses	
Loan Payment :	

Number of Children : ______________
(Begin game with 0 Children)

Per Child Expenses $ ______________

Total Expenses : $ ______________

Monthly Cash Flow (Pay Check) :$ ______________
(Total Income . Total Expenses

Balance Sheet

Assets			Liabilities
Savings :			Home Mortgage :
Stocks/Mutual's/CD's	No. of Shares :	Cost/Share :	School Loans :
			Car Loans :
			Credit Cards :
Real Estate :	Down Pay :	Cost :	Retail Debt :
			Real Estate/ Business Mortgage/Liability
			Loan :

प्रकरण बारा

दुसरं पाऊल : तुमच्या कॅशफ्लोवर नियंत्रण मिळवा

स्वतःच्या कॅशफ्लोवर नियंत्रण ठेवू न शकणारे लोक ज्यांना स्वतःच्या कॅशफ्लोवर नियंत्रण ठेवता येतं त्यांच्यासाठी काम करतात.

फक्त जास्त पैसा मिळवल्यामुळे त्यांच्या अडचणी संपतील, असा अनेक लोकांचा विश्वास असतो; परंतु बहुतेक प्रकरणांमध्ये जास्त पैसा मिळवल्यामुळे फक्त जास्त मोठ्या अडचणी निर्माण होतात.

बहुतेक लोकांनी कॅशफ्लो व्यवस्थापनशास्त्राचं शिक्षण घेतलेलं नसतं, हेच त्यांना पैशाच्या विवंचना असण्यामागचं मूलभूत कारण असतं. त्यांना वाचन, लेखन, कार चालवणं, पोहणं या सगळ्यांचं शिक्षण दिलेलं असतं; पण कॅशफ्लोचं व्यवस्थापन कसं करावं, याचं शिक्षण दिलेलं नसतं. हे प्रशिक्षण नसल्यामुळे अेरीस ते आर्थिक अडचणीत सापडतात आणि नंतर जास्त पैसा मिळाला तर आपल्या आर्थिक समस्या सुटतील, या विश्वासापोटी जास्त कष्ट करत राहतात.

माझे श्रीमंत वडील नेहमीच असं म्हणत की, 'जर कॅशफ्लोच्या व्यवस्थापनात अडचणी असतील, तर जास्त पैसा मिळाला तरी अडचणी दूर होत नाहीत.'

सगळ्यात महत्त्वाचं कौशल्य

एकदा तुम्ही स्वतःच्या उद्योगाकडे लक्ष देण्याची बांधिलकी पत्करली की, तुमच्या आयुष्याच्या व्यवसायाचा **सीईओ** म्हणून तुम्ही तुमच्या कॅशफ्लोवर नियंत्रण मिळवणं ही त्यापुढची पायरी असते. जर तुम्ही तसं केलं नाही, तर जास्त पैसा मिळवल्यामुळे तुम्ही जास्त श्रीमंत होणार नाही. खरं तर जास्त पैसा लोकांना जास्त गरीब करतो, कारण ते

नेहमीच खर्चात वाढ करतात आणि दर वेळी वेतनवाढ मिळाली की कर्जात जास्त खोलवर रुतत जातात.

जास्त हुशार कोण असतं – तुम्ही की तुमचा बँकर?

बहुसंख्य लोक वैयक्तिक आर्थिक विवरणपत्रं तयार करत नाहीत. ते जास्तीत जास्त दर महिन्यात त्यांच्या बँकेच्या चेकबुकावरून किंवा पासबुकावरून आपल्या पैशांचा हिशेब ठेवण्याचा प्रयत्न करतात म्हणून आता स्वतःचं अभिनंदन करा, कारण फक्त आर्थिक विवरणपत्र पूर्ण भरल्यामुळे आणि स्वतःसाठीची उद्दिष्टं निश्चित केल्यामुळे सध्या आपल्या बहुतेक सहकाऱ्यांच्या तुलनेत तुम्ही पुढे आहात. तुमच्या आयुष्याचे तुम्हीच **सीईओ** असल्यामुळे तुम्ही इतर लोकांच्या आणि अगदी तुमच्या बँकरच्याही तुलनेत जास्त हुशार होण्यास शिकू शकता.

हिशेबवह्यांचे दोन संच ठेवणं बेकायदेशीर असतं असं बहुतेक लोकांना वाटतं, काही प्रमाणात ते खरंही असतं; परंतु जर तुम्हाला खरोखरच वित्तीय जग समजलं असेल तर नेहमीच तुमच्या हिशेबवह्यांचे दोन संच असलेच पाहिजेत. तुम्हाला एकदा हे समजलं की, तुम्ही तुमच्या बँकरएवढे किंवा कदाचित त्याच्याहूनही जास्त हुशार होता.

तुमच्या आयुष्याचे **सीईओ** म्हणून नेहमी हे साधे शब्द लक्षात ठेवा आणि पुढील साध्या आकृत्याही लक्षात ठेवा. श्रीमंत वडील मला नेहमीच असं म्हणत असत की, 'प्रत्येक दायित्वासाठी किंवा देण्यासाठी तुम्ही इतर कोणाची तरी मालमत्ता बनता किंवा दुसऱ्या कोणाची तरी मालमत्ता तयार करून देता.''

तुमच्या आणि तुमच्या बँकरच्या हिशेबवह्यांच्या अशा दोन संचांचं उदाहरण पुढे देत आहे :

तुमचा ताळेबंद

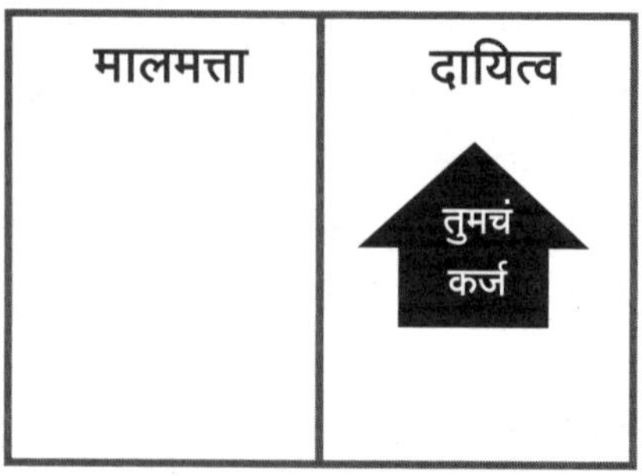

बँकरचा ताळेबंद

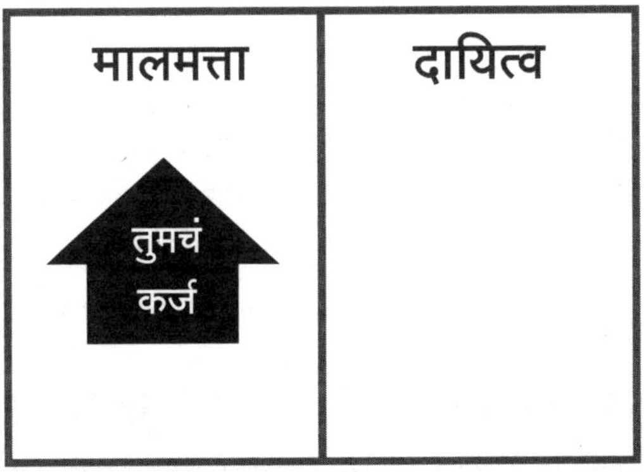

तुमच्या आयुष्याचा **सीईओ** म्हणून तुम्ही नेहमीच ही गोष्ट लक्षात ठेवा की, तुमच्या प्रत्येक दायित्वासाठी किंवा कर्जासाठी तुम्ही कोणाची तरी मालमत्ता झालेले असता. दुसऱ्या शब्दांत तुमची देणी ही दुसऱ्या कोणाची तरी मालमत्ता किंवा संपत्ती असते. हेच खऱ्या अर्थानं 'बुक-अकाउंटिंग'चे खरे दोन संच असतात. मग तारणपत्रासह घेतलेल्या कर्जाच्या हप्त्यासारख्या प्रत्येक देण्यासाठी किंवा दायित्वासाठी, कारच्या कर्जासाठी, शैक्षणिक कर्जासाठी आणि क्रेडिट कार्डासाठी तुम्हाला कर्जाऊ पैसै देणाऱ्यांचे तुम्ही कर्मचारी होता, नोकर बनता. दुसऱ्या कोणाला तरी श्रीमंत करण्यासाठी तुम्ही खडतर कष्ट करत राहता.

चांगलं कर्ज आणि वाईट कर्ज

श्रीमंत वडिलांनी नेहमीच मला चांगल्या आणि वाईट कर्जाविषयी सावधगिरीचा इशारा दिला होता. ते मला नेहमी असं म्हणत की, 'दर वेळी तुम्ही कोणाचे तरी पैसे देणं लागता, त्या वेळी तुम्ही त्यांच्या पैशाचे नोकरदार होता. तुम्ही ३० वर्षांसाठी कर्ज घेतलं, तर तुम्ही ३० वर्षांसाठी नोकरदार बनता आणि ज्या वेळी कर्ज फेडलं जातं, त्या वेळी ते तुम्हाला सोन्याचं घड्याळ (अर्थात कुठलं बक्षीस) भेट देत नाहीत.'

श्रीमंत वडीलही कर्ज घेत होते; पण आपल्या कर्जासाठी पैसे फेडावे, हप्ते भरावे न लागणारी व्यक्ती होण्यासाठी ते शक्य तितके उत्तम प्रयत्न करत. ते माईकला आणि मला असं स्पष्ट करून सांगत की, ज्या वेळी दुसरं कोणीतरी तुमचं कर्ज फेडत असतं, त्या वेळी ते कर्ज चांगलं असतं आणि ज्या वेळी तुमच्या रक्ताचं पाणी करून, तुमचा घाम गाळून तुम्ही कर्ज फेडता, त्या वेळी ते कर्ज वाईट असतं म्हणूनच त्यांना भाड्यावर देण्याच्या मालमत्ता आवडत होत्या. त्यांनी मला भाड्यानं द्यावयाच्या रिअल इस्टेट विकत घेण्यास प्रोत्साहन दिलं होतं, कारण 'बँक तुम्हाला कर्ज देते; पण त्याचे हप्ते तुमचा भाडेकरू भरतो.'

उत्पन्न आणि खर्च

दोन हिशेबवह्या असल्या पाहिजेत, ही गोष्ट फक्त मालमत्ता आणि दायित्व किंवा देणी यांच्यापुरतीच मर्यादित नाही, ती उत्पन्न आणि खर्च (किंवा आर्थिक भाषेत आय आणि व्यय) यांच्याबाबतीतही लागू पडते. माझ्या श्रीमंत वडिलांनी मला दिलेल्या मौखिक धड्यांपैकी जास्त परिपूर्ण धडा असा होता : 'सहसा बहुतेक दायित्वासाठी मालमत्ता किंवा संपत्ती असतेच; पण एकाच आर्थिक विवरणपत्रांमध्ये त्या दिसत नाहीत. प्रत्येक खर्चासाठी उत्पन्न असतंच, असलंच पाहिजे; पण पुन्हा एकदा ते आर्थिक विवरणपत्रांच्या त्याच संचात दिसत नाही.'

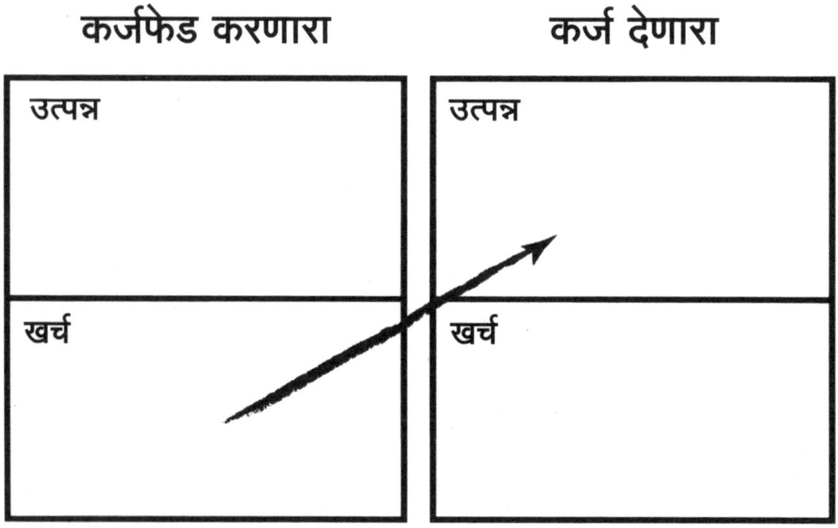

आर्थिक द्रुतगती मार्ग आणि जीवघेणी शर्यत

हिशेबवह्यांचे दोन संच असल्याची संकल्पना तुम्हाला आर्थिक द्रुतगती मार्ग (फास्ट ट्रॅक) आणि जीवघेणी शर्यत (रॅट रेस) दाखवण्यासाठी वापरता येतील. वेगवेगळ्या अनेक प्रकारचे आर्थिक द्रुतगती मार्ग असतात. पुढे दिलेली आकृती ही अगदी सर्वसामान्य आकृती आहे. ती पैसा देणारा आणि कर्जदार यांच्यामधील मार्ग दाखवते.

तिचं सुलभीकरण करण्यात आलं आहे; पण जर तुम्ही तिचा अभ्यास करण्यासाठी वेळ काढला, तर बहुतेक लोकांच्या डोळ्यांना जे दिसत नाही, ते तुमच्या मनाला दिसू लागेल. तुम्हाला श्रीमंत आणि गरीब, तसंच 'आहे रे' आणि 'नाही रे', धनको आणि ऋणको, नोकऱ्यांची निर्मिती करणारे आणि नोकऱ्या शोधणारे या वर्गातील लोकांमधील संबंध दिसू लागेल.

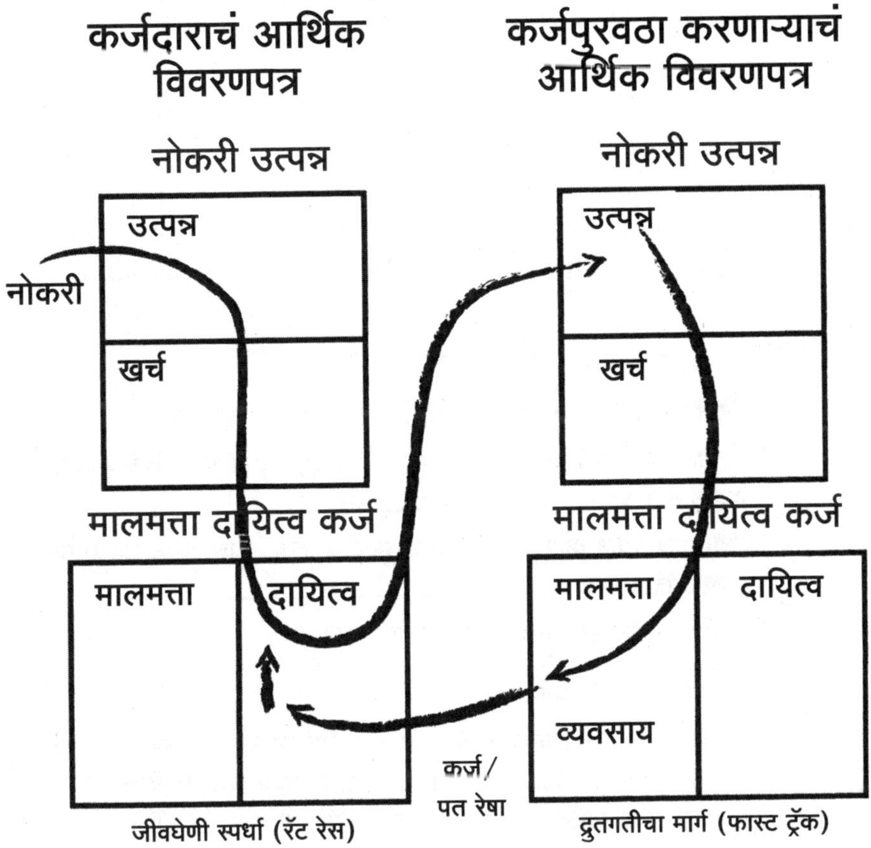

वित्तपुरवठा करणारा नेहमीच असं म्हणतो की, 'तुमची पत चांगली असल्यामुळे आम्ही तुम्हाला सगळी बिलं भरता यावीत म्हणून एकूण बिलांएवढं कर्ज देऊ इच्छितो.' किंवा 'आगामी काळात तुम्हाला जास्त पैसा हवा असेल, तर त्या वेळी तो मिळावा म्हणून तुम्हाला फक्त एक पतमर्यादा तयार करायची आहे का?'

तुम्हाला फरक माहिती आहे का?

हिशेबवह्यांच्या दोन संचांमधून वाहणाऱ्या पैशाच्या मार्गालाच श्रीमंत वडिलांनी द्रुतगतीचा आर्थिक मार्ग (फास्ट ट्रॅक) आणि जीवघेण्या स्पर्धेचा आर्थिक मार्ग (रॅट रेस) म्हटलं होतं. एक मार्ग अस्तित्वात असण्यासाठी दुसरा मार्गही असावाच लागतो म्हणून किमान दोन आर्थिक विवरणपत्रं असावीच लागतात. यातले प्रश्न असे आहेत : तुमचं विवरणपत्र कुठलं आहे? तुम्हाला कोणतं विवरणपत्र ठेवून घ्यायला आवडेल?

म्हणूनच माझे श्रीमंत वडील सातत्यानं मला सांगत होते की, 'जर कॅशफ्लो व्यवस्थापनात समस्या असेल, तर जास्त पैसा मिळवल्यामुळे तुमच्या अडचणी दूर होणार

नाहीत. ज्या लोकांना आर्थिक आकडे समजतात, ते ज्यांना ते समजत नाहीत त्यांच्यावर सत्ता गाजवतात.'

म्हणूनच 'तुमच्या कॅशफ्लोवर नियंत्रण मिळवणं' हे तुमचा स्वतःचा आर्थिक द्रुतगतीचा मार्ग शोधण्यातील दोन क्रमांकाचं पाऊल आहे.

तुम्ही शांतपणे बसून तुमच्या खर्चावर नियंत्रण मिळवण्याची आणि तुमचं कर्ज व दायित्व किंवा देणी कमीत कमी करण्याची योजना आखली पाहिजे. तुमच्या संसाधनांचा विस्तार करण्यास तुम्ही सुरुवात कराल, त्याआधी तुमच्या संसाधनांच्या मर्यादांमध्येच राहा.

कृती करा

१. पहिल्या पायरीतील तुमच्या आर्थिक विवरणपत्रांचा आढावा घ्या.

२. *कॅशफ्लो क्वाड्रंटच्या* कुठल्या कप्प्यातून आजपासून तुम्ही उत्पन्न मिळवू लागणार आहात ते ठरवा. ______________________________

३. येत्या पाच वर्षांत कोणत्या कप्प्यातून तुमचं बहुतेक उत्पन्न मिळवण्याची तुमची इच्छा आहे ते ठरवा. ______________________________

४. तुमची कॅशफ्लो–व्यवस्थापन योजना सुरू करा.

अ. पहिल्यांदा स्वतःला वेतन द्या

तुमच्या प्रत्येक वेतनचिठ्ठीतून किंवा इतर स्रोतांपासून तुम्हाला मिळणारा प्रत्येक वेतनातून किंवा उत्पन्नातून ठरावीक टक्केवारीची रक्कम बाजूला काढा. हा पैसा गुंतवणूक बचत खात्यात जमा करा. एकदा तुमचा पैसा खात्यात गेला की, तुम्ही गुंतवणूक करण्यास सज्ज झाल्याशिवाय पुन्हा कधीही तो खात्यातून काढू नका.

अभिनंदन! तुमच्या कॅशफ्लोच्या व्यवस्थापनाला तुम्ही नुकतीच सुरवात केली आहे.

ब. तुमचं वैयक्तिक ग्राहक कर्ज कमी करण्यावर लक्ष केंद्रित करा

वैयक्तिक कर्ज कमी करण्याच्या आणि पूर्ण दूर करण्याच्या काही साध्या टिप्स पुढे दिल्या आहेत.

टीप # १

तुमच्याकडे भरपूर बॅलन्स असलेली क्रेडिट कार्ड असतील, तर त्यांच्यापैकी फक्त एक किंवा दोन क्रेडिट कार्डं वापरा. दर महिन्यात कुठलाही नवीन खर्च करण्यात आला तर तो तत्काळ सगळाच्या सगळा भरून टाकलाच पाहिजे. क्रेडिट कार्डावर यापुढे कोणतंही दीर्घकालीन कर्ज घेऊ नका.

टीप # २

प्रत्येक महिन्यात १५० ते २०० अतिरिक्त डॉलर्स मिळवा. आता तुम्ही जास्तीत जास्त प्रमाणात आर्थिक साक्षर होत चालल्यामुळे ही गोष्ट करणं तुलनेत सोपं आहे. तुहाला जर मासिक १५०-२०० अतिरिक्त डॉलर्सची रक्कम मिळवता येत नसेल, तर तुमचं आर्थिक स्वातंत्र्याचं स्वप्न हे फक्त एक स्वप्नच बनून राहू शकेल.

टीप # ३

तुमच्या फक्त एकाच क्रेडिट कार्डाच्या खर्चासाठी हा १५०-२०० डॉलर्सचा अतिरिक्त मासिक पैसा वापरा. आता तुम्ही किमान खर्च अधिक १५०-२०० डॉलर्स एवढा खर्च त्या एका क्रेडिट कार्डासाठी करू लागाल.

इतर सर्व क्रेडिट कार्डांवरची भरायची राहिलेली किमान रक्कम भरून टाका. सहसा नेहमीच लोक दर महिन्यात सगळ्या कार्डांवरची थोडी अतिरिक्त रक्कम भरण्याचा प्रयत्न करतात; पण यातली आश्चर्याची गोष्ट अशी असते की, त्या कार्डांवरची सगळी रक्कम कधीच भरली जात नाही.

टीप # ४

एकदा पहिल्या कार्डाचं देणं फेडून टाकलं की, त्या कार्डावर तुम्ही दर महिन्याला जी एकूण रक्कम भरत होतात, ती रक्कम त्या पुढच्या कार्डासाठी भरा. आता तुम्ही दुसऱ्या कार्डावरची किमान रक्कम अधिक तुमच्या पहिल्या क्रेडिट कार्डावर तुम्ही भरत असलेली एकूण मासिक रक्कम भरत असता.

तुमच्या सगळ्याच क्रेडिट कार्डांच्या आणि ग्राहक क्रेडिट कार्डांच्या बाबतीतही हीच प्रक्रिया वापरत राहा. प्रत्येक कर्ज फेडून झाल्यानंतर तुम्ही त्या कर्जावर भरत असलेली सगळी रक्कम तुमच्या पुढच्या कर्जाच्या किमान हप्त्याकडे वळवा. तुम्ही प्रत्येक कर्ज फेडल्यानंतर तुम्ही फेडत असलेली पुढच्या कर्जावरची रक्कम वाढत जाईल.

टीप # ५

एकदा तुम्ही आपल्या क्रेडिट कार्डांवरचं कर्ज आणि इतर ग्राहक कर्ज फेडून टाकलं की, नंतर हीच प्रक्रिया तुमच्या कारच्या आणि घराच्या हप्त्यांच्या बाबतीतही वापरा. तुम्ही या प्रक्रियेचं अनुसरण केलं तर तुम्हाला पूर्णपणे कर्जमुक्त होण्यासाठी किती कमी कालावधी लागला ते पाहून तुम्ही चकित व्हाल. बहुतेक लोक पाच ते सात वर्षांत पूर्णपणे कर्जमुक्त होतात.

टीप # ६

आता तुम्ही पूर्णपणे कर्जमुक्त झाल्यामुळे तुमच्या अखेरच्या कर्जापोटी तुम्ही जो हप्ता भरत होता, तेवढी रक्कम घ्या आणि तो पैसा गुंतवणुकीकडे वळवा. तुमच्या मालमत्तेच्या किंवा संपत्तीच्या स्तंभाची उभारणी करा.

ही गोष्ट इतकी सोपी असते.

टीप : किमनं आणि मी आमच्या याविषयीच्या श्राव्य कार्यक्रमात वाईट कर्ज कमी करण्याची आणि पूर्णपणे फेडून टाकण्याची प्रक्रिया स्पष्ट केली आहे. *हाऊ वि गॉट आऊट ऑफ बॅड डेब्ट* (आमच्या वाईट कर्जातून आम्ही कसे बाहेर पडलो) असं त्या कार्यक्रमाचं नाव आहे.

प्रकरण तेरा

तिसरं पाऊल : जोखमीचं किंवा धोकादायक यातला फरक समजून घ्या

व्यवसाय आणि गुंतवणुकी या जोखमीच्या नसतात;
पण शिक्षित नसणं ही गोष्ट नक्कीच जोखमीची असते.

योग्य प्रकारचं कॅशफ्लो व्यवस्थापन म्हणजे काय?

मालमत्ता आणि दायित्वं यांच्यातील फरक समजून घेतल्यानंतर, योग्य प्रकारे कॅशफ्लो व्यवस्थापन करण्याची सुरुवात होते. पुढील आकृतीत एका ४५ वर्षांच्या व्यक्तीचा योग्य प्रकारे व्यवस्थापन केलेला कॅशफ्लो दिसून येतो.

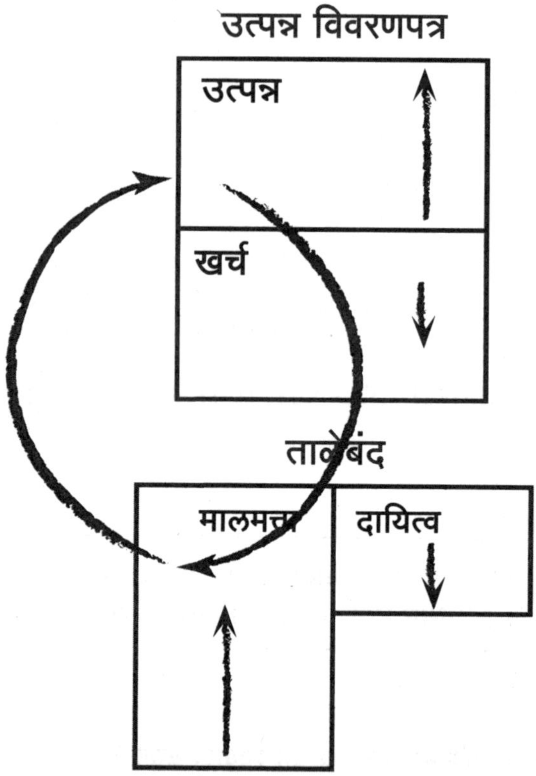

मी एखाद्या उदाहरणात नेहमीच ४५ वर्षं वयाचा वापर करतो, कारण बहुतेक लोक २५ वर्षांचे असताना काम करू लागतात आणि ६५ वर्षांचे असताना निवृत्त होण्याचं नियोजन करतात आणि त्यांच्या या ४० वर्षांच्या कामकाजाच्या काळाचा ४५ वर्षांचं वय हा मध्य असतो. ४५ वर्षांपर्यंत जर व्यक्तीनं त्यांच्या कॅशफ्लोचं योग्य प्रकारे व्यवस्थापन केलं तर त्यांचा मालमत्तेचा स्तंभ हा दायित्वाचा किंवा देण्यांचा स्तंभ असणार नाही.

ही व्यक्ती जोखमी घेते; पण अतिरिक्त जोखीम घेत नाही आणि ती लोकसंख्येच्या वरच्या १० टक्के स्तरात असते; पण जर इतर ९० टक्के लोक जे करतात तेच त्यांनी केलं – म्हणजेच त्यांच्या कॅशफ्लोचं गैरव्यवस्थापन केलं आणि त्यांना मालमत्ता व दायित्वं यांच्यातील फरक माहिती नसला तर ४५ वर्षांचे असताना त्यांचं आर्थिक चित्र पुढीलप्रमाणे दिसेल.

उत्पन्न विवरणपत्र

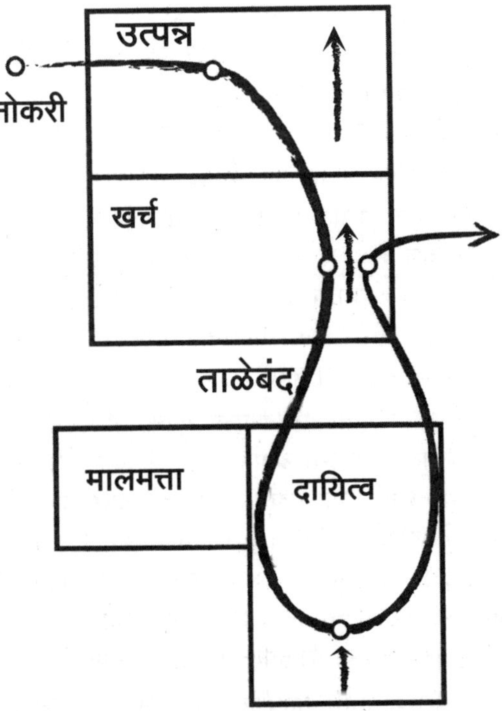

'गुंतवणूक करणं जोखमीचं असतं,' असं म्हणणाऱ्यांमध्ये हेच लोक जास्त प्रमाणात असतात. त्यांच्या दृष्टीनं ती जोखमीची असते; पण गुंतवणूक करणं जोखमीचं असतं म्हणून नव्हे, तर त्यांच्याकडे आर्थिक माहितीचा आणि औपचारिक आर्थिक प्रशिक्षणाचा अभाव असतो म्हणून त्यांच्या दृष्टीनं गुंतवणूक करणं जोखमीचं असतं.

आर्थिक साक्षरता

माझ्या श्रीमंत वडिलांनी मी आर्थिकदृष्ट्या साक्षर व्हावं असं मला का फर्मावलं होतं ते मी ***रिच डॅड पुअर डॅडमध्ये*** स्पष्ट केलं आहे.

आर्थिक साक्षरता म्हणजे तुमच्या डोळ्यांनी फक्त आकडे पाहणं नव्हे, तर कॅश कोणत्या दिशेनं वाहत आहे हे तुमच्या मनानं तुम्हाला सांगावं, यासाठी त्याला प्रशिक्षित करणं होय. श्रीमंत वडिलांनी नेहमीच असं म्हटलं होतं की, 'कॅशफ्लोची दिशा म्हणजेच सारं काही असतं.'

म्हणून तुमचा कॅशफ्लो कोणत्या दिशेनं वाहतो, त्यानुसार तुमचं घर ही तुमची मालमत्ता असू शकते किंवा ती तुमचं दायित्व असू शकते हे ठरतं. जर कॅशफ्लो वाहत तुमच्या खिशात येत असेल तर ती तुमची मालमत्ता असते. जर तो तुमच्या खिशातून बाहेर वाहत असेल तर ते तुमचं दायित्व असतं.

आर्थिक बुद्धिमत्ता

श्रीमंत वडिलांनी आर्थिक बुद्धिमत्तेच्या अनेक व्याख्या केल्या होत्या. त्यात 'कॅशचं म्हणजेच पैशाचं किंवा श्रमाचं कॅशफ्लो देणाऱ्या मालमत्तांमध्ये अगर संपत्तीत रूपांतर करण्याची क्षमता म्हणजे आर्थिक बुद्धिमत्ता' या व्याख्येचा समावेश होता; पण त्याहूनही 'कोण जास्त हुशार आहे? तुम्ही की तुमचा बँकर?' हे वाक्य त्यांचं जास्त आवडतं होतं.

श्रीमंत वडिलांच्या दृष्टीनं, फक्त पैसा मिळवण्यासाठी आणि तो जितक्या झपाट्यानं आपल्याकडे येतो, तितक्याच झपाट्यानं तो आपल्याकडून बाहेर जाण्यासाठी कष्टानं काम करण्यात आयुष्य घालवणं हे उच्च बुद्धिमत्तेचं लक्षण नाही. दहाव्या प्रकरणात देण्यात आलेल्या गरीब, मध्यमवर्गीय आणि श्रीमंत यांच्या संरचनांचा तुम्ही आता पुन्हा एकदा आढावा घ्या. लक्षात ठेवा की, श्रीमंत व्यक्ती कठोर परिश्रम करण्याचे नव्हे, तर मालमत्ता किंवा संपत्ती संपादनाचे जास्त प्रयत्न करते.

आर्थिक बुद्धिमत्तेचा अभाव असल्यामुळे अनेक सुशिक्षित लोक स्वतःला मोठ्या आर्थिक जोखमीत ढकलतात. माझ्या श्रीमंत वडिलांनी याला 'आर्थिक लाल रेषा' असं म्हटलं होतं. याचा अर्थ दर महिन्यात उत्पन्न आणि खर्च यांचे आकडे जवळजवळ सारखेच असणं असा असतो. हे लोक नोकरीतील सुरक्षिततेला अगदी उत्कटपणे चिकटून राहतात आणि अर्थकारणात बदल झाला तर बदलू शकत नाहीत. तणावामुळे आणि काळजीमुळे ते नेहमीच त्यांचं आरोग्यही गमावून बसतात. हेच लोक सहसा नेहमीच असं म्हणत असतात की, 'व्यवसाय आणि गुंतवणूक या जोखमीच्या गोष्टी असतात.'

माझ्या मते, व्यवसाय आणि गुंतवणूक करणं या गोष्टी जोखमीच्या नाहीत; पण त्याविषयीचं शिक्षण नसणं ही गोष्ट जोखमीची आहे. त्याचप्रमाणे चुकीची किंवा दिशाभूल करणारी माहिती असणं, सुरक्षित नोकरीवर अवलंबून राहणं या गोष्टी म्हणजे कुठलीही व्यक्ती पत्करत असलेली उच्च जोखीम असते. मालमत्ता विकत घेणं जोखमीचं नसतं. तुम्हाला मालमत्ता म्हणून सांगितली गेलेली दायित्वं खरेदी करणं ही गोष्ट जोखमीची असते. स्वतःच्या व्यवसायात लक्ष घालणं ही गोष्ट जोखमीची नसते. इतर प्रत्येकाच्या व्यवसायात लक्ष घालणं आणि त्यांच्याकडे पैसा भरत राहणं ही गोष्ट जोखमीची असते.

म्हणून जोखीम आणि जोखमीची गोष्ट यांमधील फरक समजून घेणं ही तिसरी पायरी आहे.

कृती करा

१. **तुमच्या स्वतःच्या शब्दांत जोखमीची व्याख्या करा.**

   अ. वेतनचिठ्ठीवर अवलंबून राहणं जोखमीचं आहे का?

   ब. दर महिन्याला कर्ज भरावं लागणं जोखमीचं आहे का?

   क. दर महिन्याला कॅशफ्लो मिळवून देणाऱ्या मालमत्तेची मालकी असणं ही गोष्ट तुमच्या दृष्टीनं जोखमीची आहे का?

ड. आर्थिक शिक्षण मिळवण्यासाठी वेळ खर्च करणं ही गोष्ट तुमच्या दृष्टीनं जोखमीची आहे का?

ई. विविध प्रकारच्या गुंतवणुकींविषयी शिकण्यात वेळ घालवणं ही गोष्ट तुमच्या दृष्टीनं जोखमीची आहे का?

२. पुढीलपैकी एक किंवा दोन गोष्टी करण्यासाठी प्रत्येक आठवड्यातील पाच तासांचा वेळ बाजूला काढा.

अ. तुमच्या वर्तमानपत्रातील आणि वॉल स्ट्रीट जर्नलमधील व्यवसायाविषयी माहिती देणारा विभाग वाचा.

ब. टेलीव्हिजनवरच्या किंवा रेडिओवरच्या आर्थिक बातम्या ऐका.

क. आर्थिक विषयावरच्या वेबसाईट, नियतकालिकं यांच्यातील माहिती आणि वृत्त अहवाल वाचा.

ड. कॅशफ्लो गेम खेळा आणि स्थानिक कॅशफ्लो क्लबमध्ये जा.

ई. गुंतवणूक आणि आर्थिक शिक्षण या विषयांवरच्या शैक्षणिक चर्चासत्रांना उपस्थित राहा.

फ. आर्थिकदृष्ट्या मुक्त होण्याच्या प्रक्रियेत तुम्हाला साहाय्य करण्यासाठी एखाद्या मार्गदर्शकाला नेमण्याचा विचार करा.

प्रकरण चौदा

चौथं पाऊल : तुम्हाला कोणत्या प्रकारचा गुंतवणूकदार व्हायचं आहे

लहान गोष्टींनी सुरुवात करा आणि समस्या सोडवण्यास शिका.

काही गुंतवणूकदार इतरांच्या तुलनेत खूपच कमी जोखीम पत्करून भरपूर पैसा का मिळवतात, याचं तुम्हाला कधी आश्चर्य वाटलं आहे का?

बहुतेक लोक आर्थिक समस्या टाळतात म्हणून त्यांना आर्थिक संघर्ष करावा लागतो. माझ्या श्रीमंत वडिलांनी मला शिकवलेल्या गुपितांपैकी एक सर्वांत मोठं गुपित असं होतं : तुम्हाला झपाट्यानं भरपूर संपत्ती कमवायची असेल तर मोठ्या आर्थिक समस्यांना सामोरे जा.

या पुस्तकाच्या पहिल्या भागात मी गुंतवणूकदारांच्या पाच पातळ्यांचा विचार केला आहे. यात मी आणखी एका फरकाची भर टाकू इच्छितो, त्यामुळे गुंतवणूकदारांचे तीन वेगवेगळे प्रकार निर्माण होतात.

- अ प्रकार : समस्यांचा शोध घेणारे गुंतवणूकदार
- ब प्रकार : उत्तरांचा शोध घेणारे गुंतवणूकदार
- क प्रकार : त्यांनी काय करावं हे त्यांना सांगण्यासाठी 'तज्ज्ञा'चा शोध घेणारे गुंतवणूकदार

क प्रकारचे गुंतवणूकदार

क प्रकारचे गुंतवणूकदार हे आर्थिकदृष्ट्या निरक्षर असतात आणि त्यांनी कशात गुंतवणूक करावी हे त्यांना सांगण्यासाठी ते लोकांचा शोध घेतात. निवृत्तिवेतन योजनांमध्ये फरक

झाल्यामुळे ई आणि एस कप्प्यांतील लोकांना गुंतवणुकीच्या खेळात ढकललं गेलं आहे. जास्त चांगले गुंतवणूकदार होण्यासाठी आपल्या गुंतवणुकीच्या शिक्षणात गुंतवणूक करण्यात त्यांना थोडीच रुची असते. त्यांना काहीही माहिती नसतं. याचा अर्थ त्यांना तथाकथित तज्ज्ञांच्या सल्ल्यावरच अवलंबून राहावं लागतं.

हे क प्रकारचे गुंतवणूकदार श्रीमंत होण्याच्या किती शक्यता असतात? लॉटरी जिंकण्याच्या जितक्या शकतात असतात तितक्याच!

ब प्रकारचे गुंतवणूकदार

ब प्रकारचे गुंतवणूकदार उत्तरं शोधतात. ते सहसा नेहमीच पुढील प्रश्नांसारखे प्रश्न विचारतात:

- 'मी कशात गुंतवणूक करावी असं तुम्ही सुचवत आहात?'
- 'मी रिअल इस्टेट विकत घ्यावी असं तुम्हाला वाटतं का?'
- 'माझ्यासाठी कुठले स्टॉक्स चांगले आहेत?'
- 'माझ्या भावाबरोबर मी बोललो आणि त्याने मला पोर्टफोलिओत वैविध्यकरण करण्याचा सल्ला दिला.'
- 'माझ्या पालकांनी मला स्टॉकचे काही शेअर दिले होते. मी ते विकावेत का?'

ब प्रकारच्या गुंतवणूकदारांनी अनेक कर सल्लागारांचा, वकिलांचा, स्टॉक ब्रोकरचा आणि रिअल इस्टेट एजंटांचा सल्ला घेऊन नंतर काळजीपूर्वक त्यांची निवड करावी आणि त्यांच्या सल्ल्याची अंमलबजावणी करण्यास सुरुवात करावी. आपण उपदेश करत असलेल्या गोष्टी आचरणात आणत असलेल्या सल्लागारांची त्यांनी निवड करावी. गुंतवणूकविषयक सल्ला देण्यासाठी पगार घेणाऱ्या आणि फक्त कमिशनवर व फीवर श्रीमंत होणाऱ्या सल्लागारापासून त्यांनी ताबडतोब दूर जावं. जे सल्लागार ते इतरांना विकत असलेल्या गुंतवणुकीतच स्वतःही गुंतवणूक करत असतील, अशा सल्लागारांची बी प्रकारच्या गुंतवणूकदारांनी निवड करावी.

मला नेहमीच असं दिसून येतं की, ई आणि एस कप्प्यांतील भरपूर वेतन मिळणारे लोक सहसा ब प्रकारचे गुंतवणूकदार असतात, कारण ते व्यस्त असतात. व्यवसायाच्या संधी शोधण्यासाठी किंवा *कॅशफ्लो क्वाड्रंटच्या* उजव्या बाजूविषयी शिकण्यासाठी त्यांच्याकडे कमी वेळ असतो म्हणून स्वतःच माहिती किंवा ज्ञान मिळवण्याऐवजी त्यांना कोणीतरी उत्तरं द्यावीत, अशी त्यांची इच्छा असते. अ प्रकारचे गुंतवणूकदार ज्याला 'किरकोळ गुंतवणुकी' म्हणतात, अशा गुंतवणुकी सहसा नेहमीच हे गुंतवणूकदार विकत घेतात. या किरकोळ गुंतवणुकी म्हणजे सर्वसामान्य लोकांना विकण्यासाठी तयार करण्यात आलेल्या गुंतवणुकी असतात.

अ प्रकारचे गुंतवणूकदार

अ प्रकारचे गुंतवणूकदार समस्यांच्या शोधात असतात. अगदी नेमकेपणानं सांगायचं तर ते आर्थिक संकटात सापडलेल्या लोकांनी तयार केलेल्या समस्यांच्या शोधात असतात.

समस्या सोडवण्यात चांगल्या असलेल्या गुंतवणूकदारांना त्यांच्या पैशावर २५ टक्क्यांपासून ते अमर्याद पातळीपर्यंतचा परतावा मिळवणं अपेक्षित असतं. ते अगदी नेमकेपणानं भक्कम आर्थिक पाया असलेले पाचव्या पातळीवरचे गुंतवणूकदार असतात. त्यांच्याकडे व्यवसायाचे मालक आणि गुंतवणूकदार म्हणून यशस्वी होण्यासाठी आवश्यक असलेली कौशल्यं असतात. अशी कौशल्यं नसलेल्या लोकांनी निर्माण केलेल्या समस्या सोडवण्यासाठी ते त्या कौशल्यांचा वापर करतात.

उदाहरणार्थ, सुरुवातीला मी फक्त १८,००० डॉलर्सच्या साहाय्यानं गुंतवणूक करण्यास सुरुवात केली होती, त्या वेळी मी हप्ते थकल्यामुळे जप्ती आलेल्या लहान अपार्टमेंटवर आणि घरांवर लक्ष केंद्रित केलं होतं. कारण आपल्या कॅशफ्लोचं योग्य प्रकारे व्यवस्थापन करू न शकलेल्या आणि पैसा संपलेल्या गुंतवणूकदारांनी ही समस्या तयार केली होती.

काही वर्षांनंतर मी तरीही समस्यांच्या शोधातच होतो; पण या वेळी आकडे मोठे होते. अनेक वर्षांपूर्वी मी पेरूतील तीन कोटी डॉलर्सची खाण संपादित करण्याचे प्रयत्न करत होतो. या वेळी समस्या आणि आकडे जास्त मोठे असले तरी प्रक्रिया तीच होती.

द्रुतगती मार्गावर आणखी जलद गतीनं कसं जावं?

तुम्ही लहान गुंतवणुकीतून सुरुवात केली आणि समस्या सोडवण्यास शिकलात की, समस्या सोडवण्यात तुम्ही जसजसे जास्तीत जास्त चांगले बनत जाता, तसतशी तुम्हाला प्रचंड संपत्ती मिळवता येते.

ज्या लोकांना जलद गतीनं मालमत्ता संपादित करण्याची इच्छा असते त्यांनी बी आणि आय कप्प्यांतील कौशल्यं शिकून घ्यावीत, यावर मी पुन्हा एकदा भर देतो. त्यांनी पहिल्यांदा व्यवसायाची उभारणी कशी करावी हे शिकावं अशी मी शिफारस करतो, कारण त्यामुळे आर्थिक शिक्षणातील महत्त्वाचा अनुभव मिळतो. वैयक्तिक कौशल्यांमध्ये सुधारणा होते. यामुळे बाजारपेठेतील चढ-उतारांच्या काळातील परिणाम सौम्य करण्यासाठी कॅशफ्लो मिळतो आणि त्याबरोबरच मोकळा वेळही मिळतो. माझ्या व्यवसायातून मिळणाऱ्या कॅशफ्लोमुळे मला मोकळा वेळ मिळाला आणि मी आर्थिक समस्यांचा शोध घेण्यास सुरुवात केली, मला त्या समस्या सोडवायच्या होत्या.

तुम्ही तिन्ही प्रकारचे गुंतवणूकदार होऊ शकता का?

प्रत्यक्षात मी तिन्ही प्रकारचा गुंतवणूकदार म्हणून काम करत आहे. ज्या वेळी मी म्युच्युअल फंडांत गुंतवणूक करतो, त्या वेळी मी क प्रकारचा गुंतवणूकदार असतो. 'तुम्ही कोणत्या मुच्युअल फंडांची शिफारस करता?' असं मला विचारलं जातं, त्या वेळी मी त्या व्यक्तीला उत्तर देतो की, 'मला याची काहीच कल्पना नाही.'

बी प्रकारचा गुंतवणूकदार म्हणून माझ्या आर्थिक समस्यांच्या व्यावसायिक उत्तरांचा मी शोध घेतो. माझ्या सल्लागारांकडून मी उत्तरं मिळवतो. त्यात कर आणि संपत्ती यांविषयीच्या व्यूहरचनाकारांचा, स्टॉकब्रोकरचा आणि रिअल इस्टेट ब्रोकरचा

समावेश असतो. ज्या वेळी तुम्हाला चांगले सल्लागार मिळतात, त्या वेळी हे व्यावसायिक तुम्हाला माहितीची प्रचंड संपत्ती पुरवतात. अनेक लोकांना वैयक्तिकरीत्या एवढी माहिती मिळवण्यासाठी वेळ नसतो.

माझ्या आर्थिक सल्लागारांचा सल्ला मूल्यवान असतो, कारण त्यांना ट्रस्ट, इच्छापत्रं आणि विमा यांविषयी माझ्यापेक्षा कितीतरी पटीनं जास्त माहिती असते. ते बाजारपेठेच्या जास्त जवळ असतात आणि कायद्यांतील एखाद्या बदलाची आणि बाजारपेठेवर होऊ शकणाऱ्या त्याच्या परिणामाची त्यांना जास्त अद्ययावत माहिती असते. गुंतवणुकीत फक्त खरेदी आणि विक्रीशिवायही बऱ्याच गोष्टी असतात.

मी इतर गुंतवणूकदारांनाही गुंतवणूक करण्यासाठी माझा पैसा देतो. दुसऱ्या शब्दांत, मी चौथ्या आणि पाचव्या पातळीवरच्या इतर गुंतवणूकदारांशी त्यांच्या गुंतवणुकीत भागीदारी करतो. या लोकांना मी वैयक्तिकरीत्या ओळखतो आणि माझा त्यांच्यावर विश्वास असतो. त्यांनी मला कसलीच माहिती नसलेल्या एखाद्या क्षेत्रात गुंतवणूक करायचं ठरवलं तर मी त्यांना गुंतवणुकीसाठी पैसा देईन. कमी उत्पन्न गटातील लोकांसाठीची घरं किंवा मोठ्या कार्यालयीन इमारती या क्षेत्रांची मला फारशी माहिती नाही, तरीही मी त्यांच्याबरोबर गुंतवणूक करेन, कारण ते जे करतात त्यात ते चांगले असतात हे मला माहिती असतं आणि त्यांच्या ज्ञानावर माझा विश्वास असतो.

तुम्ही झटपट सुरुवात का केली पाहिजे?

लोकांनी आपल्या स्वतःच्या द्रुतगती मार्गाचा झटपट शोध घ्यावा आणि गांभीर्यानं श्रीमंत होण्यास सुरुवात करावी, असं मी सुचवतो. अमेरिकेत आणि जगाच्या बहुतेक भागात कायद्याचे दोन संच आहेत. एक संच सर्वसामान्यांसाठी आहे आणि एक संच श्रीमंतांसाठी आहे. मी लोकांना झटपट श्रीमंत होण्यास सुचवण्याचं हे एक महत्त्वाचं कारण आहे. अनेक कायदे हे आर्थिक जीवघेण्या शर्यतीत अडकलेल्या लोकांच्या विरोधात आहेत. व्यवसायाच्या आणि गुंतवणुकीच्या जगात आपला कराचा डॉलर कुठे चालला आहे हा प्रश्न येतो, त्या वेळी मध्यमवर्गीयांना किती अत्यल्प प्रमाणात माहिती असते ही गोष्ट मला धक्कादायक वाटते. करापोटी मिळवलेला पैसा हा अनेक महत्त्वाच्या कामांवर खर्च होत असला तरी अनेक मोठ्या करकपाती, सवलती आणि हप्ते हे श्रीमंतांकडे जातात आणि त्यासाठी मध्यमवर्गीय खर्च करतो.

उदाहरणार्थ, अमेरिकेत कमी उत्पन्न गटातील लोकांसाठी अपुऱ्या प्रमाणात घरं आहेत. अमेरिकेतील ही खूप मोठी समस्या आहे आणि तो गाजणारा राजकीय प्रश्न आहे. ही समस्या सोडवण्यासाठी मदत करणारी शहरं, राज्यं आणि फेडरल सरकार – अशी घरं बांधण्यात गुंतवणूक करणाऱ्या व ती बांधणाऱ्या लोकांवर कर सवलती, करकपाती आणि भाड्यांमध्ये अनुदान अशा अनेक गोष्टींचा मोठा वर्षाव करतात. फक्त कायद्यांची माहिती करून घेऊन वित्तपुरवठादार आणि बिल्डर हे लोक जास्त श्रीमंत होतात. त्यासाठी करदात्यांच्या गुंतवणुकी कमी उत्पन्न गटातील घरांसाठी वापरल्या जातात.

ही गोष्ट अन्याय्य का आहे?

कॅशफ्लो क्वाड्रंटच्या डाव्या बाजूचे बहुतेक लोक फक्त वैयक्तिक प्राप्तिकरापोटीच जास्त पैसे भरत नाहीत, तर ते नेहमीच करलाभ असलेल्या गुंतवणुकांमध्येही सहभागी होऊ शकत नाहीत. श्रीमंत आणखी श्रीमंत होतात त्याचं हेही एक कारण आहे.

मला ही गोष्ट अन्याय्य आहे हे माहिती आहे आणि मला दोन्ही बाजूंच्या कहाण्याही समजतात. काही लोक या व्यवस्थेचा निषेध करतात. त्यांच्या वृत्तपत्रांच्या संपादकांना ते पत्रं लिहितात. या संपादकांनी राजकीय निवडणुका लढवून ही यंत्रणा बदलण्याचा प्रयत्न करावा असं ते आवाहन करतात. मला असे काही लोक माहिती आहेत; पण मला असं वाटतं की, या सगळ्यापेक्षाही आपल्या स्वतःच्या व्यवसायाकडे लक्ष देणं, आपल्या कॅशफ्लोवर नियंत्रण मिळवणं आणि आपल्या स्वतःच्या द्रुतगती आर्थिक मार्गाचा शोध घेणं आणि श्रीमंत होणं या गोष्टी करणं जास्त सोपं आहे. अख्खी राजकीय व्यवस्था बदलण्यापेक्षा स्वतःला बदलणं जास्त सोपं आहे.

समस्या संधींकडे नेतात

काही वर्षांपूर्वी श्रीमंत वडिलांनी मला व्यवसायाचा मालक आणि गुंतवणूकदार होण्यासाठी आवश्यक असलेली कौशल्यं विकसित करण्यासाठी आणि नंतर समस्या सोडवण्यासाठी प्रोत्साहन दिलं होतं.

अनेक वर्षं मी फक्त हेच केलं. मी व्यावसायिक आणि गुंतवणूकविषयक समस्या सोडवल्या. काही लोक त्यांना आव्हानं म्हणण्यास प्राधान्य देतात; पण मला त्यांना समस्याच म्हणायला आवडतं, कारण त्या जास्त प्रमाणात समस्याच असतात.

लोकांना 'समस्या'पेक्षाही 'आव्हानं' हा शब्द जास्त आवडत असावा असं मला वाटतं, कारण आव्हानं हा शब्द समस्या या शब्दापेक्षा अधिक सकारात्मक अर्थ असल्यासारखा वाटतो. मला हे माहिती आहे की, प्रत्येक समस्येच्या अंतरंगात एक संधी असते आणि खरा गुंतवणूकदार संधीच्याच शोधात असतो. मी सोडवत असलेल्या प्रत्येक आर्थिक आणि व्यावसायिक समस्येतून मला नेहमीच काही ना काही शिकता येतं. ती समस्या मी पूर्णपणे सोडवलेली असते की नाही ते तितकंसं महत्त्वाचं नसतं; पण मी तिच्यातून वित्तउभारणी, विपणन, लोक किंवा आर्थिक व्यवहार यांविषयी काही ना काही शिकलेला असतोच. अशा समस्या सोडवताना मला सहसा नेहमीच दुसऱ्या प्रकल्पांसाठी अमूल्य संपत्ती ठरावेत असे नवीन लोक भेटतात. त्यांच्यापैकी अनेक जण माझे आयुष्यभराचे मित्र झाले आहेत. हा एक मौल्यवान बोनसच असतो.

तुमचा द्रुतगती मार्ग शोधा

तुमच्यापैकी ज्यांना त्यांचा आर्थिक द्रुतगती मार्ग शोधायचा असेल, त्यांनी पुढील गोष्टींनी सुरुवात करावी :

१. तुमच्या स्वतःच्या व्यवसायात लक्ष घाला.
२. तुमच्या कॅशफ्लोवर नियंत्रण मिळवा.
३. जोखीम आणि जोखमीचं यामधील फरक जाणून घ्या.
४. अ, ब आणि क प्रकारच्या गुंतवणूकदारांमधील फरक समजून घ्या.

आर्थिक द्रुतगती मार्गावर जाण्यासाठी विशिष्ट प्रकारची समस्या सोडवण्यात तज्ज्ञ व्हा. ब प्रकारच्या गुंतवणूकदारांना सल्ला दिला जातो, त्याप्रमाणे वैविध्यकरण करू नका. एका प्रकारच्या समस्या सोडवण्यात तज्ज्ञ व्हा. मग लोक तुमच्याकडे गुंतवणूक करण्यासाठी पैसा घेऊन येतील. त्यानंतर जर तुम्ही चांगले आणि विश्वासू असाल तर झपाट्यानं आर्थिक द्रुतगती मार्गावर पोहोचाल.

इथे मी काही उदाहरणं देतो. बिल गेट्स सॉफ्टवेअर बाजारपेठेतील समस्या सोडवण्यातील तज्ज्ञ आहे. डोनाल्ड ट्रम्प हे रिअल इस्टेटमधील समस्या सोडवण्यातील तज्ज्ञ आहेत. वॉरन बफे हा व्यवसायातील आणि शेअर बाजारातील समस्या सोडवण्यातील तज्ज्ञ आहे, त्या बदल्यात त्याला मौल्यवान स्टॉक्स खरेदी करणं आणि यशस्वी पोर्टफोलिओचं व्यवस्थापन करणं शक्य होतं. जॉर्ज सोरोस हा शेअर बाजाराच्या अस्थैर्यामुळे निर्माण होणाऱ्या समस्या सोडवण्यातील तज्ज्ञ आहे, त्यामुळे तो विलक्षण हेज-फंड व्यवस्थापक आहे. रुपर्ट मर्डोक हा जागतिक टेलीव्हिजन नेटवर्क्सच्या व्यावसायिक समस्या सोडवण्यातील तज्ज्ञ आहे.

किम आणि मी अ प्रकारचे गुंतवणूकदार आहोत आणि आम्ही अपार्टमेंट हाउसिंगच्या समस्या सोडवतो, त्यामुळे आम्हाला निष्क्रिय उत्पन्नाचा अतिशय विपुल आणि स्थिर प्रवाह मिळाला. आम्ही जर बहुकुटुंबीय घरांच्या बाजारपेठेच्या बाहेरच्या क्षेत्रात गुंतवणूक करण्यास सुरुवात केली, तर आम्ही ब प्रकारचे गुंतवणूकदार होऊ. याचा अर्थ त्या क्षेत्रांमध्ये अतिशय उत्तम नावलौकिक मिळवलेल्या आणि आपण देत असलेला सल्ला आचरणात आणणाऱ्या तज्ज्ञ लोकांच्या हाती आम्ही आमचे पैसे देऊ.

माझ्या एका उद्दिष्टावर मी लक्ष केंद्रित केलं आहे आणि ते म्हणजे माझ्या स्वतःच्या व्यवसायात मी लक्ष घालतो. किम आणि मी धर्मादाय संस्थांसाठी, गोष्टींसाठी काम करतो आणि इतर लोकांना त्यांच्या प्रयत्नांमध्ये मदत करतो, मात्र तरीही आम्ही कधीही आमच्या स्वतःच्या व्यवसायात लक्ष घालण्याच्या महत्त्वाकडे दुर्लक्ष करत नाही आणि आमच्या संपत्तीच्या किंवा मालमत्तेच्या स्तंभात सातत्यानं भर घालत राहतो.

म्हणून जास्त जलद गतीनं श्रीमंत होण्यासाठी व्यवसायाच्या मालकाकडे आणि गुंतवणूकदाराकडे जी कौशल्यं असणं आवश्यक असतं, ती कौशल्यं शिकून घेतली पाहिजेत. जास्त मोठ्या समस्या सोडवण्याचा प्रयत्न करा, कारण मोठ्या समस्यांच्या पोटात प्रचंड आर्थिक संधी लपलेल्या असतात म्हणूनच मी तुम्हाला आय कप्प्यातील गुंतवणूकदार होण्याआधी पहिल्यांदा ब कप्प्यातील व्यावसायिक व्हा असं सुचवतो. एकदा तुम्ही व्यावसायिक समस्या सोडवण्यावर प्रभुत्व मिळवलं की, तुमच्याकडे भरपूर प्रमाणात कॅशफ्लो येईल आणि तुमचं व्यवसायाचं ज्ञान तुम्हाला जास्त हुशार गुंतवणूकदार करेल. याआधीही अनेकदा मी हे सांगितलं आहे; पण ते आणखी एकदा सांगणंही गैर ठरणार

नाही. ते म्हणजे : अनेक लोक गुंतवणूक केल्यामुळे आपल्या आर्थिक समस्या सुटतील अशा अपेक्षेनं आय कप्प्याकडे वळतात; पण बहुतेक वेळा तसं घडत नाही. ते जर आधी व्यवसायाचे चांगले मालक नसतील, तर गुंतवणुकीमुळे फक्त त्यांच्या आर्थिक समस्या आणखी वाईट होतात.

आर्थिक समस्यांची कमतरता नाही. खरं तर तुमच्या आर्थिक मार्गावरच्या अगदी जवळच्याच एखाद्या कोपऱ्यावर त्यांच्यापैकी एखादी समस्या तुम्ही कधी तिची सोडवणूक करता या प्रतीक्षेत उभी असू शकेल.

कृती करा

१. गुंतवणुकीचं शिक्षण मिळवा

पुन्हा एकदा मी तुम्हाला अशी शिफारस करतो की, तुम्ही पाचव्या पातळीवरचे गुंतवणूकदार होण्याआधी चौथ्या पातळीवरचे निपुण गुंतवणूकदार व्हा. लहान गुंतवणुकींनी सुरुवात करा आणि तुमचं शिक्षण तसंच सुरू ठेवा.

दर आठवड्यात पुढील गोष्टींपैकी निदान दोन गोष्टी करा.

अ. आर्थिक चर्चासत्रांना आणि वर्गांना जा. मी तरुणपणी ३८५ डॉलर्स भरून रिअल इस्टेटचा अभ्यासक्रम पूर्ण केला होता. माझ्या बऱ्याचशा यशाचं श्रेय मी या अभ्यासक्रमाला देतो. त्याने मला इतक्या वर्षांत कोट्यवधी डॉलर्स मिळवून दिले, कारण मी कृती केली.

ब. तुमच्या परिसरातील 'विक्रीसाठी' असं लिहिलेल्या मालमत्तांचा शोध घेत राहा. दर आठवड्याला तीन ते चार जागांसाठी फोन करत राहा आणि एजंटाला तुम्हाला मालमत्तेविषयी कळवायला सांगा. पुढील प्रश्नांसारखे प्रश्न विचारा : ही गुंतवणुकीसाठी योग्य मालमत्ता आहे का? ती भाड्यानं देण्यात आलेली आहे का? सध्याचं भाडं काय आहे? सर्वसामान्यपणे जागा किती दिवसांत खाली होते? त्या परिसरातील सरासरी भाडी किती आहेत? देखभाल खर्च किती आहे? थकित देखभाल खर्च आहे का? मालक वित्तपुरवठा करेल का? वित्तपुरवठ्यासाठी कोणत्या प्रकारच्या अटी आणि निकष आहेत?

प्रत्येक मालमत्तेसाठी मासिक कॅशफ्लो विवरणपत्र तयार करण्याचा सराव करा आणि नंतर तुम्ही एखादी गोष्ट विसरला आहात का ते पाहण्यासाठी रिअल इस्टेट एजंटसह पुढे जा. प्रत्येक मालमत्ता ही अद्वितीय व्यावसायिक यंत्रणा असते आणि तिच्याकडे स्वतंत्र व्यावसायिक यंत्रणा म्हणूनच पाहिलं पाहिजे.

क. अनेक स्टॉकब्रोकरना भेटा आणि स्टॉक विकत घेण्यासाठी ते कोणत्या कंपन्यांची शिफारस करतात ते ऐका. या कंपन्यांवर संशोधन करा आणि ट्रेडिंग खातं उघडण्याचा व काही छोट्या गुंतवणुकी करण्याचा विचार करा.

ड. गुंतवणूकविषयक वार्तापत्रकं विकत घ्या आणि त्यांचा अभ्यास करा.

ई. सतत वाचन करणं, चर्चासत्रांना जाणं, टीव्हीवरचे आर्थिक कार्यक्रम पाहणं आणि कॅशफ्लो बोर्ड गेम खेळणं सुरू ठेवा.

२. व्यवसायाचं शिक्षण मिळवा

अ. तुमच्या परिसरातील सध्याचे कुठले व्यवसाय विक्रीसाठी उपलब्ध आहेत ते पाहण्यासाठी अनेक व्यावसायिक ब्रोकरना भेटा. फक्त प्रश्न विचारून आणि माहिती ऐकून तुम्ही किती मोठ्या प्रमाणात व्यावसायिक संज्ञा शिकू शकता ही गोष्ट चकित करणारी असते.

ब. नेटवर्क मार्केटिंगच्या व्यावसायिक यंत्रणेविषयी शिकण्यासाठी या विषयावरच्या चर्चासत्रांना जा (किमान तीन नेटवर्क मार्केटिंग कंपन्यांवर संशोधन करावं अशी मी तुम्हाला शिफारस करतो).

क. कोणते उत्पादन विक्रीहक्क (फ्रँचायझेस) किंवा व्यवसाय यंत्रणा उपलब्ध आहेत, ते पाहण्यासाठी तुमच्या परिसरातील व्यावसायिक संधीविषयीच्या परिषदांना किंवा मोठ्या व्यापारी प्रदर्शनांना जा.

ड. व्यवसायविषयक वृत्तपत्रं, नियतकालिकं आणि इतर प्रकारच्या संपर्क माध्यमांचे वर्गणीदार व्हा.

प्रकरण पंधरा

पाचवं पाऊल : तज्ज्ञ मार्गदर्शकांचा शोध घ्या

काय महत्त्वाचं आहे आणि काय महत्त्वाचं नाही हे सांगणारी व्यक्ती ही मार्गदर्शक असते.

तुम्ही आधी कधीही ज्या ठिकाणी गेला नसाल, अशा ठिकाणांकडे जाण्यासाठी तुम्हाला कोण मार्गदर्शन करतं? मार्गदर्शक ही तुम्हाला काय महत्त्वाचं आहे आणि काय महत्त्वाचं नाही हे सांगणारी व्यक्ती असते.

काय महत्त्वाचं आहे ते मार्गदर्शक आपल्याला सांगतो

कॅशफ्लो बोर्ड गेमकडून मिळालेलं पुढे दिलेलं आर्थिक विवरणपत्र हे मार्गदर्शक म्हणून निर्माण करण्यात आलं आहे. ते लोकांना माझ्या श्रीमंत वडिलांसारखा विचार करायला शिकवतं आणि कुठल्या गोष्टीचा ते आर्थिकदृष्ट्या महत्त्वाची गोष्ट म्हणून विचार करत होते त्याकडे निर्देश करतं.

माझ्या उच्चशिक्षित; पण गरीब वडिलांना असं वाटत होतं की, गलेलठ्ठ पगाराची त्यांची नोकरी महत्त्वाची होती आणि स्वप्नातील घर खरेदी करणं महत्त्वाचं होतं. पहिल्यांदा बिलं भरावीत आणि तुमच्याकडच्या संसाधनांचा किंवा उत्पन्नाचा विचार करून त्याहून कमी दर्जाच्या जीवनशैलीत जगावं असाही त्यांचा विश्वास होता.

माझ्या श्रीमंत वडिलांनी मला निष्क्रिय उत्पन्नावर लक्ष केंद्रित करण्यास आणि निष्क्रिय किंवा दीर्घकालीन अवशिष्ट उत्पन्न देणाऱ्या मालमत्ता संपादित करण्यात वेळ घालवण्यास शिकवलं. तुमच्याकडच्या उत्पन्नाशी किंवा संसाधनांशी तुलना करून त्याहून कमी दर्जाच्या जीवनशैलीत जगण्यावर त्यांचा विश्वास नव्हता. त्यांच्या मुलाला आणि मला ते नेहमीच

असं सांगत असत की, 'तुमच्याकडच्या संसाधनांचा, तुमच्या उत्पन्नाचा विचार करून त्यांच्या मर्यादेत राहण्याऐवजी तुमच्या संसाधनांचा आणि अर्थातच उत्पन्नाचा विस्तार करण्यावर लक्ष केंद्रित करा.'

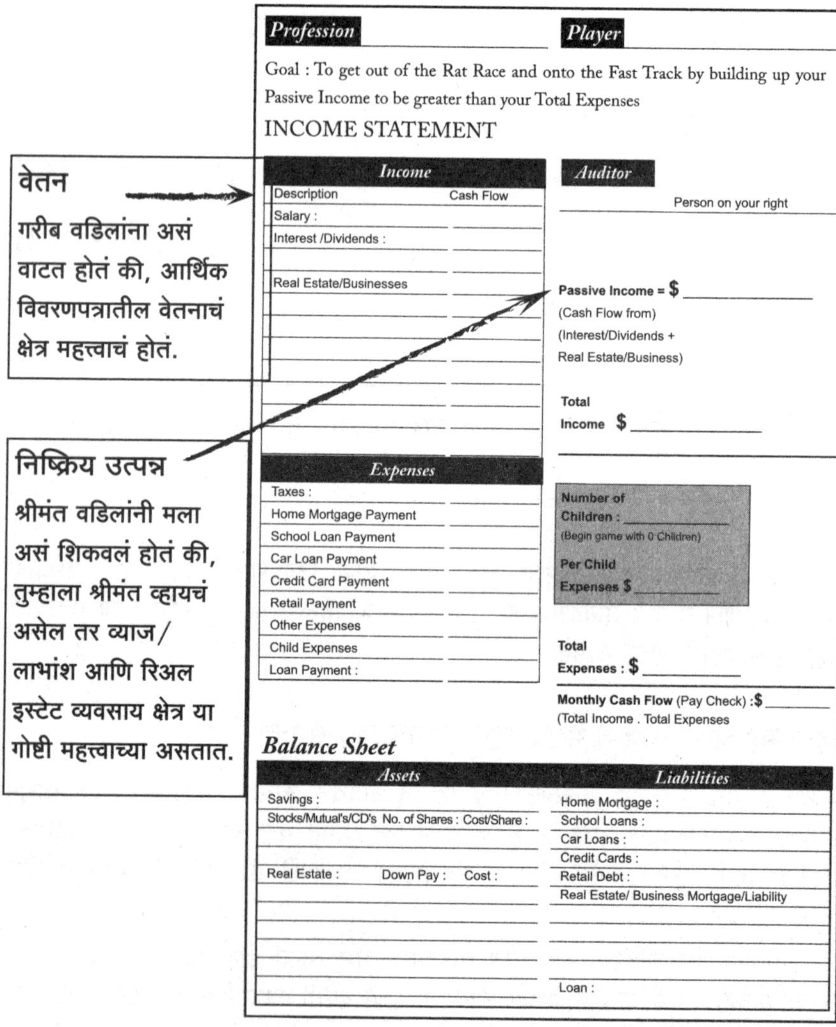

हे करण्यासाठी त्यांनी अशी शिफारस केली की, आपण मालमत्तेच्या स्तंभाची उभारणी करण्यावर आणि आपल्या भांडवली लाभांपासून, लाभांशांपासून, व्यवसायासारख्या, रिअल इस्टेटच्या भाड्यासारख्या आणि रॉयल्टीसारख्या अवशिष्ट उत्पन्नांपासून मिळणारं निष्क्रिय उत्पादन वाढवण्यावर भर दिला पाहिजे.

मी मोठा झालो, त्या वेळी दोन्ही वडिलांनी माझे खंबीर मार्गदर्शक म्हणून काम केलं. मी श्रीमंत वडिलांचा आर्थिक सल्ला स्वीकारण्याची निवड केली ही वस्तुस्थिती

असली तरीही त्यामुळे माझ्या गरीब वडिलांचा माझ्यावरचा प्रभाव कमी झाला नव्हता. या दोघांचाही माझ्यावर विलक्षण प्रभाव नसता तर आज मी जो कोणी आहे तो मी होऊ शकलो नसतो.

उलट्या प्रकारचे आदर्श

ज्याप्रमाणे अतिशय उत्तम आदर्श व्यक्ती असतात, त्याचप्रमाणे आपल्यासमोर वाईट आदर्श ठेवणाऱ्या व्यक्तीही असतात. बहुतेकांच्या आयुष्यात असे दोन्ही प्रकारचे आदर्श असतात.

उदाहरणार्थ, माझ्या एका मित्रानं त्याच्या आयुष्यात ८० कोटी डॉलर्सहून जास्त कमाई केली; पण आज तो दिवाळखोर झाला आहे. मी त्याच्याबरोबर का वेळ घालवतो, असं माझे इतर मित्र मला विचारतात. त्यांच्या या प्रश्नाला मी असं उत्तर देतो की, तो अतिशय उत्तम प्रकारचं आदर्श उदाहरण आहे आणि त्याबरोबरच उलट प्रकारचाही उत्तम आदर्श व्यक्ती आहे. मी त्याच्याकडच्या दोन्ही प्रकारच्या आदर्शांमधून शिकू शकतो. एक आदर्श मला काय करायचं ते शिकवतो आणि दुसरा काय करू नये ते सांगतो.

आध्यात्मिक आदर्श

माझे दोन्ही वडील हे आध्यात्मिक वृत्तीचे होते; पण पैशाचा आणि आध्यात्मिकतेचा प्रश्न आला की त्यांचे दृष्टिकोन भिन्न होते. उदाहरणार्थ, ते त्यामागच्या अर्थाचं विश्लेषण करत. 'सगळ्या वाईट गोष्टींचं मूळ हे पैशाविषयीच्या प्रेमात असतं.' या वाक्याचा अन्वयार्थ त्या दोघांनीही वेगवेगळा लावला होता. माझ्या उच्चशिक्षित; पण गरीब वडिलांना जास्त पैसा मिळवण्याची किंवा आर्थिक स्थिती सुधारण्याची कुठलीही इच्छा बाळगणं चुकीचं आहे असं वाटत होतं.

दुसरीकडे माझ्या श्रीमंत वडिलांचा मोह, लोभ आणि आर्थिक अज्ञान वाईट असतं यावर विश्वास होता. दुसऱ्या शब्दांत, श्रीमंत वडील पैसा वाईट असतो असा विचार करत नव्हते. पैशाचा गुलाम म्हणून आयुष्यभर काम करत राहणं ही गोष्ट दुष्टपणाची किंवा वाईट आहे, असा त्यांचाही विश्वास होताच. शिवाय वैयक्तिक कर्जामुळे आर्थिक गुलामगिरीत राहणं वाईट असतं असंही त्यांना वाटत होतं.

माझे श्रीमंत वडील धार्मिक शिकवणुकींचं रूपांतर आर्थिक धड्यांमध्ये करण्याची पद्धत वापरत होते आणि मला त्यांनी दिलेल्या त्या धड्यांपैकी एक धडा पुढीलप्रमाणे होता.

मोहाची शक्ती

भरपूर कष्ट करणाऱ्या व्यक्ती मोठ्या प्रमाणात कर्जबाजारी असतात आणि त्यांनी त्यांचं आयुष्य त्यांच्याकडच्या उत्पन्नाचा विचार न करता जास्त खर्च करून घालवलेलं असतं, असा श्रीमंत वडिलांचा विचार होता. असे लोक त्यांच्या मुलांसाठी वाईट आदर्श असतात, कारण ते मोहाला आणि लोभाला बळी पडलेले असतात असं त्यांना वाटत असे. ते नेहमीच

पुढे दिलेल्या आकृतीसारखी एक आकृती काढत आणि दायित्वाच्या स्तंभाकडे निर्देश करून म्हणत की, '...आम्हाला मोहाकडे नेऊ नकोस.'

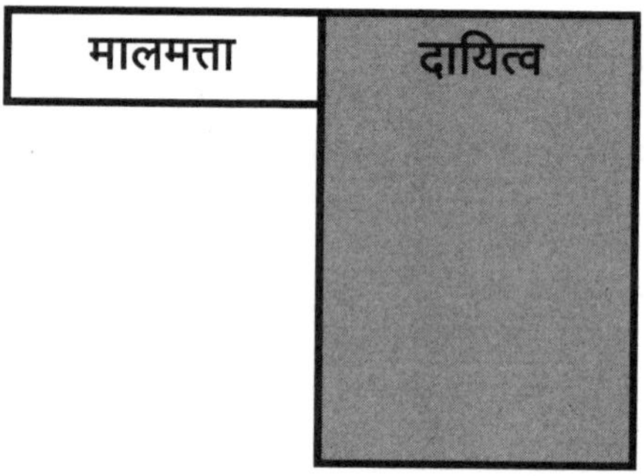

अल्प मूल्याच्या गोष्टी जवळ बाळगण्याच्या हव्यासातून अनेक आर्थिक समस्या निर्माण होतात, असा श्रीमंत वडिलांचा विश्वास होता. क्रेडिट कार्डं आली, त्या वेळी कोट्यवधी लोक कर्जबाजारी होतील आणि अखेरीस त्यांच्या आयुष्यावर कर्जांचं नियंत्रण असेल, त्यांच्या हे आधीच लक्षात आलं होतं. मोह नावाच्या मानवी भावनेच्या आहारी गेल्यामुळे घरांसाठी, फर्निचरसाठी, कपड्यांसाठी, सुट्टीवर जाण्याच्या खर्चासाठी आणि कारसाठी लोक मोठ्या प्रमाणात वैयक्तिक कर्जं घेत असल्याचं आपण पाहतो. आज लोकांना मालमत्ता किंवा संपत्ती वाटत असलेल्या गोष्टी खरेदी करण्यासाठी ते जास्तीत जास्त कठोर परिश्रम करत राहतात; पण त्यांच्या खर्चाच्या सवयींमुळे ते कधीही खऱ्या मालमत्ता संपादित करू शकत नाहीत.

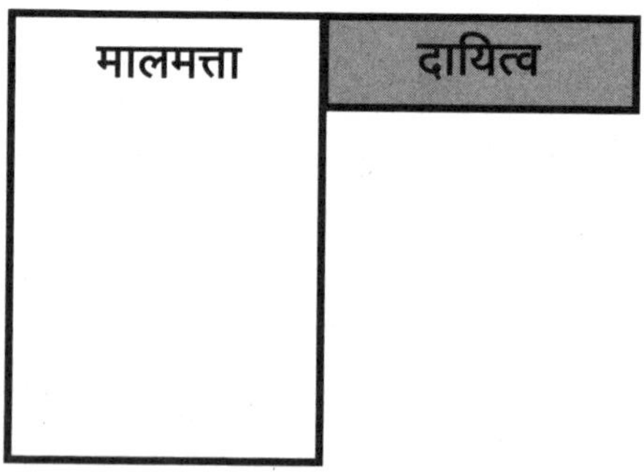

क्षणिक सुखाला दूर सारणं (भावनिक बुद्धिमत्तेचं लक्षण), स्वतःच्या कामात लक्ष घालणं आणि मालमत्तेच्या किंवा संपत्तीच्या स्तंभाची पहिल्यांदा उभारणी करणं, या गोष्टी तुम्हाला मानवी चैतन्याच्या अवनती टाळण्यास मदत करतील. मोह, आर्थिक शिक्षणाचा अभाव आणि आर्थिकदृष्ट्या निकृष्ट आदर्शांचा प्रभाव यांमुळे मानवी चैतन्याची अवनती होते.

आपला स्वतःचा वैयक्तिक द्रुतगतीचा मार्ग शोधणाऱ्यांना मी फक्त एक सावधगिरीची सूचना देतो. तुम्ही ज्या व्यक्तींच्या संगतीत राहता त्यांच्याविषयी दक्ष राहा. स्वतःलाच प्रश्न विचारा : ते चांगले आदर्श आहेत का? जर ते तसे नसतील तर तुम्ही ज्या दिशेनं निघाला आहात, त्याच दिशेनं निघालेल्या लोकांसमवेत तुम्ही जास्त वेळ घालवावा, असं मी तुम्हाला सुचवेन.

तुम्हाला कामाच्या ठिकाणी असे लोक आढळले नाहीत, तर तुम्हाला ते गुंतवणूक क्लब्जमध्ये, नेटवर्क मार्केटिंगच्या समूहांमध्ये आणि इतर व्यावसायिक संघटनांमध्ये सापडू शकतील.

तिथे जाऊन आलेल्या कोणाला तरी शोधा

तुमच्या मार्गदर्शकाची निवड सुज्ञपणे करा. तुम्ही कोणाचा सल्ला घेत आहात, त्याविषयी दक्ष राहा. तुम्हाला जर कुठेतरी जायचं असेल तर त्या ठिकाणचा प्रवास करून आलेल्या एखाद्याचा सल्ला घेणं उत्तम असतं.

उदाहरणार्थ, तुम्ही पुढच्या वर्षी माऊंट एव्हरेस्ट सर करायचा असं ठरवलं, तर अर्थातच तुम्ही त्याआधी तो सर केलेल्या कोणाचा तरी सल्ला घ्याल. मात्र आर्थिक पर्वत सर करण्याची वेळ येते, त्या वेळी बहुतेक लोक आर्थिक दलदलीत अडकून पडलेल्यांचा सल्ला घेतात.

बी आणि आय कप्प्यांत असलेले मार्गदर्शक शोधणं कठीण असतं. या कप्प्यांविषयी आणि पैशाविषयी सल्ला देणारे बहुतेक लोक प्रत्यक्षात ई आणि एस कप्प्यात असतात.

श्रीमंत वडिलांनी मला नेहमीच प्रशिक्षक किंवा मार्गदर्शक मिळवण्याविषयी प्रोत्साहन दिलं. ते सतत असं म्हणत की, 'व्यावसायिकांकडे प्रशिक्षक असतात. नवोदितांकडे ते नसतात.'

उदाहरणार्थ, मी गोल्फ खेळतो आणि त्याविषयीच्या गोष्टी शिकतो; पण माझ्याकडे गोल्फ शिकवणारा पूर्ण वेळ प्रशिक्षक नाही म्हणूनच बहुधा मला गोल्फ खेळण्यासाठी पैसे द्यावे लागतात, गोल्फ खेळण्यासाठी मला कोणी पैसे देत नाही; पण ज्या वेळी व्यवसायाच्या आणि गुंतवणुकीच्या खेळाचा प्रश्न येता, त्या वेळी माझ्याकडे मार्गदर्शक आहेत. अनेक मार्गदर्शक आहेत. का? कारण हे खेळ खेळण्यासाठी मला पैसे दिले जातात.

म्हणून तुमच्या शिक्षकांची आणि मार्गदर्शकांची सुज्ञपणे निवड करा. ही तुम्ही करू शकत असलेली एक अतिशय महत्त्वाची गोष्ट असते.

कृती करा

१. मार्गदर्शक मिळवा

गुंतवणूक आणि व्यवसाय या क्षेत्रांत तुमचे मार्गदर्शक म्हणून काम करू शकतील, अशा लोकांचा शोध घ्या.

अ. आदर्श शोधा. त्यांच्याकडून शिका.

ब. उलट्या किंवा विरुद्ध प्रकारचे आदर्श शोधा आणि त्यांच्याकडूनही शिका.

२. **तुम्ही ज्यांच्याबरोबर वेळ घालवता, त्यांच्यासारखंच तुमचं भवितव्य असतं. तुम्ही ज्यांच्याबरोबर जास्तीत जास्त वेळ घालवता अशा सहा लोकांची नावं लिहा.**

तुम्ही ज्यांच्याबरोबर जास्तीत जास्त वेळ घालवता, त्यावरून तुमची पात्रता ठरते. तुमचे त्यांच्याशी कशा प्रकारचे संबंध आहेत त्यावरून ती ठरत नाही (म्हणूनच तुमची सगळी मुलं एक व्यक्ती असल्यासारखीच वागत असल्याचं दिसेल). ***ती सहा नावं लिहिल्याशिवाय तुम्ही बिलकूल पुढे वाचू नका.***

बऱ्याच वर्षांपूर्वी मी एका चर्चासत्राला गेलो होतो, तिथल्या प्रशिक्षकानं आम्हाला हे करायला सांगितलं होतं. त्यानंतर त्याने आम्ही लिहिलेल्या आणि सांगितलेल्या नावांचं परीक्षण करायला सांगितलं. 'तुम्ही तुमच्या भवितव्याकडे पाहत आहात. तुम्ही तुमचा जास्तीत जास्त वेळ ज्यांच्या सोबत घालवता तेच तुमचं भवितव्य आहे.'

ज्या सहा लोकांबरोबर तुम्ही जास्तीत जास्त वेळ घालवत असाल ते कदाचित तुमचे वैयक्तिक मित्र नसतीलही. ते तुमचे सहकारी, जोडीदार, मुलं किंवा चर्चमधील किंवा इतर सामाजिक गटांमधील सदस्य असू शकतील. माझ्या यादीत सहकारी, व्यावसायिक सहकारी आणि रग्बी खेळाडू यांचा समावेश होता. फक्त वरवर न पाहता मी या नावांचा सखोल विचार करू लागलो, त्या वेळी हे खूप काही सांगणारं होतं. मला माझ्याविषयीच्या अंतर्दृष्टी लाभल्या. त्यांच्यापैकी काही मला आवडल्या आणि त्यांच्यापैकी बऱ्याचशा मला न आवडणाऱ्याही होत्या.

प्रशिक्षकानं आम्हाला त्या खोलीत फिरून आमच्या यादीविषयी आपापसात चर्चा करायला सांगितलं. थोड्या वेळानं त्या अभ्यासाची समर्पकता आणखी खोलवर झिरपू लागली. माझ्या यादीच्या संदर्भात मी इतरांबरोबर जितकी जास्त चर्चा केली आणि त्यांचं म्हणणं जितकं जास्त ऐकून घेतलं, तितक्या जास्त प्रमाणात आपण यात बदल केला पाहिजे, असं मला प्रकर्षानं जाणवलं. मी ज्यांच्याबरोबर माझा वेळ घालवत होतो, त्यांच्याशी या गोष्टीचा काहीच संबंध नव्हता. याचा फक्त मी कुठे चाललो होतो आणि माझ्या आयुष्यात काय करत होतो, याच्याशी संबंध होता.

आज मी ज्या लोकांबरोबर वेळ घालवतो, ते लोक एका व्यक्तीचा अपवाद वगळता पूर्णपणे वेगळे आहेत. माझ्या यादीतील ते इतर पाच जण अजूनही माझे अगदी प्रिय मित्र आहेत; पण आम्ही क्वचितच एकमेकांना भेटतो. ते खूप मोठे लोक आहेत आणि त्यांच्या आयुष्यात ते आनंदीही आहेत. माझ्या यादीतून मी त्यांना काढून टाकलं आहे, ही गोष्ट फक्त माझ्याशी निगडित आहे. मला माझं

भवितव्य बदलण्याची इच्छा होती. हे करण्यासाठी मी माझे विचार बदलले आणि मी वेळ घालवत होतो, त्यांनाही बदलून टाकलं. आता मी वेगळ्या लोकांसमवेत वेळ घालवतो.

३. **सहा लोकांच्या तुमच्या यादीत प्रत्येक व्यक्तीच्या नावानंतर ते ज्या कप्प्यातून काम करतात, त्या कप्प्याचं नाव लिहा. ते ई, एस, बी की आय कप्प्यातून काम करतात?**

जर ते बेरोजगार किंवा निवृत्त असतील तर त्यांनी ज्या वेळी काम केलं होतं त्या वेळच्या ठिकाणाहून त्यांना मिळणारं उत्पन्न ते मिळवत आहेत. त्यांच्या नावापुढे त्या कप्प्याचं नाव लिहा. लहान मुलं आणि विद्यार्थी यांच्यासाठी ही माहिती भरण्याची जागा रिक्त ठेवा. लक्षात ठेवा : व्यक्ती तिचं जास्तीत जास्त उत्पन्न ज्या कुठल्या मार्गानं मिळवते, त्या मार्गाचं प्रतिबिंब व्यक्तीच्या कप्प्यातून पडतं.

एखादी व्यक्ती एकाहून जास्त कप्प्यांतून काम करू शकते. उदाहरणार्थ, माझी पत्नी किम तिच्या नावासमोर बी आणि आय हे दोन्ही कप्पे लिहू शकेल, कारण या दोन्ही कप्प्यांतून ती उत्पन्न मिळवते.

माझ्या यादीत किमचं नाव सर्वोच्च स्थानी असेल, कारण ती आणि मी बहुतांश वेळ एकत्र असतो.

नाव	**कप्पा (कप्पे)**
१. *किम कियोसाकी*	*बी. आय.*
२	
३.	
४.	
५.	
६.	

४. **प्रत्येक व्यक्तीच्या गुंतवणूक पातळीची यादी तयार करणं ही यापुढची पातळी आहे.**

कृपया, पाचव्या प्रकरणाचा आणि त्यामधील 'गुंतवणूकदारांच्या पाच पातळ्यां'चा संदर्भ घ्या. किम ही पाचव्या पातळीची गुंतवणूकदार आहे. तुम्हाला व्यक्ती कोणत्या गुंतवणूकदार पातळीत येते हे माहिती नसेल, तर शक्य तितका प्रयत्न करून त्याविषयी जास्तीत जास्त अचूक अंदाज बांधण्याचा प्रयत्न करा.

नाव	कप्पा (कप्पे)	गुंतवणूकदार पातळी
१. *किम कियोसाकी*	*बी. आय.*	*पातळी ५*
२		
३.		
४.		
५.		
६.		

हा अभ्यास करायला सांगितल्यावर मला लोकांच्या संमिश्र प्रतिक्रिया पाहायला मिळाल्या. काही लोक संतप्त झाले. त्यांनी मला असं म्हटलं की, 'माझ्या भोवतालच्या लोकांचं वर्गीकरण करायला सांगण्याची तुमची हिंमतच कशी झाली?' त्यामुळे या अभ्यासामुळे भावनिक अस्वस्थता निर्माण झाली असेल, तर कृपया, मला माफ करा. यात कोणालाही अस्वस्थ करण्याचा हेतू नाही; पण व्यक्तीच्या आयुष्यावर थोडासा प्रकाश टाकण्यासाठी तो तयार करण्यात आला आहे. काही लोकांच्या बाबतीत तो उपयुक्त ठरतो आणि त्यांच्या आयुष्यावर प्रकाश टाकला जातो; पण प्रत्येकाच्याच बाबतीत हे घडत नाही.

काही वर्षांपूर्वी मी हा अभ्यास केला होता, त्या वेळी माझ्या असं लक्षात आलं होतं की, मी या अभ्यासाच्या साहाय्यानं स्वतःला सुरक्षित ठेवून स्वतःला जबाबदारीपासून लपवत होतो. मी जिथे होतो तिथे राहण्यात मला समाधान वाटत नव्हतं. आयुष्यात मी का प्रगती करत नव्हतो, याचं समर्थन करण्यासाठी मी ज्यांच्यासमवेत काम करत होतो, त्या लोकांचा मी वापर करून घेत होतो. विशेषतः दोन व्यक्तींशी माझे सतत वाद होत होते आणि आमच्या कंपनीला मागे खेचत राहिल्याबद्दल मी त्यांच्यावर दोषारोप करत होतो. त्यांचे दोष शोधणं, त्यांचे दोष दाखवणारे माझे मुद्दे त्यांच्यासमोर मांडणं आणि नंतर संघटना म्हणून आमच्यासमोर असलेल्या समस्यांसाठी त्यांच्यावर दोषारोप करणं हे माझं दैनंदिन काम होतं.

हा अभ्यास पूर्ण केल्यानंतर माझ्या असं लक्षात आलं की, मी ज्या दोन लोकांसमोर डोकेफोड करत होतो, त्या दोघांनाही ते जिथे होते तिथे राहण्यातच समाधान वाटत होतं. मलाच एकट्याला बदल हवा होता; पण स्वतःला बदलण्याऐवजी मी त्यांच्यावर बदलण्यासाठी दबाव टाकत होतो. हा अभ्यास पूर्ण केल्यानंतर माझ्या आणखी एक गोष्टही लक्षात आली. ती म्हणजे माझ्या वैयक्तिक अपेक्षा मी इतरांवर लादत होतो. मला जे करण्याची इच्छा नव्हती, ते त्यांनी करावं असं मला वाटत होतं. मला हव्या असलेल्या गोष्टीच त्यांनाही हव्या असाव्यात आणि माझ्याकडे असलेली गोष्टच त्यांच्याकडेही असावी असं मला वाटत होतं. साहजिकच त्यांच्याशी असलेलं माझं नातं निकोप नव्हतं. एकदा हे माझ्या लक्षात आल्यावर मला माझ्यात बदल घडवण्यासाठी काही पावलं उचलता आली.

५. कॅशफ्लो क्वाड्रंटवर नजर टाका आणि तुम्ही ज्या लोकांबरोबर वेळ घालवता, त्यांच्या नावांची आद्याक्षरं योग्य त्या कप्प्यात लिहा.

त्यानंतर सध्या तुम्ही ज्या कप्प्यात आहात, त्या कप्प्यात तुमच्या नावाची आद्याक्षरं लिहा. आता भविष्यात तुम्हाला ज्या कप्प्यातून काम करण्याची इच्छा असेल, त्या कप्प्यात तुमच्या नावाची आद्याक्षरं लिहा. जर आद्याक्षरं एकाच कप्प्यात असतील तर तुम्ही समविचारी लोकांच्या सान्निध्यात असल्यामुळे जिथे आहात तिथे राहू इच्छिणारी आनंदी व्यक्ती असण्याची शक्यता आहे. जर आद्याक्षरं एकाच कप्प्यात नसतील, तर तुम्ही तुमच्या आयुष्यात बदल करण्याचा विचार केला पाहिजे.

प्रकरण सोळा

सहावं पाऊल : प्रत्येक अपेक्षाभंगाला तुमची ताकद बनवा

प्रत्येक अपेक्षाभंगाच्या पोटात विद्वत्तेचं अमूल्य रत्न असतं.

मी मरिन कॉर्प्समधून बाहेर पडलो, त्या वेळी श्रीमंत वडिलांनी विक्री कशी करावी हे शिकवणारी नोकरी करण्यास मला सुचवलं. मी बुजरा होतो आणि विक्री करण्यास शिकण्यात मला बिलकूल रस नव्हता हे त्यांना माहिती होतं.

माझ्या कंपनीतील अतिशय वाईट विक्रेता म्हणून मी दोन वर्षं काम केलं. बुडणाऱ्या व्यक्तीला मी 'लाइफ प्रिझर्व्हर' (जीव वाचवण्याचं साधन) विकू शकलो नव्हतो. माझा बुजरेपणा फक्त माझ्यासाठीच नव्हे, तर मी ज्या ग्राहकांना उत्पादन विकण्याचा प्रयत्न करत होतो, त्यांच्यासाठीही क्लेशदायक होता. त्या दोन वर्षांत मी सतत प्रशिक्षणार्थी उमेदवार म्हणूनच काम करत राहिलो आणि माझ्या डोक्यावर सतत नोकरीतून काढून टाकलं जाण्याची टांगती तलवार होती.

त्या काळात मी सतत अर्थकारणावर दोषारोप करत होतो. माझ्या अपयशाचं खापर मी उत्पादनावर किंवा अगदी ग्राहकांवरही फोडत होतो; पण श्रीमंत वडिलांनी मला सांगितलं की, 'स्वतःमध्ये कमतरता असलेल्या लोकांनाच इतरांवर दोषारोप करायला आवडतं.'

त्यांच्या बोलण्याचा अर्थ एवढाच होता की, अपेक्षाभंगातून, नैराश्यातून निर्माण झालेलं भावनिक दुःख इतकं दारुण असतं की, अशी व्यक्ती ते दुःख दोषारोपाच्या माध्यमातून दुसऱ्या कोणावर तरी ढकलून देते. विक्री करायला शिकण्यासाठी मला अपेक्षाभंगाच्या दुःखाला तोंड द्यावंच लागलं; पण विक्री करण्यास शिकण्याच्या या प्रक्रियेत मला एक अमूल्य धडाही मिळाला : अपेक्षाभंगाला दायित्वाऐवजी मालमत्तेत कसं रूपांतरित करावं ते मला समजलं.

एखादी नवीन गोष्ट करून पाहण्यास घाबरणाऱ्या लोकांना मी जेव्हा, जेव्हा भेटतो, त्या वेळी अपेक्षाभंग होण्याच्या त्यांच्या भीतीतच त्याचं कारण असत, असं मला दिसून येतं. आपण चूक करू किंवा आपल्याला नाकारलं जाईल यालाच ते घाबरलेले असतात. तुम्ही आर्थिक द्रुतगतीच्या मार्गावरचा आपला प्रवास सुरू करण्यास तयार असाल, तर मी एखादी नवीन गोष्ट करायला शिकत असे त्या वेळी श्रीमंत वडील मला देत असलेला प्रोत्साहनपर सल्लाच मी तुम्हाला देणार आहे. ते म्हणत की, 'अपेक्षाभंग पचवण्यासाठी तयार राहा.'

हे वाक्य ते नकारात्मक नव्हे, तर सकारात्मक अर्थानं म्हणत. तुम्ही जर अपेक्षाभंग किंवा निराशा पचवण्यासाठी तयार असाल तर तुम्ही अपेक्षाभंगाचं रूपांतर संपत्तीत किंवा मालमत्तेत करू शकता, असा त्यांचा विश्वास होता. बहुतेक लोक अपेक्षाभंगाचं रूपांतर दीर्घकालीन दायित्वात किंवा देण्यात करतात. ज्या वेळी ते असं म्हणतात की, 'मी हे पुन्हा कधीच करणार नाही,' किंवा 'मी अपयशी होणार आहे हे मला आधीच माहिती असतं तर बरं झालं असतं.' त्या वेळी त्यांनी अपेक्षाभंगाचं दीर्घकालीन दायित्वात रूपांतर केलेलं असतं.

ज्याप्रमाणे प्रत्येक समस्येच्या पोटात संधी दडलेली असते, त्याप्रमाणेच प्रत्येक अपेक्षाभंगाच्या पोटात विद्वत्तेचं अमूल्य रत्न दडलेलं असतं.

ज्या वेळी एखादी व्यक्ती म्हणते की, 'मी हे पुन्हा कधीच करणार नाही,' त्या वेळी मी शिकणं थांबवलेल्या व्यक्तीचे शब्द ऐकत आहे, हे मला माहिती असतं. अपेक्षाभंगामुळे ते स्वतःची प्रगती रोखतात. अपेक्षाभंगातून त्यांच्या वाढीचा पाया तयार होण्याऐवजी त्यांच्या भोवती संरक्षक भिंत उभी राहते.

श्रीमंत वडिलांनी मला गंभीर भावनिक अपेक्षाभंगाला कसं हाताळावं हे शिकण्यास मदत केली. ते असं म्हणत की, 'फक्त थोडेच लोक स्वयंभू श्रीमंत लोक असतात, कारण थोडेच लोक अपेक्षाभंग सहन करू शकतात. अपेक्षाभंगाला तोंड देण्याऐवजी बहुतेक लोक अपेक्षाभंग टाळण्यातच आयुष्य व्यतीत करतात.'

अपेक्षाभंग हा शिकण्याच्या प्रक्रियेचा महत्त्वाचा भाग आहे, असा श्रीमंत वडिलांचा विश्वास होता. ज्याप्रमाणे आपल्या चुकांमधून आपण शिकतो, त्याप्रमाणेच आपल्या अपेक्षाभंगांमधून, नैराश्यातून आपल्या चारित्र्याची, स्वभाववैशिष्ट्यांची उभारणी होते. अनेक वर्षं त्यांनी मला जे सल्ले दिले होते ते असे होते :

- **अपेक्षाभंग होण्याची अपेक्षा ठेवा**

  श्रीमंत वडील नेहमीच असं म्हणत की, 'फक्त मूर्ख लोकच आपल्याला हव्या तशाच सगळ्या गोष्टी घडतील, अशी अपेक्षा बाळगतात. अपेक्षाभंगाची अपेक्षा ठेवणं याचा अर्थ निष्क्रिय होणं किंवा पराभूत होणं असा नाही. अपेक्षाभंगाची अपेक्षा बाळगणं याचा अर्थ तुम्हाला नको असलेल्या आश्चर्यकारक गोष्टींना तोंड देण्यासाठी मानसिकदृष्ट्या आणि भावनिकदृष्ट्या स्वतःला तयार ठेवणं असा असतो. भावनिकदृष्ट्या तयार राहिल्यामुळे तुम्हाला हव्या तशा गोष्टी घडत

नाहीत, त्या वेळी तुम्ही शांतपणे आणि गौरवास्पद पद्धतीनं वागू शकता. तुम्ही शांत असता, त्या वेळी तुम्ही जास्त चांगला विचार करू शकता.'

गेली अनेक वर्षं मी व्यवसायाच्या अतिशय उत्तम नवीन कल्पना घेऊन येणाऱ्या अनेक लोकांना भेटत आहे. त्यांची उत्सुकता आणि रोमहर्षकता जेमतेम महिनाभर टिकते आणि नंतर अपेक्षाभंगामुळे त्यांचा उत्साह कमी होत जातो. लवकरच त्यांच्या मनातील रोमहर्षकता आणि उत्साह संपुष्टात येतो आणि मग ते फक्त एवढंच म्हणतात की, 'ही चांगली कल्पना होती; पण ती फारशी काम करत नाही.'

खरं तर ती कल्पना काम न करणारी नसते, तर त्यांच्या अपेक्षाभंगानं जास्त मोठं काम केलेलं असतं. त्यांच्या उतावळेपणाला त्यांनी अपेक्षाभंगात रूपांतरित होऊ दिलेलं असतं आणि नंतर त्या अपेक्षाभंगामुळे ते पराभूत होतात. अनेक वेळा त्यांना तातडीनं आर्थिक मोबदला न मिळाल्यामुळे त्यांचा संयम संपलेला असतो. व्यवसायांच्या मालकांना आणि गुंतवणूकदारांना व्यवसायातून किंवा गुंतवणुकीतून कॅशफ्लो मिळण्यासाठी अनेक वेळा काही वर्षं वाट पाहावी लागते. शिवाय यश मिळण्यासाठी काही काळ जावा लागेल हेही त्यांना माहिती असतं. यश मिळालंच तरीही आर्थिक मोबदला ही गोष्ट वाट पाहण्याच्या पात्रतेची असते हेही त्यांना माहिती असतं.

- **मार्गदर्शक मिळवा**

अग्निशामक दल आणि पोलीस यांचे दूरध्वनी क्रमांक जसे नेहमीच आपल्या हाताशी असतात, त्याप्रमाणेच विश्वासू आणि माहितगार व्यक्ती म्हणून तुमच्या यादीत आणखी कोणाचे दूरध्वनी क्रमांक असतात? माझ्या दृष्टीनं या यादीत माझे आर्थिक सल्लागार केंद्रस्थानी असतात. आर्थिक आणीबाणीची परिस्थिती उद्भवलीच तर ते माझ्यापासून फक्त एका दूरध्वनीच्या अंतरावर असतात.

नेहमीच मी एखादा व्यवहार करायला जातो किंवा एखादं नवीन जोखमीचं काम करायला जातो, त्याच्या आधी माझ्या मित्रांना दूरध्वनी करतो. मी काय करणार आहे आणि माझा काय मिळवण्याचा हेतू आहे ते मी त्यांना सांगतो. जर हे करताना मी डोक्यावर आपटलोच तर त्यांनी माझ्या सोबत राहावं असंही मी त्यांना सांगून ठेवतो, कारण असं आपटणं ही नेहमीचीच गोष्ट असते.

एकदा रिअल इस्टेटच्या एका मोठ्या प्रकल्पासंदर्भात मी एका विक्रेत्याशी वाटाघाटी करत होतो. तो अगदी त्रासदायक अनुभव होता. तो विक्रेता व्यवहार संपवण्याच्या अगदी अखेरच्या क्षणी सतत अटींमध्ये बदल करत होता. मला ती मालमत्ता हवी होती हे त्याला माहिती होतं आणि अगदी अखेरच्या क्षणी माझ्याकडून जास्त पैसा काढण्याचे तो जास्तीत जास्त प्रयत्न करत होता. मी तापट स्वभावाचा असल्यामुळे माझ्या भावनांवर नियंत्रण राखणं मला कठीण जात होतं; पण मी सहसा नेहमीच करतो, तसा आरडाओरडा करून आणि

किंचाळून तो व्यवहार फिस्कटू देण्याऐवजी 'माझ्या भागीदाराला मी फोन करू का' असं मी त्याला विचारलं.

या व्यवहाराच्या बाबतीत मानसिक आधार म्हणून माझ्या बाजूनं उभ्या असलेल्या, माझ्या तीन मित्रांबरोबर मी बोललो. ही परिस्थिती कशी हाताळावी याविषयी त्यांचा सल्ला घेतल्यानंतर मी शांत झालो आणि मला आधी माहिती नसलेल्या वाटाघाटीच्या तीन नवीन पद्धती त्यांच्याकडून मला समजल्या. तो व्यवहार पार पडला नाही; पण आजतागायत वाटाघाटीच्या त्या तीन पद्धतींचा मी वापर करत आहे. तो व्यवहार करण्याचा प्रयत्न मी केला नसता तर ही तंत्रं मी कधीच शिकलो नसतो. ते ज्ञान अमूल्य आहे.

यातला मुद्दा असा आहे की, आपल्याला कधीच काहीही आधीच माहिती नसतं आणि ज्या वेळी गरज असते, त्याच वेळी आपण काही गोष्टी शिकतो म्हणूनच नवीन गोष्टी करण्याचा प्रयत्न करा आणि अपेक्षाभंगाची अपेक्षा बाळगा असं मी नेहमी सुचवतो; पण नेहमीच अशा प्रकारच्या अनुभवांच्या वेळी तुम्हाला प्रशिक्षण देण्यासाठी तुमच्याजवळ हाताशी एखादा मार्गदर्शक ठेवा. अनेक लोक त्यांना सगळी उत्तरं मिळालेली नसतात, फक्त म्हणून एखादा प्रकल्प सुरूच करत नाहीत. तुमच्याकडे कधीच सगळी उत्तरं असणार नाहीत; पण काहीही झालं तरी प्रकल्प सुरू करा. माझा एक मित्र नेहमीच असं म्हणतो की, 'काही लोक सगळीकडून हिरवा कंदील मिळाल्याखेरीज एखाद्या रस्त्यावरून पुढे जाण्याची सुरुवातच करत नाहीत आणि म्हणून ते कुठेच जातही नाहीत.'

- **स्वतःशी कनवाळूपणानं वागा**

आपल्याविषयी लोक काय बोलतात, याचा विचार करत राहणं ही चूक करण्यातील किंवा एखाद्या गोष्टीत अपयशी होण्यातील अतिशय वेदनादायक गोष्ट नसते. आपण आपल्याशी किती कठोरपणानं वागतो, ही सगळ्यात वेदनादायक बाब असते. चूक करणारे बहुतेक लोक स्वतःला इतकं झोडपून काढतात की, खरं तर दुसरं कोणीही त्यांना एवढं झोडपूच शकणार नाही.

मानसिकदृष्ट्या आणि भावनिकदृष्ट्या स्वतःशी अतिशय कठोरपणानं वागणारे लोक जोखमी पत्करण्याची, नवीन कल्पना स्वीकारण्याची किंवा एखादा नवीन प्रयत्न करण्याची वेळ येते, त्या वेळी अतिशय सावध होतात. तुमच्या वैयक्तिक अपेक्षाभंगासाठी तुम्ही स्वतःला शिक्षा दिली तर कुठलीही नवीन गोष्ट शिकणं कठीण असतं.

- **खरं बोला**

लहान असताना एकदा चुकून माझ्या हातून माझ्या बहिणीचा पुढचा दात तुटला. त्या वेळी मला देण्यात आलेली शिक्षा अतिशय वाईट होती. माझी बहीण वडिलांना माझं नाव सांगण्यासाठी घरात धावत गेली आणि मीही तसाच धावत जाऊन लपून बसलो.

माझ्या वडिलांनी मला शोधून काढल्यानंतर ते माझ्यावर खूपच संतापले. ते गाड्यावर ओरडले. 'तू तुझ्या बहिणीचा दात तोडलास म्हणून मी तुला शिक्षा करत नाही, तर तू पळून गेलास म्हणून मी तुला शिक्षा करणार आहे,' असं ते म्हणाले.

आर्थिकदृष्ट्या माझ्या चुकांपासून मी अनेक वेळा पळून जाऊ शकलो असतो. असे अनेक प्रसंग माझ्यावर गुदरले होते; पण पळून जाणं हा आपण शोधलेला सोपा उपाय असतो.

थोडक्यात, आपण सगळेच जण चुका करतो. आपण सगळेच जण अस्वस्थ होतो, निराश होतो. आपल्याला हव्या तशा गोष्टी घडत नाहीत, त्या वेळी आपला सगळ्यांचाच अपेक्षाभंग होतो; पण त्यानंतर आपण त्या अपेक्षाभंगाला, त्या नैराश्याला कसं हाताळतो यावरच सगळा फरक अवलंबून असतो. श्रीमंत वडील म्हणत असत की, 'तुमच्या उत्कट इच्छेच्या, स्वप्नांच्या ताकदीवरून आणि या सगळ्या प्रवासात तुमच्या अपेक्षाभंगाला तुम्ही कसं हाताळता यावरून तुमच्या यशाचं मापन केलं जातं.'

पुढच्या काही वर्षांत आपल्याकडे काही आर्थिक बदल घडून येतील आणि त्या वेळी आपल्या धाडसाची, धैर्याची कसोटी लागेल. 'द टाइम्स दे आर अ-चेंजइन' असं बॉब डायलन गातो, तसंच हे असतं. ज्या लोकांचं त्यांच्या भावनांवर बरंचसं नियंत्रण असतं, जे लोक आपल्या भावनांमुळे आपलं पाऊल मागे पडू देत नाहीत आणि ज्यांच्याकडे नवीन आर्थिक कौशल्यं शिकण्याची अशी भावनिक परिपक्वता असेल, त्यांचाच आगामी काळात उत्कर्ष होईल.

काळाबरोबर बदलणाऱ्या आणि वैयक्तिक अपेक्षाभंगांचा वापर भविष्याची इमारत रचण्यासाठी करणाऱ्या लोकांचाच भविष्यकाळ उज्ज्वल असेल.

कृती करा

१. चुका करा

म्हणूनच मी लहान पावलं टाकण्यास सुचवतो. हरणं हा जिंकण्याचा भाग असतो हे लक्षात ठेवा. चुका करणं योग्य नसतं, त्या स्वीकारार्ह नसतात, असं ई आणि एस कप्प्यांमधील लोकांना शिकवलेलं असतं; पण चुका करूनच आपण त्यांच्यातून शिकतो हे बी आणि आय कप्प्यांमधील लोकांना माहिती असतं.

२. लहान गोष्टींनी सुरुवात करा

तुम्हाला ज्यात गुंतवणूक करायची आहे, ती गुंतवणूकयोग्य गोष्ट तुम्हाला सापडली की तिच्यात थोडासाच पैसा गुंतवा. तुमचा पैसा तुम्ही गुंतवता त्या वेळी तुमची बुद्धिमत्ता किती झपाट्यानं वाढते ही गोष्ट चकित करणारी असते. या गुंतवणुकीसाठी तुमच्या मालकीचं कुरण, गहाणखताचा हप्ता किंवा तुमची

निवृत्ती या गोष्टी पणाला लावू नका. फक्त थोडा पैसा गुंतवा, लक्षपूर्वक पाहा आणि शिका.

३. **कृती करणं ही यातली गुरूकिल्ली असते**

तुमच्या शिक्षणाच्या दृष्टीनं वाचन, निरीक्षण आणि लक्षपूर्वक ऐकणं या गोष्टी महत्त्वाच्या असतात; पण तुम्ही कृती करायला **सुरुवात केलीच पाहिजे**. रिअल इस्टेटच्या लहान व्यवहारांनी सुरुवात करा, त्यामुळे सकारात्मक कॅशफ्लोची निर्मिती होईल. नेटवर्क मार्केटिंग कंपनीत सहभागी व्हा आणि तिच्याविषयीच्या अंतर्गत गोष्टी जाणून घ्या. कंपनीवर संशोधन करून स्टॉकमध्ये गुंतवणूक करा. गरज असेल तर तुमच्या मार्गदर्शकाचा किंवा आर्थिक अगर करविषयक सल्लागाराचा सल्ला घ्या. नायकी म्हणते त्याप्रमाणं 'जस्ट डू इट!'

प्रकरण सतरा

सातवं पाऊल : विश्वासाची ताकद

तुम्ही स्वतःविषयीच्या ज्या विचारांवर विश्वास ठेवण्याचं ठरवता, त्यांच्यावर विश्वास ठेवणारी एकमेव व्यक्ती म्हणजे तुम्हीच असता.

हायस्कूलमध्ये मी वरच्या वर्गांमध्ये शिकत असताना श्रीमंत वडिलांच्या मुलाला म्हणजेच माईकला आणि मला आमच्या वर्गाने नेते म्हणून निवडण्यात आलेल्या मुलांच्या छोट्याशा गटाजवळ वर्गासमोर उभं करण्यात आलं होतं. आमची मार्गदर्शक समुपदेशक माईककडे वळली आणि तिने असं जाहीरपणे सांगितलं की, 'तुम्ही दोघं कधीच काहीही करू शकणार नाही.' ती समुपदेशक पुढे बोलत असताना आमचे काही वर्गमित्र फिदीफिदी हसले. ती पुढे म्हणाली, 'यापुढे तुम्हा दोघांपैकी कोणावरही माझा वेळ मी अजिबात वाया घालवणार नाही. मी फक्त वर्गाचे नेते असलेल्या या मुलांवरच माझा वेळ खर्च करणार आहे. तुम्ही दोघंही वाईट ग्रेड मिळवणारे वर्गातील विदूषक आहात. तुम्ही कधीच काही करू शकणार नाही. आता इथून चालते व्हा.'

आमच्यावरचा सगळ्यात मोठा उपकार

त्या समुपदेशिकेनं माईकवर आणि माझ्यावर सगळ्यात मोठा उपकार केला होता. तिच्या शब्दांनी आम्ही खोलवर दुखावले गेलो असलो तरीही आम्हाला दोघांनाही तिच्या शब्दांनी जोरदार प्रयत्न करण्याची प्रेरणा मिळाली. तिचे शब्द आम्हाला महाविद्यालयांकडे आणि आमच्या व्यवसायांकडे घेऊन गेले.

हायस्कूलच्या माजी विद्यार्थ्यांचा मेळावा

काही वर्षांपूर्वी माईक आणि मी हायस्कूलच्या माजी विद्यार्थ्यांच्या मेळाव्याला गेलो होतो. तो नेहमीच एक स्वारस्यपूर्ण अनुभव असतो. आम्ही कोण होतो हे आमच्यापैकी कोणालाही ज्या वेळी माहिती नव्हतं, त्या वेळी तीन वर्षं एकमेकांसोबत घालवलेल्या मित्र-मैत्रिणींची पुनर्भेट होणं ही गोष्ट केव्हाही आगळीवेगळी असते. हायस्कूलमधील तथाकथित ज्येष्ठ नेते हायस्कूलबाहेरच्या जगात यशस्वी झाले नव्हते, ही गोष्टही रोचक होती.

माईक आणि मी शैक्षणिक क्षेत्रातील बुद्धिमान मुलं नव्हतो. आम्ही वर्गातील नेते नव्हतो, अर्थशास्त्रातील बुद्धिमान मुलं किंवा स्टार खेळाडूही नव्हतो. माझ्या मते, आमच्या वडिलांप्रमाणे आम्हाला नैसर्गिक देणग्या लाभलेल्या नव्हत्या; पण त्या मार्गदर्शक समुपदेशिकेचे ते डंख मारणारे वेदनादायक शब्द आणि आमच्या वर्गमित्रांचं उपहासगर्भ हास्य यांनी आम्हाला प्रेरणा दिली होती. त्यांच्यामुळे आमच्यामध्ये चिकाटीनं काम करण्याची, चांगल्या व वाईट काळातूनही तसंच पुढे जात राहण्याची आणि आमच्या मनात चुकांमधून शिकण्याची ठिणगी पडली.

तुम्ही शाळेच्या शिक्षणात चांगले नसलात, लोकप्रिय नसलात, गणितं सोडवण्यात चांगले नसलात, श्रीमंत किंवा गरीब असलात किंवा तुम्हाला कमी लेखण्याजोगं इतर एखादं कारण असलं तरीही फक्त त्यामुळे नंतर काहीही फरक पडत नाही; पण त्या तथाकथित कमतरतांना महत्त्व आहे, असा तुम्हीच विचार करू लागलात तर आणि फक्त तरच त्यांना महत्त्व असतं.

तुमच्यापैकी ज्या लोकांनी आर्थिक द्रुतगतीच्या स्वतःच्या मार्गावरून वाटचाल करण्याचा विचार केला असेल, त्यांच्या मनात कदाचित स्वतःच्या क्षमतांविषयी काही शंका असू शकतील. मी त्यांना फक्त एवढंच सांगेन की : तुम्हाला आर्थिकदृष्ट्या यशस्वी होण्यासाठी ज्या गोष्टींची सध्या आवश्यकता असेल, त्या सगळ्या गोष्टी तुमच्याकडे आहेत यावर विश्वास ठेवा. तुमच्याकडच्या नैसर्गिक, दैवदत्त देणग्या बाहेर काढण्यासाठी तुमच्याकडे फक्त उत्कट इच्छा, दृढनिश्चय आणि तुम्ही बुद्धिमानच आहात व तुम्हाला अद्वितीय देणगी लाभली आहे, यावर विश्वास असण्याची गरज असते.

आरशात पाहा आणि शब्द ऐका

आरसा तुमच्याकडे फक्त दृश्य प्रतिमेहूनही आणखी काहीतरी परावर्तित करतो. तो नेहमीच तुमचे विचार तुमच्याकडे परावर्तित करतो. आरशात पाहून पुढील गोष्टींसारख्या गोष्टी म्हणणारे लोक आपल्याला किती वरचेवर आढळतात त्याचा विचार करा. ते म्हणत असलेल्या गोष्टी अशा असतात :

'अरे बापरे, मी किती भयानक दिसतोय/दिसतेय!'

'माझं वजन इतकं वाढलंय?'

'मी खरोखरच म्हातारा/म्हातारी होत चाललोय /चाललेय.'

'अरे बापरे! मी किती सुंदर दिसतेय. मी महिला जगताला देवानं दिलेली देणगीच आहे.'

विचारच परावर्तित होतात

डोळ्यांना जे दिसतं त्याहून जास्त गोष्टी आरसे परावर्तित करतात आणि दाखवतात. आरसे आपल्याविषयीचे आपले विचार आणि आपली मतं आपल्याकडे परावर्तित करतात. आपल्या बाह्य स्वरूपापेक्षाही हे विचार किंवा मतंच जास्त महत्त्वाची असतात.

आपल्यापैकी अनेकांना प्रत्यक्षात सुंदर दिसणारे; पण स्वतःला कुरूप समजणारे लोक भेटले असतील. काही लोकांवर इतर लोक भरपूर प्रेम करतात; पण ते मात्र स्वतःवर प्रेम करत नाहीत. असे लोकही आपल्याला माहिती असतील. आपले सखोल विचार हे नेहमीच आपल्या आत्म्यांची प्रतिबिंबं असतात. विचार हे आपल्याला आपल्याविषयी वाटणाऱ्या प्रेमाची प्रतिबिंबं असतात. आपल्या विचारांमधून आपल्या अहंकाराचं, आपल्याविषयीच्या नावडीचं, आपण आपल्याला कसं वागवतो त्याचं आणि आपल्या सर्वंकष स्वमताचं प्रतिबिंब पडतं.

स्वतःबद्दल विश्वास नसलेल्या लोकांकडे पैसा टिकत नाही

भावनातिरेकाच्या भरातच सहसा वैयक्तिक सत्य गोष्टी बोलल्या जातात.

एखाद्या व्यक्तीसमोर किंवा गटासमोर *कॅशफ्लो क्वाड्रंटचं* स्पष्टीकरण दिल्यानंतर मी त्यांचं पुढचं पाऊल काय असेल ते त्यांनी ठरवावं म्हणून त्यांना क्षणभराचा वेळ देतो. त्यानंतर मी त्यांना आपला कप्पा बदलण्याची गरज वाटत असेल तर कुठल्या कप्प्यात जायला आवडेल असं विचारतो.

काही लोक माझ्याकडे पाहतात आणि मला सांगतात, 'सध्या मी नेमकेपणानं जिथे आहे, तिथेच राहण्यात मला आनंद आहे.'

इतर लोक म्हणतात की, 'मी आनंदात नाही; पण मला सध्याच दुसऱ्या कप्प्याकडे जाण्यासाठी काही करण्याची इच्छा नाही.'

मात्र या लोकांबरोबरच, आपण ज्या ठिकाणी आहोत त्याबद्दल नाखूश असलेले आणि तत्काळ काहीतरी करण्याची गरज आहे, असं वाटणारे लोकही असतात. या वर्गातील लोक नेहमीच त्यांच्या वैयक्तिक सत्यांविषयी जास्त स्पष्टपणे बोलतात. त्यांच्या बोलण्यातून त्यांची स्वतःविषयीची मतं व्यक्त होतात. त्यांच्या शब्दांतून त्यांचे आत्मे प्रतिबिंबित होतात म्हणूनच मी असं म्हणतो की, 'भावनातिरेकाच्या भरातच वैयक्तिक सत्यं सांगितली जातात.'

अशा सत्य प्रतिपादनाच्या क्षणी नेहमीच मला पुढील वाक्यांसारखी काही वाक्यं ऐकायला मिळतात.

- 'मी हे करू शकत नाही. मी एस कप्प्यातून बी कप्प्यात जाऊ शकत नाही. तुम्ही वेडे आहात की काय? मला पत्नीचं आणि तीन मुलांचं पोट भरायचं आहे.'
- 'मी हे करू शकत नाही. मला दुसरी वेतनचिठ्ठी पाच वर्षांनी मिळणार असेल तर तोपर्यंत मी त्यासाठी वाट पाहू शकत नाही.'
- 'गुंतवणूक? माझ्याकडचा सगळा पैसा जावा असं तुम्हाला वाटतंय. होय ना?'
- 'माझ्याकडे गुंतवणूक करायला बिलकूल पैसा नाही.'
- 'मी काहीही करण्यापूर्वी मला आणखी माहिती घ्यावी लागेल.'
- 'मी याआधीही हे करून पाहिलं होतं; पण त्याचा काहीही उपयोग झाला नव्हता.'
- 'आर्थिक विवरणपत्रं कशी वाचावीत ते शिकण्याची मला गरज नाही. माझं त्याशिवायही ठीक चाललंय.'
- 'मला काळजी करण्याची गरज नाही. मी अजून तरुण आहे.'
- 'मी गुंतवणूक करण्याएवढा हुशार नाही.'
- 'माझ्याबरोबर काम करायला मला योग्य लोक मिळाले तर मी हे करेन.'
- 'माझा नवरा हे कधीच करणार नाही.'
- 'माझ्या पत्नीला हे कधीच समजणार नाही.'
- 'माझे मित्र काय म्हणतील?'
- 'मी खूप प्रौढ आहे.'
- 'मी खूपच लहान आहे.'
- 'मी गुंतवणूक करण्याच्या योग्यतेचा नाही.'
- 'ही गोष्ट गुंतवणूक करण्याच्या योग्यतेची नाही.'

सगळे शब्द हे आरसे असतात

भावनातिरेकांच्या क्षणीच वैयक्तिक सत्यं सांगितली जातात. सगळे शब्द हे आरसेच असतात, कारण लोक त्या वेळी दुसऱ्या व्यक्तीविषयी बोलत असले तरीही त्यांच्या शब्दांमधून ते त्यांच्या स्वतःविषयी काय विचार करतात त्या अंतर्दृष्टी आपल्यापर्यंत पोहोचतात, परावर्तित होतात.

माझा उत्कृष्ट सल्ला

जे लोक आधीच एका कप्प्यातून दुसऱ्या कप्प्यात जाण्यासाठी तयार झाले आहेत, त्यांच्यासाठी मी देणार असलेला माझा उत्कृष्ट सल्ला असा असेल की, तुम्ही वापरत असलेल्या शब्दांविषयी अतिशय दक्ष राहा. विशेषतः तुमच्या अंतःकरणातून, पोटातून आणि तुमच्या आत्म्यातून बाहेर पडत असलेल्या शब्दांविषयी कमालीचे जागरूक राहा. तुम्ही बदल घडवून आणणार असाल तर तुम्ही विचारांविषयी आणि भावनांमधून निर्माण होणाऱ्या शब्दांविषयी दक्षता बाळगलीच पाहिजे. तुमच्या भावना तुमच्यासाठी विचार करत आहेत, याची तुम्हाला जाणीव नसेल, तर तुम्ही या प्रवासात कधीही टिकू शकणार नाही. तुम्ही नेहमीच स्वतःला मागे ओढत राहाल. तुम्ही जर असं म्हणत असाल, की – 'माझ्या जोडीदाराला हे कधीच समजणार नाही,' तर तुम्ही प्रत्यक्षात हे जोडीदाराऐवजी स्वतःसाठीच म्हणत असता. तुमच्या स्वतःच्या निष्क्रियतेसाठी तुम्ही बहुधा तुमच्या जोडीदाराला जबाबदार धरत असता किंवा तुम्हाला प्रत्यक्षात असंच म्हणायचं असतं की, 'माझ्या जोडीदाराला या नवीन कल्पना सांगण्याचं धाडस किंवा संवादकौशल्यं माझ्याकडे नाहीत.' सगळे शब्द हे आरसेच असतात आणि ते तुमच्या आत्म्यामध्ये डोकावून पाहण्याची संधी तुम्हाला देतात.

जर तुम्ही असं म्हणालात की, 'मी काम करणं थांबवून माझा स्वतःचा व्यवसाय सुरू करू शकत नाही,' किंवा 'माझ्या डोक्यावर कर्जाचा बोजा आहे आणि मला कुटुंबाचा विचार करावा लागेल,' तर तुम्ही प्रत्यक्षात असं म्हणत असता की, 'मी थकून गेलो आहे. मला याहून जास्त काहीही करण्याची इच्छा नाही.' किंवा 'मला खरोखरच आणखी काहीही शिकण्याची इच्छा नाही.' ही सगळी वैयक्तिक सत्यं असतात.

वैयक्तिक सत्यंच वैयक्तिक असत्यंही असतात

ही सत्यं असतात आणि ती असत्यंही असतात. जर तुम्ही स्वतःशीच खोटं बोललात, तर तुमचा प्रवास कधीही पूर्ण होणार नाही म्हणूनच तुम्ही तुमच्या शंका, भीती आणि मर्यादित विचार स्वतःकडून ऐकून घ्या आणि नंतर खरोखरचं सत्य काय आहे हे शोधण्यासाठी खूप सखोल विचार करा.

उदाहरणार्थ, जर तुम्ही म्हणालात की, 'मी थकलो आहे. आता आणखी काही नवीन शिकण्याची माझी इच्छा नाही,' तर कदाचित हे खरं असू शकेल; पण ते खोटंही असेल. यातलं खरं सत्य असं असू शकेल की, 'मी जर नवीन काही शिकलो नाही, तर मी याहूनही जास्त थकून जाईन.' तुम्ही त्याहूनही सखोल विचार केला तर यातली खरी गोष्ट अशी असेल की, 'मला नवीन गोष्टी शिकायला आवडतात. मला एखादी नवीन गोष्ट शिकायला

आवडेल आणि पुन्हा एकदा आयुष्याविषयी उत्साहानं विचार करायला आवडेल. कदाचित पूर्णपणे नवीन असलेलं जग त्यामुळे माझ्यासमोर खुलं होईल.' आणि हीच खरी गोष्ट असेल. एकदा तुम्ही सखोल सत्यापर्यंत पोहोचलात की, तुम्हाला बदल करण्यास साहाय्य करणाऱ्या तुमच्या शक्तिशाली भागापर्यंत तुम्ही पोहोचाल.

आमचा प्रवास

किम आणि मी पुढे वाटचाल केली होती; पण त्याआधी आमच्या स्वतःविषयींच्या मतांचा आणि आम्ही स्वतःवर करत असलेल्या टीकांचा विचार करून त्यातच जगायला आम्हाला आवडत होतं. आम्हाला आमच्या शंकांमध्ये जगायला आवडत होतं; पण त्यांच्यामुळे आम्ही थांबलो नव्हतो. सहसा अधूनमधून आमच्यावरचा दबाव प्रचंड प्रमाणात वाढत होता आणि आमची आत्मटीकाही शिगेला पोहोचत होती. माझ्या मनातील शंकांसाठी मी तिच्यावर आणि तिच्या मनातील शंकांसाठी ती माझ्यावर दोषारोप करत होती; पण हा प्रवास सुरू करण्याच्या आधी आम्हा दोघांनाही हे माहिती होतं की, अखेरीस आम्हाला आमच्या स्वतःच्या वैयक्तिक शंकांना, टीकांना आणि अपुरेपणांना तोंड द्यावंच लागणार होतं. पती-पत्नी, व्यावसायिक भागीदार आणि जीवनसाथी म्हणून आमचं एकमेकांविषयीचं एक कर्तव्य होतं. या सगळ्या शंका, टीका, क्षुद्रपणा आणि अपुरेपणा या सर्वांहूनही आम्ही स्वतः जास्त शक्तिशाली आहोत, याची एकमेकांना आठवण करून देणं हे आमचं खरं कर्तव्य होतं, याची आम्हाला जाणीव होती. या प्रक्रियेत आम्ही जास्त प्रमाणात आपल्या स्वतःवर विश्वास ठेवण्यास शिकलो. फक्त श्रीमंत होण्यापुरतंच आमचं अंतिम उद्दिष्ट मर्यादित नव्हतं. स्वतःशी आणि पैशाशी प्रामाणिक कसं राहावं, विश्वासूपणानं कसं वागावं हे शिकणं याचाही या उद्दिष्टात समावेश होता.

तुम्ही स्वतःविषयीच्या ज्या विचारांवर विश्वास ठेवण्याचं ठरवता, त्यावर विश्वास ठेवणारी एकमेव व्यक्ती म्हणजे तुम्हीच असता हे लक्षात ठेवा, त्यामुळे पैशानं विकत घेता येणारं स्वातंत्र्य हाच या प्रवासातून मिळणारा एकमेव मोबदला, एकमेव बक्षीस नव्हतं. तर स्वतःविषयी तुम्हाला वाटणारा विश्वास हाही यातून मिळणारा महत्त्वाचा मोबदला होता, महत्त्वाचं बक्षीस होतं. रोजच्या रोज जास्त मोठं होण्याची तयारी करा, असा सल्ला मी तुम्हाला देतो. माझ्या मते, बरेच लोक थांबतात आणि त्यांचं स्वप्न साध्य करण्याचे प्रयत्न सोडून देतात, कारण आपल्या प्रत्येकाच्या अंतरंगात सापडणारी छोटी व्यक्ती आपल्या जास्त मोठ्या व्यक्तिमत्त्वावर सत्ता गाजवते. तुम्ही प्रत्येक गोष्ट करण्यात चांगले नसता; पण तरीही तुम्हाला जे शिकण्याची गरज असते ते शिकण्यासाठी, त्याचा विकास करण्यासाठी तुम्हाला लागणारा वेळ घ्या. त्यानंतर झपाट्यानं तुमचं जग बदलेल. तुम्ही जी गोष्ट शिकणं आवश्यक आहे हे तुम्हाला माहिती असेल, ती न शिकता तशीच सोडून देऊन कधीही तिच्यापासून पळ काढू नका. तुमच्या भीतींना, संशयांना, शंकांना तोंड द्या. त्यानंतर तुमच्यासमोर नवीन जग खुलं होईल.

कृती करा

स्वतःवर विश्वास ठेवा आणि आजपासूनच सुरुवात करा!

प्रकरण अठरा

सारांश

तुम्हाला आणि तुमच्या कुटुंबाला आधार देण्यासाठी कॅशफ्लोच्या पाइपलाइनची बांधणी करण्यास सुरुवात करा.

किमनं आणि मी बेघर असण्यापासून आर्थिकदृष्ट्या स्वतंत्र होण्यापर्यंत पोहोचण्यासाठी सात पावलांचा उपयोग केला. या सात पावलांनी आम्हाला आमचा आर्थिक द्रुतगती मार्ग शोधण्यात मदत केली. अगदी आजपर्यंत आम्ही त्यांचा वापर करत आहोत. आर्थिक स्वातंत्र्याकडे जाण्याचा तुमचा स्वतःचा मार्ग आखण्यासाठीही ती तुम्हाला मदत करतील, असा मला विश्वास वाटतो.

हे करण्यासाठी तुम्ही पहिल्यांदा स्वतःशी खरं बोललं पाहिजे. तुम्ही आतापर्यंत दीर्घकालीन गुंतवणूकदार झाला नसाल, तर शक्य तितक्या जलद गतीनं स्वतःला असा गुंतवणूकदार बनवा. याचा काय अर्थ आहे?

शांतपणे बसून तुमच्या खर्चाच्या सवयींवर नियंत्रण आणण्याची योजना आखा. तुमची कर्जं आणि दायित्वं किंवा देणी कमी करा. तुमच्या उत्पन्नाचा आणि संसाधनांचा विचार करून त्यांच्या मर्यादेत राहा आणि नंतर तुमच्या उत्पन्नांचा आणि संसाधनांचा विस्तार करा. निवृत्त होण्याच्या तुमच्या उद्दिष्टांसाठी, कॅशफ्लो तयार करण्यासाठी आणि आर्थिक स्वातंत्र्य मिळवण्यासाठी तुम्हाला किती महिने मासिक किती पैसे गुंतवावे लागतील ते शोधून काढा.

तुमची ग्राहक कर्जं कमी करतानाच नियमितपणे थोडी रक्कम बाजूला ठेवत राहण्याच्या दीर्घकालीन योजनेमुळे तुम्हाला या दृष्टीनं सुरुवात करता येईल. तुम्ही याची लवकर सुरुवात केली आणि तुम्ही जे करत आहात त्यावर सतत नजर ठेवली तर तुमची योग्य सुरुवात झाली असं म्हणता येईल.

या पातळीवर ही गोष्ट साधीच ठेवा. यात भपकेबाजपणा आणण्याचा प्रयत्न करू नका.

मी तुम्हाला *कॅशफ्लो क्वाड्रंटची*, गुंतवणूकदारांच्या पाच पातळ्यांची आणि तीन प्रकारच्या गुंतवणूकदारांची माहिती दिली आहे. तुम्ही कोण आहात, तुमची काय स्वारस्यं असू शकतात आणि तुम्हाला अखेरीस कोण व्हायचं आहे, याची झलक तुम्हाला दिसावी हेच ही माहिती देण्यामागचं कारण आहे. कुठल्याही कप्प्यात असलेली कुठलीही व्यक्ती आर्थिक द्रुतगतीच्या मार्गावर नेणारा आपला स्वतःचा मार्ग शोधू शकते, असा माझा विश्वास आहे.

मी आधी काय सांगितलं होतं ते लक्षात ठेवा : तुम्हाला नोकरी देणं हे तुमच्या वरिष्ठाचं काम आहे. स्वतःला श्रीमंत करणं हे तुमचं काम आहे.

पाण्याच्या बादल्या भरून, धडपडत, मोठ्या कष्टानं त्या वाहून नेणं थांबवून तुम्हाला, तुमच्या कुटुंबाला आणि तुमच्या जीवनशैलीला आधार देणाऱ्या, पाठबळ पुरवणाऱ्या कॅशफ्लोच्या पाइपलाइनची उभारणी करण्यासाठी तुम्ही तयार आहात का?

स्वतःच्या व्यवसायात लक्ष घालणं आणि तो करणं ही गोष्ट कदाचित कठीण असू शकेल आणि विशेषतः सुरुवातीला काही वेळा गोंधळात टाकणारीही वाटेल. तुमच्याकडे आधी कितीही माहिती असली तरी शिकण्यासारख्या आणि शिकणं आवश्यक असलेल्या भरपूर गोष्टी आहेत. ही आयुष्यभर चालणारी प्रक्रिया आहे; पण यातली चांगली बातमी अशी आहे की, या प्रक्रियेचा सगळ्यात कठीण भाग हा सुरुवातीलाच असतो. एकदा तुम्ही तिची बांधिलकी पत्करली की, आयुष्य खरोखरच जास्त सुलभ होतं. स्वतःचा व्यवसाय करणं ही गोष्ट कठीण नसते. ते फक्त साधं व्यवहारज्ञान असतं.

लेखकाविषयी

रॉबर्ट कियोसाठी

***रिच डॅड, पुअर डॅड* – *द* #1** या सार्वकालिक उत्तम ठरलेल्या वैयक्तिक अर्थविषयक पुस्तकासाठी रॉबर्ट कियोसाकी ओळखले जातात. त्यांनी जगभरच्या कोट्यवधी लोकांच्या पैशांविषयीच्या विचारांना आव्हान देऊन त्यांच्यात बदल घडवून आणला आहे. ते एक उद्योजक, गुरू आणि गुंतवणूकदार आहेत.

नोकऱ्यांची निर्मिती करणाऱ्या आणखी बऱ्याच उद्योजकांची जगाला गरज आहे, असा त्यांचा विश्वास आहे.

रॉबर्ट यांचे पैशांविषयीचे आणि गुंतवणूकीविषयीचे दृष्टिकोन पारंपरिक विद्वत्तेच्या थेट विरोधात आहेत. स्पष्टवक्तेपणा, पारंपरिक विद्वत्तेविषयीचा अनादर आणि तिच्याविरोधात बोलण्याचं धाडस असलेल्या रॉबर्टनी आपल्या विचारांमुळे आंतरराष्ट्रीय स्तरावर ख्याती मिळवली आहे. आर्थिक शिक्षण दिलं जावं, या विचाराचे ते खंदे समर्थक आहेत आणि त्या संदर्भातील स्पष्टवक्तेही आहेत.

रॉबर्ट आणि किम कियोसाकी हे आर्थिक शिक्षणाचे कार्य करणाऱ्या 'द *रिच डॅड कंपनी*'चे संस्थापक आहेत. त्यांनी कॅशफ्लो गेम्सची निर्मितीही केली आहे. सन २०१४मध्ये त्यांच्या कंपनीनं मोबाईल आणि ऑनलाइन गेमिंग सुरू करून नवीन आणि आगळ्यावेगळ्या गोष्टी देऊ करत या गेम्सच्या जागतिक यशाला तरफेची शक्ती प्राप्त करून दिली.

गुंतागुंतीच्या संकल्पना सुलभ करून मांडण्याची देणगी लाभलेला द्रष्टा म्हणून रॉबर्ट यांना ओळखलं जातं. पैसा, गुंतवणूक आणि अर्थशास्त्र यांच्याशी संबंधित कल्पना ते सुलभ करून मांडतात. सर्व वयोगटांतील व पार्श्वभूमीच्या श्रोत्यांच्या मनात निनादत राहील, अशा प्रकारे आर्थिक स्वातंत्र्याच्या दिशेनं त्यांनी केलेला त्यांचा वैयक्तिक प्रवास ते मांडतात. 'तुमचं घर ही मालमत्ता नसते', 'कॅशफ्लोसाठी गुंतवणूक करा' आणि 'बचत करणारे पराभूत मनोवृत्तीचे असतात' यांसारखी त्यांची तत्त्वं आणि संदेश यांच्यामुळे त्यांना मोठ्या प्रमाणात

टीकेला सामोरं जावं लागलं आहे, तसंच त्यांच्या मतांचा उपहासही करण्यात आला आहे. गेल्या दशकभरात आंतरराष्ट्रीय आर्थिक व्यासपीठावर त्यांच्या विचारांनी अस्वस्थता निर्माण झाली आणि नवीन सिद्धान्तांची प्रस्थापनाही झाली.

महाविद्यालयात जा, चांगली नोकरी मिळवा, पैशांची बचत करा, कर्जमुक्त व्हा, दीर्घ मुदतीसाठी गुंतवणूक करा आणि पोर्टफोलिओ वैविध्यपूर्ण ठेवा, हा जुना सल्ला सध्याच्या जलद गतीच्या माहितीच्या युगात कालबाह्य ठरला आहे, असं त्यांचं मत आहे. त्यांचं श्रीमंत वडिलांचं तत्त्वज्ञान आणि संदेश सध्याच्या स्थितीला आव्हान देतात. त्यांच्या शिकवणुकीमुळे लोकांना आर्थिकदृष्ट्या शिक्षित बनण्यास आणि आपल्या भवितव्यासाठी गुंतवणुकीत सक्रिय भूमिका पार पाडण्यास प्रोत्साहन देतात.

एकूण १९ पुस्तकांचे लेखक असलेल्या रॉबर्ट यांनी प्रसारमाध्यमांच्या प्रत्येक प्रकारात अनेक वेळा प्रमुख पाहुणा म्हणून उपस्थित राहून महत्त्वाची भूमिका बजावली आहे. ***रिच डॅड, पुअर डॅड*** या आंतरराष्ट्रीय स्तरावरच्या प्रचंड खपाच्या पुस्तकामुळे त्यांना प्रामुख्यानं ओळखलं जातं. त्यांनी सीएनएन, बीबीसी, फॉक्स न्यूज, अल् जझीरा, जीबी टीव्ही आणि पीबीएसपासून लॅरी किंग लाइव्ह, ऑप्रा, पीपल्स डेली, सिडनी मॉर्निंग हेरॉल्ड, द डॉक्टर्स, स्ट्रेट्स टाइम्स, ब्लूमबर्ग, एनपीआर, यूएसएस टुडे आणि अशा शेकडो नियतकालिकांपर्यंत अनेक ठिकाणी आपली मतं मांडली आहेत. त्यांच्या पुस्तकांनी जवळजवळ दशकभराहून अधिक काळ आंतरराष्ट्रीय उत्तम खपाच्या पुस्तकांच्या याद्यांमध्ये सर्वोच्च स्थानी राहण्याचा मान मिळवला आहे. ते सातत्यानं जगभरच्या श्रोत्यांना शिकवत आणि स्फूर्ती देत राहिले आहेत.

त्यांच्या अगदी अलीकडच्या पुस्तकांमध्ये अनफेअर ॲडव्हान्टेज : द पॉवर ऑफ फिनान्शियल एज्युकेशन, डोनाल्ड ट्रम्प यांच्यासमवेत त्यांनी सहलेखन केलेलं मिडास टच हे दुसरं पुस्तक, व्हाय 'ए' स्टुडंट्स वर्क फॉर 'सी' स्टुडंट्स, ८ लेसन्स इन मिलिटरी लीडरशिप अँड सेकंड चान्स या पुस्तकांचा समावेश आहे.

अधिक माहितीसाठी RichDad.comला भेट द्या.

अनुवादक परिचय

शिक्षण - एम.एस्सी. एम.फिल (बॉटनी), एम.जे.सी. (पत्रकारितेतील पदव्युत्तर पदवी), एन.डी. (डॉक्टर ऑफ निसर्गोपचार). दहावीनंतर ओपन नॅशनल मेरीट स्कॉलरशिप. प्रत्येक पदवी आणि पदव्युत्तर परीक्षेत विद्यापीठात प्रथम किंवा द्वितीय येण्याचा समावेश. राज्यस्तरीय कबड्डी खेळाडू. नाट्य, नृत्य, वक्तृत्त्व स्पर्धेत अनेक पारितोषिके.

एम.फिल.चे शिक्षण सुरू असताना दोन वर्षे कोल्हापूरच्या राजाराम महाविद्यालयात सीनियर लेक्चरर. 'दैनिक सकाळ'मध्ये वरिष्ठ उपसंपादकपदी कामकाज. विद्यार्थी बातमीदार असल्यापासून एकूण २२ वर्षे काम. शोधथपत्रकारितेच्या अनेक वृत्तमालिका गाजल्या. त्यांच्यासाठी काही मानसन्मान व प्रतिष्ठेची पारितोषिकं. शिवाजी विद्यापीठात चार वर्षे पत्रकारितेच्या मानद प्राध्यापिका. 'स्त्री-पुरुष समानता' विषयावरच्या युरोपमध्ये झालेल्या चर्चासत्रासाठी आंतरराष्ट्रीय पत्रकार संघाकडून निवड.

पत्रकारितेच्या क्षेत्रातून बाहेर पडल्यानंतर गेली दहा वर्षे अनुवादिका म्हणून काम सुरू. या कालावधीत एकूण ९६ पुस्तकांचा मराठीत अनुवाद. सुमारे ११० पुस्तकांचे संपादन. अनुवाद आणि पत्रकारिता या क्षेत्रांतील कार्याबद्दल केंद्र शासनाच्या युवा व क्रीडा मंत्रालयाचा पुरस्कार, तसेच अनुवादासाठी नाशिकच्या १५० वर्षे जुन्या ग्रंथालयाचा प्रतिष्ठेचा स्वातंत्र्यवीर सावरकर पुरस्कार. दहा स्वतंत्र पुस्तकांचे लेखन.

'पदन्यास' या पुण्याच्या कथक नृत्य संस्थेत तीन वर्षे अध्यापन. काही न्यूज फिचर्ससाठी दैनंदिन घडामोडींवर आधारित लेखन सुरू. आकाशवाणी आणि दूरदर्शनच्या कार्यक्रमांमध्येही सहभाग.